तुम्ही श्रीमंत व्हावं असं आम्हाला का वाटतं?

अर्पणपत्रिका

आर्थिक शिक्षणाचे महत्त्व अधोरेखित करून, या क्षेत्रात कार्य करणारे
विल्यम जँकर आणि द लर्निंग ॲनेक्स
यांच्या कार्याला प्रस्तुत पुस्तक समर्पित!

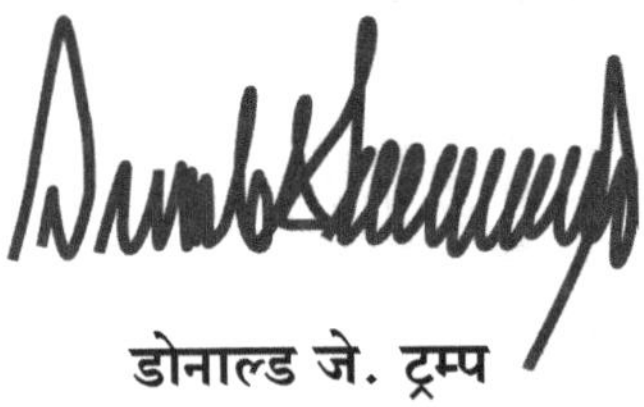

डोनाल्ड जे. ट्रम्प

रॉबर्ट टी. कियोसाकी

न्यूयॉर्क टाईम्सचे 'बेस्टसेलिंग' लेखक

तुम्ही श्रीमंत व्हावं असं आम्हाला का वाटतं?

लेखक दोन : संदेश एक

डोनाल्ड जे.
ट्रम्प
मेरिडिथ मॅकायव्हर

रॉबर्ट टी.
कियोसाकी
शेरॉन लेक्टर

अनुवाद : **विदुला टोकेकर**

MANJUL

मंजुल पब्लिशिंग हाऊस

Visit websites at: www.trump.com and www.richdad.com

First published in India by

MANJUL

Manjul Publishing House

Corporate and Editorial Office

• 2nd Floor, Usha Preet Complex, 42 Malviya Nagar, Bhopal 462 003 - India

Sales and Marketing Office

• C-16, Sector 3, Noida, Uttar Pradesh 201301 - India

Website: www.manjulindia.com

Distribution Centres

Ahmedabad, Bengaluru, Bhopal, Kolkata, Chennai, Hyderabad, Mumbai, New Delhi, Pune

Marathi translation of
Why We Want You To Be Rich by ***Donald J. Trump*** & ***Robert T. Kiyosaki***

This edition first published in 2014
Fourth impression 2022

ISBN 978-81-8322-407-9

Translation by Vidula Tokekar

Printed and bound in India by Repro India Ltd.

Photographs courtesy of Scott Duncan, The Trump Organization and the Rich Dad Company, with special thanks to Scott Duncan.

Cover design and layout Melanie Wilke and Kevin Stock

न्यूयॉर्क टाईम्सचे 'बेस्टसेलिंग' लेखक

तुम्ही श्रीमंत व्हावं असं आम्हाला का वाटतं?

लेखक दोन : संदेश एक

डोनाल्ड जे.
ट्रम्प
मेरिडिथ मॅकायव्हर

रॉबर्ट टी.
कियोसाकी
शेरॉन लेक्टर

अनुवाद : **विदुला टोकेकर**

MANJUL
मंजुल पब्लिशिंग हाऊस

Visit websites at: www.trump.com and www.richdad.com

First published in India by

MANJUL

Manjul Publishing House

Corporate and Editorial Office

• 2nd Floor, Usha Preet Complex, 42 Malviya Nagar, Bhopal 462 003 - India

Sales and Marketing Office

• C-16, Sector 3, Noida, Uttar Pradesh 201301 - India

Website: www.manjulindia.com

Distribution Centres

Ahmedabad, Bengaluru, Bhopal, Kolkata, Chennai,
Hyderabad, Mumbai, New Delhi, Pune

Marathi translation of
Why We Want You To Be Rich by ***Donald J. Trump*** & ***Robert T. Kiyosaki***

This edition first published in 2014
Fourth impression 2022

ISBN 978-81-8322-407-9

Translation by Vidula Tokekar

Printed and bound in India by Repro India Ltd.

Photographs courtesy of Scott Duncan, The Trump Organization and the Rich Dad Company, with special thanks to Scott Duncan.

Cover design and layout Melanie Wilke and Kevin Stock

अनुक्रमणिका

प्रस्तावना

तुम्ही श्रीमंत व्हावं असं आम्हाला का वाटतं?

लेखक दोन • संदेश एक

'श्रीमंत लोक अधिकाधिक श्रीमंत बनताहेत, अशा वेळी तुम्ही श्रीमंत बनता आहात की नाही?'

'आपला मध्यमवर्ग संपतोच आहे आणि आक्रसणारा मध्यमवर्ग अमेरिकेच्या स्थैर्याला आणि खुद्द जगातल्या लोकशाहीलाच एक धोका आहे. तुम्ही श्रीमंत व्हावं असं आम्हाला वाटतं कारण तरच तुम्ही 'उपायाचा' एक भाग असाल... 'समस्येचा' नव्हे.'

डोनाल्ड जे. ट्रम्प आणि रॉबर्ट टी. कियोसाकी

डोनाल्ड ट्रम्प आणि रॉबर्ट कियोसाकी दोघंही सध्या चिंतेत आहेत. अमेरिकेतील श्रीमंत वर्ग दिवसेंदिवस अधिक श्रीमंत, धनाढ्य बनतोय. याउलट अमेरिका देश मात्र गरीब होत चालला आहे. या लेखकद्वयींना हीच चिंता त्रास देतेय. उत्तर ध्रुवावरचा बर्फ जसा झपाट्यानं वितळतोय, अन् 'ग्लोबल वॉर्मिंग'ची सूचना देतोय, तसाच अमेरिकेतील मध्यमवर्गाचा ऱ्हास होतोय. येत्या काही वर्षात अमेरिकेतील समाज फक्त दोनच वर्गांत विभागला जाईल. एक श्रीमंत आणि दुसरा गरीब. तुमचा समावेश पहिल्या वर्गात व्हावा, यासाठी तुम्ही श्रीमंत बनलं पाहिजे. नेमकं हेच काम तुमच्यासाठी करण्याचं या दोघांनी ठरवलं आहे.

हे वैशिष्ट्य – आक्रसणारा मध्यमवर्ग. ही सामाजिक समस्या आहे. पण अधिक श्रीमंत अशा (इंग्लंड, फ्रान्स, जर्मनी, जपान सारख्या) जी-८ देशांत ती अधिक गंभीर आहे.

या समस्येविषयी फेडरल रिझर्व्हचे माजी अध्यक्ष ॲलन ग्रीनस्पॅन यांनी वारंवार धोक्याची सूचना दिली होती. 'या जगाच्या पाठीवर असणारा लोकशाहीवादी, भांडवलशाहीवादी असा कोणताही देश असो, त्यांच्या पुढे गरीबी-श्रीमंतीचा भेद ही समस्या निर्माण होणारच आहे. अमेरिकेतील श्रीमंत लोकांचा उत्पन्नस्तर सतत वाढतोय. त्याचबरोबर गरीब लोकांचे उत्पन्न घटतंय. ही दरी अधिकाधिक रुंदावतेय. या वाढत्या दरीमुळेच अमेरिकेसारख्या भांडवलवादी लोकशाहीची स्थिरता संपुष्टात येत आहे.

शिक्षणाची समस्या

'फेडरल रिझर्व्ह'च्या अध्यक्षांना या समस्येचं कारण काय वाटतं? अध्यक्षांनी केवळ एका शब्दात या प्रश्नाचं उत्तर दिलं आहे : शिक्षण. अमेरिकेतील मुलं चौथ्या यत्तेपर्यंत अगदी चांगल्या पद्धतीनं शिक्षण घेतात. जगातल्या इतर कोणत्याही मुलांच्या तुलनेत ही अधिक पुढं असतात. पण १२व्या यत्तेपर्यंत ती खूपच मागे पडलेली असतात. ते म्हणतात, 'असं घडणं आपण थांबवायलाच हवं.'

डोनाल्ड ट्रम्प आणि रॉबर्ट कियोसाकी यांनीही *शिक्षणाच्या अभावावर* ठपका ठेवला आहे. परंतु त्यांचा रोख वेगळ्या प्रकारच्या शिक्षणाकडे आहे, *आर्थिक विषयाचं शिक्षण.* अमेरिकेत चांगल्या, उच्च दर्जाच्या आर्थिक नियोजनाच्या शिक्षणाचा अभाव आहे. या प्रमुख कारणामुळे अमेरिकेचा प्रवास एका श्रीमंत देशापासून इतक्या झटपट जगातल्या सर्वांत कर्जबाजारी देशापर्यंत झाले आहे, असं या दोघांना वाटतं. कमकुवत अमेरिकी अर्थव्यवस्था आणि कमकुवत डॉलर (जागतिक गंगाजळीचे चलन) यामुळे सामाजिक स्तरावरील स्थिरता धोक्यात येण्याची शक्यता अधिक आहे. 'अमेरिकेला शिंक आली तर अवघ्या दुनियेला सर्दी होते.' असं इतर देशात म्हणतात. थोडक्यात काय तर अमेरिकेच्या अर्थव्यवस्थेवरून अवघ्या जगाची आर्थिक समीकरणं मांडली जातात. याच देशात असलेला आर्थिक शिक्षणाचा अभाव आता धोक्याचा बावटा दाखवत आहे.

दोघेही शिक्षक

डोनाल्ड ट्रम्प आणि रॉबर्ट कियोसाकी, यशस्वी उद्योजक आणि गुंतवणूकदार आहेत. दोघांनी आंतरराष्ट्रीय पातळीवर नाव कमावले आहे. विशेष म्हणजे दोघेही चांगले शिक्षक आहेत. लोकप्रिय लेखक म्हणून दोघांनी नाव कमावलं आहे. तसंच ते शैक्षणिक 'बोर्ड गेम' बनवतात, अर्थविषयक शैक्षणिक कार्यक्रमांमध्ये भाषणं देतात. तसंच त्यांचे शैक्षणिक कार्यक्रम दूरचित्रवाणीवरून प्रक्षेपित केले जातात. डोनाल्ड ट्रम्प 'नेटवर्क टी.व्ही.'वरून *'द अॅप्रेंटिस'* हा कार्यक्रम सादर करतात. तो कमालीचा लोकप्रिय आहे. रॉबर्ट कियोसाकी यांचा *'रिच डॅड्स गाइड टु वेल्थ'* या नावाने एक कार्यक्रम सार्वजनिक शैक्षणिक नेटवर्क पी.बी.एस. वरून प्रक्षेपित केला जातो.

ते दोघे शिक्षक आहेत, ते त्यांना अधिक पैशाची गरज आहे म्हणून नव्हे तर तुम्ही, तुमचं कुटुंब, हा देश आणि नव्या जगाच्या भविष्याची त्यांना काळजी आहे, म्हणून ते शिक्षक आहेत.

श्रीमंत लोक परोपकार करताना आपण दिलेला पैसा सत्कारणी लागतोय की नाही, याचा विचार करतात. डोनाल्ड आणि रॉबर्ट हे दोघेही पैशाबरोबरच आपला बहुमूल्य वेळही दान करत आहेत. एखाद्याला जर तुम्ही एक मासा खायला दिला तर त्याची त्या दिवसापुरती भूक नक्कीच भागेल. परंतु तुम्ही त्या गरजू व्यक्तीला मासे कसे पकडायचे हे शिकवलं तर तो आयुष्यभर कमावून पोट भरू शकणार आहे, असं म्हटलं जातं. गरीब आणि मध्यम वर्गातील लोकांना दान देण्याऐवजी, मासे पकडायला शिकवायचं काम डोनाल्ड आणि रॉबर्ट करत आहेत. त्याच बरोबर या पुस्तकाच्या विक्रीतून होणाऱ्या फायद्याचा काही भाग आर्थिक साक्षरता प्रसारासाठी काम करणाऱ्या संघटनांना दिला जाणार आहे.

आर्थिक सल्ला

आर्थिक सल्ला तीन स्तरांचा : यामध्ये गरिबांसाठी सल्ला, मध्यमवर्गीयांसाठी सल्ला आणि श्रीमंतांसाठी सल्ला. गरिबांच्या देखभालीची जबाबदारी बहुतांश सरकार उचलेल, असा सल्ला त्यांना देता येईल. सामाजिक सुरक्षितता आणि वैद्यकीय सुविधांवर गरिबांची भिस्त असते. मध्यमवर्गीय लोकांना आर्थिक सल्ला : चांगली नोकरी शोधा, परिश्रम करा – खूप काम करा, उत्पन्नापेक्षा आपला खर्च कमी ठेवा आणि पैसे वाचवा. बचत दीर्घमुदतीच्या म्युच्युअल फंडांमध्ये गुंतवा. गुंतवणूक करताना वेगवेगळ्या क्षेत्रांचा, माध्यमांचा विचार साकल्याने करा (डायव्हर्सिफिकेशन). मध्यमवर्गातील गुंतवणूकदार प्रामुख्याने 'निष्क्रिय गुंतवणूकदार' असतात. ते *न बुडण्यासाठी* काम करतात आणि पैसे गुंतवतात. याउलट श्रीमंत वर्ग सक्रिय गुंतवणूकदार असतो. ते केवळ जिंकण्यासाठीच काम आणि गुंतवणूक करत असतात. या पुस्तकामध्ये सक्रिय गुंतवणूकदार कसं बनायचं, म्हणजेच जिंकण्यासाठी काम आणि गुंतवणूक करून उत्तम आयुष्यासाठी साधनसंपत्तीचा विस्तार कसा करायचा, याविषयी प्रामुख्याने विचार करण्यात आला आहे.

तुम्ही श्रीमंत व्हावं असं आम्हाला का वाटतं?

डोनाल्ड ट्रम्प आणि रॉबर्ट कियोसाकी हे सर्वाधिक खपाचे लेखक व लोकप्रिय वक्ते आहेत, कारण ते लोकांना अंथरूण पाहून पाय पसरायला न शिकवता, आपली साधनसंपत्ती वाढवायला आणि जीवनाचा दर्जा उंचावायला शिकवतात. लोकांनी जिंकण्यासाठी काम आणि गुंतवणूक करावी असं त्यांना वाटतं.

थोडं इतिहासात डोकावू

मानवी विकासाच्या *शिकार युगात*, माणसं टोळ्यांमध्ये राहात असत आणि सर्वसाधारणपणे सारेजण समान असत. तुम्ही टोळीचे नायक असता, तरी तुम्ही साधारणपणे इतरांसारखेच लहान असता. नायकांकडे लियर जेट नव्हते की कोट्यवधी, अब्जावधी रोकड नव्हती. किंवा स्थावर जमीन, सोनं-नाणंही नव्हतं.

यानंतरच्या कालखंडात *कृषियुगात* द्विस्तरीय समाजपद्धती विकसित झाली. राजा आणि त्याच्या भोवती वावरणारी श्रीमंत मंडळी यांचा एक स्तर होता, तर राजासाठी काम करणारी (शेतकरी) प्रजा दुसऱ्या बाजूला होती. भूमीची मालकी राजाकडे असे. शेतकरी हीच भूमी कसायचा आणि कर स्वरुपात उत्पन्नाचा काही भाग राजाला द्यायचा. शेतकरी जमिनीतून उत्पन्न घेण्यासाठी राबत असला तरी प्रत्यक्ष जमिनीची मालकी कधी त्याच्याकडे नव्हती, भूपती अर्थात राजाच असे.

*औद्योगिक युगा*मध्ये अमेरिकेत आधुनिक मध्यमवर्गाचा उदय झाला आणि याबरोबरच लोकशाही अस्तित्वात आली.

आज ज्या प्रदेशाला न्यू इंग्लंड नावानं ओळखलं जातं. त्या भागात पूर्वी पाच आदिवासी जनजातीचे लोक वास्तव्य करीत असत. हा आदिवासी समाज ज्या पद्धतीने राहात होता त्या इरॉक्वोईस कॉन्फेडरसीचा जबरदस्त प्रभाव अमेरिकेचा संस्थापकांवर पडला होता. या समाजाची लोकशाही पद्धती अमेरिकेने जणू तशीच्या तशी उचलली आहे. त्याच पद्धतीच्या लोकशाहीच्या आधारे अमेरिकेने आपल्या आजच्या राज्यव्यवस्थेची रचना केली आहे. या आदिवासींच्या समाजात लोकप्रतिनिधींची निवड केली जात होती. त्यामध्ये एक वरिष्ठ सभागृह आणि एक कनिष्ठ सभागृह असे. याशिवाय सर्वोच्च न्यायालय स्थापलेले होते. विशेष म्हणजे या न्याय व्यवस्थेत फक्त महिलांचाच सहभाग होता.

ज्या वेळेस अमेरिकेत इरॉक्वोईस लोकशाहीवादी शासन व्यवस्थेचे अनुकरण कसोशीनं केलं जात होतं. त्या वेळी युरोपात हे सर्व अव्यावहारिक मानलं जात होतं. मध्यमवर्ग आणि लोकशाही विचारांना युरोपात अजिबात स्थान नव्हते. परंतु अमेरिकेत मात्र लोकशाहीचा विचार चांगलाच बहरला होता.

आज *माहिती आणि तंत्रज्ञानाच्या युगामध्ये* मध्यमवर्ग हळूहळू नष्ट होत चालला आहे. भांडवली लोकशाहीचीही अवस्था बिकट बनत चालली आहे. आता श्रीमंत आणि गरीब यांच्या दरम्यान निर्माण झालेली प्रचंड दरी ही यापूर्वी इतकी गंभीर समस्या इतिहासात

कधी बनली नव्हती. त्यामुळं प्रश्न पडतो, आपण कृषियुगात पुन्हा प्रवेश तर करत नाही ना? त्या युगात लोकशाही अस्तित्वातच नव्हती आणि समाज फक्त दोनच वर्गांत विभागला होता. समाजात नव्या प्रकारचा भांडवलवाद आणि लोकशाही तर विकसित होत नाही ना?

समस्यांचा उदय

जसे आपण 'ग्लोबल वॉर्मिंग'बद्दल नव्याने जागरूक होऊ लागलो आहोत, तसेच मध्यमवर्गाच्या लोपामुळे होणाऱ्या परिणामांची आपल्याला नव्याने जाणीव होऊ लागली आहे. आजच्या घडीला मध्यमवर्गातील बहुतांश नागरिक स्वत:ला सुरक्षित मानतात. त्यातल्या बऱ्याच जणांना उंबरठ्यावरच्या प्रश्नांची चाहूल लागली असली, तरी ते संतुष्ट आहेत.

सरकार आपल्याला संरक्षण देईल. वेळप्रसंगी आपली देखभाल करेल, असं या मध्यमवर्गातील लोकांना वाटतं. त्यामुळं ते स्वत:ला सुरक्षित समजतात. परंतु प्रत्यक्षात तसं नाही. सरकार फार काळ त्यांना सुरक्षा प्रदान करू शकणार नाही. जगभरातील बहुतेक सगळी सरकारे कमकुवत आहेत. त्याचप्रमाणे अमेरिकी सरकारसुद्धा मध्यमवर्गीयांचे पहिल्यासारखे रक्षण करू शकणार नाही. थोडक्यात काय, तर मध्यमवर्गाचे आकुंचन आणि त्यांचे रक्षण कोणतेच सरकार करू शकणार नाही. ही *समस्या आता विश्वव्यापी* बनली आहे. उदाहरण द्यायचे झाले तर कच्च्या तेलाचे देता येईल. कच्च्या तेलाची किंमत निश्चित करणाऱ्या देशांवर अमेरिकेचे कोणतेही नियंत्रण नाही, दहशतवाद माजतोय. परंतु दहशतवादी कारवाया म्हणजे हे कोणा एका देशाविरुद्ध युद्ध पुकारलंय असं नाही. तर दहशतवाद म्हणजे विशिष्ट विचारांच्या विरुद्ध लढाई आहे. कोणीही अतिरेकी येतो; कुठेही, कशाही पद्धतीने हल्ला करतो आणि गर्दीमध्ये मिसळून जातो. जागतिकीकरणाच्या लाटेमध्ये आज लाखो अमेरिकींच्या नोकऱ्या गेल्या आहेत. बहुराष्ट्रीय कंपन्या काही राष्ट्रांपेक्षा जास्त श्रीमंत आणि शक्तिशाली बनल्या आहेत. त्यामुळे अर्थव्यवस्थेला धोका निर्माण झाला आहे. इंटरनेट अर्थात माहितीच्या महाजालामुळे जागतिकीकरणाचा वेग सातत्याने वाढत आहे. इंटरनेटमुळे जगभरात अतिवेगवान संपर्कयंत्रणा प्रस्थापित झाली आहे. अवघ्या काही सेकंदामध्ये कुठूनही कुठेही संदेश पोचवणं शक्य आहे.

बेडकाच्या काही जाती नामशेष होण्याच्या मार्गावर आहेत, हे *पर्यावरणवादींच्या* लक्षात येऊ लागले आहे. अगदी त्याच प्रमाणे समाजातील मध्यमवर्ग आणि त्यांची पेन्शन, त्यांना देण्यात येणाऱ्या आरोग्य सुविधा कमी होत आहेत याबद्दलची चिंता *अर्थशास्त्रज्ञांना* त्रस्त करत आहे. 'बेबी बूमर' पिढी येत्या काही वर्षांत निवृत्त होणार आहे. त्यांना पेन्शन आणि इतर सुविधा देण्याचे वायदे सरकारने यापूर्वीच केले आहेत. परंतु आता मात्र सरकारकडे या सर्वांसाठी निधी नाही.

राजकारणी नाही, उद्योजक

लोकांनी निवडलेले हे प्रतिनिधी मध्यमवर्गाचा आणि गरीबवर्गाचा समस्यापांसून बचाव करतील, अशी अपेक्षा सामान्य जनतेची आहे. डोनाल्ड ट्रम्प आणि रॉबर्ट कियोसाकी हे दोघेही राजकारणी नाहीत. (वास्तविक डोनाल्ड यांना राष्ट्राध्यक्ष बनवण्साठी एक जोरदार मोहीम सुरू झाली आहे.) या दोघांनीही उद्योजक, गुंतवणूकदार आणि शिक्षणतज्ज्ञ या भूमिकेतून हे लेखन केलं आहे.

तुमच्या ज्या काही आर्थिक समस्या आहेत, त्या सोडविण्याचा कसलाही वायदा डोनाल्ड आणि रॉबर्ट करत नाहीत तर तुम्ही या समस्यांची शिकार बनू नये, यासाठी तुम्हाला वाचवण्याचं काम हे दोघंही करत आहेत. तुमची समस्या कोणी एखादा राजकारणी आणि शासकीय अधिकारी सोडवू शकेल, अशी अपेक्षा तुम्ही बाळगू नये. आपल्याला सुरक्षित, समृद्ध आणि स्वस्थ जीवन जगण्याचा *हक्क* आहे आणि तो आपल्याला आपोआपच मिळणार आहे, असाही विचार तुम्ही कधी करू नये. याउलट अवघ्या जगापुढे येणाऱ्या समस्यांचे उत्तर, तुम्ही स्वत: बनलं पाहिजे, यासाठी तुम्ही श्रीमंत बनलं पाहिजे, असं डोनाल्ड आणि रॉबर्ट यांना मनापासून वाटतं.

हे 'कसे करावे'छाप पुस्तक नाही

पैशाचा विषय निघतो त्या वेळी लोकांना त्यांनी नेमकं काय करावं हे हवं असतं. 'माझ्याजवळ २५,००० डॉलर्स आहेत, त्याचं मी काय करू?' असा थेट प्रश्न लोक विचारत असतात, तुम्हाला तुमच्या पैशाचे काय करावं हे समजत नाही असं तुम्ही लोकांना सांगितलं की आनंदानं ते काय करावं हे सांगतात... आणि त्यांचा सल्ला असतो, 'आण ते पैसे इकडे.'

हे पुस्तक तुम्हाला पैशाचं कसं काय करायचं याविषयीचं तयार उत्तर सांगणार नाही. तुम्ही कुठे, किती गुंतवणूक करावी, हे डोनाल्ड आणि रॉबर्ट तुम्हाला सांगणार नाहीत. परंतु गुंतवणुकीविषयी ते दोघेही नेमका कोणता, कसा विचार करतात हे मात्र साकल्यानं सांगणार आहेत. आर्थिक क्षेत्रात जिंकण्याच्या इराद्यानं ते कशी गुंतवणूक करतात, व्यवसायाकडं कोणत्या उद्देशानं पाहातात, पैसा कमावण्यामागचा त्यांचा दृष्टिकोन कसा आहे, हे या पुस्तकातून तुम्हाला समजणार आहे.

वेध भविष्याचा

बहुतेक श्रीमंत व्यक्ती, आपण श्रीमंत कसे बनलो, याचं रहस्य सहजतेनं उलगडून कधीच सांगत नाहीत. परंतु अशा श्रीमंतापेक्षा डोनाल्ड आणि रॉबर्ट थोडे वेगळे आहेत. ते आपल्या श्रीमंतीचं रहस्य आणि ज्ञान तुमच्यापर्यंत पोहोचवू इच्छितात.

नेतृत्वाची आणखी एक व्याख्या म्हणजे 'व्हिजन'! भविष्याचा घेतलेला वेध. हे पुस्तकसुद्धा

भविष्याकडे नजर ठेवणारे आहे. अशीच 'व्हिजन' ठेवून वारंवार, जिंकणाऱ्या (काही वेळेस हरणाऱ्यासुद्धा) लोकांनी 'तुम्ही श्रीमंत व्हावं असं आम्हाला का वाटतं?' या पुस्तकात ते कसा विचार करतात आणि त्याच मार्गाने का विचार करतात; हे सांगितलं आहे. त्यांनी केलेल्या विश्लेषणामुळे तुम्हाला आर्थिक भविष्याचा विचार करून त्यामध्ये सुधारणा करता येईल.

इशारा

पैशाच्या दुनियेत साधारणपणे आणखी एक शब्द नेहमी वापरला जातो, तो म्हणजे *पारदर्शकता!* पारदर्शकतेची व्याख्या वेगवेगळी करता येईल. या पुस्तकात तीन अर्थाने हा शब्द वापरण्यात आला आहे. ते अर्थ म्हणजे –

१. धोका किंवा कपटविरहीत.

२. इतकं स्वच्छ की त्यातून आरपार दिसेल.

३. समजण्यास सोपे.

कोणताही व्यवहार समजून घेऊन त्याविषयी स्वत:च निर्णय घेण्याची क्षमता येण्यासाठी भविष्याचा वेध घेणारी नजर असावी लागते. आपल्या शैक्षणिक व्यवस्थेत लोकांना अर्थसाक्षर बनवण्याची सोयच नाही. त्यामुळे या व्यवहारात त्यांची नजर 'तयार' होत नाही. भविष्याचा वेध घेण्याची क्षमता नसणं आणि व्यवहारात पारदर्शकता नसणं, या कारणांमुळं लोक आपला पैसा गुंतवणूक करण्यासाठी सरळपणे दुसऱ्याच्या हाती सोपवतात. 'कठोर परिश्रम करा आणि पैसे वाचवा, दीर्घ मुदतीच्या म्युच्युअल फंडांमध्ये पैसे गुंतवा', वेगवेगळ्या ठिकाणी पैसे गुंतवा, अशा सल्ल्यांचं ते डोळे बंद करून पालन करतात. परिश्रम आणि गुंतवणुकीच्या बाबतीत दूरदृष्टीचं त्यांच्याकडं नसल्यानं हे सल्ले ते मानतात.

इशारा : कठोर परिश्रम, बचत, दीर्घ काळासाठी म्युच्युअल फंडात पैसे गुंतवणे, वेगवेगळ्या योजनांमध्ये अनेक ठिकाणी पैसे ठेवणे, हाच चांगला सल्ला आहे, असं तुम्हाला वाटत असेल, तर हे पुस्तक तुमच्यासाठी नसेल.

डोनाल्ड आणि रॉबर्ट म्युच्युअल फंडामध्ये अजिबात गुंतवणूक करत नाहीत. कारण म्युच्युअल फंड कंपन्यांना पारदर्शी असण्याची गरज नाही. प्रत्यक्षात खर्च किती झाला, हे या कंपन्यांना सांगण्यची गरज नसते. छंद म्हणून गुंतवणूक करणारे लोक अगदी डोळे झाकून म्युच्युअल फंडात गुंतवणूक करतात. परंतु रॉबर्ट आणि डोनाल्डसारख्या व्यावसायिकांना आणि दूरदृष्टीच्या गुंतवणूकदारांना आपल्या सगळ्या आर्थिक व्यवहारामध्ये पारदर्शकता असली पाहिजे, असं वाटतं. नव्हे तसा त्यांचा आग्रह असतो.

समाजातील मध्यमवर्गातील आणि गरीब लोकांना बचत करणं आणि म्युच्युअल फंडामध्ये गुंतवणूक करणं कदाचित फायद्याचं होऊ शकतं. परंतु ज्यांना श्रीमंत बनायचं आहे, त्या दृष्टीनं हा सल्ला चांगला नाही. दोन धनाढ्य व्यक्ती जगाकडं कोणत्या नजरेनं

पाहातात. पैसा कमावण्याच्या दृष्टीने दुनियेकडं पाहाण्याचा त्यांचा दृष्टिकोन कसा आहे, हे फारच थोड्या लोकांना समजतं. नेमकं हेच या पुस्तकात सांगितलं आहे.

इतिहासाचे अमिट ठसे

चारीबाजूंनी आर्थिक संकट ओढवलेल्या आजच्या अवस्थेत आपण कसे पोहोचलो? इतिहासातील काही घटना :

१९७१ : सोन्याची सुरक्षा संपुष्टात आणण्यात आली. त्यामुळे आपला पैसा हा पैसा न उरता चलन बनला. पैशाची बचत करणं म्हणजे 'कालबाह्यपणा' आहे. असा विचार फोफावू लागला. त्यामुळंच आजच्या मध्यमवर्गांकडं बचत खूपच कमी आहे.

बचत करण्याची संकल्पना खरोखरीच कालबाह्य झाली का?

१९७३ : कच्च्या तेलाच्या भाववाढीने आंतरराष्ट्रीय बाजारपेठेला पहिला जबरदस्त फटका दिला. हा एक राजकीय प्रश्न होता. आजच्या घटकेला कच्च्या तेलाची समस्या आहे, ती मागणी आणि पुरवठा यांच्यातील तुटवड्यामुळे आहे. त्याचे दुष्परिणाम आपल्या सगळ्यांनाच भोगावे लागतात. कच्च्या तेलाच्या कमतरतेमुळे आपल्यापैकीच काही निवडक लोक खूप-खूप श्रीमंत बनू शकतात. तसेच बहुसंख्य लोक अधिकाधिक गरीब बनतील.

वर्तमानातील तेलसंकटाचा आपल्यावर काय परिणाम होईल?

१९७४ : एम्प्लॉयी रिटायरमेंट इन्कम सिक्युरिटी अ‍ॅक्ट, म्हणजेच 'एरिसा' मंजूर करण्यात आला. आपण ज्या ४०१(के) नावाने जाणतो, त्या योजनांकडे 'एरिसा'ने आणलं. परंतु '४०१(के)' मधील बदलामुळे एकाच वेळी असंख्य लोकांवर त्याचा परिणाम झाला. अमेरिकेतील करविषयक कायद्यामध्ये एक रहस्यमय उपकलम होते. हे उपकलम फक्त मोठ्या उत्पन्न गटातील 'सीईओ' तसेच एक्झिक्युटिव्हज यांच्यासाठी बनवले होते. असे अतिश्रीमंत नागरिक गुंतवणूक करून कर वाचवण्याचे मार्ग शोधत असतात. सामान्य कर्मचारीसुद्धा या नियमातंर्गत कर वाचवू शकतात, असा निर्णय सन १९८१ मध्ये 'आयआरएस'ने दिला. या महत्त्वपूर्ण निकालामुळे निवृत्तीनंतरच्या बचतीच्या गुंतवणुकीत जणू क्रांतीच घडली. कायद्यातील कलम ४०१(के) म्हणजे रिटायरमेंट योजना नसून बचत योजना आहे. अगदी सोप्या शब्दात सांगायचं झालं तर, ४०१(के) ची बचत योजना ८० टक्के कर्मचाऱ्यांसाठी पुरेशी नाही. ज्या कर्मचाऱ्यांचे वार्षिक उत्पन्न दीड लाख डॉलर्सपेक्षा कमी आहे, त्यांना ही योजना पुरेशी होऊ शकत नाही. ही योजना हातात असूनही लाखो मध्यमवर्गीय कर्मचारी 'गरीब' या श्रेणीमध्ये येऊ शकतात.

तुमच्याकडेही ४०१(के) आहे का?

१९८९ : बर्लिनची भिंत खाली आली आणि 'वर्ल्ड वाइड वेब' उभं राहिलं. दुसऱ्या शब्दात सांगायचं झालं तर, कर्मचाऱ्यांच्या संरक्षणासाठीची आर्थिक व्यवस्था, साम्यवाद कोसळला. माहिती युगाचा प्रारंभ याच वर्षी झाला. अन् एकदम अचानक काही युवक कोट्यधीश, अब्जधीश बनले. आणि 'बेबी बूमर' पिढी या नवीन तंत्रज्ञानाशी जुळवून घेऊ शकेना, त्यामुळे या कर्मचाऱ्यांना नोकरी गमवावी लागली.

काही ठिकाणी तर प्रौढ कर्मचाऱ्यांना अगदी तरुण बॉसच्या हाताखाली काम करावं लागलं. कारण नवं तंत्रज्ञान या जुन्या पिढीतल्या लोकांना अवगतच नव्हतं. औद्योगिक युगामध्ये कर्मचाऱ्यांचे ठराविक वेतन दरवर्षी वाढत असे, परंतु आता तसं नाही. जुन्या पिढीनं घेतलेलं शिक्षण, अनुभव सगळं काही 'वर्ल्ड वाइड वेब'च्या जाळ्यामुळं मोडीत निघाले. संगणक निरक्षर कर्मचारी कामाच्या ठिकाणी अंगठाबहाद्दर ठरू लागले आणि त्यांना नोकरी गमावण्याची वेळ आली.

तुमची कौशल्यं कालबाह्य आहेत का?

१९९६ : 'टेलिकॉम रिफॉर्म ॲक्ट' मंजूर करण्यात आला. या कायद्यानुसार संपूर्ण जगभर फायबर ऑप्टिक केबलचे जाळे पसरून जागतिकीकरणाची वाट सोपी झाली. यामुळे पांढरपेशा काम निर्यात होणं सहज शक्य झालं. कॉम्प्युटर प्रोग्रॅमर्स, डॉक्टर्स, वकील तसेच अकौंटंट यांच्या सेवा ज्या देशात स्वस्त आहेत, त्या देशांतील लोकांना नोकऱ्या देणं शहाणपणाचं ठरू लागलं.

फायबर ऑप्टिक केबलमुळे बदल होऊ शकतो, अशा क्षेत्रात तुम्ही काम करता आहात का?

२००१ : चीनला जागतिक व्यापार संघटनेमध्ये (वर्ल्ड ट्रेड ऑर्गनायझेशन – डब्ल्यू.टी.ओ.) समविष्ट करून घेण्यात आलं. आज अमेरिका आणि 'जी-८' मधील काही पश्चिमी देश उत्पादकाऐवजी उपभोक्ता बनले आहेत. यामुळे व्यापारातील समतोलाची गंभीर समस्या निर्माण झाली आहे व अनेक कारखानेसुद्धा बंद पडले आहेत.

वॉल-मार्टसारख्या दिग्गज कंपन्यांशी लहान-लहान कंपन्या स्पर्धा करू शकत नाहीत. कारण या बड्या कंपन्यांनी थेट चीनच्या कारखान्यांशी संधान बांधले आहेत.

आज अमेरिका आणि पश्चिमात्य देशातील मध्यमवर्ग आकुंचन पावतोय तर चीन आणि भारतात मध्यमवर्ग विस्तारतोय.

आपण परदेशी बनावटीच्या वस्तू वापरता?

२००४ : केरी आणि बुश या दोघांच्या वादविवादामध्ये अमेरिकेतील नोकऱ्या परदेशी जात आहेत (आऊटसोर्सिंग) याबद्दल चर्चा झाली. परंतु त्यापेक्षाही खूप महत्त्वाच्या अमेरिकी कर्जप्रकरणी दोघे अवाक्षरही बोलले नाहीत. अमेरिकी कर्ज परदेशी जात आहे आणि ही गंभीर समस्या आहे.

आपल्या देशात बेकायदा लोक येतात. अशी घुसखोरी करून इथं पैसा कमवतात. याविषयी नेहमीच ऊहापोह केला जातो. परंतु याही पेक्षा गंभीर समस्या परदेशी भांडवलाची आहे. त्याविषयी कोणीच बोलत नाही. या विदेशी कर्जावरच तर आज अमेरिका चालली आहे. सन २००४ मध्ये आमच्या खजिन्यावर ४४ टक्के परदेशी कर्जाचा भार होता. एखाद्या बलाढ्य राष्ट्रावर इतके प्रचंड परदेशी कर्ज असणं चांगलं लक्षण नाही. इतिहासात असे कधीच घडलेले नाही. या अवाढव्य कर्जाचं मुद्दल खूप दूरची बाब आहे. आधी त्यावरील व्याजसुद्धा चुकवण्याची क्षमता आज अमेरिकेमध्ये नाही. या कर्जाला काही मर्यादेपर्यंतच जग सहन करू शकेल.

तुम्ही घेतलेल्या व्यक्तिगत कर्जाचं व्याज चुकवण्यास तुम्ही समर्थ आहात का?

हे पुस्तक राजकारणावरचं नाही. हे रिपब्लिकन्स, डेमोक्रॅट्स, लिबरल्स किंवा कॉन्झर्व्हेटिव्ह असं कोणालाच दोषी धरत नाही. प्रस्तुत पुस्तक पैसा आणि अर्थविषयक शिक्षण देण्यासंबंधी आणि आर्थिक शिक्षणाच्या आणि पैशाच्या व्यवस्थापनाच्या अभावाचे परिणाम यासंबंधी आहे. पैशाच्या राष्ट्रीय अव्यवस्थापनापासून तुम्हाला वाचवण्यासंबंधी आहे. सरकारलाही आता हा प्रश्न सोडवणं कठीण झालं आहे. त्यामुळेच राजकीय नेते मूळ समस्येचा विचार करून त्यावर चर्चा न करता इतर गोष्टीच बोलत आहेत. या समस्यांवर बोलणं टाळण्याचा प्रयत्न राजकीत नेते करीत आहेत.

जगभराचा विचार करता अमेरिकेतील राहणीमानाचा दर्जा सर्वात उच्च आहे. दुर्दैवाचा भाग म्हणजे जगातील सर्वात मोठा कर्जदार देश बनून आम्ही राहणीमानाचा सर्वात उच्च दर्जा मिळवला. अमेरिकी डॉलर म्हणजे अवघ्या जगाचे 'राखीव' चलन आहे. आत्तापर्यंत मनाला वाट्टेल तितके डॉलर 'छापले' गेले. पण यापुढे हे शक्य होणार नाही. डोनाल्ड आणि रॉबर्ट यांना वाटतं की डॉलर छापण्याची जादू म्हणजे मायाजाल आहे. अन ही जादू फार काळ टिकणार नाही. अमेरिकेला जोरदार विश्वव्यापी झटके अनुभवावे लागतील. दुर्दैवाने या सगळ्या अर्थव्यवहारातल्या जंजाळात सर्वात जास्त नुकसान गरीब आणि मध्यमवर्गाचं होणार आहे. म्हणून तुम्ही श्रीमंत व्हावं असं त्यांना वाटतं.

हे पुस्तक जग बदलण्यासाठी नाही!

अवघ्या जगामध्ये बदल घडवून आणण्यासाठी हे पुस्तक नाही. तर हे पुस्तक *बदलत्या*

जगात तुम्ही बळी जाऊ नये म्हणून तुम्ही बदलण्याविषयी आहे. ज्या वेगानं जगात आर्थिक बदल होत आहेत, त्या वेगाशी नेतेमंडळी, सरकारी अधिकारी स्पर्धा करू शकत नाहीत. होणाऱ्या परिवर्तनाच्या कालखंडात तुमचं रक्षण करण्याइतकी क्षमताच त्यांच्यात नाही.

या जगाला भेडसावणाऱ्या गंभीर प्रश्नांवर उत्तर शोधण्यासाठी अलीकडेच बिल गेट्स आणि वॉरन बफे एकत्र आले होते. ही एक चांगली घटना म्हणता येईल. कारण पैशाच्या मदतीनं काही, थोडेफार का होईना प्रश्न सुटू शकतात. स्वस्त गृह योजना, काही आजारांवर औषधोपचार तसेच भुकेची समस्या पैशानं सुटू शकते.

पैशानं गरिबी संपत नाही

पैशाच्या मदतीनं एकच समस्या सुटू शकत नाही; आणि ती आहे, गरिबीची समस्या! गरिबीची अनेक कारणे आहेत. त्यापैकी एक म्हणजे अर्थविषयक शिक्षणाचा अभाव हे आहे. गरिबी दूर करण्यासाठी पैसे फेकले की झालं, असं होत नाही. उलट यामुळे गरिबी अधिक वाढते आणि ती जास्त दीर्घ काळ टिकतेही. डोनाल्ड आणि रॉबर्ट या शिक्षकद्वयींना चांगलं ठाऊक आहे की, विश्वव्यापी गरिबीला उत्तर पैसा नाही, तर अर्थविषयक शिक्षण हे आहे. फक्त पैसा वाटून गरिबीची समस्या सुटणार असेल तर त्या दोघांनी आपल्याकडील धन वाटून टाकलं असतं. परंतु पैसे वाटून हा प्रश्न सुटणार नाही. हे त्या दोघांना ठाऊक असल्यामुळं ते आपला बहुमूल्य वेळ दान करत आहेत. याबरोबरच या पुस्तकाच्या विक्रीतून होणाऱ्या नफ्यातील एक भाग अर्थ साक्षरता प्रसारासाठी कार्य करणाऱ्या शैक्षणिक संस्थांना दान देण्यात येणार आहे.

अर्थविषयक शिक्षण घेतल्यानंतर तुम्हाला पैसा कमविण्याच्या संधी ठायी ठायी दिसू लागतील. श्रीमंत बनल्यानंतर हे जग बदलण्यासाठी तुम्ही खूप काही करू शकाल. डोनाल्ड आणि रॉबर्ट यांनी हेच केलं आहे. म्हणून दोघंही मिळून आता शिक्षकाची भूमिका करत आहेत.

दोन अगदी भिन्न-भिन्न पार्श्वभूमीतून आलेल्या व्यक्तींना तुम्ही या पुस्तकात भेटणार आहात. या दोघांचा दृष्टिकोन वेगळा आहे. विचार करण्याची पद्धत निराळी आहे. रॉबर्ट गोष्टीवेल्हाळ आहेत. त्यामुळं त्यांनी आपल्या लेखनात संवादांचा प्रयोग केला आहे. तर डोनाल्ड कमीत कमी शब्दांत थेट मुद्यालाच हात घालतात. या दोघांतील फरक वाचकांना प्रकर्षानं जाणता यावा, यासाठी 'टाइप'मध्ये बदल केला आहे.

तुम्ही हे पुस्तक खुल्या मनाने आणि विचाराने वाचू शकता का? या प्रश्नाचं उत्तर 'हो' असेल तर दोन यशस्वी व्यक्तींच्या दृष्टिकोनातून तुम्ही या जगाकडे पाहू शकाल. पैशाच्या बाबतीत आपण जो विचार करतो, त्याच्या कक्षा निश्चितच रुंदावतील. याशिवाय अर्थ- साक्षर बनून स्वत:चं भविष्य अधिक सुरक्षित आणि सुस्थिर बनवण्यास तुम्ही समर्थ व्हाल.

शेरॉन लेक्टर

तुम्ही श्रीमंत व्हावं असं आम्हाला का वाटतं?

''होय, आम्ही जवळपास आदर्श म्हणता येईल,
अशी लोकशाही विकसित केली आहे.
परंतु अशीच स्थिती कायम राहाणार आहे का?
अमाप धन-दौलतीच्या धुरामध्ये स्वातंत्र्याच्या स्मृती नष्ट होणार नाहीत ना?
भौतिक संपन्नता असून हा चारित्र्यहीन विनाशाचा हमखास मार्ग आहे.
ईश्वराच्या दरबारी फक्त न्यायच असतो.
हा विचार ज्या वेळी मनात येतो; त्या वेळी माझा अक्षरश: थरकाप उडतो.''

- ***थॉमस जेफरसन***

**या पुस्तकाच्या उत्पन्नाचा काही भाग
आर्थिक शिक्षणाचा पुरस्कार करणाऱ्या धर्मादाय व
शैक्षणिक संस्थांना दान करण्यात येणार आहे.**

भाग एक

डोनाल्ड ट्रम्प आणि रॉबर्ट कियोसाकी यांनी प्रस्तुत पुस्तक का लिहिले?

डोनाल्ड ट्रम्प आणि रॉबर्ट कियोसाकी यांनी मिळून हे पुस्तक लिहिलं आहे. हे दोघं अनेक कारणांमुळं दीर्घ काळ भेटू शकले नाहीत. त्यामुळं हे दोन रथी-महारथी एकत्र येणं हा एक मोठाच योगायोग म्हणावा लागेल. डोनाल्ड ट्रम्प अवघ्या जगाची आर्थिक राजधानी असणाऱ्या न्यूयॉर्कमध्ये राहातात. त्यांचा जन्म एका अतिश्रीमंत कुटुंबात झाला. ते अब्जाधीश तर आहेतच त्याच बरोबर अगदी लहान वयापासूनच त्यांनी स्व-कमाईला प्रारंभ केला. रॉबर्ट कियोसाकी दुनियेची पर्यटन राजधानी हवाईमध्ये लहानाचे मोठे झाले. एका मध्यमवर्गीय परिवारामध्ये त्यांचा जन्म झाला आणि आयुष्यातचे बरेच पावसाळे पहिल्यानंतर ते कोट्याधीश बनले.

आजच्या घडीला आर्थिकदृष्ट्या दोघेही चांगलेच गडगंज म्हणता येतील, असे आहेत. त्यामुळं आता काम केलं नाही तरी दोघांना चालणार आहे. तरीही त्यांनी पहिल्यापेक्षा जास्त काम करण्याचा निर्णय घेतलाय. विशेष म्हणजे दोघांच्या कामाचं स्वरूप वेगळं आहे. परंतु त्यांना वाटणारी चिंता एकच आहे. या चिंतेचं समाधान शोधण्यासाठी त्यांनी एकत्र येऊन हे पुस्तक लिहिलं.

डोनाल्ड आणि रॉबर्ट हे दोघंही आंतरराष्ट्रीय 'बेस्टसेलिंग' लेखक आहेत. त्यामुळे ते स्वतंत्ररित्या आपापले पुस्तक लिहू शकले असते. अन दोघांचेही पुस्तक तडाखेबंद खपलेही असते.

...तरीही त्यांनी संयुक्त पुस्तक का लिहिले? हा प्रश्न अनुत्तरित राहातोच! पुस्तकांच्या दुकानात तुम्ही त्यांचं पुस्तक नक्कीच पाहिलं असेल, क्वचित खरेदीही केलं असेल किंवा नसेलही. आपआपल्या क्षेत्रात दिग्गज असणाऱ्या या दोघांनी एकत्र येऊन पुस्तक लिहिण्यामागे काही विशिष्ट महत्त्वपूर्ण उद्देश आहे. तुमचं लक्ष आकर्षून घेण्याइतका हा विषयच महत्त्वाचा आहे.

डोनाल्ड आणि रॉबर्ट एकमेकांना कसे भेटले आणि त्यांनी पुस्तक लिहिण्याचा निर्णय का घेतला. याची माहिती वाचा, पहिल्या भागात.

भाग एक

डोनाल्ड ट्रम्प आणि रॉबर्ट कियोसाकी यांनी प्रस्तुत पुस्तक का लिहिले?

डोनाल्ड ट्रम्प आणि रॉबर्ट कियोसाकी यांनी मिळून हे पुस्तक लिहिलं आहे. हे दोघं अनेक कारणांमुळं दीर्घ काळ भेटू शकले नाहीत. त्यामुळं हे दोन रथी-महारथी एकत्र येणं हा एक मोठाच योगायोग म्हणावा लागेल. डोनाल्ड ट्रम्प अवघ्या जगाची आर्थिक राजधानी असणाऱ्या न्यूयॉर्कमध्ये राहातात. त्यांचा जन्म एका अतिश्रीमंत कुटुंबात झाला. ते अब्जाधीश तर आहेतच त्याच बरोबर अगदी लहान वयापासूनच त्यांनी स्व-कमाईला प्रारंभ केला. रॉबर्ट कियोसाकी दुनियेची पर्यटन राजधानी हवाईमध्ये लहानाचे मोठे झाले. एका मध्यमवर्गीय परिवारामध्ये त्यांचा जन्म झाला आणि आयुष्यातचे बरेच पावसाळे पहिल्यानंतर ते कोट्याधीश बनले.

आजच्या घडीला आर्थिकदृष्ट्या दोघेही चांगलेच गडगंज म्हणता येतील, असे आहेत. त्यामुळं आता काम केलं नाही तरी दोघांना चालणार आहे. तरीही त्यांनी पहिल्यापेक्षा जास्त काम करण्याचा निर्णय घेतलाय. विशेष म्हणजे दोघांच्या कामाचं स्वरूप वेगळं आहे. परंतु त्यांना वाटणारी चिंता एकच आहे. या चिंतेचं समाधान शोधण्यासाठी त्यांनी एकत्र येऊन हे पुस्तक लिहिलं.

डोनाल्ड आणि रॉबर्ट हे दोघंही आंतरराष्ट्रीय 'बेस्टसेलिंग' लेखक आहेत. त्यामुळे ते स्वतंत्ररित्या आपापले पुस्तक लिहू शकले असते. अन दोघांचेही पुस्तक तडाखेबंद खपलेही असते.

...तरीही त्यांनी संयुक्त पुस्तक का लिहिले? हा प्रश्न अनुत्तरित राहातोच! पुस्तकांच्या दुकानात तुम्ही त्यांचं पुस्तक नक्कीच पाहिलं असेल, क्वचित खरेदीही केलं असेल किंवा नसेलही. आपआपल्या क्षेत्रात दिग्गज असणाऱ्या या दोघांनी एकत्र येऊन पुस्तक लिहिण्यामागे काही विशिष्ट महत्त्वपूर्ण उद्देश आहे. तुमचं लक्ष आकर्षून घेण्याइतका हा विषयच महत्त्वाचा आहे.

डोनाल्ड आणि रॉबर्ट एकमेकांना कसे भेटले आणि त्यांनी पुस्तक लिहिण्याचा निर्णय का घेतला. याची माहिती वाचा, पहिल्या भागात.

प्रकरण एक

कोट्याधीश आणि अब्जाधीशाची भेट

रॉबर्ट यांचा दृष्टिकोन

शिकागो : ६ नोव्हेंबर २००५

रविवारची दुपार. इथं 'द लर्निंग ॲनेक्स'ने रिअल इस्टेट विषयी एका भव्य चर्चासत्राचं आयोजन केलं होतं. यासाठी लाखो लोक उपस्थित होते. चर्चासत्राच्या स्थानी गुंतवणुकीच्या आकर्षक योजना आणि या क्षेत्रातील संधींविषयी मोठ्या संख्येनं पोस्टर्स लावली होती. लहान-लहान वर्गांमध्ये प्रशिक्षक होते. श्रीमंत बनण्यासाठी तुम्ही काय केलं पाहिजे, याची माहिती, ज्ञान ते लोकांना देत होते. एखाद्या अजब गुहेसारखा तिथला परिसर वाटत होता. लोकांमध्येही खूप उत्साह होता. या उपायांमुळे, युक्तींमुळे आपला बँक बॅलन्स वाढू शकतो, ही गोष्ट त्यांना अचंबित करणारी होती.

मुख्य व्यासपीठाच्या मागे एक मोठी खोली होती अन तिथं प्रॉडक्शन टीम काम करत होती. तिथंही वेगळ्याच प्रकारचा उत्साह होता. त्याच वेळी एक मोठी, काळी लिमोझिन आली. गाडी पाहून लोक कुजबुजू लागले, ''ते आले! डोनाल्ड ट्रम्प आले!''

मी माझी पार्टनर आणि सह-लेखिका शेरॉन लेक्टरच्या बरोबर ग्रीन रूममध्ये उभा होतो. प्रमुख वक्ते व्यासपीठावर जाण्यापूर्वी ज्या खाजगी कक्षात थांबतात, तिथं उभं असल्यामुळे लिमोझिन येताना आम्हाला दिसू शकली नाही. पण ग्रीनरूमच्या दरवाज्यासमोरून दोन पोलीस जाताना दिसले. त्याच वेळी डोनाल्ड ट्रम्प येताहेत हे लक्षात आलं. ट्रम्प यांना आणि त्यांच्या बरोबर येणाऱ्या लोकांना जागा मिळावी, म्हणून थोडा बाजूला झालो.

ग्रीनरूमच्या बाहेर उभं असताना एक उंच प्रभावी व्यक्ती कारमधून उतरत असलेली मला दिसली. हेच डोनाल्ड ट्रम्प असू शकतात. *'द ॲप्रेंटिस'* हा कार्यक्रम पाहाणारे जगभरातील कोट्यावधी प्रेक्षक त्यांना चांगलंच ओळखतात. व्यासपीठाच्या मागील कक्षात जाण्याचे पास फारच कमी लोकांना मिळाले होते. या लोकांनी गडबडीने दोन ओळी तयार केल्या. डोनाल्ड ट्रम्प आपल्या चाहत्यांकडं पाहून मंद स्मित करत आणि मान डोलवत होते. अशा पद्धतीचं स्वागत फक्त राजे, राष्ट्रपती यांच्याच वाट्याला येतं. हे हॉलिवूड असतं तर त्यांच्या स्वागतासाठी लाल गालिचे अंथरले असते.

'द लर्निंग ॲनेक्स'चे संस्थापक आणि सीईओ बिल अँकर यांनी डोनाल्ड यांचे स्वागत केले. अन् त्यांना ग्रीम रूममध्ये पोहोचवून दरवाजा बंद केला.

'शो मध्ये दिसतात त्यापेक्षा प्रत्यक्षात ते जास्तच आकर्षक आहेत.' एक महिला म्हणाली. 'ते इतके उंच असतील यावर माझा विश्वासच बसत नाही.' एक युवती म्हणाली. आणखी एक तरुणी होती, तिनं विचारलं, 'त्यांचे केस तू पाहिलेस?' समूहातील पुरुषमंडळी बहुतेक शांत उभी होती.

ग्रीनरूमचा दरवाजा अचानक उघडला, जे लोक आत डोकावू शकत होते, त्यांना दिसलं की, डोनाल्ड पत्रकारांशी बोलत आहेत. बिल अँकर माझ्या जवळ आले आणि त्यांनी विचारलं, 'तुम्ही डोनाल्ड यांचा परिचय करून द्याल?' डोनाल्ड यांचा परिचय 'रिच डॅड'चे रॉबर्ट कियोसाकी देत आहेत, हे लोकांना चांगलंच वाटेल.

डोनाल्ड ट्रम्प ग्रीनरूम मधून बाहेर, बिल आणि माझ्या जवळ आले. ते फक्त बिल यांच्याशीच काहीतरी बोलले. त्यानंतर डोनाल्ड मला म्हणाले, 'हॅलो, आपण माझा परिचय देणार?' उत्तरादाखल मी फक्त मान हलवली.

डोनाल्डच पुढे म्हणाले, 'हे तर फारच छान झालं. *'द न्यूयॉर्क टाइम्स'*च्या बेस्ट सेलर यादीमध्ये तुमचं नाव आजही आहे, एक आश्चर्यच आहे हे.' नंतर थोडं पुढं झुकून अगदी हळू आवाजात म्हणाले, 'मला तुमच्याशी थोडं बोलायचं आहे. आत्ता थोडासा वेळ आहे?'

'जरूर आहे.' मी उत्तर दिलं.

'तुम्ही 'पर्सनल फायनान्स'चे दुनियातील क्रमांक एकचे लेखक आहात तर मी क्रमांक एकचा बिझिनेस लेखक आहे. आपण दोघांनी मिळून एक पुस्तक लिहिलं पाहिजे. याविषयी तुमचा काय विचार आहे?'

त्यांच्या या प्रस्तावापुढं काय बोलावं तेच मला सुचेना. मी स्तब्ध झालो.

'खूपच चांगला विचार आहे.' मला स्तब्ध पाहून बिल अँकर म्हणाले. 'असं पुस्तक नक्कीच बेस्ट सेलर ठरेल.'

स्वत:ला सावरत म्हणालो, 'उत्तम विचार आहे, आपण हे काम करू या.'

डोनाल्ड यांना हस्तांदोलन करायला आवडत नाही, हे मला ठाऊक होतं, तरीही हात पुढं करून मी जोखीम पत्करली. या पुस्तकाविषयी ते खरोखरीच गांभीर्यानं विचार करताहेत का, याचा नेमका अंदाज मला घ्यायचा होता. ते गंभीर होते, त्यांनी चक्क हस्तांदोलन केलं. यानंतर डोनाल्ड यांनी आपला भीतिदायक अंगरक्षक – किथकडं पाहिलं अन त्याला म्हणाले, 'रॉबर्ट यांना माझं कार्ड दे.'

सव्वा सहा फूट उंचीच्या किथने अचानक आपलं 'रूप' बदललं माझ्याकडे बघून हसला. त्यानं एक सोनेरी कार्डकेस काढली आणि माझ्या हातात डोनाल्ड ट्रम्प यांचं बिझिनेस कार्ड दिलं . डोनाल्ड म्हणाले, 'पुढच्या वेळी तुम्ही ज्या वेळी न्यूयॉर्कला याल, त्या वेळी

मला फोन करा. दोघं मिळून पुस्तकाचं लेखनकार्य सुरू करू. मी मेरिडिथशी तुमचा परिचय करून देईन. या प्रकल्पासाठी ती आपल्याला मदत करेल.'

या वेळी मी डोनाल्ड यांची ओळख शेरॉनशी करून दिली आणि आम्ही पुन्हा एकदा हस्तांदोलन केलं.

कार्यक्रमाची वेळ झाली होती. त्यामुळं मी वळून व्यासपीठाच्या दिशेनं गेलो. मुख्य सभागृह आणि त्याला जोडून असणाऱ्या कक्षांमध्ये चोवीस हजारांहून जास्त प्रेक्षक डोनाल्ड ट्रम्प यांची आतुरतेनं वाट पाहात होते. मी थोडक्यात परिचय करून दिल्यानंतर लगेच जबरदस्त लोकप्रिय टी.व्ही. शो *'द अँप्रेंटिस'* चं 'थीमसाँग', वाजू लागलं. छतावरून हजारो सोनेरी फुगे खाली येऊ लागले आणि जमलेल्या प्रचंड गर्दीनं टाळ्यांचा कडकडाट केला. या गजरातच डोनाल्ड ट्रम्प व्यासपीठावर आले.

घरापर्यंतचा प्रवास

शिकागो ते फिनिक्स विमानप्रवासात मी भारलेलाच होतो. डोनाल्ड ट्रम्प यांच्याशी आपण हस्तांदोलन केलंय, बोललो, हे सारं स्वप्नवत वाटत होतं. स्वत:लाच प्रश्न विचारत होतो 'डोनाल्ड ट्रम्प यांच्याबरोबर पुस्तक लिहिणारे आपण कोण आहोत? अन् आपण पुस्तक कोणत्या विषयावर लिहायचं?'

'ब्लँकेट हवंय?' विमानातील सेवकाच्या प्रश्नामुळं द्विधा मनास्थितीतून वर्तमानात आलो.

'नको, धन्यवाद!' मी हसून उतरलो.

हवाई सेवक जाताना माझ्या मनात एकदम विचार चमकून गेला, 'आम्ही रिअल इस्टेटवर लिहू शकतो.'

या विचाराबरोबरच माझ्या मनात लपलेला समीक्षक जागृत झाला. हा 'स्वसमीक्षक' सारखा छळत होता. आतल्या आत त्रास देत होता. वेडावत म्हणत होता, 'तू आणि डोनाल्ड मिळून रिअल इस्टेटवर पुस्तक लिहिणार? रिअल इस्टेट क्षेत्रात डोनाल्ड ट्रम्प महान खेळाडू आहे. अन तू एक लहानसं प्यादं, ते न्यूयॉर्कमध्ये गगनचुंबी इमारती बनवतात, तुझ्याजवळ काय आहे? काही अपार्टमेंट हाऊस, लहान-मोठ्या व्यावसायिक इमारती आणि थोडी-फार जमीन. त्याही पेक्षा सर्वांत मोठी गोष्ट म्हणजे ते अब्जाधीश आहेत आणि तू फक्त कोट्याधीश.'

खरं तर आत्तापर्यंत मी जीवनात जे काही यश मिळवलं, त्याबद्दल संतुष्ट होतो; पण आता ज्या वेळी डोनाल्ड ट्रम्प यांच्याबरोबर पुस्तक लिहिण्याचा विचार करू लागलो, त्या वेळी मात्र माझं यश, कमाई, हे सगळं अचानक खूप छोटं अन बिनमहत्त्वाचं वाटायला लागलं. डोनाल्ड यांच्याबरोबर पुस्तक लिहितोय याचा खरं तर गर्व वाटायला हवा होता.

त्याउलट मी दु:खीच झालो. प्रवासभर मी स्वत:ला सारखा एकच प्रश्न विचारत होतो, 'आम्ही मिळून कोणत्या विषयावर पुस्तक लिहू शकतो?'

दोन आठवड्यांचा दीर्घ काळ

डोनाल्ड यांनी मला मेरिडिथ मॅकायव्हरला फोन करायला सांगितलं होत. मेरिडिथ आमच्या पुस्तकाची समन्वयक म्हणून काम पाहाणार होती. अजून मी तिला फोन केलाच नव्हता. दोन आठवड्यानंतर न्यूयॉर्कहून बिल अँकर यांचा मला फोन आला, त्यांनी विचारलं, 'तुम्ही डोनाल्ड यांना फोन केला?'

'नाही, मी नाही केला.' मी म्हणालो.

'का?'

'मला धाडस होत नाही.' मी पुढं म्हणालो, 'फोन करण्याची हिंमत होत नाही आणि आम्ही पुस्तक तरी असं कोणत्या विषयावर लिहिणार? आम्ही दोघंही उद्योजक आहोत, हे जरी खरं असलं आणि दोघंही रिअल इस्टेटमध्ये गुंतवणूक करत असलो तरी त्यांच्या 'स्टेटमेंट'वर माझ्यापेक्षा जास्त शून्य आहेत.

'ओह्! स्टेटसची गोष्ट सोडून द्या.' बिल पुढे म्हणाले, 'तुमच्या पुस्तकाच्या २०६ कोटी प्रती विकल्या आहेत. अवघ्या जगभर तुमची प्रसिद्धी आहे. *'द न्यूयॉर्क टाइम्स'*च्या बेस्ट सेलिंगच्या यादीत तुम्ही पाच वर्षं स्थान मिळवलंय. सलग पाच वर्षं या सूचीत असणारी इतर फक्त तीन पुस्तकं आहेत. डोनाल्ड महान असले तरी तुम्ही स्वत:ला इतकं लहान समजू नका. तुम्ही दोघंही 'बेस्ट सेलिंग' लेखक आहात.'

'हो', संकोचानं मी म्हणालो, 'तरीही त्यांच्या 'स्टेटमेंट'मध्ये जास्त शून्य आणि स्वल्पविराम आहेत. त्यांच्या इमारतींची उंची जास्त आहे. त्यांचा टेलिव्हिजन शो प्राइम टाइममधला लोकप्रिय शो आहे. आम्ही दोघंही गोल्फ खेळतो, परंतु ते अनेक गोल्फ कोर्सचे मालक आहेत. आम्ही कोणत्या विषयावर लिहिणार?'

> बहुतांश बड्या लोकांना आपण श्रीमंत कसे बनलो हे इतरांना सांगायचं नसतं. तसंच खूपच कमी लोक आपल्या अपयशाविषयी सांगत असतात.
>
> मला मात्र हे सगळं लोकांना सांगायचंय कारण या यशापयशातूनच मी खूप काही शिकलोय. तुम्ही श्रीमंत असा वा गरीब, प्रत्येकाला पैशाची समस्या असते, हे मला सर्वांना सांगायचंय.
>
> *- रॉबर्ट टी. कियोसाकी*

बिल म्हणाले, 'रॉबर्ट, बस झालं. मेरिडिथला फोन करा, अन् माहिती घ्या. तिच्याशी तुम्ही बोला तरी! ती तुमच्या फोनची वाट पाहातेय. बस्स, तुम्ही तिला फोन करा.'

'ठीक आहे.' मी उत्तर दिलं, 'मी आत्ता लगेच फोन करतो.' मनाची द्विधावस्था होऊन फोन न करण्याचा निर्णय होऊ नये, म्हणून मी लगेच कृती केली अन मेरिडिथला फोन लावला.

'हॅलो, मेरिडिथ मॅकायव्हर बोलतेय.'

...आणि या पुस्तकाचा जन्म झाला.

बोर्डरूम

१२ डिसेंबर २००५

पीबीएसच्या टेलिव्हिजन कार्यक्रमाच्या रेकॉर्डिंगसाठी मी न्यूयॉर्कला गेलो होतो. तिथंच मला याहू फायनान्सवाल्यांशीही चर्चा करायची होती. न्यूयॉर्कमध्येच असल्यानं मेरिडिथ अन मी भेटण्याचं ठरवलं. या भेटीत आदर्श पुस्तकाची योजना तयार करायची होती. दि. १२ डिसेंबर रोजी मी आणि पत्नी किम दोघंही निघालो. डोनाल्ड ट्रम्प यांच्या कार्यालयात जाण्यासाठी आम्ही टॅक्सी केली... आख्खी इमारत डोनाल्ड यांच्या मालकीची होती.

आपल्यापैकी ज्या लोकांनी *'द ॲप्रेंटिस'* कार्यक्रम पाहिला आहे, त्यांना न्यूयॉर्कसिटीमधल्या प्रसिद्ध 'फिफ्थ ॲवेन्यू'मध्ये असलेल्या ट्रम्प टॉवरचे सुसज्जित प्रवेशद्वार चांगलेच ठाऊक असेल. एखादा खेडूत जसा मागे कलंडून, मान उंच करून गगनचुंबी इमारत नवलाने पाहातो, त्याप्रमाणे मी त्या उंच इमारतीवरून आपली नजर फिरवली. माझी नजर अगदी वरच्या टोकाच्या अखेरच्या बिंदूवर गेली. तिथं इमारत आणि आकाश एकमेकांना टेकले होते. माझ्या अन किमच्या इमारतीपेक्षा ट्रम्प टॉवर निश्चितच खूप उंच होता. वास्तविक यापूर्वी अनेकदा या टॉवर जवळून मी गेलो होतो. परंतु इतर वेळापेक्षा आज हा टॉवर जरा जास्तच उंच वाटत होता. कदाचित आज मी डोनाल्ड ट्रम्प यांना भेटण्यासाठी त्या इमारतीमध्ये जाणार होतो, म्हणूनही असेल.

फिफ्थ ॲवेन्यूमध्ये पोहोचल्यानंतर माझ्या मनात अनेक आठवणी ताज्या झाल्या. सन १९६५ मध्ये मर्चंट मरीन अकॅडमीमध्ये शिकण्यासाठी मी प्रथमच न्यूयॉर्कला आलो होतो. त्या वेळी अशाच प्रकारे इमारतींना न्याहळत होतो. हवाईहून एका गरीब घरातून, एवढ्या मोठ्या शहरात मी प्रथमच आलो होतो. अशा भव्य इमारतींमध्ये प्रवेशाची अनुमती मला नव्हतीच. त्या काळी *'द ग्रॅज्युएट'* हा चित्रपट खूपच गाजला होता. श्रीमती रॉबिन्सनला पाहाण्यासाठी माझे मित्र आणि मी या परिसरात घुटमळत होतो.

आणि आता ४० वर्षांनंतर मी इथल्या गगनचुंबी टॉवरमध्ये जाण्यासाठी उभा होतो. इमारतीचे मालक डोनाल्ड ट्रम्प यांच्या आमंत्रणावरून. मी एकदम भानावर आलो.

जीवनात मी चांगल्यापैकी यशस्वी झालो आहे, असं बहुतांश लोक मानतात. 'रिच

डॅड' पुस्तकामध्ये सांगितलेल्या सिद्धांतानुसार वाटचाल करून मी कोट्यावधी डॉलर्स कमावले आणि जमवले आहेत. परंतु आज, आत्ता याक्षणी ट्रम्प टॉवरच्या समोर उभे असताना अचानक जाणवलं की, मी खूप लांबचा पल्ला गाठला आहे. ही यात्रा खरोखरीच अविश्वसनीय वाटायला लागली.

मला डोनाल्ड यांची एक प्रिय म्हण आठवली, 'भव्य विचार करा!(थिंक बिग!)' त्यांच्याच इमारतीसमोर, आत्ता उभं असताना मला जाणवलं की, आपण कितीतरी मोठा विचार करू शकतो. 'वा!' माझ्या मुखातून उद्‌गार बाहेर पडले. किमने माझा हात हलकासा दाबला.

एक दीर्घ श्वास घेऊन मी ट्रम्प टॉवरमध्ये किमबरोबर प्रवेश केला. अन लिफ्टजवळ आलो. सुरक्षा रक्षकांनी आमचं स्वागत केलं, तपासणीनंतर लिफ्टने आम्ही वरच्या मजल्यावर पोहोचलो. येथूनच डोनाल्ड आपल्या साम्राज्याचा कारभार करतात.

'द अँप्रेटिस' हा कार्यक्रम तुम्ही पाहिला असेल तर ट्रम्प यांच्या कार्यालयाचं प्रवेशद्वार तुमच्या नक्कीच परिचयाचं असेल. दर्शनी भागातच एक आकर्षक स्वागतिका दाराशी जणू 'राखण' करीत असते. (जिज्ञासू लोकांसाठी विशेष माहिती म्हणजे डोनाल्ड यांनी खास टी.व्ही. शोसाठी म्हणून काही मजले खाली, आपल्या कार्यालयाची प्रतिकृती बनवली आहे. शोसाठी ते खऱ्या बोर्डरूममध्ये जाण्याऐवजी लिफ्ट उतरून खाली बनवलेल्या कृत्रिम बोर्डरूममध्ये जातात) खरं तर हा कार्यक्रम मी बरेचदा पाहिला आहे.

पण भविष्यात कधीतरी आपण डोनाल्ड ट्रम्प यांच्या दुनियेत प्रवेश करू, असा विचारही माझ्या मनात त्या वेळी आला नव्हता. माझं मन टीव्ही शो आणि प्रत्यक्षातील जीवन या दोन्हींत जणू हेलकावे घेत होते.

स्वागतिकेने आम्हाला बसवलं, पहिल्यांदा ज्यानं आमचं स्वागत केलं होतं, ते म्हणजे डोनाल्ड यांचा भीमकाय अंगरक्षक कीथ होता. जणू खूप जुनी मैत्री असल्यासारख्या कीथ उत्साहात आमच्याशी बोलू लागला. आमच्या जवळच तो बसला होता. त्याचा सौजन्यपूर्ण व्यवहार लक्ष वेधून घेत होता. डोनाल्ड यांचा व्यक्तिगत अंगरक्षक बनण्यापूर्वी तो न्यूयॉर्क सिटी डिटेक्टिव होता. आमच्यासाठी त्यानं पाणी मागवलं. मेरिडिथ येईपर्यंत तो आमच्याशी बोलत थांबला.

मेरिडिथ न्यूयॉर्क मधील एक आदर्श महिला अधिकारी आहे. ही आकर्षक स्त्री लंडन, पॅरिस, टोकियो, टोरँटो किंवा बीजिंग अशी कुठंही असो. जणू आपल्या घरातच वावरत आहे, इतकी सहज असते आणि तशीच सफाई तिच्या वागण्या-बोलण्यात असते. आमच्या समोर येऊन अन हात पुढं करून अगदी उत्फुल्ल स्वरात म्हणाली, 'आपल्याला भेटून खूप छान वाटतंय.'

स्वागत आणि आदरातिथ्याबद्दल धन्यवाद देऊन मी आणि किम, मेरिडिथच्या मागोमाग एका काचेच्या दरवाजातून खऱ्याखुऱ्या बोर्डरूममध्ये पोहोचलो. आत बसल्याबरोबर पुन्हा

एकदा माझ्या डोक्यात टी.व्ही. मालिकेचे दृश्य घोळू लागले. पुरुष आणि महिला ॲप्रेंटिस उमेदवार डोनाल्ड आणि त्यांच्या सल्लागारांच्या समोर बसतात. असं दृश्य मालिकेत असतं. मनातल्या मनात मी स्वत:लाच विचारलं 'तू इथं काय करतोस? तू इथं कसा पोहोचलास?' (वास्तविक त्या वेळी मनात जे शब्द आले, ते होते 'मी इथं काय करतोय?' आणि 'मी इथं कसा पोहोचलो?') माझी खात्री आहे की, असे प्रश्न अनेक ॲप्रेंटिसच्या मनात आले असतील.

काही मिनिटे बोलणं झाल्यानंतर मेरिडिथने विचारलं, 'आपण कोणत्या विषयावर लिहू इच्छिता?'

मी उत्तरलो, 'असं पहा, गरिबीविषयी मला खूप चिंता वाटते. गरिबी कशी नष्ट करता येईल, याविषयी आपण लिहू शकतो, पुस्तकाचं नावच 'गरिबी नष्ट करा' असं होऊ शकते.'

मेरिडिथने मान हलवली, 'हो, हा एक चांगला विषय होऊ शकतो.'

'किंवा अमेरिकेतील श्रीमंत लोक अधिकाधिक श्रीमंत बनताहेत परंतु दिवसेंदिवस अमेरिका मात्र गरीब होत चालली आहे. हा विषयही मला चिंताजनक वाटतो. मध्यमवर्ग आणि गरिबांची दयनीय अवस्था, या विषयांवरही लिहू शकतो. गलेलठ्ठ पगाराच्या नोकऱ्या कशा पद्धतीनं चीन आणि भारताकडे निर्यात होत आहेत, याविषयीही लिहू शकतो. या सगळ्या आर्थिक समस्यांविषयी मला नेहमीच चिंता वाटते. पेन्शन गायब होऊ लागली आहे. 'बेबी बूमर' पिढी निवृत्त होऊ लागली. तसं तसं सामाजिक सुरक्षा आणि मेडिकेअर कंपन्यांचं दिवाळं निघणार आहे.

'श्रीयुत ट्रम्पसुद्धा या प्रश्नांविषयी खूप चिंता करतात, त्यांनी या मुद्यांचा उहापोह करणारं एक खूप चांगलं पुस्तकही लिहिलं आहे.' मेरिडिथ म्हणाली.

'द अमेरिका वुई डिझर्व्ह.' किम म्हणाली.

'अगदी बरोबर, या पुस्तकात त्यांनी या मुद्यांविषयी आपल्याला वाटणारी चिंता व्यक्त केली होती आणि ११ सप्टेंबरच्या आधीच दहशतवादी संघटनांकडून हल्ल्याचा धोका असल्याचा उल्लेखही केला होता.' मेरिडिथ पुढे म्हणाली.

'११ सप्टेंबरच्या आधी?' किमने विचारलं.

होकारार्थी मान हलवत मेरिडिथ म्हणाली, 'दहशतवादावर त्यांनी तर आख्खं एक प्रकरण लिहिलं होतं. याशिवाय त्यांनी अनियंत्रित राष्ट्रीय कर्जाच्या समस्येविषयी चर्चा पुस्तकात केली होती. त्यांनी केवळ समस्याच मांडल्या आहेत असं नाही, तर या गंभीर प्रश्नांवर कोणतं उत्तर असू शकतं, याविषयी सल्लेही दिले आहेत.'

किमला ते पुस्तक खूप भावलं होत. तिनं मान डोलावली.

मेरिडिथ पुढं म्हणाली, 'टेलीव्हिजन शो, सौंदर्य स्पर्धा, कॅसिनो आणि रिअल इस्टेट यांच्याव्यतिरिक्त ट्रम्प यांना त्रास देणारे अनेक प्रश्न, अनेक चिंता आहेत. आजच्या युगात

आपल्या सगळ्यांना ज्या प्रश्नांना सामोरं जावं लागतंय, अशा वैश्विक समस्यांबाबत जर कोणी चिंता करत असेल तर आणि या समस्या सोडविण्यासाठी इच्छुक असेल, तर त्या व्यक्तीनं हे पुस्तक जरूर वाचलं पाहिजे.'

मी म्हणालो, 'मग तर आम्हा दोघांना वाटणारी चिंता जवळपास सारखीच आहे. त्यामुळे विषयात समानता नक्कीच सापडेल. तुम्हाला ठाऊकच आहे, ट्रम्प यांची अन माझी लर्निंग ॲनेक्समध्ये भेट झाली होती. आम्ही दोघंही अनेक वर्षांपासून तिथं शिक्षकाचं काम करतोय. ट्रम्प यांच्यासारखी लोकप्रिय, श्रीमंत व्यक्ती सामान्य लोकांशी बोलण्यासाठी, शिकवण्यासाठी येते याचं मला मोठं नवलं वाटतं. माझ्या मनात एका प्रश्नाचं उत्तर जाणून घेण्याची खूप उत्सुकता आहे, तो प्रश्न म्हणजे इतकी बड़ी असामी, शिक्षक म्हणून तिथं का येते? वास्तविक आम्ही दोघंही नेहमीच खूप घाई-गडबडीत असतो. त्यामुळं त्यांना हा प्रश्न विचारण्याची संधी कधी मिळालीच नाही.'

यावर मेरिडिथ म्हणाली, 'ते हाडाचे शिक्षक आहेत. त्यांच्याबरोबर अनेक वर्षं काम करत असल्यामुळं ही गोष्ट मला कळून चुकली आहे. *'द ॲप्रेंटिस'*चं उदाहरण घ्या ना, ज्या वेळी मार्क बर्नेट यांनी त्यांच्यासमोर 'शो'चा प्रस्ताव मांडला, त्या वेळी ट्रम्प यांनी ठाम सांगितलं की 'शो' शैक्षणिकदृष्ट्या महत्त्वपूर्ण असेल तरच आपण करू, नाहीतर नाही!'

'बरोबर आहे त्यांचं.' किम म्हणाली, 'मी हा शो पाहाते, कारण व्यवसायासंबंधी पुष्कळ ज्ञान त्यातून मला मिळतं. काही तरी शिकायला मला आवडतं. वेगवेगळ्या परिस्थितीशी दोन हात कसे केले जातात हे त्यातून समजतं. एखादं काम करण्यामागे आपली भावना, विचार नेमके काय होते, यांची प्रक्रिया स्पष्ट केली जाते. हा भाग मला सर्वांत आवडतो. तसंच एखाद्याला ते फैलावर घेतात, त्यामागचं कारण पाहाणंही महत्त्वाचं वाटतं.'

मी म्हणालो, *'द ॲप्रेंटिस'* मनोरंजन करतोच त्याचबरोबर शिक्षणही देतो. कार्यक्रम पाहाताना आपला वेळ वाया जातोय असं मला कधी वाटत नाही. दैनंदिन व्यवहारात, आचरणात उपयोगी ठरेल, अशी माहिती त्यातून मिळते.'

किम म्हणाली, 'तुम्ही दोघंही उद्योजक आणि स्थावर मालमत्तेच्या व्यवसायातील मोठे गुंतवणूकदार असलात तरी तुम्ही मूलत: खरे हाडाचे शिक्षकच आहात. पुस्तकाची हीच पार्श्वभूमी असावी, हे चांगलं ठरेल. रॉबर्टने चीनमध्ये सोन्याच्या खाणीची कंपनी सुरू केली होती. नंतर तिचा 'आयपीओ' ही काढला होता. रिअल इस्टेट कंपनी आहेच. याविषयी बरंच काही बहुतांश लोकांना ठाऊक आहेच, ट्रम्प यांच्या विषयीही लोकांना बरीच माहिती आहे. ट्रम्प टॉवर आणि ट्रम्प प्लेस तर सगळ्यांना माहिती आहेच. परंतु तुम्ही दोघंही हाडाचे शिक्षक आहात, हे लोकांना माहीत नाही.'

'तेल शोध मोहीम मात्र यशस्वी झाली नाही.' मी उपरोधाने म्हणालो.

किम हसत म्हणाली, 'प्रत्येक व्यवसायात यश मिळतंच असं नाही.'

तुम्ही श्रीमंत व्हावं असं आम्हाला का वाटतं?

'आणि ट्रम्पही प्रत्येक वेळी यशस्वीच झाले आहेत असं नाही', मेरिडिथ म्हणाली, 'त्यांनाही समस्यांना तोंड द्यावंच लागलं.'

किम म्हणाली, *'द आर्ट ऑफ कम बॅक'* या पुस्तकांत त्यांनी आपल्याला आलेल्या आर्थिक समस्यांविषयी सविस्तर अनुभव कथन केलं आहे. ते पुस्तकही चांगलं आहे.'

मेरिडिथने हसत रुकार दिला अन म्हणाली, 'तुम्ही दोघांनीही आपलं यश-अपयश अगदी मोकळेपणानं जगजाहीर केलं आहे. आपल्याला येणाऱ्या आर्थिक समस्यांविषयी इतक्या खुलेपणानं चर्चा तुम्ही का करता?'

'कोणताही व्यवसाय करताना, आर्थिक समस्या या येतातच, सगळ्याच प्रश्नांवर आपण अगदी शंभर टक्के बरोबर उत्तर शोधू शकत नाही. प्रत्येक प्रश्न सोडवताना, आपण नवं काहीतरी शिकत असतो. हे लोकांना समजावं, तसंच तुम्ही श्रीमंत असा की गरीब, सगळ्यांपुढं आर्थिक समस्या असतेच. हे मला लोकांना सांगायचं आहे, म्हणून आम्हाला येणाऱ्या यश-अपयशाची जाहीर चर्चा करतो.' मी उतरलो.

'बरोब्बर! ट्रम्पसुद्धा अगदी अस्संच करतात. यातून लोकांनी खरोखरोच काही शिकलं पाहिजे, असं त्यांना वाटतं म्हणूनच ते आपलं यश-अपयश याविषयी सांगतात. बाकी इतर श्रीमंतांपैकी असं किती लोक करतात?'

'फार कमी.' मी म्हणालो, 'बहुतांश श्रीमंत लोक आपण श्रीमंत कसे बनलो, हे सांगत नाहीत. त्याचप्रमाणं त्यांना आलेल्या अपयशाची, कष्टांची वाच्यता करत नाही आणि यामध्ये माझ्या श्रीमंत वडिलांच्या (रिच डॅड) कुटुंबाचाही सहभाग आहे.'

'असं, ते कसं?'

मी किमकडं नजर टाकली. यावर ती हसली. पुढं मी म्हणालो, '*'रिच डॅड, पुअर डॅड'* पुस्तक लिहिल्यानंतर ते त्यांना दाखवलं. तर म्हणाले की, 'पुस्तकात एखाद्या कुटुंबाचा नामोल्लेख करणं योग्य नाही.' खरं तर या पुस्तकात श्रीमंत वडिलांविषयी काही वाईट टिप्पणी केलेली नव्हती. तरीही आपण श्रीमंत अशा तऱ्हेने बनलो, हे लोकांना समजावं, असं त्यांना अजिबात वाटत नव्हतं. त्यामुळं त्यांच्या भावनांचा आदर राखण्यासाठी मी आपल्या श्रीमंत पित्याचा नामोल्लेख टाळला.

'नाव प्रसिद्ध न केल्यामुळं काही समस्या आली?' मेरिडिथने विचारलं.

'हो' मी उत्तरलो. काही लोकांना ही सगळी कपोलकल्पित कहाणी वाटली. माझे कोणी श्रीमंत वडील नाहीतच, मी खोटं लिहिलंय, असं वाटलं.

'हा तर मूर्खपणाच आहे.' किम म्हणाली, 'आपल्याला प्रिय असणाऱ्या लोकांच्या इच्छेचा आदर करण्याचं काम रॉबर्टनं केलं.' किमला खंत वाटत होती. याविषयी दोघांच्या मनात कटुता होती. 'बहुतांश श्रीमंत लोक आपल्या यशाचं रहस्य उघड करू इच्छित नाहीत.'

'या मुद्यावर तुमचं आणि ट्रम्प यांचं एकमत आहे. अन् इतर श्रीमंतांपेक्षा तुम्ही दोघंही

वेगळे आहात.' मेरिडिथ हसून पुढं म्हणाली, 'तुम्ही दोघंही शिक्षक आहात आणि कितीही टीका झाली तरी आपल्या जवळचं ज्ञान लोकांपर्यंत पोहोचवण्याची इच्छा दोघांचीही आहे.'

'लोकांना शिकवण्याबद्दल आणि ज्ञान वाटण्यावरून श्री. ट्रम्पवरही टीका होते?' किमने विचारलं.

'ओह्, हो तुम्हाला अंदाजसुद्धा येणार नाही, अशी टीका केली जाते. ट्रम्प भाषण देतात, पुस्तकं लिहितात, टी.व्ही. शो करतात, बोर्ड गेमसारखे शैक्षणिक साहित्याचे उत्पादन करतात. कारण त्यांना त्यातून प्रचंड पैसा कमवायचा असतो. असं लोक म्हणतात. पैसा मिळतो, पण या सगळ्यामागे महत्त्वाचा हेतू लोकांना आर्थिकदृष्ट्या 'शहाणं' करण्याचा, त्यांना शिकवण्याचा आहे. लोकांनी श्रीमंत व्हावं, असं त्यांना खरोखरच वाटतं. आपला देश आणि देशातील जनता यांना भेडसावणाऱ्या अर्थ समस्येविषयी त्यांना कमालीची चिंता वाटते. आपली अर्थव्यवसथा चुकीच्या व्यवस्थापनाची शिकार बनली आहे. शाळांमध्ये वित्तीय व्यवस्थापनाचं शिक्षण का दिलं जात नाही असा प्रश्न त्यांना पडतो. म्हणूनच याविषयीचे आपलं ज्ञान ते मुक्त हस्ते वाटत असतात.

अचानक दरवाजावर टकटक झाली. डोनाल्ड यांची खाजगी सचिव रोना होती. ती म्हणाली, 'पाच मिनिटात श्रीयुत ट्रम्प आपल्याला भेटायला येतील. त्यांना होत असलेल्या उशीराबद्दल माफ करा. लोकांना वाट पाहायला लावणं खरं तर त्यांना अजिबात पसंत नाही, पण फोन आल्यामुळं त्यांना उशीर होतोय.'

'काही बिघडत नाही, मेरिडिथ बरोबरचा वेळ सत्कारणीच लागणार आहे.' रोना निघून गेल्यानंतर मेरिडिथ आम्हाला बोर्डरूमच्या बाहेर घेऊन जाऊ लागली. तिथली उंची सजावट, महागडे फर्निचर सारं माझ्या नजरेनं टिपून घेतलं. अन मनापुढं ज्या ठिकाणी मी काम केलं होत, त्या जागा तरळून गेल्या. म्हणालो, 'डोनाल्ड आणि मला 'रिचं डॅड' होते; त्यांनी आम्हाला शिकवलं. अन त्यांच्याबरोबर कामही केलं. एक प्रकारे लहानपणीच त्यांनी प्रशिक्षण दिलं.'

आम्ही बोर्डरूम बाहेर पडून एका सभागृहातून डोनाल्ड ट्रम्प यांच्या कार्यालयापर्यंत गेलो. मेरिडिथ म्हणाली, 'तुम्ही दोघंही उत्तम शिक्षक आहात आणि जगाला चांगला मार्ग दाखवू शकता. हाच तुमच्यातला समान धागा आहे.'

विचार जुळणे... तारा जुळणे

'या, स्वागत. तुम्हाला थांबावं लागलं, त्याबद्दल माफ करा,' डोनाल्ड ट्रम्प.

त्यांच्या कार्यालयभर नजर फिरवत मी म्हणालो, 'फारसं बिघडलं नाही.' तिथं जगभराच्या लोकांनी दिलेले अनेक पुरस्कार, सन्मानचिन्हं अगदी छान सजवून ठेवले होते. त्यांच्या डेस्कजवळ 'रेडिओ' होता. साप्ताहिक रेडिओ शोच्या वेळी तो कामी येत असावा. कार्यालयाची सजावट इतकी आकर्षक होती की, त्याचा एक वेगळाच प्रभाव पडत होता.

तुम्ही श्रीमंत व्हावं असं आम्हाला का वाटतं?

थोडं 'हाय, हॅलो' झाल्यानंतर या मुलाखतीच्या मुद्यालाच डोनाल्ड यांनी हात घातला. 'मग आपलं पुस्तक कोणत्या विषयावर असावं?' 'आज आपल्यापुढं एकच प्रश्न आहे, असं मला वाटतं. दोघांचा रिअल इस्टेट व्यवसाय असला तरी आपल्या आर्थिक दर्जात खूप अंतर आहे. तुम्ही अब्जाधीश तर मी फक्त कोट्याधीश. मला नाही वाटत आपल्या दोघांत याविषयी समानता आहे.'

डोनाल्ड हसले, 'आपण फक्त कोट्याधीश आहोत, याविषयी मनात कधीच खेद बाळगू नका. या जगातील अब्जावधी लोक तुमच्या आर्थिक श्रेणीत येऊ इच्छितात.'

'परंतु कोट्याधीश आणि अब्जाधीशात फरक हा आहेच. हे मला चांगलं ठाऊक आहे. आज कित्येक कोट्याधीश आहेत परंतु त्यांचं दिवाळं वाजलं आहे.'

'म्हणजे?' डोनाल्ड यांनी विचारलं.

'म्हणजे असं पाहा, घरांच्या किमती प्रचंड वाढल्या आहेत, परंतु लोकांचं उत्पन्न वाढलेलं नाही. उदाहरण देऊनच सांगतो. हवाई येथे माझा एक सहकारी आहे. त्याला वडिलोपार्जित मोठं घर मिळालं आहे. रिअल इस्टेटीचे भाव गगनाला भिडले आहेत. त्या घराबर कोणतंही कर्ज नाही. यामुळं तांत्रिक दृष्टीनं पाहिलं तर तो कोट्याधीश आहे. परंतु तो आणि त्याच्या पत्नीला रोकडीची तंगी आहे. त्यांचं वार्षिक उत्पन्न ९० हजार डॉलर्सपेक्षाही कमी आहे. त्यांना तीन शाळकरी मुलं आहेत. यापुढे कॉलेजच्या शिक्षणाला प्रचंड खर्च कसा करायचा, असा प्रश्न कुटुंबापुढं आहे.'

'याचा अर्थ मालमत्तेच्या दृष्टीनं ते श्रीमंत आहेत पण रोख रकमेचा विचार केला, तर ते गरीब आहेत.' डोनाल्ड.

'हो, कागदोपत्री ते करोडपती आहेत, पण वास्तवात ते मध्यमवर्गीयात मोडतात. अशा आर्थिक तंगीच्या काळात त्या दोघांपैकी एक जण किंवा त्यांचं एखादं मूल आजारी पडलं, तर त्या आजारपणाचा खर्च त्यांना झेपणार नाही. इतके ते गरीब होतील.'

डोनाल्ड थोडे गंभीर झाले, त्याच स्वरात ते म्हणाले, 'असं खूप लोकांच्या बाबतीत होतं. विशेषत: निवृत्त झाल्यानंतर किंवा नोकरी सोडल्यानंतर उत्पन्नाच्या वाटा एकदम बंद होतात आणि आर्थिक समस्या निर्माण होते. अशाच परिस्थितीत जर कोणी आजारी पडलं तर प्रश्न अधिकच गंभीर बनतो. अगदी केवळ जगण्यासाठी सगळं काही, घरदारसुद्धा विकण्याची वेळ येते.'

'आता येत्या काही वर्षांत 'बेबी बूमर' पिढी निवृत्त होणार आहे. त्यामुळं ही समस्या तर आणखीनच वाढणार आहे.'

'मी जाणतोय, मेडिकेअरमुळं आपल्या देशाला खूप प्रचंड कर्ज झालं आहे. सामाजिक सुरक्षिततेपेक्षाही हे कर्ज मोठं आहे. ज्या वेळी ७.५ कोटी लोक निवृत्त होतील आणि ते वृद्ध होतील त्या वेळी त्यांच्या औषधपाण्याचा, दीर्घ आजाराचा खर्च आपण कसा अन् कुठून

करणार, हा एक गंभीर प्रश्न आहे. आमच्या पिढीतलं हे सरकार आपल्या मुलांच्या पिढीचा खर्च कसा पेलणार आहे? आपली अर्थव्यवस्था इतकी मजबूत नाही.' डोनाल्ड म्हणाले.

'आपण या विषयावर लिहिणं योग्य ठरेल.' मी मत व्यक्त केलं.

'खरं तर या विषयावर मी *'द अमेरिका वुई डिझर्व्ह'* मध्ये आधीच लिहिलं आहे. माझ्या अपेक्षेइतकं हे पुस्तक लोकप्रिय झालं नाही. आपल्यापुढं असणाऱ्या सध्याच्या समस्यांचा उहापोह मी या पुस्तकात केला आहे. फक्त श्रीमंत कसं बनायचं एवढंच काही त्यात सांगितलेलं नाही. माझ्या दृष्टीनं तर माझं हे सर्वात चांगलं पुस्तक आहे. तरीही माझ्या इतर पुस्तकांपेक्षा हे पुस्तक खूप कमी खपलं.' डोनाल्ड.

'माझ्याही एका पुस्तकाची हीच अवस्था झाली. सन २००२ मध्ये *'रिच डॅडस् प्रोफेसी'* हे पुस्तक प्रकाशित झालं. 'बेबी बूमर' पिढी निवृत्त झाल्यानंतर कोणते आर्थिक प्रश्न निर्माण होतील, याविषयी अंदाज त्यामध्ये व्यक्त केलेत. तसंच शेअर बाजार कोसळल्यानंतर कोणते प्रश्न उभे ठाकतील, आपल्या कायद्यातील ४०१ (के) कलमातील त्रुटी याविषयीही या पुस्तकात लिहिलं आहे. नजीकच्या भविष्यात असंख्य कर्मचारी निवृत्तीनंतर मिळणाऱ्या लाभांना मुकण्याची तीव्र शक्यता आहे, असं या पुस्तकात मी नमूद केलं आहे.'

'अन् हे पुस्तकही जास्त विकलं गेलं नाही?' डोनाल्ड यांनी विचारलं.

'नाही. तुमच्याप्रमाणंच काही लोकांनी हे पुस्तक खूप चांगलं असल्याचा अभिप्राय नोंदवला पण त्याचा खप म्हणावा तितका झाला नाही. त्यापेक्षाही वाईट गोष्ट म्हणजे वॉल स्ट्रीट प्रकाशनांनी मी वर्तविलेल्या आर्थिक भविष्यवाणीवर विश्वास ठेवला नाही.'

'खरं?'डोनाल्ड.

'त्यामुळं काही काळ मला नैराश्य आलं. खंतही वाटत होती. परंतु अलीकडे काही महिन्यापूर्वीच *'न्यूयॉर्क टाइम्स मॅगेझीन'* आणि *'टाइम मॅगेझीन'* यांनी आपल्या मुखपृष्ठकथेत अगदी हेच प्रश्न उपस्थित केले आहेत. या समस्यांचा २००२ मध्येच मी उहापोह केला होता.'

'काय म्हणतात ते?' डोनाल्ड यांनी विचारलं.

'पीबीएस' शोसाठी मी या दोन्ही नियतकालिकांचे अंक जवळ ठेवले होते. ते ब्रीफकेसमधून बाहेर काढले, 'हा *'टाइम मॅगेझीन'* चा ३१ ऑक्टोबर २००५ चा अंक आहे. मुखपृष्ठावरच मोठा मथळा आहे, 'द ग्रेट रिटायरमेंट रिपऑफ' – सेवानिवृत्तीनंतर आपण आरामात राहू शकू, असा विचार करोडो अमेरिकी करतात. त्यांना दु:ख, यातना देणारी ही गोष्ट आहे. असं उपशीर्षक आहे. कंपन्या संसदेच्या मदतीनंच लोकांचे खिसे कापत आहे. असेही या अंकात म्हटलं आहे.'

'हो, हे मी वाचलंय, श्रीमंत लोक सरकारच्या मदतीनं कायदेशीर मार्गाने कर्मचाऱ्यांच्या हिश्श्याचे पैसे चोरत आहेत. असं या लेखात स्पष्ट केलं आहे.' डोनाल्ड म्हणाले.

तुम्ही श्रीमंत व्हावं असं आम्हाला का वाटतं?

'हो, मी ही असाच याचा अर्थ घेतला.'

'अन् *'न्यूयॉर्क टाइम्स'*मध्ये काय छापून आलं आहे?' डोनाल्ड यांनी विचारलं.

मासिक उचलून मी म्हणालो, '३० ऑक्टोबर २००५च्या अंकाच्या मुखपृष्ठावर लिहिलंय की, 'सांगायला खेद वाटतो की तुम्हाला निवृत्ती वेतन मिळू शकणार नाही.' 'अमेरिकेमध्ये आगामी आर्थिक विध्वंस' असं उपशीर्षक आहे.

'आपल्याला दोघांना वाटणारे चिंतेचे विषय बहुतेक समानच आहेत.' डोनाल्ड मान हलवत म्हणाले.

'हं, म्हणूनच तर मी शिकवतो, पुस्तकं लिहितो, बोर्ड गेम बनवतो. हे सगळं काही फक्त पैसे कमावण्यासाठी करत नाही. पैसा मिळतो ते छान वाटतं, हे खरंच. पण पैसे कमावण्यासाठी आणखी सोपे मार्गही आहेत. त्यासाठी इतका आटापिटा करण्याची गरज नाही. शैक्षणिक उत्पादनं खूप विचारपूर्वक तयार करावी लागतात. शिकवणंही त्रासदायक आहे. आपला देश आणि लाखो देशवासी कष्टात आहेत, त्यांना मदत केली पाहिजे असं मला वाटतं.'

'मलाही असंच वाटतं.' डोनाल्ड म्हणाले. 'आपण जेव्हा 'लर्निंग ॲनेक्स'मध्ये भाषण द्यायला जातो, त्या वेळी दोन दिवसांच्या प्रवासाचे कष्ट पडतात. केवळ दोन तासांचं एक भाषण देण्यासाठी खूप सारा वेळ आणि ऊर्जा खर्ची पडते. यापेक्षा सोप्या मार्गाने जास्त पैसे नक्कीच मिळतील.'

मी आणि किमने सहमतीदर्शक मान हलवली. किम लोकांना आर्थिकविषयी मार्गदर्शन, सल्ला देण्याचं कार्य करते, ती म्हणाली, 'आपण सगळेच रिअल इस्टेट आणि इतर क्षेत्रातही गुंतवणूक करतो, त्यामुळं कमी श्रमात जास्त पैसा आपल्याला सहज मिळतो परंतु लोकांना शिकवण्याची प्रबळ इच्छा आपल्या मनात आहेच. ही इच्छाच आपल्याला विमान प्रवास करायला लावते, हॉटेलमध्ये उतरायला लावते, एका छोट्याशा भाषणानंतर घरापर्यंत प्रवास करायला लावते, म्हणजेच केवळ पैशासाठी आपण हे काम करत नाही.'

'आपण जेव्हा 'द लर्निंग ॲनेक्स'च्या कार्यक्रमात हजारो लोकांच्यासमोर बोलतो. त्या वेळी त्यांची चिंता असते की नाही? आपलं म्हणणं ऐकण्यासाठी इतके सारे लोक आपला पैसा आणि वेळ खर्चून आलेले असतात. त्यांच्यापैकी काही जण श्रीमंत असतात, तर काही जण श्रीमंत बनण्याच्या मार्गावर असतात. परंतु बाकी सर्व जणांना आर्थिक संकटांशी कायमच दोन हात करावे लागणार आहेत. अशा लोकांसाठी माझा जीव तुटतो.' डोनाल्ड म्हणाले.

'लोकांनी श्रीमंत व्हावं असं तुम्हाला का वाटतं आणि त्यांच्याविषयी कोणती चिंता वाटते. याविषयी लोकांना समजलं पाहिजे, यासाठी तुम्ही याच विषयावर लिहिलं पाहिजे.' मेरिडिथ म्हणाली.

किम मध्येच म्हणाली, 'याशिवाय तुम्ही दोघं अजूनही का काम करता, हेसुद्धा लोकांना

सांगितलं पाहिजे. तसं पाहिलं तर काम करण्याची तुम्हाला अजिबात गरज नाही. पुरेसा पैसा जवळ बाळगून असतानाही तुम्ही निवृत्त होऊ इच्छित नाही. या सतत काम करण्यामागे नक्कीच कोणतीतरी प्रेरणा आहे. ही प्रेरणाच पैशापेक्षा जास्त महत्त्वाची आहे. म्हणून तुम्ही त्याविषयीसुद्धा लिहा.'

'लोकांना शिकवणं मला आवडतं, म्हणून मी शिकवतो.' असं सांगून डोनाल्ड पुढं म्हणाले, 'परंतु मला काही गोष्टींची चिंता वाटते. अमेरिकेला आर्थिक संकटानं घेरलं आहे, असा माझा अंदाज आहे. देव करो अन् माझा अंदाज खोटा ठरो. पण मला वाटतं की, आमच्या सरकारचं संपूर्ण व्यवस्थापनच चुकीचं आहे. सरकार डेमोक्रॅटिक आहे की रिपब्लिकन पार्टीचं, हा मुद्दा इथं गैरलागू आहे. एका विशिष्ट गटाकडं अंगुलीनिर्देश करणं बरोबर नाही. सरकार कोणतंही असो, देशातला मध्यमवर्ग संकटात आहे आणि त्याचं आकुंचन होत आहे. मध्यमवर्गातील लोकांनी गेली अनेक वर्षं कठोर परिश्रम केले आहेत, तरीही सरकारच्या एखाद्या निर्णयाच्या फटक्यात हे लोक कधी गरिबीच्या खाईत लोटले जातील, हे सांगता येत नाही. इतकी आर्थिक स्थिती भयानक आहे. अन् हे मी अनेकवार सांगत आलो आहे.'

'लोकांना अर्थविषयक शिक्षण देऊन गरिबी संपुष्टात आणण्याचा एक प्रयत्न म्हणून आपण पुस्तक लिहिलं पाहिजे. आर्थिक शिक्षणाच्या अभावामुळंच तर आपण या दलदलीत फसलो आहोत. आता त्यातून बाहेर पडण्यासाठी आर्थिक शिक्षणाचाच काठीसारखा आधार घेणं आवश्यक आहे.' मी म्हणालो.

'हा विचार चांगला आहे. परंतु अवघ्या जगातील गरिबी संपुष्टात आणण्यासाठी खूप वर्षंच नाही तरी काही पिढ्या जातील. म्हणूनच आपण सर्वप्रथम एक काम करायचं, ते म्हणजे लोकांना त्यांनी स्वत:ला कसं वाचवायचं हे सांगू शकतो. संपूर्ण शिक्षणयंत्रणा बदलणं अवघड आहे. अन् वेळखाऊ काम आहे.'

ते पुढं म्हणाले, 'काही वर्षांत लाखो 'बेबी बूमर्स' निवृत्त होतील. त्यांना प्रचंड पैसा सरकारला द्यावा लागणार आहे. परंतु सरकार तर कफल्लक आहे. त्यामुळे आमच्याकडे निधी नाही म्हणून सरकार हात वर करू शकते. याशिवाय तेलाच्या किंमत प्रचंड वाढत आहेत. डॉलरचं मूल्य दिवसेंदिवस घटत आहे. चलनवाढ नियंत्रणाबाहेर चालली आहे. अन् आपण मात्र मध्य-पूर्वेतील युद्धामध्येच गुंतून पडलो आहोत. आपण लोकांना काय उत्तर देणार? म्हणूनच लोकांना श्रीमंत कसं व्हायचं हे शिकवलं पाहिजे. कमीतकमी, येणाऱ्या आर्थिक संकटापासून स्वत:चं कसं रक्षण करायचं, एवढं तरी आपण सांगितलं पाहिजे आणि हे काम करू नंतर कधीतरी म्हणून उद्यावर टाळून चालणार नाही, तर आजच केलं पाहिजे.'

आम्ही दोघं मिळून का पुस्तक लिहित आहोत? या प्रश्नाचं उत्तर याच क्षणी मला मिळालं!

तुम्ही श्रीमंत व्हावं असं आम्हाला का वाटतं?

डोनाल्ड यांचा दृष्टिकोन

प्रारंभ

रॉबर्ट कियोसाकी यांची पहिली भेट म्हणजे एक सुखद आश्चर्य होतं. रॉबर्टविषयी मला माहिती होती. त्यांच्या पुस्तकाच्या करोडो प्रती खपल्या आहेत आणि गेल्या पाच वर्षांपासून *'न्यूयॉर्क टाइम्स'* च्या बेस्टसेलर सूचीमध्ये त्यांचं नाव आहे, हे मला ठाऊक होतं. ही कमाई काही लहानशी म्हणता येणार नाही. ते अत्यंत अतिशय उत्साही आणि जरा अंगावर येणारे असावेत अशी माझी अटकळ होती.

त्यांच्या उत्साहाबद्दलची माझी अटकळ खरी ठरली. त्यांच्यातली सकारात्मक ऊर्जा ओसंडून वाहात असते आणि त्यांच्या आजूबाजूला प्रत्येकाला ती स्पर्श करते. ते त्यासाठी काही खास प्रयत्न करतात असंही नाही. ते अगदी सहजपणे घडून येतं. पण माझा दुसरा अंदाज मात्र साफ चुकला. ते अत्यंत विनम्र, संकोची आहेत. या माणसाची २५ मिलियन पुस्तकं विकली गेली? कमाल आहे! बऱ्याच वेळेस मी उगाचच संशयी बनतो अन् मग एखादी गोष्ट जास्त चिकित्सेने पाहातो. तसंच रॉबर्ट यांच्याविषयी मला वाटलं, त्यांचं नम्र वागणं हे एक नाटक असावं दिखाऊ, बेगडी असावं.

माझ्या चिकित्सक नजरेतून रॉबर्ट यांची परीक्षा घेतली, त्या वेळी ते त्यात चांगल्या गुणांनी उत्तीर्ण झाले. रॉबर्टच्या व्यक्तिमत्त्वात बेगडीपणा कुठंच नव्हता. अन् सर्वांत महत्त्वाचं म्हणजे त्यांना शिकवणं मनापासून आवडत होतं. कदाचित माझ्या इतकंच! शैक्षणिक उपक्रमामुळंच मी *'ॲप्रेंटिस'* कार्यक्रमाला तयार झालो. असं सांगितल्यावर ते म्हणाले, 'डोनाल्ड तुम्ही काहीही असा, पण एक चांगले शिक्षक आहात.' एक शिक्षकच दुसऱ्या शिक्षकाला ओळखू शकतो.

आमचा शिक्षणाचा विषय सुरू झाला त्या वेळी त्यांनी *'ॲप्रेंटिस'* मधील 'पालक'पणाचा उल्लेख केला, सांगितलं की, किम आणि ते (रॉबर्ट) दोघंही *'द ॲप्रेंटिस'* कार्यक्रमातून दर आठवड्याला काही ना काही तरी नक्की शिकतात.

मी त्यांना विचारलं, 'अयशस्वी होणार नाही. याची खात्री असताना तुम्ही काय करणार?' यावर ते ताडकन उत्तरले, 'आपण खूप लोकांपर्यंत पोहोचण्याचे आणि त्यांना शिकवण्याचे मार्ग शोधले पाहिजेत.'

'द लर्निंग ॲनेक्स'मध्ये मी म्हणालो होतो तसं मी क्रमांक एकचा बिझिनेस लेखक आणि ते पर्सनल फायनान्सचे क्रमांक एकचे लेखक होतो. दोघं मिळून करोडो लोकांपर्यंत पोहोचणं अवघड नाही. अन् सगळ्यात महत्त्वाचं म्हणजे या लेखन यात्रेत खूप मजा येणार होती.

मला नेमकं काय म्हणायचं आहे, ते रॉबर्ट यांना लगेच समजलं. माझ्या बरोबर पुस्तक लिहायचं कबूल करण्या अगोदर त्यावर गांभीर्यानं विचार केला, ही गोष्ट मला खूप आवडली. ते विचारी असणार हे मला माहीत होतं आणि त्यांनी त्यावर बरंच विचारमंथन केलं असणार. काही आठवड्यानंतर न्यूयॉर्कमधल्या माझ्या कार्यालयात भेटताना रॉबर्ट म्हणाले, 'प्रथम तर मी थोडा घाबरलो होतो, माझ्या आतमध्ये जणू एक युद्धच सुरू झालं होतं.' या संघर्षात अखेर चांगल्या बाजूचाच अखेर विजय झाला. माणसानं आत्मसंतुष्ट असू नये, ही ती चांगली बाजू. याचाच अर्थ रॉबर्ट स्वत:शी आणि माझ्याशीही प्रामाणिक होते. त्यांची पुस्तकं इतकी लोकप्रिय का झाली, याचं उत्तर मला आपोआपच मिळालं.

पुस्तक लिहिण्याचं काम खरोखरच खूप आनंद देतं, पण यासाठी खूप कष्ट घ्यावे लागतात. या कष्टासाठी वेळ द्यावा लागतो, अन माझ्याजवळ तर वेळेचीच कमतरता आहे. तरीही एखाद्या नव्या विषयावर लिहायचं म्हटलं की, माझं मन मोठ्या आनंदानं कष्ट करायला अन् वेळ द्यायला तयार होतं, असं माझ्या लक्षात आलं आहे. या वेळी तर समान आवडीच्या विषयात, क्षेत्रात रस असणाऱ्या व्यक्तीबरोबर मला लेखन करायचं होतं.

इमर्सन यांनी म्हटलं होतं की, 'जी व्यक्ती अवघड गोष्ट सोपी करून सांगते, ती खरी शिक्षक. तसंच ज्ञान हे देण्यासाठी असतं.'

काही वर्षांपूर्वीच मी *'रिच डॅड पुअर डॅड'* पुस्तक वाचलं होतं. त्या वेळी रॉबर्ट यांची अन् माझी भेटही झाली नव्हती. पुस्तक वाचल्यानंतर माझ्या लक्षात आलं होतं की, या लेखकाला – रॉबर्टला कोणतीही गोष्ट सोपी करून सांगण्याची कला अवगत आहे. ते चांगले कथाकारही आहेत. कथा ऐकवणारी माणसं आपलं म्हणणं फार पटकन लोकांपर्यंत पोहोचवू शकतात. यामुळेच ते चांगले वक्ता आहेत. माझ्याबद्दलही लोक असंच म्हणतात. कथाकथनाची कला आमच्यामध्ये जन्मजात असावी, असं मला वाटतं. काहीही असो, या कथानकातून लोकांना मदत करायला चांगली 'मदत' होते, एवढं मात्र नक्की. आपल्याला जे काही सांगायचं आहे, ते कथेच्या माध्यमातून सोपं करून सांगता येतं.

लोक माझ्याबद्दल काय विचार करतात हे मी चांगलं जाणून आहे. 'ओह, ते अब्जाधीश...' असा विचार लोक करतात. हे एक प्रकारे माझ्या तोंडावर दरवाजा बंद केल्यासारखंच आहे. माझा मुलगा डॉन ज्युनियर म्हणतो की, तुम्ही बँकबॅलन्स भरपूर असणारी 'ब्लू कॉलर' व्यक्ती आहात. यावरून तुम्हाला माझ्या व्यक्तिमत्त्वाचे अंतरंग पाहायला मिळेल. मुलाला माझा खूप सहवास लाभला आहे. त्यामुळे तो जाणून आहे की, मी अगदी 'साधा-सरळ' माणूस आहे. याचा अर्थ मी सोपा आहे, असा अजिबात नाही. परंतु काही बाबतीत माझा दृष्टिकोन खूप सरळ-साधा असतो. मी जे काम करतो ते खूप गुंतागुंतीचे असूही शकेल. पण त्या कामांचे छोटे-छोटे भाग कसे करावेत, हेही मी जाणतो. आपण कधीच एकदम बहुमजली इमारत उभी करू शकत नाही. कोणतीही इमारत बांधायची असेल तर आधी त्याचा आराखडा तयार करावा लागतो, मग पाया खणावा लागतो. पाया रचावा लागतो. अन् मग यथावकाश

बहुमजली इमारतीच्या बांधकामाला प्रारंभ होतो. या सगळ्यासाठी नक्कीच थोडा वेळ लागतो, या काळात तुमच्या अंगी धैर्य असणं आवश्यक आहे. हीच गोष्ट शिक्षणाच्या बाबतीतही लागू पडते.

तुम्ही जर *'द ॲप्रेंटिस'* कार्यक्रम पाहिला असेल तर आम्ही प्रशिक्षणार्थींशी किती कठोर वागतो हे तुम्हाला ठाऊक असेलच. कारण जीवनात कोणतीही बहाणेबाजी चालत नाही, तसंच भावनावेगात वाहावत जाऊनही उपयोग नसतो. *'जीवन म्हणजे काही रंगीत तालीम नाही'*, तर खरीखुरी घटना आहे. अशी एक जुनी म्हण आहे. म्हणूनच उत्कृष्ट बनायचं असेल, यशोशिखर गाठायचं असेल तर तुम्हाला सातत्यानं प्रयत्न करावेच लागतील. तुम्हाला हे प्रयत्न खूप भयानकही वाटू नयेत, त्यांची भीती वाटू नये यासाठी रॉबर्ट आणि मी या पुस्तकाच्या रूपाने मदत करणार आहोत. म्हणजे तुम्ही ध्येय गाठू शकाल.

दुसऱ्या एका उद्योजकाच्या सहकार्याने मी हे पुस्तक लिहीत आहे, हे ऐकल्यावर अनेकांच्या भुवया उंचावल्या. गोष्टींवर आपले नियंत्रण असावे, अशी प्रत्येक उद्योजकाची आवड असते, ते नियंत्रण वाटून घ्यायला फारसे राजी नसतो, पण समान विचारांचे लोक एकत्र आले आणि त्यांनी मिळून एखादं काम करायचं ठरवलं तर ताकद दुपटीनंच नाही तर असंख्य पटींनी वाढेल, असा माझा विश्वास आहे.

अनेक उद्योजक आणि भविष्याचा वेध घेणारे, आगामी कालखंडाविषयी काय वाटतं, याविषयी आणि आपल्याला मिळणाऱ्या यशाविषयी दुसऱ्यांना काही सांगण्यास उत्सुक नसतात. ते सांगूही शकत नाहीत. आपल्या यशात वाटेकरी त्यांना नको असते, हेच खरं! पण ही तर त्यांची कमजोरी म्हणावी लागेल *'शिखरावर एकटेपण असतं. परंतु गर्दी नसते'*, अशी एक म्हण आहे, ती खरीच असावी.

जे नित्य नवं करण्याची आस बाळगून असतात. अन् तसं करण्याचा प्रयत्न करतात ते उद्योजक असतात. आमच्या या वृत्तीमुळं रॉबर्टला आणि मला एक नवं काम मिळालं. आमच्या एकत्रित येण्यानं आम्ही दोघंही अधिक चांगले शिक्षक, वक्ता आणि व्यक्ती बनण्यास मदत होतेय. कारण अगदी परस्पर भिन्न व्यक्तिमत्त्व असणाऱ्या दोघांनी एकत्रित येऊन हे एक वाचनीय पुस्तक तयार केलं आहे. तुमच्याकडं खूप ज्ञान आहे, पण तुम्ही त्याचा फक्त स्वत:पुरताच, इतका मर्यादित वापर करत असाल तर त्या ज्ञानाचा काय उपयोग?

उद्योजक सामूहिक प्रयत्न कधीच करत नाहीत, दुसरा एखादी गोष्ट करत असेल तर बाकी इतर जण त्या वाटेला जात नाहीत, असा सर्वसाधारण समज आहे. जे करायचं त्यावर आपलंच नियंत्रण असायला हवं, अशीही धारणा उद्योजकांची असते. कोणत्याही कामाचं संपूर्ण श्रेय आपल्यालाच मिळायला हवं, त्यात वाटेकरी त्यांना खपत नाही. परंतु या साच्यामध्ये रॉबर्ट आणि मी काही बसत नाही. अर्थात उद्योजकांच्या या साच्याची आम्ही चिंता, पर्वाही केली नाही, हेही तितकंच खरं.

या सगळ्या प्रक्रियेमध्ये जे काही विकसित झालं, ते आपलं स्वत:चं रूप धारण करून

> तुमच्याकडं खूप ज्ञान आहे, पण तुम्ही त्याचा फक्त स्वत:पुरताच, इतका मर्यादित वापर करत असाल तर त्या ज्ञानाचा काय उपयोग?
>
> *- डोनाल्ड जे. ट्रम्प*

आलं, ते फक्त एक पुस्तक राहिलंच नाही. या पुस्तकापेक्षाही पहिल्या मुलाखतीपासून ते पुस्तकाचा अंतिम आराखडा तयार होईपर्यंत, आम्ही सातत्यानं भेटत राहिलो. सहज एकत्र काम केलं, त्याचं हे जिवंत रूप गरजू व्यक्तींना अधिक चांगलं जीवन जगण्यासाठी आर्थिक शिक्षण देण्याचं काम या पुस्तकरूपानं आम्ही करतोय. भविष्यातील आर्थिक समस्यांकडं नजर टाकली तरी खूप भयावह दृश्य दिसतं. अशा वेळी या पुस्तकाची खूप खूप गरज सर्वांनाच वाटेल. जो आरामात, आळसात जीवन वाया घालवतोय, त्याला या 'सुखाच्या कोषा'तून बाहेर काढण्यास मदत करणार आहे, तसंच ज्यांना पुढे चांगली प्रगती करायची आहे, त्यांनाही खूप उपयोगी पडेल. तुम्ही करोडपती आहात, लवकरच बनणार आहात किंवा आत्तापर्यंत बनू शकले नाहीत. या सगळ्यांना पुस्तकाची मदत होणार आहे. तुमची आर्थिक सद्यस्थिती कशीही असली, तरी तुमचे प्रश्न सोडवण्यास उपयोगी ठरणारे हे पुस्तक आहे.

या पुस्तकाच्या माध्यमातून तुम्ही बरंच काही शिकाल. त्याचा आनंदही घ्याल, अशी मला आशा आहे. बिझिनेसमध्ये कोणतीच गोष्ट 'बोअर' होत नसते. हे लवकरच तुमच्या लक्षात येईल. रॉबर्ट आणि माझ्यात आणखी एक गोष्ट सारखी आहे, ती म्हणजे आम्हाला बोअर व्हायला आवडत नाही. आम्ही काम करण्यास प्राधान्य देतो. तर मग आपलं ध्यान केंद्रित करा. चित्त एकाग्र करा आणि आनंद घ्या, 'तुम्ही श्रीमंत व्हावं असं आम्हाला का वाटतं? - दोन लेखक, संदेश एक'मध्ये शिकण्यासारखं खूप काही आहे. म्हणूनच वाचा आणि वाचत राहा.

प्रकरण दोन

आमच्या समान काळज्या

रॉबर्ट यांचा दृष्टिकोन

डल्लास : १९ नोव्हेंबर २००६

पुन्हा एकदा, एका रविवारी दुपारी, द लर्निंग अनॅक्सच्या रिअल इस्टेट एक्स्पोच्या मागच्या दारापाशी एक काळी लिमोझिन येऊन थांबते. पुन्हा एकदा, बातमी पसरते. तशी उत्सुकता वाढते, 'डोनाल्ड आले, बरं का.' पुन्हा एकदा. पोलिसांची पथकं, रस्ता मोकळा करण्यासाठी दोन रांगा करून उभं राहातात आणि श्री. ट्रम्प हे चाहत्यांच्या गराड्यातून चालत जातात.

साधारण तासाभराने, पत्रकार वगैरे गेल्यानंतर डोनाल्ड मला विचारतात, 'श्रोते समुदाय किती मोठा आहे? आणि कसा आहे?'

'हजारो श्रोते आहेत आणि खूप छान आहेत. या वीकएंडसाठी साऱ्या जगभरातून लोक आले आहेत. ते शिकण्यासाठी अगदी उत्सुक आहेत आणि ज्ञानाचे भुकेले आहेत.'

मीही उत्सुक होतो – पण वेगळ्या कारणांसाठी.

आमच्या मागच्या भेटीनंतर डोनाल्ड यांचं *'द अमेरिका वुई डिझर्व्ह'* हे पुस्तक मी वाचलं होतं. एक देश म्हणून आणि एक जग म्हणून आपल्यासमोर असलेल्या दहशतवाद, राष्ट्रीय कर्ज आणि आरोग्यसेवा यांसारख्या प्रश्नांचा त्यात उहापोह केला आहे. आरोग्यसेवेबद्दलच्या त्या प्रकरणातील काही मजकूर पुढीलप्रमाणे.

' यू.एस. सरकारचं जनरल अकाउंटिंग ऑफिस, काँग्रेसच्या वस्तुनिष्ठ संशोधक संस्थेने अगदी विदारक चित्र रंगवले आहे :

'सामाजिक सुरक्षेच्या विपरीत, मेडिकेअरच्या एचआय प्रकल्पास १९९२ पासून रोखीचा तुटवडा अनुभवास येत आहे. सध्याचा पगारावरचा कर आणि अन्य महसूल हा कल्याणकारी आणि इतर योजनांचे खर्च भागवण्यास अपुरा आहे... थोडक्यात मेडिकेअरने अशी रेषा ओलांडली आहे ज्यामुळे आता ती तिजोरीतून पैसे काढून घेणारी योजना राहिली आहे – अशी मर्यादा जी सामाजिक सुरक्षेने २०१३ पर्यंत ओलांडणं अपेक्षित नव्हतं...'

'सध्याची मेडिकेअर योजना ही आर्थिकदृष्ट्या आणि करदृष्ट्या टिकणारी नाही. हा काही नवीन संदेश नाही. मेडिकेअरच्या विश्वस्तांनी १९९७ च्या सुरुवातीलाच हे नोंदवलेलं होतं की सध्याच्या स्वरूपातली मेडिकेअर टिकणारी नाही.'

राजकारणी लोक या आरोग्यसेवेच्या राक्षसाचं काय करताहेत याबद्दल ते लिहितात :

'क्लिंटननी हा राक्षस उभा केला – आणि झोपले. या रस्त्यावर पुढे घ्यावे लागणारे निर्णय, जे जीएओच्या मते आणखी बरेच दुःखद असणार आहेत, ते टाळणं त्यांनी पसंत केलं.

'पण एक गोष्ट आहे, कठीण विषयाला बगल देणारे क्लिंटन हे एकटेच राजकारणी नाहीत. अर्थपूर्ण नवरचना आणण्यासाठी वेगळ्याच जातकुळीचे राजकारणी लागतील. त्यासाठी पोलादी नसा आणि दीर्घदृष्टी असणारे जोखीम – पत्करणारेच लागतील.'

दीर्घ मुदतीच्या आरोग्यसेवेबद्दल ते म्हणतात :

'नेहमीच्या ठराविक रडार मधून सुटलेला असा आरोग्य विम्याशी संबंधित आणखी एक मुद्दा आहे. यामध्ये दीर्घ मुदतीची आरोग्यसेवा येते. बेबी बूमर पिढी आता निवृत्तीच्या वाटेवर असताना आणि त्यांचेही पालक अजून असताना, हा फार प्रचंड गंभीर विषय आहे.

'काही बोलके आकडे असे : २०३० पर्यंत ज्येष्ठांची संख्या दुप्पट होऊन साडेसात कोटीपर्यंत पोचेल आणि नर्सिंग होममध्ये राहाणाऱ्या वृद्धांची संख्या पाचपटीनी वाढेल.

'यावरची प्रतिक्रियाही मला माहीत आहे : मेडिक-एड नर्सिंग होमचा खर्च नाही का करत? हा प्रश्न बूमर्सबद्दल नेहमी विचारला जातो. ज्यांना वाटतं की त्यांचे पालक आणि ते स्वतः जेव्हा त्यांची नर्सिंग होममध्ये राहाण्याची वेळ येईल तेव्हा या योजनेच्या छत्राखाली असतील.

'याचं उत्तर असं : मेडिक-एड ही दीर्घमुदतीच्या आरोग्यसेवेसाठी कधीच नव्हती आणि सेनेटर जॉन ब्रूक्स आणि रेप्रेझेंटेटिव्ह विल्यम थॉमस यांनी म्हटल्याप्रमाणे, 'दीर्घ मुदतीच्या आरोग्यसेवेची मागणी ही मेडिक-एडला दिवाळखोरीकडे ढकलत आहे.'

'साधारणपणे दोनपैकी एका अमेरिकनाला कुठल्या ना कुठल्या प्रकारच्या दीर्घ मुदतीच्या आरोग्यसेवेची गरज भासेल. पण दीर्घ काळासाठी खाजगी नर्सिंग होमची

> सेवा ही चारपैकी एकाच अमेरिकनाला परवडू शकेल. या सेवेचं सध्याचं सरासरी मूल्य (१९९९ च्या डॉलरप्रमाणे) वर्षाला ४१,००० डॉलर्स एवढं आहे. फक्त १ टक्का अमेरिकनांनी दीर्घ मुदतीच्या आरोग्यसेवेचा विमा घेतला आहे. तर बहुतांश लोक मेडिक-एडच्या आशेवर आहेत. आत्ताच्या स्थितीवरून, त्यांच्या पदरी निराशाच येणार आहे.
>
> 'सुरुवातीला थोडं योगदान दिल्यानंतर, त्या रुग्णाचे स्वत:चे सर्व स्रोत संपून तो दारिद्र्यरेषेवर येईपर्यंत, मेडिक-एड या चित्रातून बाजूला राहाणार आहे. हे रुग्ण जर तुमचे पालक असतील, तर त्यांनी आयुष्यभर कमावलेलं सारं काही संपून गेलेलं असेल आणि सहसा याचा अर्थ एक पालक विपन्नवस्थेत असेल. याचा प्रचंड बोजा कुटुंबावर पडणार आहे. ज्या बूमरने आपल्या स्वत:च्या बोटीतून जगाची सफर करण्याचं योजलं असेल, त्याला स्वत:च्या सफरीची गाडी विकावी लागेल ती आई किंवा वडिलांना बऱ्याशा वृद्धाश्रमात ठेवण्यासाठी.'

मी आधी म्हटल्याप्रमाणे, हे पुस्तक लिहिण्यासाठी डोनाल्ड आणि मी एकत्र का आलो हे मला त्यांच्याबरोबरच्या पहिल्या भेटीनंतर समजलं. पण मी एकदा *'द अमेरिका वुई डिझर्व्ह'* वाचल्यानंतर मला समजलं, साऱ्या शंका फिटल्या की आमच्या समान काळज्या कोणत्या, आम्ही शिक्षक का होतो आणि लोकांनी श्रीमंत व्हावं असं आम्हाला का वाटतं.

त्या दिवशी डल्लासच्या ग्रीनरूममध्ये, मी खालील आकृती काढली.

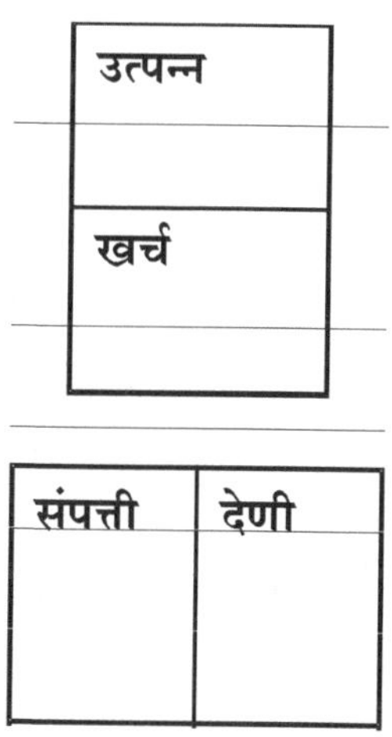

सोशल सिक्युरिटी १० ट्रिलियन डॉलर्स
मेडिकेअर ६२ ट्रिलियन डॉलर

तुम्ही म्हणताय की, 'आपल्यावर ताळेबंदाच्या बाहेरचं ७२ मिलियन डॉलर्सचं कर्ज आहे.' 'असं कोण म्हणतंय?' डोनाल्ड यांनी विचारलं.

'दोन अर्थशास्त्रज्ञ!' मी उत्तरलो. 'सन १९९४ मध्ये केन्ट स्मेटर्स आणि जगदीश गोखले या दोघांनी खूप कष्ट घेऊन आणि सन १९९४ पर्यंत आपल्या जनतेला अमेरिकी सरकारचं किती देणं आहे, या कर्जाचा त्यांनी हिशोब केला.'

'ही तर खूप प्रचंड रक्कम आहे.' डोनाल्ड म्हणाले.

'जगभराच्या शेअर बाजारामध्ये आणि बाँडमध्ये गुंतवलेल्या रकमेपेक्षा ही रक्कम मोठी आहे. माझ्या माहितीनुसार जगातल्या सगळ्या नोंदणीकृत शेअर्सचं मूल्य ३६ ट्रिलियन डॉलर्स आहे. तर बाँड बाजारात केवळ ३१ बिलियन डॉलर्स गुंतले आहेत. ही आकडेवारी सन २००० मधील आहे. म्हणजेच दोन्ही मिळून ६७ ट्रिलियन डॉलर्स इतका प्रचंड पैसा गुंतला आहे. याचाच अर्थ आपल्या सरकारला त्यापेक्षाही जास्त कर्ज आहे.'

'आपल्या देशाची आर्थिक स्थिती अगदी खराब आहे, हे मी चांगलं जाणून आहे. परंतु परिस्थिती इतकी भयानक आहे, अन् हे प्रचंड कर्ज आपण चुकवू शकणारही नाही, असं मात्र आत्तापर्यंत वाटत नव्हतं.' डोनाल्ड म्हणाले.

'आपण जर नोटा अधिकाधिक छापल्या तरच हा अतिप्रचंड खर्च पेलू शकणार आहे. परंतु यामुळे सगळ्यांकडची बचत संपुष्टात येण्याची शक्यता जास्त आहे. तसंच आणखी एक धोका संभावतो, तो म्हणजे चलनवाढीचा! चलनवाढीमुळे समस्या कधीच सुटणार नाही. उलट बचत संपेल, त्याचबरोबर ठराविक उत्पन्न गटातील लोकही संपतील.'

'...अन् ही फक्त अमेरिकेची समस्या नाही तर अवघ्या जगाची समस्या आहे. आपण आत्ता जरी फक्त अमेरिकी जनता आणि अमेरिकेपुढील आर्थिक समस्या यांच्याविषयी चर्चा करीत असलो तरी हेच आर्थिक प्रश्न अवघ्या दुनियेत निर्माण झाले आहेत. युरोपात काय किंवा आशियाई देशांमध्ये काय हे प्रश्न आहेतच. लोकांची आयुमर्यादा वाढली आहे. त्यामुळं आपल्या जनतेसाठी स्वास्थ्य सुविधा आणि कल्याणकारी योजनांचा खर्च कसा करायचा, असा प्रश्न सर्व देशांच्यापुढे उभा ठाकला आहे.'

इतिहासाची झलक

सन १९३०च्या दशकात जर्मन सरकारने इतक्या नोटा छापल्या की पैशाची किंमतच संपुष्टात आली. त्या वेळची एक गोष्ट सांगितली जाते ती अशी, एक महिला ब्रेड खरेदी करण्यासाठी एक हातगाडी भरून नोटा घेऊन बेकरीत गेली, ब्रेड घेऊन पैसे देण्यासाठी ती बाहेर आली अन पाहाते तर काय, कोणी तरी हातगाडी वरचे पैसे खाली काढून ठेवले होते आणि हातगाडी पळवली होती, पैसे तिथंच ठेवले होते.

अति चलनफुगवट्यामुळं चलनाची किंमत घटते. याचे हे एक उदाहरण. सन १९३३ मध्ये जर्मनचे चान्सेलर म्हणून ॲडॉल्फ हिटलर यांच्याकडे सत्तासूत्रे होती. त्या वेळी सामाजिक, राजकीय आणि आर्थिक अशा सगळ्याच आघाड्यांवर प्रचंड गुंतागुंत होती. त्या वेळी अस्तित्वात असलेल्या मध्यमवर्गाची सगळी बचत संपली होती, अन् हा वर्ग अगदी कफल्लक

बनला होता. हेही त्याच्या सत्तेवर येण्याचं प्रमुख कारण होतं.

> लोकांनी लाभार्थीपणाच्या मानसिकतेला सोडचिठ्ठी दिली पाहिजे. अन् त्यांनी समस्या सोडविण्यासाठी श्रीमंत बनलं पाहिजे. ही खरंतर त्यांचीच समस्या आहे.
>
> *- रॉबर्ट टी. कियोसाकी*

अमेरिकेत सन १९३० च्या दशकामध्ये महामंदी आली होती. त्या वेळी फ्रँकलिन रुझवेल्ट राष्ट्रपती होते. देशाला मंदीच्या खाईतून बाहेर काढण्यासाठी रुझवेल्ट यांनी १९३५ मध्ये सामाजिक सुरक्षेचा प्रारंभ केला. आज हीच एक मोठी समस्या बनली आहे. वेगळ्या शब्दात सांगायचं झालं, तर ७५ वर्षांपूर्वी निर्माण झालेली एक आर्थिक समस्या सोडविण्यासाठी आपण जे उत्तर शोधलं, ते उत्तरच आज मोठी समस्या बनले आहे. खरं तर पहिल्या समस्येपेक्षाही बिकट म्हणजे आम्ही आत्तापर्यंत मूळ समस्या सोडवली तर नाहीच, उलट सरकारी पैशानं समस्या सोडवण्याचा फक्त प्रयत्न केला. आता हा प्रयत्न तर अंगलट आलाच अन् मूळ समस्या आहे तशीच आहे. आर्थिक मंदीच्या काळातून बाहेर पडल्यानंतरही आपण अनेक सरकारी योजना सुरू केल्या. उदाहरणार्थ – मेडिकेअर (सन १९५५) आणि मेडिकएड (सन १९६६) आज या योजनाच आर्थिक, गंभीर, मोठ्या समस्या बनल्या आहेत. कारण आपण मुख्य समस्याच सोडवू शकलो नाही.

जर्मन सरकार प्रमाणेच राष्ट्रपती निक्सन यांनीही सन १९७१ मध्ये सोन्याचा साठा आणि चलन यांचे नाते संपुष्टात आणले. आता अमेरिकी डॉलरचे मूल्य घटत आहे. बचत करणाऱ्यांची पुंजी संपत आहे. सेवानिवृत्तीनंतर त्यांच्या हाती फारच कमी पैसा राहाणार आहे. त्यांच्या मदतीसाठी फक्त सामाजिक सुरक्षा आणि मेडिकेअर या योजना आहेत. परंतु आज या योजनाच संकटात आहेत. इतिहासाची पुनरावृत्ती होते म्हणतात, ते अगदी खरं आहे. फरक इतकाच की आजच्या घडीला समस्या पूर्वीपेक्षाही अतिप्रचंड आणि गंभीर आहे.

आपली चिंता कोणती?

डोनाल्ड आधीच म्हणाले होते, 'आमच्या देशात लाभार्थीपणाच्या मानसिकेतेची पाळंमुळं खूप खोलवर रूजली आहेत. त्याचीच आता भीती वाटतेय. मी फक्त गरीब लोकांविषयी बोलतोय असं नाही. राष्ट्राध्यक्ष आणि सिनेटर्स यांच्यासह असंख्य लोक सरकारकडून मिळणाऱ्या निवृत्तीवेतनाची अपेक्षा करतात. त्यांचे आर्थिक प्रश्न सोडवण्यासाठी खर्च करण्याची क्षमता सरकारकडे असली पाहिजे, असं मला वाटतं. परंतु यामुळं देशाचं दिवाळं निघेल. श्रीमंतांनी हा सगळा खर्च उचलावा, असं आपण म्हणू शकतो. परंतु त्यामुळं खरी समस्या सुटणार आहे? अन् सुटलीच तर किती काळ? हे प्रश्न आहेतच.

मला त्यांचं म्हणणं मनापासून पटलं. लोकांनी लाभार्थीपणाची मानसिकता सोडून देऊन श्रीमंत बनलं पाहिजे. असं मला आणि डोनाल्ड यांना वाटतं. श्रीमंत बनल्यामुळं त्यांची समस्या सुटण्यास मदत होणार आहे.

आता तुम्ही खाली दिलेल्या रेखाचित्राचा विचार करा :

विचार > कृती > परिणाम

आर्थिक समस्या सोडविण्यासाठी सर्वांत चांगला मार्ग म्हणजे आपले विचार बदलणे. गरीब आणि मध्यमवर्गीय माणसांसारखा विचार करण्याऐवजी आपण श्रीमंत माणसांसारखा विचार केला पाहिजे. याचा अर्थ लाभार्थीपणाच्या मानसिकतेचा त्याग करायचा. तुम्ही सैन्यात अधिकारी असा किंवा सरकारी कर्मचारी अथवा शालेय शिक्षक, कंपनी कर्मचारी वा गरीब असा. सरकारने आपली देखभाल करावी, अशी अपेक्षा करणं आपण थांबवलं नाही, तर हाच परिणाम मिळत राहील – सुशिक्षित पण गरजू लोकांनी भरलेला एक दिवाळखोर देश.

अल्बर्ट आइन्स्टाईन यांनी वेडेपणाची व्याख्या सांगताना म्हटलं होतं. 'एकच काम पुन्हा पुन्हा करत राहाणं आणि वेगळ्या परिणामांची अपेक्षा करणं म्हणजे वेडपटपणा. माझ्या मते मुलांना शाळेत पाठवायचं परंतु त्यांना पैशांविषयी कोणतंही शिक्षण द्यायचं नाही, म्हणजे वेडेपणा आहे.

इथं खाली दिलेल्या 'कॅशफ्लो क्वाड्रंट'कडे पाहा.

ई *म्हणजे कर्मचारी (एम्प्लॉई)*

एस *म्हणजे छोटा उद्योजक, स्वयं रोजगार किंवा तज्ज्ञ असलेली व्यक्ती*

बी *म्हणजे मोठा उद्योजक. उदा. – डोनाल्ड ट्रम्प यांच्यासारखे*

आय *म्हणजे गुंतवणूकदार (इन्व्हेस्टर)*

आपण जास्तीत जास्त मुलांना 'बी' बनण्याचं प्रशिक्षण देण्याची गरज आहे, असं मला वाटतं. मुलं स्वत: मोठे उद्योजक बनले तर लोकांना नोकऱ्या उत्पन्न करू शकतील. त्याचबरोबर सर्व मुलांना 'आय क्वाड्रंट'चे म्हणजेच गुंतवणूक कशी करायची याचं प्रशिक्षण दिलं पाहिजे. त्यांना चांगले गुंतवणूकदार बनवलं पाहिजे. आजच्या शिक्षण पद्धतीमध्ये मुलांना कर्मचारी बनण्याचं म्हणजे 'ई-क्वाड्रंट'चं तसंच 'एस-क्वाड्रंट'चंही शिक्षण दिलं जातं. पण 'आय' किंवा 'बी' बनण्याचं नाही.

शाळेतून बाहेर पडताना मुलं – त्यातली बहुतेक आधीच कर्जबाजारी बनलेली – भक्कम आर्थिक शिक्षण घेऊन बाहेर पडण्याऐवजी, फक्त खूप कष्ट करणे, बचत करणे, कर्ज फेडणे, दीर्घ मुदतीची वेगवेगळी गुंतवणूक करणे यासाठी तयार झालेली असतात.

वॉरन बफे यांनी गुंतवणूकदारांच्या 'डायव्हर्सिफिकेशन'विषयी म्हटलं आहे की,

'डायव्हर्सिफिकेशन म्हणजे अज्ञानाचं कवच आहे. आपण काय करतोय, हे जर स्वत:ला ठाऊक असेल तर डायव्हर्सिफिकेशन करण्यात फार कमी शहाणपण आहे.'

श्रीमंत बनवण्यासाठी सगळ्यात महत्त्वाची गोष्ट म्हणजे आपण काय करतोय हे नीटपणे समजून घेऊ.

व्यासपीठावर पुन्हा परत!

'पंधरा मिनिटं', बिल जँकर डोनाल्ड यांना म्हणाले.

ते म्हणाले, 'ठीक आहे! मी तयार आहे.'

आम्ही दोघंही व्यासपीठाच्या दिशेनं चाललो होतो, तेव्हा ते म्हणाले, 'लोकांनी आपल्या आर्थिक समस्या स्वत:च सोडवल्या पाहिजेत, यासाठीच आपण त्यांना श्रीमंत बनवयाचं आहे. बहुतांश लोक आपले आर्थिक प्रश्न शेअर बाजार, सरकार किंवा निवृत्तीवेतन यांच्यामुळे सुटतील, अशी अपेक्षा बाळगून असतात.'

'या मुद्यापासून सुरुवात झाली तर चांगलंच होईल.' मी म्हणालो.

'श्रीमंत कसं बनायचं, याऐवजी आपण लोकांना *आधी श्रीमंत का बनायचं*, हे सांगू या आणि त्या पुढचं पाऊल म्हणजे खूप श्रीमंत बनल्यानंतरही आम्ही काम का करतोय.'

'सरकारच्या मदतीनं आपले पैशाचे प्रश्न सुटतील, या आशेवर बसण्यापेक्षा समस्येमागची कारणं आपणच शोधायची आहेत, कशी ते ही सांगू. एकमात्र खरं की, आपण सगळ्यांनाच मदत करू शकत नाही. कारण श्रीमंत बनवण्सायाठी जी विशिष्ट 'प्रतिभा' लागते, ती सर्वांकडे असतेच असं नाही. ज्यांच्याकडे ही विशेष प्रतिभा आहे आणि ज्यांची मनापासून इच्छा आहे तेच श्रीमंत बनू शकणार आहेत.'

'लाभार्थीपणाची मानसिकता एक मोठी समस्या आहे.' डोनाल्ड म्हणाले.

'फारच मोठी समस्या.' मी सहमती दर्शवली.

'राष्ट्रीय कर्ज, डॉलरचे घटते मूल्य, तेल संकट आणि निवृत्ती योजना यापेक्षाही ती मोठी आहे. आणि या खरंच मोठ्या समस्या आहेत.'

'समस्या असणं ही समस्या नाही.' असं मत व्यक्त करून मी पुढं म्हणालो, 'आपल्या सगळ्यानांच पैशाची समस्या भेडसावते, तुम्ही, मी कोणी या प्रश्नाच्या तडाख्यातून सुटलेलो नाही. आपण समस्या *कशा सोडवतो*, यामुळं खूप फरक पडतो.'

'जर आपल्या देशातील लोभ, लाभार्थीपणाची मानसिकता बदलणार नसेल तर देशापुढील आर्थिक समस्या सोडवणं कठीण जाणार आहे. ही मानसिकताच सगळ्या समस्यांचं मूळ आहे. म्हणून 'लोकांनी' श्रीमंत बनलं पाहिजे.' डोनाल्ड.

व्यासपीठाच्या पायऱ्या चढून डोनाल्ड यांचा परिचय देण्यासाठी जाताना मी म्हणालो, 'आपण ज्या पद्धतीनं विचार करतो, त्यामुळंच आर्थिक समस्या निर्माण होतात. म्हणूनच पैशाच्या बाबतीत विचार करण्याची पद्धतच आपण बदलली पाहिजे.'

याबरोबरच जमलेल्या हजारो चाहत्यांना आणि विद्यार्थ्यांना ट्रम्प यांचा परिचय करून देण्यासाठी मी व्यासपीठावर चढलो.

डोनाल्ड यांचा दृष्टिकोन

कळपाची मानसिकता

रॉबर्ट म्हणतात तसं, 'पुरातन पद्धतीने चिंतन करून वर्तमानातील आर्थिक संकटातून बाहेर पडण्याचा मार्ग आपल्याला मिळणार नाही.' त्याच्याशी मी सहमत आहे. अधिकाराची मानसिकता सगळीकडे आहे. खरं तर आमच्या अर्थव्यवस्थेलाच या भयानक साथीच्या रोगानं ग्रासलं आहे.

तुम्ही श्रीमंत व्हावं असं आम्हाला का वाटतं?

मला वाटतं, तुम्हा सगळ्यांना 'कळपाची मानसिकता' म्हणजे काय ते नक्कीच माहीत असेल. अशा गर्दीतूनच माणसामधलं सर्वश्रेष्ठ आणि अगदी निकृष्ट समोर येतं. सर्वश्रेष्ठ त्या गर्दीचा समूहाचा नेता बनून पुढं येतो. समजण्यासाठी शेळ्या-मेंढ्यांच्या कळपाचा गुराखी, असंही त्याला म्हणता येईल. प्रत्यक्षात मात्र आधी लांडगेच समोर येण्याची शक्यता जास्त असते. कळपातील शेळ्या-मेंढ्यांची एक विशिष्ट मानसिकता असते. त्या विचार न करता पुढच्या मेंढीच्या मागे जातात. याचाच फायदा कोल्ह्यासारखे प्राणी घेतात आणि त्यांना गुहेत ओढून नेऊन शिकार बनवतात. स्वतःच्या मनाने बघणं, ऐकणं, विचार करणं, कृती करणं हे अशक्य व्हायच्या आधीच कळपातून बाहेर पडायचा प्रयत्न आपण करत आहोत. जे लोक स्वतः विचार करू शकतात ते कधी कळपात सामील होत नाहीत.

समूह विचारांमुळे लोक आत्मनिर्भर बनू शकत नाहीत. ते स्वतः काही विचार करत नाहीत आणि आंधळ्याप्रमाणं आपला पैसा आर्थिक सल्लागारांच्या हवाली करून टाकतात. यावरून मला एक कथा आठवतेय.

क्लिअर चॅनलच्या माझ्या रेडिओ कार्यक्रमात मी एकदा 'ऑब्जेक्ट ऑरेंज' या विषयावर बोलण्याचा निर्णय घेतला. गेल्यावर्षी सेंट्रल पार्कमध्ये झालेल्या 'गेट्स' प्रोजक्टविषयी हा कार्यक्रम नव्हता, तर मिशिगनमधील डेट्रॉयट शहरातील एका घटनेविषयी होता.

डेट्रॉइट शहरात बरीच पडझड झालेल्या घरांची संख्या खूप होती. कारण गेल्या पन्नास वर्षांत शहरातील जवळपास दहा लाख लोक घरदार सोडून गेले होते. या पडक्या-झडक्या इमारती पाहून शहरातील चित्रकारांना खूप त्रास होत होता. 'खंडहर' बघून ते अगदी हैराण झाले होते, यासाठी आता आपणच मिळून काहीतरी केलं पाहिजे, असा विचार या चित्रकारांनी केला.

भग्न इमारतींकडे सरकारचं लक्ष जावं, म्हणून या चित्रकारांनी अतिशय भडक, डोळ्यांना खुपणारा नारंगी रंगाने त्या भिंती रातोरात रंगवल्या. रस्त्या-रस्त्यांवर इतका भडक रंग अंगावर येणारा वाटू लागल्यामुळं, त्यांच्याकडं दुर्लक्ष करणं अवघड झालं. प्रशासनाला जाग आली आणि त्यांनी त्या भग्न इमारती जमीनदोस्त केल्या. हाच चित्रकारांचा भिंती रंगवण्यामागे उद्देश होता.

आपणच भिंती रंगवल्या, ही बातमी चित्रकारांनी गुप्त ठेवली. कारण सरकारला समजलं तर कारवाईची भीती होती. अशा पद्धतीनं एखाद्या 'माथेफिरू' कृतीनेही समस्या सुटू शकते.

प्रश्न सोडविण्यासाठी कृतिशील सहभागाचे, हे एक उत्तम उदाहरण आहे. कोणी येईल आणि भग्न भिंती पाहून शहराचं सौंदर्य राखील, अशी अपेक्षा चित्रकारांनी ठेवली नाही तर अपारंपरिक मार्गाने हे काम स्वतःच हाती घेतलं. अन हा उपाय खूपच प्रभावी ठरला.

आऊट ऑफ द बॉक्स - चाकोरीबाहेरचं या शब्दाचा अति वापर झाला असला, तरी ती विचारपद्धती म्हणून ठणठणीत जिवंत आहे. आपण कुठे राहातो, काय करतो याच्या निरपेक्ष, तसा विचार करायचा प्रयत्न करू या. व्यक्ती म्हणून नाही देश म्हणून आपल्यासाठी सर्वांत

वाईट गोष्ट कुठली, तर निष्क्रिय बघे बनणं किंवा हळूहळू कोषात गुरफटून जाणं.

> जे लोक विचार करतात,
> ते कधीच कळपात सामील
> होत नाहीत.
>
> *- डोनाल्ड जे. ट्रम्प*

'विजय मिळविण्याचा सगळ्यात उत्तम मार्ग म्हणजे संघर्ष करणं', हे मी यापूर्वीच सांगितलं आहे. आम्ही तथाकथित 'महाशक्ती' असलो तरी या प्रतिष्ठेच्या जोरावरच आराम करण्याची ही वेळ नाही. पतनाचा हा पहिला संकेत आहे. आपल्या समोर काही आव्हाने आहेत, त्यांच्याविषयी आपण जागरूक असलं पाहिजे. आपण कळपातील मेंढ्यांसारखा विचार करून जाळ्यात फसायचं नाही. कारण अशा अविचारी कृतीमुळं आपलं जहाज बुडण्याची शक्यताच जास्त आहे.

आज लोकांनी आपली विचार करण्याची पद्धती बदलण्याची इतकी गरज आहे की, अशी गरज यापूर्वी कधीच निर्माण झाली नव्हती. आपली आर्थिक स्थिती आणि भविष्य याविषयी वेगळ्या पद्धतीनं विचार केल्याशिवाय भागणार नाही.

तुम्ही वेगळा आणि विस्तृत विचार करावा असं रॉबर्ट आणि मला वाटतं. इथं मला डेस्कार्टेस यांच्या ज्ञानवाणीचं स्मरण होतंय.

'मी विचार करतोय, म्हणून मी आहे.'

आणखी भव्य विचार करा!!

प्रकरण तीन

आकुंचित होणारा मध्यमवर्ग

रॉबर्ट यांचा दृष्टिकोन

आपला आर्थिक बुद्ध्यांक वाढवणे

बुद्धिमत्ता म्हणजे नेमकं काय, याच्या अनेक व्याख्या आहेत. एक व्यावहारिक व्याख्या मी माझ्या श्रीमंत वडिलांकडून शिकलो. 'बुद्धिमत्ता म्हणजे प्रश्न सोडवण्याची क्षमता. उदाहरणार्थ – शाळेत तुम्ही गणिताचे प्रश्न झटपट सोडवत असाल तर तुम्ही बुद्धिमान समजले जाता. शाळेच्या बाहेर गाडीची दुरुस्ती करू शकत असाल तर तुमच्याकडे गाडीसंबंधी बुद्धिमत्ता आहे, असं मानलं जातं. पैशाच्या बाबतीतही. तुम्ही किती मोठी आर्थिक समस्या सोडवू शकता, तितकी तुमच्याकडे आर्थिक बुद्धिमत्ता आहे, असं म्हणता येईल.

आज या जगासमोर असंख्य गंभीर आर्थिक प्रश्न उभे ठाकले आहेत, यापैकी काही प्रश्न एकमेकांशी संबंधित आहेत तर एका प्रश्नातून दुसरे काही प्रश्न उत्पन्न झाले आहेत. आपल्या समोर असणारे काही आर्थिक प्रश्न :

१. डॉलरचं घटतं मूल्य.
२. राष्ट्रीय कर्जात वाढ.
३. 'बेबी बूमर्स'ची पिढी निवृत्त होणं.
४. तेलाची किंमत वाढणं.
५. श्रीमंत आणि इतर लोकांतील दरी दिवसेंदिवस वाढणं.
६. वेतन कमी होणं.
७. नोकऱ्या बाहेर देशी जाणं.
८. सोशल सिक्युरिटी आणि मेडिकेअर यांचे दिवाळे वाजणं.
९. बचत संपुष्टात येणं.
१०. शाळा-महाविद्यालयात आर्थिक शिक्षणाचा अभाव.

गंभीर प्रश्न असे :

१. आपण काय करू शकतो?
२. या समस्यांना उत्तरं कोणती?
३. या समस्या सोडविण्याइतका आपला आर्थिक बुद्ध्यांक मोठा आहे?
४. या समस्यांना बळी पडू नये म्हणून स्वत:चा बचाव कसा करायचा?
५. या समस्यांपासून आपण आपल्या कुटुंबाचा बचाव कसा करू शकू?

एखादी आर्थिक समस्या पहिल्यांदा समोर आली, त्या वेळी ती सोडवली गेली नाही, तिच्याकडे दुर्लक्ष केलं म्हणून आता अनेक समस्या अस्तित्वात आहेत. आपला आर्थिक बुद्ध्यांक वाढवण्यापेक्षा व्यक्तिगत समस्या सोडविण्यासाठीसुद्धा तुम्ही सरकारकडे जा, असं आपण लोकांना शिकवलं. त्यामुळंच एकही नेता सोशल सिक्युरिटी आणि मेडिकेअर या योजना बंद करण्याचं धारिष्ट्य दाखवू शकलेला नाही, या योजनांचा पार बोऱ्या वाजला असला, तरीही.

'जे लोक स्वत:ची देखभाल करू शकत नाहीत त्यांची काळजी आपण घेतली पाहिजे. असं आपल्यापैकी काही वाचक म्हणतील. मला ही गोष्ट पटते. सभ्य समाजात आपण राहातो. या नात्यानं ज्यांना शक्य नाही त्यांच्या देखभालीचा आपण खर्च केला पाहिजे. परंतु आपल्यातील बहुसंख्य लोकांना जर *आवश्यक असेल* तर आणि योग्य तऱ्हेनं प्रशिक्षण दिलं तर आपण स्वत:ची देखभाल चांगल्या पद्धतीनं *करू शकतो.*

आपला 'आर्थिक बुद्ध्यांक' वाढविण्याची हीच योग्य वेळ आहे.

लोकसंख्येचा बदलता आलेख

आपण पूर्वी कमी आर्थिक बुद्ध्यांक वापरला, त्यामुळे लोकसंख्येचं स्वरूप असे बदलत आहे.

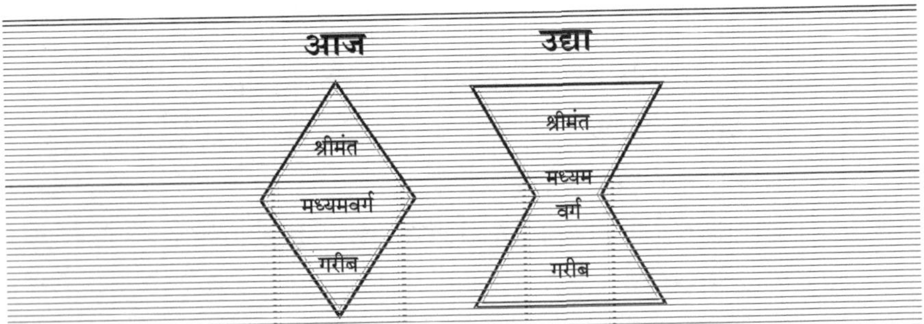

वरील चित्रावरून स्पष्ट लक्षात येतं की, श्रीमंत लोक अधिकाधिक श्रीमंत बनत आहेत.

तुम्ही श्रीमंत व्हावं असं आम्हाला का वाटतं?

आणि बाकी सगळे जण जास्त गरीब होत आहेत. वास्तविक बहुतांश लोक पाहिल्यापेक्षा जास्त पैसे सध्या कमावतात, दुर्दैवानं असं चित्र अमेरिकेत मात्र नाही, जगातील बऱ्याच देशांची अर्थव्यवस्था पाहिली तर तिथला समाज सरळ सरळ दोन वर्गांत विभागला गेला आहे. श्रीमंत आणि गरीब...... खास आणि आम!

दि. १६ एप्रिल २००६ च्या *'द न्यूयॉर्क टाइम्स'* च्या रविवारच्या आवृत्तीत पहिल्या पानावर एक लेख प्रसिद्ध झाला असून त्याचं शीर्षक आहे :

'जपानच्या उत्थानामुळं आर्थिक दरी प्रचंड वाढली.'

या लेखातील दुसऱ्या परिच्छेदामध्ये लिहिलं आहे की :

> " '१० कोटी जनता, सगळे मध्यमवर्गीय' असा नारा हा देश कधी काळी देत होता. तोच आता दोन भागात विभागला गेला आहे. आज 'विजेता आणि पराजिता'मध्ये विभागणी झाली आहे. समाजामध्ये असमानता वाढतेय."

वेगळ्या शब्दात, मध्यमवर्ग नष्ट होत आहे. जपानमध्ये तुम्ही एक श्रीमंत किंवा गरीब असता. आर्थिकदृष्ट्या विजेते किंवा आर्थिकदृष्ट्या पराजित. अगदी याच प्रमाणे अमेरिका आणि बऱ्याच युरोपीय देशांतही हीच परिस्थिती आहे.

आर्थिक बुद्ध्यांक कमी असण्याची किंमत

आजचे गुंतागुंतीचे आर्थिक प्रश्न सोडवण्यासाठी आणि भविष्यातील आव्हाने पेलण्यासाठी कालचा आर्थिक बुद्ध्यांक आज नक्कीच अपुरा पडणार आहे, यावर माझं आणि डोनाल्ड ट्रम्प यांचे एकमत आहे. सोशल सिक्युरिटी आणि मेडिकेअर यांच्या समस्या सोडविण्यासाठी जनतेला आपण आणखी जास्त अनुदान दिलं तर सोन्याची अंडी देणारी कोंबडी कापून शिजवून गट्ट करण्यासारखं होईल. त्यामुळे भविष्यात आपल्या हाती सोन्याचं एकही अंडं येणार नाही.

आम्ही लिहितो, भाषण देतो, आर्थिक-शैक्षणिक साधनं, खेळ तयार करतो. ते लोकांनी श्रीमंत बनावं, आपले प्रश्न सोडवण्यासाठी इतरांवर अवलंबून न राहाता स्वत:च ते सोडवावे, यासाठी. दोघांचंही एकमत आहे की लोकांना पैसे दिल्याने आपण प्रश्न फक्त मोठा, गुंतागुंतीचा आणि अधिक धोकादायक करून ठेवला आहे.

अगदी सोप्या शब्दात सांगायचं झालं तर ज्या देशात फक्त श्रीमंत आणि गरीब असे दोनच वर्ग असतील, असा उच्च शिक्षितांचा देश बनण्याच्या मार्गावर आज अमेरिका आहे. अमेरिकेतून मध्यमवर्ग गायब होतोय. या देशामध्ये माझ्या गरीब वडिलांसारखे लोक खूप मोठ्या संख्येनं राहातात. चांगले नागरिक, उच्चशिक्षित, मेहनती; परंतु सेवानिवृत्त झाल्यानंतर आपल्याला सरकारने मदत केली पाहिजे, अशी अपेक्षा ठेवणारे.

> बुद्धिमत्तेच्या अनेक व्याख्या आहेत. माझ्या श्रीमंत डॅडकडून मी शिकलेली एक व्यावहारिक व्याख्या मी शिकलो, 'समस्या सोडविण्यासाठी असणारी क्षमता म्हणजे बुद्धिमत्ता.'
>
> *- रॉबर्ट टी. कियोसाकी*

येत्या काही वर्षांत 'बेबी बूमर्स'ची पहिली पिढी निवृत्त होतेय. हे ७.५ कोटी लोक आहेत. या पिढीने सोशल सिक्युरिटी आणि मेडिकेअरमध्ये शंभर टक्के योगदान दिले आहे. आता सर्वांत गंभीर प्रश्न निर्माण झाला आहे तो पैशाचा. कारण त्यांनी सरकारकडे जमा केलेला पैसा गायब झाला आहे.

याशिवाय आणखी दोन समस्या आहेत : साधारणपणेशालेय जीवनात पैशाच्या व्यवहाराविषयी फारसं शिक्षण दिलं जात नाही. त्यामुळे या ७.५ कोटी लोकांपैकी बहुतांश लोकांना आपले पैसे कसे गायब झाले, हेच माहीत नाही. आपल्या पगारातून सोशल सिक्युरिटी आणि मेडिकेअर यासाठी पैसे कापून घेतले जात आहेत, ते सगळे पैसे निवृत्तीनंतर सव्याज सरकारकडून मिळणार आहेत. एवढंच या पिढीला ठाऊक आहे. आता दुसरी समस्या यातूनच निर्माण झाली आहे. 'बेबी बूमर्स' पिढीला देशाच्या आर्थिक परिस्थितीची कल्पना नाही, अन् असली तरी त्यातील गुंतागुंत उमजत नाही, त्यांना फक्त आपण जमा केलेल्या पैन् पैची परतफेड हवी आहे. या लोकांना प्रत्येकी एक हजार डॉलर्स प्रतिमहिना देण्याचा निर्णय सरकारने घेतला तर अमेरिकी सरकारला दर महिन्याला ७५ अब्ज डॉलर्स अतिरिक्त खर्च करावा लागणार आहे. हा खर्च कॅटरिना वादळ किंवा इराक युद्धाच्या खर्चा इतका आहे. विशेष गोष्ट म्हणजे या आर्थिक वादळाची, विध्वंसाची शिकार होण्यापासून तुम्ही स्वत:चा बचाव करू शकता. तुमच्या हातून अद्याप वेळ गेलेली नाही. पण बचावाच्या उपायासाठी खूप कमी वेळ आहे, हे तुम्ही लक्षात ठेवलं पाहिजे.

रविवारच्या शाळेत मला शिकवलं गेलं :

> *एखाद्या व्यक्तीला मासे दिले तर त्याचं एक दिवस पोट भरेल.* आपला देश नेमकं हेच करत आला आहे. सोशल सिक्युरिटी आणि मेडिकेअरच्या अधिकाराची मानसिकता म्हणजे जनतेला मासा देण्यासारखं आहे.
>
> *जर एखाद्या व्यक्तीला तुम्ही मासे कसे पकडायचे हे शिकवलं, तर त्या व्यक्तीचे आयुष्यभर पोट भरेल.* डोनाल्ड आणि मी नेमकं हेच करत आहोत. आम्ही लोकांना श्रीमंत कसं बनायचं तसेच त्या लोकांनी दुसऱ्यांना श्रीमंत कसं बनवायचं हेही शिकवत आहोत.

'टीच टु बी रिच' नावाचं एक उत्पादन आहे. 'कॅशफ्लो' क्लबसच्या मदतीसाठी मी ते तयार केलं आहे. काही लोक इतरांना मासे देणं किंवा मासे पकडायला शिकवू इच्छित

नाहीत. त्याऐवजी ते लोकांना मासे विकतात. शेअर ब्रोकर्स, रिअल इस्टेट ब्रोकर्स, आर्थिक नियोजक, बँकर्स आणि विमा एजंट हे लोक असेच असतात. ते विक्रीचं काम करतात. काही शिकवायचं किंवा देण्याचं काम त्यांचं नसते. तुम्ही सेल (Sell) आणि फिश (Fish) हे दोन्ही शब्द जोडून पाहा, नवा शब्द मिळेल सेल्फिश (Selfish). सेल्फिशचा अर्थ आहे – स्वार्थी. खरं तर या क्षेत्रातील सरसकट सर्वच लोक स्वार्थी नाहीत, तर खरेच स्वार्थ साधणारे आहेत. म्हणूनच मी सांगतो की तुम्ही अशा लोकांपासून सावध राहिले पाहिजे. शिकवणाऱ्या लोकांमध्ये आणि विक्री करणाऱ्या लोकांमध्ये नक्कीच फरक आहे, तो तुम्ही जाणला पाहिजे.

बहुतेक लोक आपल्याकडं असलेल्या पैशाचं नियोजन किंवा त्यांची गुंतवणूक कशी करावी हे शिकत नाहीत. हीच तर डोनाल्ड आणि माझी चिंता आहे. शिकण्याऐवजी ते सरळ आपला पैसा आर्थिक विशेषज्ञांकडं सोपवून मोकळे होतात. आणि नंतर मात्र तो विशेषज्ञ, विशेषज्ञच निघावा अशी प्रार्थना करत बसतात.

डोनाल्ड यांनी *'हाऊ टु गेट रिच'* या पुस्तकात अशा आर्थिक सल्लागारांविषयी म्हणजेच मासे विकणाऱ्या स्वार्थी लोकांविषयी लिहिले आहे. या पुस्तकातील एका प्रकरणाचं शीर्षक किती अर्थपूर्ण आहे पाहा.

'स्वत:च स्वत:चे अर्थसल्लागार बना.'

या प्रकरणात त्यांनी लिहिले आहे :

> 'अधिकांश लोक अर्थसल्लागारांना फी देतात. परंतु सल्लागार लोकांना बरबाद करतात.
>
> 'विशेषत: खेळाडू जे कमी वयात खूप जास्त पैसे मिळवतात, त्यांचे व्यवस्थापक त्यांचे पैसे उधळतात आणि वयाच्या तिशीत निवृत्त झाल्यानंतर, पूर्वीच्या कीर्तीखेरीज त्यांच्यापाशी काही शिल्लक उरलेलं नसतं – आज केवळ जगण्यासाठी त्यांना नोकरी धरावी लागते.'

आम्ही मासे पकडायला शिकवू इच्छितो

डोनाल्ड ट्रम्प आणि मी मासे विकत नाही. आम्ही गुंतवणुकीच्या सल्ल्याची विक्री करत नाही. तसेच लोकांनी कशात गुंतवणूक करावी, हे सांगतही नाही. आम्ही शिक्षक आहोत. श्रीमंत बनण्याची कला तुम्ही स्वत:च आत्मसात करावी, असं आम्हाला वाटतं. आपल्याकडे असलेल्या पैशाची गुंतवणूक कशी, कधी, किती करायची हे आपण स्वत:च ठरवलं पाहिजे; म्हणून तुम्ही स्वत:च अर्थतज्ज्ञ बनावं, असं आम्हाला वाटतं. तुम्ही मासे पकडायला शिकावं, असं आम्हाला वाटतं.

श्रीमंत वडिलांचे रहस्य

श्रीमंत लोक आपल्या श्रीमंतीचे रहस्य कधी उघड करत नाहीत. हे मी यापूर्वीच सांगितलंय. पण मला स्वत:ला ही गोष्ट फार उशीरा समजली. पण जेव्हा *'रिच डॅड, पुअर डॅड'*मधे आपला नामोल्लेख करू नये असं 'रिच डॅड'च्या कुटुंबाने सांगितले तेव्हा ते किती 'गोपनीय' असतात ते मला समजलं. हे श्रीमंत लोक एकतर आपली ओळख देऊ इच्छित नाहीत किंवा आपली आर्थिक गुपितं लोकांना सांगू इच्छित नाहीत. त्यामुळं डोनाल्ड ट्रम्प यांचे विचार जाणल्यानंतर मला एक सुखद धक्का बसला. अब्जाधीश असूनही ते आपल्या आर्थिक यशाची कथा अगदी जाहीरपणे सांगण्यास सिद्ध आहेत.

'बफेटॉलॉजी' या पुस्तकात मेरी बफे यांनी लिहिलं आहे की –

> 'खूप श्रीमंत लोक तुमच्या अन माझ्यापेक्षा वेगळे असतात, असं एफ. स्कॉट फिटजेराल्ड यांनी लिहिलं आहे. त्यांचं म्हणणं अगदी बरोबर आहे. खूप श्रीमंत लोकांच्या बऱ्याच गोष्टी अजब, नवलाच्या म्हणाव्या लागतील. आपल्या कुटुंबातील लोकांनी आणि मित्रांनी काही गोष्टी अगदी गुपित ठेवायच्या, त्या विशिष्ट गोष्टीविषयी कोठेही 'ब्र' काढायचा नाही, अशी अपेक्षा श्रीमंत मंडळी ठेवतात. ज्या वेळी मी पीटरची (वॉरन बफे यांचा मुलगा) पत्नी होते, त्या वेळी मला अमुक-तमुक गोष्टी बोलायच्या नाहीत, म्हणून अनेकदा समजावलं होतं. खास करून वॉरन आणि त्यांच्या गुंतवणुकीची धोरणे, प्रक्रिया याविषयी कुटुंबाबाहेरच्या व्यक्तीशी कधीही बोलायचे नाही, असं निक्षून सांगितलं होतं. त्यामुळं हे पुस्तक लिहिण्याचा तर प्रश्नच उद्‌भवत नाही.'

पीटरशी घटस्फोट घेतल्यानंतर मेरी बफेने आपल्या तोंडाला लावलेलं कुलूप उघडलं. वॉरन बफे कशा पद्धतीनं गुंतवणूक करतात, हे त्यांनी आपल्या पुस्तकात विस्तारानं लिहिलं. *'बफेटोलॉजी'* एक चांगलं पुस्तक असून त्यातून वॉरन बफे यांची रहस्ये उघड केली आहेत. वॉरन बफे यांचं *'हाऊ टु'* या पद्धतीचं हे एक पुस्तक आहे. परंतु त्याच्या अधिकृततेविषयी संदिग्धता आहे. वॉरन बफे ज्या पद्धतीने गुंतवणूक करतात, त्याच पद्धतीनं तुम्ही, मी किंवा डोनाल्ड ट्रम्प यांनी गुंतवणूक करावी, असा त्याचा अर्थ नाही. आपली तशी इच्छा असण्याचंही कारण नाही. या पुस्तकात पुढं दिलं आहे त्याप्रमाणे डोनाल्ड आणि मी वॉरन बफेंपेक्षा गुंतवणुकीवर अधिक परतावा मिळवू शकतो. ते अधिक श्रीमंत असतील पण आपण आपल्या पद्धती आणि कमी पैसे वापरून अधिक वेगाने श्रीमंत होऊ शकतो.

आपल्या स्वत:ला गुंतवणुकीची कोणती पद्धत सुयोग्य ठरेल हे आपणच शोधून काढलं पाहिजे. वॉरन आणि डोनाल्ड यांच्यासारख्या लोकांकडून शिकण्यासारखं खूप काही आहे. परंतु आपलं, स्वत:चं असं एक गुंतवणुकीचे समीकरण बनवणंही खूप महत्त्वाचं आहे.

अटलांटामध्ये काही वर्षांपूर्वी ऐकलेल्या रेव्हरंड व्हर्मोन मॅशे यांच्या प्रवचनात हा मुद्दा

नीट व्यक्त झाला होता. त्यांचा संदेश होता की आपली उद्दिष्टे, त्यांची मूल्ये याकडे नेणाऱ्या प्रक्रिया प्रत्येकाने आपापल्या शोधल्या पाहिजेत.

श्रीमंत का व्हायचं?

आम्ही श्रीमंत व्हायला उत्तेजन देतो आहोत. कारण अमेरिका आणि इतर अनेक देश द्वि-वर्गीय समाज बनत आहेत – गरीब किंवा श्रीमंत, आम किंवा खास. कारण एक : जर तुम्ही श्रीमंत व्हायचं ठरवलं नाही तर तुम्ही गरीब बनायची शक्यता जास्त. पाश्चिमात्य देशांमध्ये मध्यमवर्ग अदृश्य होतो आहे – सावकाश, निश्चित आणि सर्वत्र. तुम्हाला मध्यम वर्गात राहाण्याची इच्छा असेल तर चीन किंवा भारतात राहाण्याचा विचार करावा. चीन आणि भारतात मध्यमवर्ग आकुंचन पावण्याऐवजी विस्तारत आहे. मात्र अमेरिकेत आणि इतर पाश्चात्य देशांमध्ये निवड मर्यादित आहे. गरीब व्हा किंवा श्रीमंत व्हा. ध्रुवीय प्रदेशातील हिमकवच जसे अदृश्य होतंय ना, अगदी तसाच मध्यमवर्ग अदृश्य होतोय – सावकाश, निश्चित आणि सर्वत्र. पण चीन आणि भारतातले मध्यमवर्ग अमेरिकेतील गरिबांपेक्षा काही फार सुस्थितीत नाहीत, त्यामुळे तुम्ही अमेरिकेतच श्रीमंत बनण्याचं ठरवणं श्रेयस्कर.

डोनाल्ड यांचा दृष्टिकोन

आकसता मध्यमवर्ग

रॉबर्ट यांच्याबरोबर आकुंचन पावणाऱ्या मध्यमवर्गाविषयी बोलत असताना मला जाणवलं की, काही गोष्टी अधिक स्पष्ट करण्याची गरज आहे. इथं खाली एक आकृती दिली आहे. वाळूचं घड्याळ तुम्हाला ठाऊक आहेच. त्याप्रमाणंच ही आकृती आहे. यातील मधला संकुचित भाग म्हणजे मध्यमवर्ग आहे.

उद्या

जर हे वाळूचे घड्याळ किंवा घटिकापात्र म्हणा, उलटं केलं तर काय होईल? गरीब लोक श्रीमंतांना पोसत आहेत असं वाटेल. पुन्हा एकदा उपडं केलं तर श्रीमंत लोक गरिबांना पोसत आहेत, असं चित्र दिसेल. या दोनच शक्यता आहेत. मला हे चित्र पसंत नाही. कारण या दृश्यामुळे मला इतिहासातील दुर्दैवी घटनांचे स्मरण होतं. अमेरिकेतील सामंतशाही आणि गरीब जनता, यातील विद्रोह माझ्या डोळ्यासमोर येतो. अमेरिकेतील सामंती जीवनशैलीला विरोध करणारी गरीब जनता नजरेसमोर येते. आपण पुन्हा एकदा त्याच दिशेने वाटचाल करतोय काय? आपले साम्राज्यवादी पूर्वज चुकलेले आदर्शवादी होते का? असे प्रश्न मला पडतात.

प्रवासात मी काही वृत्तपत्रं वाचत होतो. *'द वॉल स्ट्रीट जर्नल'* मधील काही मजकूर वाचल्यानंतर धोका पत्करणे, जोखीम घेणे या विषयावर मी विचार करायला लागलो. कालच एक बातमी ऐकली, तिघा गिर्यारोहकांनी माऊंट एव्हरेस्टवर यशस्वी चढाई केली आणि शिखर सर केल्यानंतर खाली उतरताना त्यांचा मृत्यू झाला. शिखरावर पोचण्याचे लक्ष्य गाठल्यानंतर आलेल्या प्रचंड थकव्यामुळं कदाचित त्यांना मृत्यू आला असावा. व्हॉल्व्हो ओशन रेसमध्ये अगदी डच तरुण नाविक यॉटमधून समुद्रात फेकला गेला. दुसऱ्या एका यॉटवरच्या लोकांना भयंकर वादळामुळे होडी सोडून समुद्रात उड्या घ्याव्या लागल्या; आणि मग दुसऱ्यांनी येऊन त्यांची सुटका केली, तरी एकजण गेलाच. हे सगळे जण अतिशय अनुभवी आणि कुशल पट्टीचे पोहणारे होते. त्यांच्या पोहण्यातील निपुणतेविषयी कोणाला शंका नव्हती. शर्यतीचा घोडा बार्बरो आणि त्याच्या भयंकर दुर्घटनेबद्दलची बातमी आज वाचली. दुसऱ्या घटनेमध्ये हजारो लोक बार्बरो नावाच्या घोड्याची दौड पाहायला जमले होते. हा शर्यतीचा घोडा या रेसमध्ये नवा विक्रम स्थापन करेल, अन् त्या क्षणाचे साक्षीदार आपण असलं पाहिजे, असा विचार करून रेसचे शौकीन आले होते. पण त्यांना दृश्य दिसले ते वेगळंच! घोडा पडला! इतकं उमदं, देखणं, लाडकं जनावर कोसळताना पाहाताना हजारो प्रेक्षकांना खूप त्रास झाला. हा अविश्वसनीय क्षण एकही प्रेक्षक कधीच विसरू शकणार नाही. या घोड्याने केंटुकी डर्बी, द प्रीकनेस आणि द बेल मॉँट स्टेक्स या तीनही शर्यती जिंकल्या होत्या. बार्बरोला 'ट्रिपल क्राऊन'- तिहेरी मुकुट मिळाला होता. सन १९७८ नंतर प्रथमच असं घडलं होतं. *'द वॉल स्ट्रीट जर्नल'*च्या लेखकानं लिहिलं आहे की, बार्बरो कोसळल्याचं प्रेक्षकांना अति दुःख झालं. त्याच्या विक्रमाला पाहाण्यासाठी ते ज्या उत्साहानं, अपेक्षेनं आले होते, तितकंच त्यांचं दुःखंही मोठं होतं.

> हमी कशाचीच नसते,
> पण सज्ज असलं तर
> निदान आश्चर्याचा धक्का तरी
> बसत नाही.
>
> *- डोनाल्ड जे. ट्रम्प*

आशा, अपेक्षांचे परिणाम अगदी वेगळे टोकाचे,

नवलाचे होऊ शकतात. विजय आणि पराजय यांच्या दरम्यान खूप नाजूक रेषा असते. या विषयावर विचार चक्र सुरू झालं की, मी एकदम तत्त्वज्ञानी बनतो. काही वेळेस तर सगळं काही चांगल्या पद्धतीनं जुळून आलेलं असतं, सगळ्या गोष्टींवर आपण नियंत्रण राखलेलं असतं, तरीही आपल्या नियंत्रणा बाहेरच्या गोष्टींमुळं कामात अपयश येतं. हवामान, दुखापत, अतिआत्मविश्वास (असं काही असलंच तर) या गोष्टी अनेकदा आपल्या हाताबाहेरच्या असतात. तत्त्वज्ञानातून या अस्पष्ट गोष्टी आणि घटना समजण्याचा प्रयत्न करता येतो. जीवनात आपल्याला कधी ना कधी अशा अमूर्त गोष्टी कुठं ना कुठं भेटतातच.

आपल्याला कोणी 'लक्ष्य' बनवू नये, म्हणून आपण सतत दक्ष असलं पाहिजे, असं मला वाटतं. एक छोटंसं छिद्र महाकाय जहाजाला बुडवण्यासाठी कारणीभूत ठरू शकते. तशी धडकही जहाजाला बुडवू शकते. या दोन्ही गोष्टी म्हणजे असंतुलनच आहे. अन असंतुलन म्हणजे आपला समतोल महाकाय लाटही अनियंत्रित करणारी स्थिती आहे.

जगाचा इतिहास पाहिला तर आपला देश अलीकडेच महाशक्ती बनला. आज आपल्या समोर सगळ्यात मोठा धोका आहे, तो म्हणजे भविष्यासाठी आपण सज्ज नाही. हमी कशाचीच नसते, पण सज्ज असलं तर निदान आश्चर्याचा धक्का तरी बसत नाही. पहिल्या महायुद्धाच्या काळात गॅलीपोली येथील लढाईमध्ये पंचवीस लाख सैनिकांना हौतात्म्य पत्करावे लागेल, असं कोणाला तरी वाटलं होतं का? ब्रिटिश, ऑस्ट्रेलिया, न्यूझीलंड आणि फ्रेंच सैनिकांची युती या युद्धात झाली होती. या बलाढ्य युतीला तुर्की फौजांकडून हार पत्करावी लागली होती. हा एक प्रकारे चमत्कारच घडला, असं म्हणावं लागतं.

वर्तमानातील चीन

आजच्या घटकेला जागतिकीकरण हे एक जीवनाचे अविभाज्य अंग बनले आहे. चीन आणि भारत या विकसनशील राष्ट्रांच्या अर्थव्यवस्थांचा बारकाईने अभ्यास केला पाहिजे आणि त्यांच्याकडे नजर ठेवली पाहिजे, असं मत रॉबर्ट यांनी व्यक्त केलं; त्या वेळी मला हसू आलं. कारण आम्हा दोघांचे विचार सारखेच आहे, हे पुन्हा एकदा सिद्ध झालं होतं. चीन आणि भारत या देशांना अमेरिकेसारखी आर्थिक महाशक्ती बनण्यास आणखी खूप वर्षे लागतील, असं काही लोकांना वाटतं. परंतु असा विचार म्हणजे 'कळप वृत्तीचे' एक उदाहरण मानता येईल. रॉबर्ट आणि मी याक्षणीसुद्धा जागतिक प्रभावाचं चित्र पाहू शकतो.

अलीकडेच मी युरोपात राहाणाऱ्या एका मित्राशी चर्चा करत होतो. त्यानं सांगितलं तिकडं अमेरिकेऐवजी चीनविषयीच्या बातम्यांना अधिक प्रसिद्धी दिली जाते. युरोपात चीनचा प्रभाव सदोदित असतो. चीन काय करतोय आणि त्याची वाटचाल कोणत्या दिशेने होतेय, याविषयी फक्त दोन गोष्टी सांगतो :

१. चीनमध्ये पहिलं स्टार बक्स दोन वर्षांपूर्वी उघडलं. आज चीनमध्ये अमेरिकेपेक्षा जास्त स्टारबक्स आहेत.

२. सन १९७० मध्ये शांघायमध्ये फक्त एक गगनचुंबी इमारत होती. आज तिथं ८०० पेक्षा जास्त गगनचुंबी इमारती आहेत.

मी स्वत: गगनचुंबी इमारती बनवतो आणि माझ्या ट्रम्प टॉवरमध्ये स्टारबक्स आहे. त्यामुळं या दोन्ही गोष्टी मला खूप प्रभावी वाटतात. ही फक्त दोन उदाहरणं आहेत. पण सहजच दिसेल की चीन खूप मोठी शक्ती आहे. चीनची लोकसंख्याही प्रचंड आहे. जगातील पाच माणसांपैकी एक चिनी आहे. चीनची अर्थव्यवस्था अतिशय मजबूत आणि लवचिक आहे. नवीन तंत्रज्ञानाचा स्वीकार करणं चीनला अजिबात अवघड नाही. आम्ही असेच डोळे झाकून बसलो तर बाजूला फेकले जाणार, हे निश्चित. दुसरा मार्ग म्हणजे चीनचा अभ्यास करून बदलत्या काळाचं आव्हान पेलण्याचं सामर्थ्य निर्माण केलं पाहिजे.

वर्तमानातील भारत

माझी दोन मोठी मुलं - डॉन ज्युनियर आणि इवान्का हे ट्रम्प ऑर्गनायझेशनमध्ये काम करतात. अलीकडेच ते भारतभेटीवर गेले होते. म्हणून भारताविषयी काही अभ्यास करावा असं मला वाटलं. या अभ्यासाविषयी सांगण्यापूर्वी काही दिवसांपूर्वी ट्रम्प टॉवरमध्ये घडलेली एक घटना इथं लिहिणं आवश्यक वाटते. झालं असं की :

गेल्या वर्षी माझ्या एका कर्मचाऱ्यानं विमानतळावर जाण्यासाठी भाड्याची गाडी मागवली होती. त्या कर्मचाऱ्याला नेण्यासाठी गाडी ट्रम्प टॉवरमध्ये आली. गाडीचा चालक भारतीय तरुण होता आणि चालक म्हणून तो पहिल्यांदाच विमानतळावर जाणार होता. आपल्या गाडीत बसलेल्या प्रवासी ग्राहकाने डोनाल्ड ट्रम्पला पाहिलं आहे का, हे जाणून घेण्याची त्या चालकाला कमालीची उत्सुकता होती. ट्रम्प टॉवरमध्ये प्रवासी बसताच. त्यानं उत्सुकतेनं प्रश्न विचारला - कर्मचाऱ्यानं उत्तर दिलं, 'हो, पाच मिनिटांपूर्वीच पाहिलंय.'

त्याच्या उत्तरानं चालक खूप प्रभावित झाला. न राहावून त्यानं पुन्हा विचारलं, 'तुम्ही डोनाल्ड ट्रम्प यांना पाचच मिनिटांपूर्वी पाहिलयं? ट्रम्प टॉवरमध्येच?'

'हो, तिथं त्यांचं कार्यालय आहे अन् आम्ही तिथं काम करतो.'

या उत्तरानं तर युवा चालक अधिकच प्रभावित झाला आणि म्हणाला, 'म्हणजे याचा अर्थ डोनाल्ड ट्रम्प काम करतात?' त्याचा स्वत:च्या कानांवर विश्वासच बसत नव्हता. त्यामुळं आमच्या कर्मचाऱ्यानं माझ्या वास्तविक दिनचर्येबद्दल अधिक माहिती त्या चालकाला पुरवली. 'इतर कार्यालयासारखंच आमचेही कार्यालय आहे. पत्र लिहिणं, फोटोकॉपी मशीन, पेन-पेन्सिलसारखी स्टेशनरी हे सगळं तसंच आहे आणि आम्हाला उशीरापर्यंत कामंही करावं लागतं.'

अजूनही काहीतरी नवलाई ऐकत असल्यासारखं त्याला वाटतं होतं. विमानतळाचा रस्ता शोधत असताना त्यानं माझ्या कर्मचाऱ्याला भारताविषयी माहिती सांगितली. अवघ्या

काही मिनिटांत त्यानं थोडक्यात भारताचा इतिहासच कथन केला. भारतात शेकडो भाषा असून हजारभर बोली भाषा वापरत आहेत. दर तीस मैलावर गेलं की बोलण्याची पद्धत वेगळी असल्याचं लक्षात येतं. परंतु तुम्ही पंजाबात असा किंवा इतर कोणत्याही प्रांतामध्ये, प्रत्येक व्यक्तीला त्या सहा शब्दांचा अर्थ नक्कीच समजतो.

आता मात्र चकीत होण्याची पाळी माझ्या महिला कर्मचाऱ्याची होती. तिनं विचारलं, 'असे कोणते शब्द आहेत?'

चालकाने स्टिअरींगवरचे आपले हात काढून हलवत सांगितलं, 'तुम्हाला नोकरीवरून काढून टाकण्यात आलं आहे.'

माझी कर्मचारी हसली. तिनं विचारलं, 'तुला विमानतळाचा रस्ता माहीत आहे का?' यावर चालक बेफिकीरीने म्हणाला, 'काळजी करण्याचं कारण नाही, प्रयत्न करून शोधून काढता येईल.' त्याला कोणताही त्रास झाला नाही, त्याचं दिशांचं ज्ञान पक्क होतं आणि आपल्या देशाची माहितीही चांगली होती.

भारताविषयी आपल्याला काही माहीत आहे? भारताची नेगकी कोणत्या दिशेनं वाटचाल सुरू आहे, याचा अंदाज आहे?

भारताविषयी काही तथ्य इथं देत आहे :

- दुनियेच्या पाठीवर सगळ्यात प्राचीन नागरी संस्कृती, सभ्यतेचा वारसा सांगणारा भारत हा सर्वांत मोठा देश आहे.
- गेल्या दहा हजार वर्षांत भारताने स्वत:हून दुसऱ्या देशावर कधीच आक्रमण केलेलं नाही.
- जगातील सर्वांत मोठी लोकशाही भारतात अस्तित्वात आहे.
- सहा हजार वर्षांपूर्वी भारतातल्या सिंधू नदीच्या पात्रात सर्वप्रथम 'नेविगेशन' कला अस्तित्वात आली. (युवा चालक कदाचित तिथलाच होता).
- सगळ्या युरोपीय भाषांची जननी संस्कृत आहे.
- सतराव्या शतकात ब्रिटनने भारतावर कब्जा केला. त्यापूर्वी भारत जगातील सर्वांत श्रीमंत देश होता.
- बुद्धिबळाचा शोध भारतात लागला.
- अंकांचा शोधही भारतीयांनीच लावला. 'भारतीयांनीच आम्हाला गणना कशी करायची हे शिकवलं. गणनेशिवाय कोणताही शास्त्रीय शोध लावणे अशक्य आहे. गणना शिकवणाऱ्या भारतीयांचे आम्ही कायम ऋणी आहोत.' असं अल्बर्ट आइंन्स्टाईन यांनी म्हटलं आहे.
- बीजगणित, त्रिकोणमिती आणि अंकगणित ही भारताचीच देणगी आहे.

- 'पाय'ची किंमत सर्वप्रथम बुधायन नावाच्या भारतीय गणितज्ज्ञानेच काढली होती. त्यानंच ही संकल्पना विकसित केली. कालांतराने त्याला पायथॅगोरसचे प्रमेय म्हणून मान्यता मिळाली. बुधायनने हे कार्य युरोपीय गणितज्ज्ञांच्या खूप आधी सहाव्या शतकामध्येच केलं होतं.
- दुनियेत सर्वाधिक इंग्रजी भारतात बोलली जाते.

भारताची ही सगळी आणि महत्त्वपूर्ण वैशिष्ट्ये पाहिल्यानंतर लक्षात येतं की, भारतावर नक्कीच लक्ष ठेवलं पाहिजे, अन् भारताविषयी जास्तीत जास्त माहिती जमा केली पाहिजे, अमेरिकेतील ३८ टक्के डॉक्टर आणि १२ टक्के शास्त्रज्ञ मूळचे भारतीय आहेत. त्यांचा समावेश अमेरिकेतील आणि जगातील अतिश्रीमंत समूहामध्ये होतो. भारतीय लोक शिक्षणावर भर देतात. अमेरिकेतील तसेच इतर ठिकाणच्या मोठ्या कॉर्पोरेशनच्या वरिष्ठ पदांवर बहुसंख्येने भारतीय आहेत.

ऐतिहासिकदृष्ट्या भारत महान आहे आणि हा देश म्हणजे पर्यटनाचे स्थान आहे, एवढ्याचं नजरेनं भारताकडे पाहून चालणार नाही, कारण पुन्हा एकदा भारत महाशक्ती बनला आहे. आपल्या आणि विश्वाच्या भविष्याच्या दृष्टीने विचार केला तर भारत एक महत्त्वपूर्ण देश आहे. जागरूक नागरिकांप्रमाणे आपण या प्रगतीशील देशाविषयी माहिती घेण्यासाठी थोडा वेळ काढला पाहिजे.

जगात खऱ्या अर्थानं व्यावहारिक स्पर्धा आता सुरू झाली आहे. त्यांचे समर्थक आहेत - भारत आणि चीन! स्पर्धा असलीच पाहिजे. मला वाटतं स्पर्धात्मक वातावरणामुळे चांगला विकास होतो आणि मुख्य म्हणजे एखाद्याची घमेंड उतरते. इथं मला मार्क ट्वेन यांचे उदाहरण आठवतेय ते म्हणतात, 'आपलं पालनपोषण जगाने करावं, असं तुम्हाला कधीच वाटण्याचे कारण नाही, एक कायमचं लक्षात ठेवा, तुमच्याबाबतीत दुनियेने काही कर्तव्य पार पाडावे, असं अजिबात नाही, कारण हे जग तुमच्या आधी अस्तित्वात आलं आहे.'

'हे खूप गोष्टींच्या बाबतीत लागू पडते. एखादी माहिती मिळली की त्याचा लाभ कसा उठवायचा? या दृष्टीने विचार करून पाहा. श्रीमंत लोक या माहितीतून संधी शोधतील. तर गरीब लोक आपलं डोकं वाळूत खूपसून, काहीही घडत नाही म्हणून लपण्याचं नाटक करतील.'

आर्थिक परिस्थितीत होणारे झपाट्याने बदल, लक्षात घेऊन त्यातील संधी ओळखण्याची क्षमता तुमच्याकडे आहे का?

प्रकरण चार

आपण स्वत: श्रीमंत कसं बनायचं

रॉबर्ट यांचा दृष्टिकोन

प्रश्न सोडवा

पैशाची समस्या सगळ्यांनाच असते. तुम्हाला श्रीमंत बनायचं असेल तर प्रश्न सोडवा. समस्या नेमकी काय आहे, हे ओळखलं की, त्यावर तोडगा काढण्याची *संधी* मिळते.

प्रत्येक पिढीची वेगवेगळी आर्थिक समस्या असते. माझ्या आई-वडिलांच्या पिढीमध्ये मंदी आणि महायुद्धाचं आव्हान होतं. या समस्येला त्यांचं उत्तर म्हणजे, शाळेत जायचं, चांगल्या पगाराची सोयी-सुविधा पुरवणारी सुरक्षित नोकरी करायची. ६५व्या वर्षी निवृत्त व्हायचं आणि बाकी आयुष्य आरामात गोल्फ खेळत घालवायचं. दुसऱ्या महायुद्धाच्या काळातील पिढीपुढं वेगळीच पैशाची समस्या होती. त्या वेळी उत्तर म्हणून लोकांनी सुनिश्चित लाभ देणारी निवृत्ती योजना, बचत, सोशल सिक्युरिटी आणि मेडिकेअर या योजना सुरू केल्या. चांगलं शिक्षण आणि चांगली नोकरी असली की आपल्यापुढं आर्थिक संकट निर्माण होत नाही, असं माझ्या आई-वडिलांच्या पिढीचा समज होता. शिक्षण अन नोकरी त्यांच्या दृष्टीने पुरेसं होतं.

आता माझ्या पिढीपुढं म्हणजे 'बेबी बूमर्स' पिढीपुढं अगदी वेगळ्याच प्रकारच्या आर्थिक समस्या आहेत. आज महाविद्यालयात घेतलेलं उच्च शिक्षण आणि चांगली नोकरी इतकं पुरेसं नाही. आणखी वाईट म्हणजे नोकऱ्या परदेशात जात आहेत. श्रीमंत देशांतील माझ्या आई-वडिलांच्या पिढीसाठी सुनिश्चित लाभ देणाऱ्या पेन्शनचा प्रचंड खर्च सरकार आणि कंपन्यांना करावा लागत आहे. हा खर्च एक डोकेदुखी बनला आहे. त्यामुळे आता कंपन्या आता कर्मचाऱ्यांना असे आयुष्यभर पैसे देत राहून पोसू इच्छित नाही.

सन १९७४ मध्ये जागतिक बाजारपेठेत झालेल्या बदलांमुळे कंपन्यांनी सुनिश्चित लाभ देणारी (डिफाइन्ड बेनिफिट – डी.बी.) पेन्शन योजना बंद केली आणि सुनिश्चित योगदान (डिफाइंड काँट्रिब्यूशन – डी.सी.) पेन्शन योजना सुरू केली. ही योजना नंतर अमेरिकेत ४०१ (के) आयआरए आणि कियोघ प्लॅन्स या नावाने ओळखली जाऊ लागली. डीबी ही

खरीखुरी निवृत्ती वेतन योजना आहे. तर डीसी ही वास्तविक निवृत्ती वेतन योजना नाही, तर बचत योजना आहे. हीच खरी माझ्या पिढीतील लोकांची समस्या आहे. ४०१ (के) पेन्शन योजनेच्या रूपात बनवलेच गेले नाही. दुसऱ्या देशांमध्येही हीच समस्या आहे. वेगवेगळ्या नावांनी सुनिश्चित योगदानाच्या योजना राबवल्या.

अगदी सोप्या भाषेत सांगायचं झालं तर, सुनिश्चित लाभ देणाऱ्या पेन्शनमुळे तुम्हाला आयुष्यभर त्याचा फायदा मिळत राहातो. परंतु सुनिश्चित योगदान योजनेत तसे नसते. तुमच्या खात्यामध्ये जोपर्यंत पैसे आहेत. तोपर्यंत तुम्हाला पेन्शन मिळते. म्हणजेच 'डीबी' योजनेनुसार पैसे मिळणं बंद होण्याची शक्यता असते. 'यूएसएटुडे'ने केलेल्या सर्वेक्षणात लक्षात आलं की, आजच्या घटकेला अमेरिकेतील लोकांना निवृत्तीनंतर पैसे एकदम संपले तर काय करायचं, याची सर्वांत जास्त भीती वाटतेय. 'बेबी बूमर' पिढीच्या ८० टक्के लोकांकडे रोजच्या खर्चासाठी पुरेसे पैसे जवळ असणार नाहीत. बेबी बूमर पिढीनंतर येणाऱ्या पिढ्यांना 'जनरेशन एक्स' आणि 'जनरेशन वाय' असं म्हटलं जातं. या पिढ्यांसमोर तर आणखी वेगळेच आर्थिक प्रश्न असणार आहेत. बेबीबूमर पिढीने आपल्या आई-वडिलांच्या पिढीतील गोंधळ निस्तरला नसेल. तर 'एक्स' आणि 'वाय' पिढी समोर नवीन मोठा गोंधळ साठलेला असेल आणि त्यांना हा गोंधळ निस्तरावा लागेल. इतर स्थावर मालमत्ता नाही मिळाली तरी त्यांना आर्थिक समस्यांचे वारसदार व्हावं लागेल. एक्स आणि वाय पिढीला फक्त आपल्या कुटुंबाचंच कर्ज असेल असं नाही तर भलमोठं राष्ट्रीय कर्जही त्यांच्या डोक्यावर असेल. बेबीबूमर आई-वडिलांच्या आर्थिक समस्या त्यांना वारशानं मिळणार आहेत. एकूणच आज सरासरी आयुष्यमान वाढलं आहे. हा विचार करून जर सेवानिवृत्तीचं वय आणखी थोडं वाढवून काही वर्षे जास्त काम करता येईल. आपण जास्त वर्षे जगलो परंतु काम करण्यास असमर्थ असू तर काय होईल?

ही समस्या खूप मोठी आहे. ट्रिलियन्स डॉलर्सची ही भयानक समस्या आहे. या आर्थिक प्रश्नांकडे आपण आत्ता दुर्लक्ष केलं, तर नजिकच्या भविष्यात ती गुंतगुंताची आणि अधिक गंभीर होईल. आर्थिक प्रश्न जितका मोठा आणि गुंतागुंतीचा तितका तो प्रश्न सोडवण्यासाठी जास्त आर्थिक बुद्ध्यांक असणे गरजेचं आहे. या प्रश्नाच्या सोडवणुकीसाठी आपली सगळी बुद्धिमत्ता, मेंदूची शक्ती पणाला लावावी लागेल.

> पैशाची समस्या सगळ्यांनाच असते. तुम्हाला श्रीमंत बनायचं असेल तर प्रश्न सोडवा. समस्या नेमकी काय आहे, हे ओळखलं की, त्यावर तोडगा काढण्याची संधी मिळते.
>
> *- रॉबर्ट टी. कियोसाकी*

दि. ३१ ऑक्टोबर २००५ रोजी 'टाइम मॅगझिन'ची मुख्य बातमी होती :

तुम्ही श्रीमंत व्हावं असं आम्हाला का वाटतं?

'द ग्रेट रिटायरमेंट रिपऑफ'

सेवानिवृत्तीनंतर आरामात राहू, असा विचार जे कोट्यवधी अमेरिकी करतात. त्यांना या बातमीने **जबरदस्त धक्का** बसला असेल.

'संसदेच्या मदतीने कंपन्या कशा तऱ्हेने लोकांचा खिसा कापत आहेत?'

मुळात आपल्या शाळांमध्येच आर्थिक शिक्षण दिले जात नाही. त्यामुळं सरकार कोणतंही असलं तरी ते भोळ्या भाबड्या लोकांचा विश्वासघात करून त्यांचा खिसा कापायचे काम कायदेशीर मार्गाने करत आहे. यामुळेच ही समस्या आणखी गुंतागुंतीची बनली आहे.

याविषयी सांगा!

अमेरिका संकटात आहे... अमेरिका संकटामध्ये म्हणजे जणू सगळं जगच आर्थिक संकटात आहे. असं डोनाल्डला आणि मला वाटतंय ते चुकीचं ठरो. असं मनापासून वाटतंय. परंतु वस्तुस्थिती गंभीर आहे, हेच खरं.

आज जगातील सर्वांत मोठ्या समस्यांपैकी एक म्हणजे तेलाच्या वाढत्या किंमती. तेल हे अवघ्या दुनियेच्या अर्थव्यवस्थेचं रक्तच आहे. तेलाच्या किमती अशाच सातत्याने वाढत राहिल्या आणि त्याला आपण तेलाला दुसरा पर्याय शोधू शकलो नाही तर जगाची अर्थव्यवस्था मृत होईल. डोनाल्ड एक दिवस म्हणाले होते, 'गॅस स्टेशनवर मिळणाऱ्या गॅसोलिनचा दर पाच डॉलर प्रति गॅलन झाला तर तुम्हाला किंवा मला त्यानं फारसा फरक पडणार नाही. परंतु जर तुम्ही तासाला दहा डॉलर कमवत असाल तर तुम्हाला गॅसोलिनसाठी पाच डॉलर मोजणं, म्हणजे वाहनात इंधन भरण्यासाठी कुटुंबाच्या तोंडचा घास कमी करावा लागेल. ते पुढं म्हणाले, 'आपल्या अर्थव्यवस्थेमध्ये प्रत्येक गोष्टीवर कच्च्या तेलाचा परिणाम होतो. अन आता तेलसाठे संपुष्टात येत चालले आहेत ही समस्या आहे. तेलसाठे जसजसे कमी होतील तसतशा तेलाच्या किमती वाढतील. तुम्हाला आणि मला त्याचा फार त्रास होणार नाही. परंतु तेलाच्या भरमसाठ किंमतींमुळे लाखो-करोडो लोक उद्ध्वस्त होणार आहेत.

तेलाची किंमत १०० डॉलर प्रति बॅरलच्यावर गेली, तशी ती लवकरच जाणार, असा माझा अंदाज आहे की, अर्थव्यवस्थेला त्याची झळ बसणार आहे. तेल किंमत वाढीची गंभीर समस्या ओळखून तुम्ही आत्ताच शहाणे झालं पाहिजे. या समस्येचा तुम्ही सामना करून, योग्य तोडगा शोधून शकता.

नजीकच्या भविष्यात आपल्याला कोणकोणत्या आर्थिक समस्यांना तोंड द्यावे लागणार आहे, याविषयी मी ज्या वेळी चर्चा करतो, त्या वेळी वेगवेगळ्या प्रतिक्रिया मला मिळतात. एक सर्वसाधारण प्रतिक्रिया म्हणजे, 'मला तुम्ही याविषयी काही सांगू नये.' दुसरी प्रतिक्रिया असते, 'आपण सकारात्मक विचार केला पाहिजे. कोणत्याही प्रश्नावर इतका नकारात्मक विचार करणं चांगलं नाही.' किंवा 'समस्या देव सोडवेल.'

ज्या लोकांचा आर्थिक बुद्ध्यांक अगदीच तोकडा आहे, त्यांच्या या प्रतिक्रिया आहेत. प्रश्नांना थेट सामोरं जाण्याचा विचारच ही मंडळी करत नाहीत. त्याचबरोबर, जी कोणती परिस्थिती उद्भवणार आहे, त्यातून काही संधी मिळते का आणि काही लाभ उठवता येईल का, ते पाहाण्याऐवजी आपलं डोकं वाळून खुपसून लपून बसतात. या मानसिकतेमुळं येत्या काही वर्षांत लाखो-करोडो लोकांना जबरदस्त आर्थिक फटका बसणार आहे. समस्येला संधी म्हणून पाहाण्याऐवजी या मंडळींनी डोळ्यावर पट्टी बांधणं पसंत केलं आहे.

संपत्ती = ऊर्जा

सन १९७३-७४ मध्ये प्रथम तेल संकट निर्माण झालं होतं. त्या वेळी माझ्या श्रीमंत डॅडींनी मला कच्चे तेल आणि संपत्ती यांचा अगदी थेट संबंध कसा आहे ते शिकवलं होतं. ते नेहमी म्हणायचे, 'संपत्ती = ऊर्जा!' सन १९६६ मध्ये सुरुवातीला मी स्टँडर्ड ऑईल कंपनीत टँकरवर प्रशिक्षणार्थी होतो. त्यामुळे तेल व्यवहारात मला रस होता. श्रीमंत डॅडींनी केलेलं स्पष्टीकरण अगदी साधं होतं. त्यांचं म्हणणं होतं – 'ज्या वेळी ऊर्जेचे मूल्य घटते, त्या वेळी आमची संपत्ती वाढते.' हे समीकरण असे :

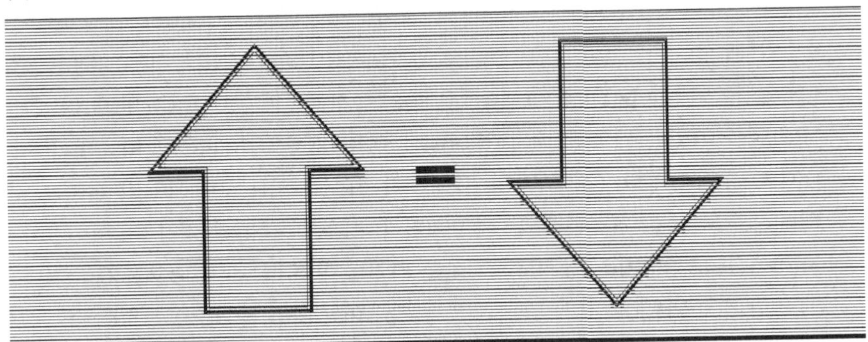

याच प्रमाणे ज्या वेळी ऊर्जेचं मूल्य वाढतं, त्या वेळी बहुतांश लोकांची संपत्ती घटते.

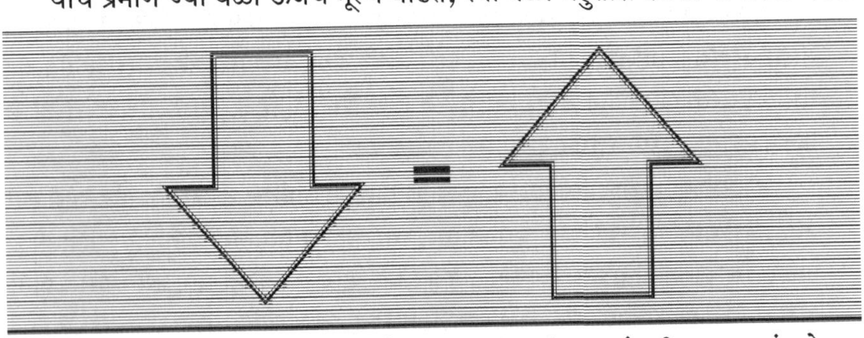

सन १९७४ मध्ये झेरॉक्स कंपनीत सेल्समन म्हणून मी नव्यानं करिअरला प्रारंभ केला.

तुम्ही श्रीमंत व्हावं असं आम्हाला का वाटतं?

माझ्या श्रीमंत डॅडींनी शिकवलेला सिद्धांत यावर्षी खरा ठरला. १९७४ मध्ये तेलाच्या किंमती प्रचंड वाढल्या. त्यामुळे अर्थव्यवस्था संकुचित होऊ लागली. लोकांनी झेरॉक्स फोटोकॉपी मशीन भाड्यानं घेण्याचे बंद करून टाकलं. याउलट ज्यांनी आधी मशीन्स भाड्याने घेतली होती, ते लोक सगळी मशीन्स परत करत होती. माझी सेल्समनची नवी नोकरी होती. त्यामुळं पहिल्या विक्रीच्या वेळी ग्राहकाच्या समोर गुडघे टेकून बसलो होतो. मशिन विकण्याऐवजी मी चक्क हात जोडून विनवणी करत होतो. तुम्ही आपलं मशिन परत करू नका, असं मी गयावया करत सांगत असे. मला चांगलं आठवतंय एक ग्राहक म्हणाला, 'माझा सगळा धंदाच बसलाय, तर आता फोटोकॉपी मशीन घेऊन मी काय करू?' या छोट्याशा उदाहरणावरून तुमच्या लक्षात येईल की, ज्या वेळी ऊर्जेचे मूल्य वाढतं, त्या वेळी काय होतं?

सुरुवातीची दोन वर्षे माझी अवस्था फार गंभीर होती. 'झेरॉक्स'कडून पैसे घेण्याची गोष्ट लांबच, उलट मलाच पैसे द्यावे लागत होते. जर ग्राहकाने भाड्याचे मशीन परत केलं तर कंपनीला भाडे मिळणार नाही, म्हणून सेल्समनला मशीन भाड्याने देण्यासाठी कमिशन दिले जात होते. आता मशीन परत आलं की, सेल्समनचं कमिशन कापले जात होते. कंपनीच्या या नियमामुळं मी काही विकत नव्हतो, उपाशी मरत होतो. या दोन वर्षांत कित्येक वेळा माझी नोकरी जाता-जाता बचावली.

वाईट काळात श्रीमंत बनता येतं!

अर्थव्यवस्था सुंकचित होत होती. त्यामुळे माझ्या नोकरीवर संकट आलं होतं. या पडत्या काळानेच मला एक चांगला सेल्समन बनवलं. वास्तविक माझ्यातील 'सेल्सगिरी'मुळं त्या वेळी खूप पैसा मिळाला असं झालं नाही. तरी त्या वेळी सेल्समनशिपचा जो अनुभव घेतला, जे प्रशिक्षण मिळालं, त्याचा उपयोग मला आजसुद्धा होतोय. मी विक्री करू शकतो, अन मार्केटिंगचं महत्त्व मला चांगला समजलं, म्हणूनच आज मी यशस्वी व्यावसायिक आहे. आर्थिक संकटाच्या काळातच अशा गोष्टींचा लाभ होतो. 'तुम्ही कोणत्याही प्रकारचा व्यवसाय करीत असा, काही हरकत नाही, पण तुम्ही विक्री कशी करायची, हे आधी शिकलं पाहिजे.' असं मी आणि डोनाल्ड ट्रम्प नेहमीच म्हणत असतो.

आर्थिक बुद्ध्यांक वाढविणे

तेलाचा पुरवठा कमी होता, त्यामुळं माझ्या श्रीमंत डॅडींना वाटलं की, मी तेलाच्या उद्योगाविषयी चांगलं, सखोल ज्ञान घ्यावं. स्टँडर्ड ऑइल मध्ये मी १९६६ ते १९६९ या काळात होतो. आधी मी प्रशिक्षणार्थी होतो आणि नंतर शिपऑफिसर झालो. तेलाच्या व्यवहारात मला चांगलाच रस होता, त्यामुळं याविषयी शिकणं सोपं वाटलं.

झेरॉक्सचा सेल्समन म्हणून माझी कामगिरी चांगली सुधारली. त्यामुळे तेलाविषयी शिकण्यासाठी मी ओक्लाहोमाच्या एका तेल कंपनीत अर्धवेळ काम सुरू केलं. या कंपनीमध्ये तेल

आणि गॅस यामध्ये तुम्ही गुंतवणूक केली तर करामध्ये सवलत दिली जात होती. त्या काळात १००,००० डॉलर्स गुंतवणाऱ्या गुंतवणूकदाराला एकास चार या प्रमाणात करसवलत मिळत होती. उदाहरणार्थ, तुम्ही जर एक लाख डॉलर्स गुंतवणूक केली तर तुम्हाला चार लाख डॉलर्सपर्यंत करसवलत मिळू शकत होती. या पद्धतीमुळे गुंतवणुकदारांनी तेलाच्या उत्पादनात जास्त पैसे कमावले आणि कर मात्र कमी दिला. यामुळे श्रीमंत लोक अधिक श्रीमंत बनले.

तेलाच्या वाढत्या किंमतीच्या त्या काळात तेल आणि गॅसमधील गुंतवणूक आणि कर सवलत यावरून मला एक महत्त्वाचा धडा मिळाला. पहिला धडा हा, की तेलसंकटामुळे सरसकट सगळे उद्योग-धंदे बरबाद होत नाहीत. सत्य माझ्या डोळ्यासमोर होतं. काही लोक जास्त श्रीमंत बनत होते. अन् बाकी लोक जास्त गरीब होत चालले होते. या समजेबरोबरच माझा आर्थिक बुद्ध्यांक वाढायला लागला. मी एक नवी अनोखी दुनिया पाहिली. कंपन्यांना झेरॉक्स कॉपी मशीन विकणं आणि रिकाम्या वेळेत श्रीमंतांना कर सवलत विकण्याचा अनुभव घेतल्यानंतर आता स्वत:च श्रीमंत बनण्याचा निर्धार मी केला.

धडा

या आकृत्यांकडे लक्ष द्या.

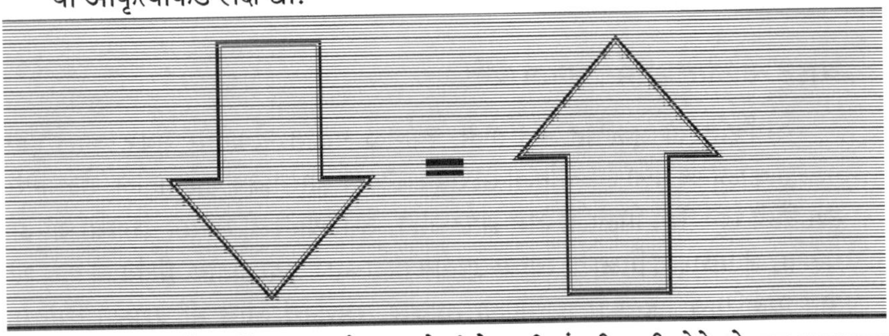

ज्या वेळी ऊर्जेची किंमत वाढते, त्या वेळी देशाची संपत्ती कमी होते; हे एक कटू सत्य आहे. ज्यांचा आर्थिक बुद्ध्यांक जास्त आहे आणि जे लोक शहाणपणा दाखवून गुंतवणूक करतात त्यांच्या दृष्टीने समीकरण वेगळेच असते.

जर तुम्ही श्रीमंत असाल, तर आकृती अशी दिसेल :

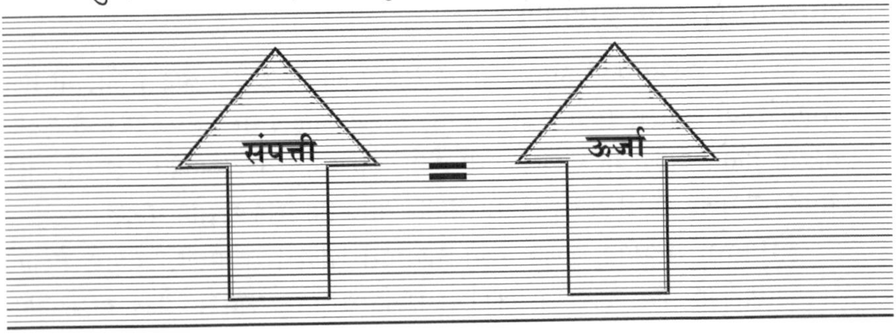

तुम्ही श्रीमंत व्हावं असं आम्हाला का वाटतं?

यापैकी कोणतं समीकरण निवडायचं याचा निर्णय तुम्हालाच घ्यायचा आहे. तुम्ही 'संपत्ती = ऊर्जा' असं समीकरण निवडू शकता.

श्रीमंतांच्या कंपूत राहाण्याची माझी इच्छा असते, त्यामुळे मी तेल संशोधन मोहिमेमध्ये भागीदार बनलो आहे. सन १९७० आणि १९८०च्या दशकाप्रमाणेच आजही मी तेल आणि नैसर्गिक वायूच्या भागीदारीमध्ये गुंतवणूक करतो.

या व्यवसायात पहिल्याइतकी आकर्षक कर सवलत आता दिली जात नाही, तरी हा उद्योग थोडाफार लाभ देणारा नक्कीच आहे. आज जर मी एक लाख डॉलर्स गुंतवले तर पहिल्यासारखी चौपट करसवलत मिळत नाही. तरी ७० टक्के सवलत मिळते, त्याशिवाय १० टक्के 'डिप्लिशन अलाऊन्स' मिळतो. याचा अर्थ असा की ज्या वेळी मी एक लाख डॉलर्स गुंतवतो, त्या वेळी मला ७० हजार डॉलर्सची कर सवलत मिळते आणि प्रत्येक डॉलरच्या उत्पन्नावर १५ टक्के सवलत मिळते. म्हणजे मी जास्त कमावतो आणि कमी कर भरतो. बचत खाते, शेअर्स, बॉण्ड किंवा म्युच्युअल फंड यामध्ये असं करून दाखवा बरं! पैसा कमविण्याचा मार्ग समजून घेणं आणि कमी कर भरणं हा आर्थिक शहाणपणा आहे.

खरी कळ होती ती प्रामाणिक कंपनी शोधून काढण्याची! माझ्या श्रीमंत डॅडींनी खूप वर्षांपूर्वी सांगितलं होतं की, 'तेल शोधणाऱ्या माणसाची व्याख्या म्हणजे एखाद्या खड्ड्याच्याजवळ उभी असणारी खोटारडी व्यक्ती म्हणजे तेल शोधणारा माणूस.' तेल शोधणारा या ठिकाणी तुम्ही *'सोनं शोधणारा'* हा शब्दही घालू शकता.

आज आपली पुस्तकं आणि क्रीडा साहित्य यातूनही मी खूप पैसा कमावतोय. परंतु माझ्याकडे असलेली बहुतेक सगळी संपत्ती चीनच्या सोन्याच्या खाणी, दक्षिण अमेरिकेतील चांदीच्या खाणी आणि माझा रिअल इस्टेटचा व्यवसाय तसेच अमेरिकेतील तेल व्यवसाय भागीदारी यातून जमा झालेली आहे.

'श्रीमंत बनण्याचा सगळ्यात सोपा मार्ग म्हणजे श्रीमंत बनण्याविषयी पुस्तक लिहिणं, हाच नाही का?' असा प्रश्न कोणी पत्रकार मला विचारतो, त्या प्रत्येक वेळी मी हसतो, या उत्तरादाखल सांगतो, 'जर तुम्हाला आंतरराष्ट्रीय बेस्टसेलर पुस्तक लिहिणं आणि शैक्षणिक बोर्ड गेम बनवणं सोपं वाटतंय तर मग तुम्हीच हे काम का करत नाही. माझ्या मते पुस्तक लिहिण्यापेक्षा तेल किंवा सोनं शोधणं जास्त सोपं आहे.'

अमेरिकेतील आणि साऱ्या जगातील लोक वादळी आर्थिक परिस्थितीला सामोरे जात आहेत याची काळजी वाटते म्हणून डोनाल्ड ट्रम्प आणि मी पुस्तकं लिहितोय. आमचं चुकीचं ठरो, पण आम्हाला काळजी वाटते की या भयावह वादळामध्ये लाखो लोक आर्थिकदृष्ट्या उद्ध्वस्त होणार आहेत. योग्य आर्थिक शिक्षणाने आणि अभ्यासाने तुम्ही आपला आर्थिक बुद्ध्यांक वाढवू शकता आणि कठीण आर्थिक परिस्थितीत अधिक गरीब बनण्यापेक्षा जास्त श्रीमंत बनू शकता. हा आमचा संदेश आहे.

डोनाल्ड यांचा दृष्टिकोन

शिक्षणामुळे भय संपते

रॉबर्टचा आणि माझा संदेश असा की योग्य आर्थिक शिक्षण व नियोजनाद्वारे तुम्ही आज जगात घडणाऱ्या आर्थिक वादळांतून सहीसलामत बाहेर पडू शकता. या शिक्षणातून, प्रश्न सोडवण्याचे मार्ग सापडून तुम्ही श्रीमंत होऊ शकता.

समस्या सोडविण्याविषयी एक अगदी साधं उदाहरण मला आठवतयं. ज्या वेळी रॉबर्ट या पुस्तकाविषयी चर्चा करण्यासाठी आले होते, त्या वेळी माझ्या कार्यालयात मध्यभागी एक लाल खुर्ची ठेवली होती, मी त्यांना विचारलं, 'ही खुर्ची कशी वाटते, आणि तुमच्या दृष्टीनं खुर्चीची किंमत किती असेल?'

त्यांनी ती सुरेख खुर्ची पाहिली आणि शेवटी म्हणाले, 'किंमतीचा मला थोडासुद्धा अंदाज येत नाही.' मला त्यांचं उत्तर आवडलं.

आमच्या गोल्फ कोर्सचे व्यवस्थापक माइक यांनी कॅलिफोर्नियाहून फोन करून सांगितलं की, रेस्टॉरंटसाठी त्यांना १५० खुर्च्या हव्या आहेत. त्यांना एका खुर्चीची किंमत १५०० डॉलर्स सांगितली आहे. मला हा सौदा खूप महाग वाटला. खुर्च्या खरेदी करण्याऐवजी मी काही ठिकाणी फोन केले.

'या खुर्चीची किंमत ९० डॉलर आहे.' मी गर्वानं म्हणालो, 'ही खुर्ची दिसायला जशी आकर्षक आहे, तशीच बसायलाही आरामदायक आहे. थोडं बसून तर पाहा. १५०० वाल्या खुर्चीपेक्षा ही चांगली आहे. फक्त काही ठिकाणी फोन केल्यामुळं मी किती पैसा वाचवला, याचा अंदाज तुम्हाला आहे?'

कोणतीही समस्या कशी सोडवायची आणि नेतृत्व गुण कसे विकसित करायचे, या विषयीचा हा मुद्दा आहे. मी जर निष्काळजीपणे पैसे खर्च करत असेल तर माझे कर्मचारीसुद्धा तसंच करतील. वायफळ खर्च होऊ नये, म्हणून मी हे सर्व करत नाही. तर आपल्या कर्मचाऱ्यांपुढं आदर्श निर्माण करण्यासाठी करतो. पैसे खर्च करायला मी कधी घाबरत नाही. जे काही खरेदी करायचं आहे त्याचा दर्जा चांगला, उत्तमच असला पाहिजे, असा माझा आग्रह असतो. परंतु विनाकारण खर्च करणं मला आवडत नाही. बरेच लोक हलका विचार करतात आणि कमी दर्जाचं सामान खरेदी करतात. त्यामुळंही त्यांना आर्थिक प्रश्न भेडसावत असतात. 'घटिया' बनूनही श्रीमंत बनता येतं, परंतु 'घटिया श्रीमंत' म्हणून घ्यायला कोणाला आवडेल?

ज्या वेळी मी आर्थिकदृष्ट्या संकटात होतो. त्या वेळीही मी कंजूसगिरी कधी केली नाही. माझी कंपनी आर्थिकदृष्ट्या झगडत होती तरीही मी माझ्या सगळ्या कर्मचाऱ्यांना चांगले वेतन देत होतो आणि म्हणूनच सगळ्यात चांगल्या 'योग्य' किंमतीत उत्कृष्ट खुर्ची

खरेदी करतो. माझी कोणी फसगत करावी हे मला पसंत नाही. जर सांगितलेल्या किंमतीपेक्षा कमी पैशात तीच गोष्ट अधिक चांगली मिळत असेल, तर जास्त पैसे देण्यास मी कधीच तयार नसतो. माझ्या कर्मचाऱ्यांनीही असंच वागावं, अशी माझी अपेक्षा असते.

सबबी न सांगता थोडासा प्रयत्न केला तर आपले पैसे वाचतात, ही गोष्ट आपण सर्वांनी कायम स्मरणात ठेवावी, असं माझं वारंवार सांगणं असतं. जर आपण सर्वांना आपल्या भोवती काय चाललंय हे समजून घ्यायचं असेल, आपलं अ-संतुष्ट मन, बुद्धी कामाला लावून गरुडझेप घ्यायची असेल, तर काही स्पष्ट विचार पुढे येऊ शकतो. प्रश्न सोडवणं हे सर्वोत्तम शिक्षण असतं. जशी तिरस्काराची जागा समजूत घेऊ शकते तशी भीतीची जागा शिक्षण घेऊ शकते.

संपत्ती आणि ऊर्जा, यांच्याविषयी रॉबर्ट यांनी काढलेल्या आकृत्या मला आवडल्या. त्यांच्याकडे पाहिल्यानंतर मनात आलं. आमची व्यक्तिगत ऊर्जाच आपण संपत्ती बनवू शकतो. जर तुम्हाला पुढे जाऊन प्रगती करायची असेल तर आपोआपच ऊर्जा ही मोठी शक्ती बनून तुम्हाला उपयोगी पडेल. एकाग्रता साधली तर यशस्वी होण्याची शक्यता कितीतरी पटीने वाढेल. यासंदर्भात अलेक्झांडर ग्रॅहम बेल यांचे एक वाक्य मला नेहमी चांगलं वाटतं. बेल म्हणतात, *'आपले सगळे विचार हातातल्या कामावर केंद्रित करा. जोपर्यंत सूर्याची किरणे एकाच गोष्टीवर केंद्रित होत नाहीत, तोपर्यंत ती गोष्ट पेट घेऊ शकत नाही.'* जर तुम्ही आपल्यातील ऊर्जा केंद्रित करू शकला तर पैसा कमावणे आणि तो राखणे यांची शक्यता खूप वाढत जाते. आपण जे 'बाण' सोडणार आहोत, त्याची दिशा बरोबर असण्यासाठी लक्ष्य, ऊर्जा केंद्रित केले पाहिजे.

जे गरजेचं असतं ते बऱ्याचदा डोळ्यांना दिसत नाही, असं मला वाटतं, याच ठिकाणी विवेकबुद्धी काम करते. ज्यांना कशाची भीती नसते आणि ज्यांना विवेक असतो, तेच नेते बनतात. असेच लोक भविष्यातील घटनांची पावलं ओळखू शकतात. शिक्षणामुळं त्यांची अंतर्दृष्टी जागृत झालेली असते. यशस्वी होण्यासाठी आपल्यातील भीती घालवली पाहिजे, त्यासाठी शिकलं पाहिजे.

रॉबर्टनी म्हटलं आहे की समस्येतून संधी निर्माण होऊ शकते. अगदी बरोबर, मलाही असंच वाटतं. तुम्ही जर या दृष्टीने तुमच्या समस्यांकडे पाहायला सुरुवात केली, तर मी खात्री देतो, की तुम्ही त्या सोडवण्याच्या मार्गावर आहात. माझ्यासमोर मोठे प्रश्न होते, अब्जावधी डॉलर्सचं कर्ज होतं, पण मी कधीही दिवाळं काढलं नाही आणि आज मी पूर्वी कधी नव्हतो एवढा यशस्वी आहे. त्यामुळे माझे बोल हे अनुभवातून आले आहेत.

ट्रम्प टॉवर आता नकाशावर इतके अढळ स्थान पटकावून बसला आहे, की एकदा तो मॅनहॅटनच्या 'स्कायलाईन' वर नव्हता हे लोक विसरूनच गेले आहेत. माझ्या नवीन इमारतीसाठी मला 'टिफनी'ची जागा हवी हे ठरवल्यानंतर मला अनेक अडथळे विचारात घ्यावे लागले आणि ओलांडावे लागले. पहिलं म्हणजे मला बॉनपीट टेलर दुकान आणि

इमारत विकत घ्यावी लागली होती. पण त्यांना वाटलं की मला वेड लागलंय. त्यांच्याबरोबर काहीही घडायला तीन वर्षं लागली. मग मला 'टिफनी'च्या वरच्या हवेचे हक्क विकत घ्यायचे होते. ते मिळाले असते म्हणजे मला कितीही उंच इमारत बांधता येणार होती. ते मिळाल्यानंतरही मला जमिनीचा एक इवलासा तुकडा हवा होता. कारण नियमानुसार कुठल्याही इमारतीच्या मागे तीन फूट जागा मोकळी सोडावी लागते. त्यासाठी फारच संशोधन व वाटाघाटी कराव्या लागल्या. शिवाय माझा वास्तुविशारद डेर स्कॉट आणि मी चार डझन तरी आरेखनं पाहिली. त्या प्रत्येकातलं उत्कृष्ट ते घेऊन अंतिम आरेखन बनवलं. मग महापालिकेकडून ते मंजूर करून घ्यावं लागलं.

> जे गरजेचं असतं ते बऱ्याचदा डोळ्यांना दिसत नाही, असं मला वाटतं, याच ठिकाणी विवेकबुद्धी काम करते.
>
> *- डोनाल्ड जे. ट्रम्प*

ट्रम्प टॉवरच्या कहाणीचा हा एक भाग आहे. यासाठी कुठलीच पायरी सोपी नव्हती. पण मी प्रत्येक पायरीकडे आव्हान म्हणून पाहिले आणि तपशिलात जाण्याचा आनंद लुटला. तसं मी केलं नसतं, तर निराश होणं अगदीच सोपं होतं. पण त्याऐवजी आज माझ्याकडे जागतिक कीर्तीची एक देखणी वास्तू आहे, एवढं याचं मोल आहे का? तर होय. आणि हे समस्या-परिहाराचं मोठंच उदाहरण आहे.

ट्रम्प टॉवरच्या नावाचीही एक कथा आहे. त्याच्या स्थानामुळे मी त्याच्या आधी 'टिफनी टॉवर' असे नाव देणार होतो. पण माझ्या एका मित्रानं विचारलं की जी वास्तू तुझ्या कल्पनेतून साकार झाली, तिला दुसऱ्या कुणाचं नाव का द्यायचं? हा प्रश्न बरोबर जागी बसला आणि तो 'ट्रम्प टॉवर' झाला.

समस्या गुंतागुंतीच्या असतात आणि प्रसंगी त्यांना अंतही नाही असं वाटतं. याची रॉबर्ट अन् मला जाणीव आहे. पण त्यांच्याकडे तुम्ही आव्हानं म्हणून बघावं आणि त्या सोडवून मोठं यश मिळवणं यासाठी आम्ही उत्तेजन देतो. लक्षात ठेवा, सोपं काहीच नसतं. पण काहीच नको असं कुणाला वाटतंय? तुमचा आर्थिक बुद्ध्यांक त्यापेक्षा जास्त आहे.

तुम्ही श्रीमंत व्हावं असं आम्हाला का वाटतं?

प्रकरण पाच

तुम्ही श्रीमंत व्हावं असं आम्हाला का वाटतं

रॉबर्ट यांचा दृष्टिकोन

जनरल मोटर्सचे तत्कालीन अध्यक्ष चार्ल्स विल्सन यांना १९५३ मध्ये संरक्षण मंत्री बनवण्यात आलं होतं. त्या वेळी त्यांना विचारलं की, 'जनरल मोटर्सवर दुष्परिणाम होईल, असे निर्णय ते घेऊ शकतील का?' या प्रश्नावर त्यांनी उत्तर दिलं की, 'ते असे निर्णय घेऊ शकतात. परंतु अशी काही परिस्थिती निर्माण होण्याची शक्यता वाटत नाही. कारण अनेक वर्षे झाली, मी मानतो की, जे देशासाठी चांगले आहे ते जनरल मोटर्ससाठी चांगले आहे. अन जे जनरल मोटर्ससाठी चांगले आहे ते देशासाठी योग्य आहे. त्या वेळेपासून जनरल मोटर्सच्या तत्कालीन अध्यक्षांचं म्हणणं वारंवार उद्धृत केलं आहे, 'जे जनरल मोटर्सला चांगलं, ते अमेरिकेसाठीही चांगलं.' वास्तविक यातून दिलेला संदेश अतिशय गुंतागुंतीचा आहे. त्यांना सांगायचं होतं अमेरिका आणि जनरल मोटर्स हे विशालकाय दिग्गज एकमेकांत गुंतलेले आहेत. हे तर आजही खरंच आहे; पण त्या काळाप्रमाणं नाही.

आज जनरल मोटर्स संकटात आहे आणि अमेरिकाही. जनरल मोटर्सच्या गाड्या जितक्या चांगल्या हव्या होत्या, तितक्या नाहीत. त्यामुळे लोकांच्या पसंतीस उतरत नाहीत. याशिवाय कंपनीचे व्यवस्थापन असंख्य समस्यांनी घेरलं आहे. आजच्या घडीला अमेरिकेप्रमाणेच भूतकाळाच्या यशाच्या जोरावर लडखडत वाटचाल करत आहे. आज निर्माण झालेल्या समस्या सोडविण्याऐवजी त्या उद्यावर ढकलत आहे.

जनरल मोटर्समधील व्यवस्थापन किती वाईट आहे, याचं एक उदाहरण इथं देण्यात आलं आहे. हे उदाहरण मेरी बफे यांच्या *'बफेटॉलॉजी'* या पुस्तकातून घेण्यात आलं आहे :

> 'जनरल मोटर्सने सन १९८५ ते १९९४ या काळात प्रति शेअर जवळपास १७.९२ डॉलर कमावले. ही गोष्ट कंपनीच्या अधिकृत नोंदीवरून सगळ्यांनाच समजू शकते. कंपनीने याकाळात जवळपास २०.६२ डॉलर लाभांश दिला. याच काळात कंपनीने भांडवली सुधारणांमध्ये प्रति शेअर जवळपास १०२.३९ डॉलर खर्च केले. ही आकडेवारी पाहिली की तुम्हाला, मला किंवा कुणालाही प्रश्न पडेल की कंपनीचे प्रति शेअर उत्पन्न १७.९२ डॉलर असतानाही त्यापेक्षा जास्त म्हणजे २०.६२

> डॉलर लाभांश कंपनीने कसा काय दिला? अतिरिक्त लाभांश देण्यासाठी २.६८ डॉलर कुठून आले? याशिवाय त्यांनी १०२.३४ डॉलर भांडवली सुधारणांवर कसे खर्च केले?'

जनरल मोटर्सने बाजारातील आपला किती हिस्सा गमावला, याची माहिती या उदाहरणामध्ये दिलेली नाही. तसेच कंपनीत काम न करणारे तरीही त्यांना पैसे दिले जातात, द्यावे लागतात अशा कर्मचाऱ्यांची संख्या किती, ही माहितीसुद्धा नाही. विशेष म्हणजे कर्मचाऱ्यांना दिल्या जाणाऱ्या वेतनात निवृत्ती योजना, वैद्यकीय भत्ता यांचा समावेश नाही. दुसऱ्या शब्दात सांगायचं झालं तर अमेरिकेप्रमाणेच, जगातील सर्वात मोठी चारचाकी गाड्यांची निर्मिती करणाऱ्या कंपनीचेही दिवाळं निघण्याच्या बेतात आहे. जनरल मोटर्ससाठी जे चांगलं-योग्य ते अमेरिकेसाठीही चांगलं आहे, परंतु आपण हा प्रचंड खर्च पेलू शकतो का?

जनरल मोटर्सच्या उदाहरणातील आकडेवारी समजण्यासाठी 'एमबीए' असण्याची गरज नाही. ज्याला बेरीज-वजाबाकी येते, अशा सहावीतल्या मुलालाही कंपनीच्या तोट्याचे गणित मांडता येईल. अन समजेलही. तुम्ही स्वत:लाच विचारा, 'जी कंपनी १७.९२ डॉलर एका शेअरमागे कमावते, ती भागधारकांना प्रति शेअर २०.६२ डॉलर लाभांश कसा देऊ शकते? अन् यानंतरही व्यवसाय कसा करू शकते? जर तुमच्या हातात १७.९२ डॉलर असतील तर तुम्ही २०.६२ डॉलर खर्च करू शकत नाही. असं १२ वर्षाचं मूलही तुम्हाला सांगू शकेल. १७.९२ डॉलर कमावून त्यावर १०२.३४ डॉलर खर्च करणं म्हणजे पैशाचं अत्यंत चुकीच्या पद्धतीनं व्यवस्थापन आहे. हा शहाणपणा नाही.

जनरल मोटर्सचा हा सगळा बेहिशेबी कारभार जगजाहीर असतानाही लाखो लोकं या कंपनीमध्ये गुंतवणूक करत आहेत. जनरल मोटर्सच्या भविष्यावर अनेक जणांनी आपला 'रिटायरमेंट'चा डाव लावला आहे. स्टॉक ब्रोकर्स आणि आर्थिक नियोजकांनी जनरल मोटर्समध्ये पैसे गुंतवण्याचा सल्ला दिला असल्यामुळं लोक आपली सगळी बचत या कंपनीत गुंतवत आहेत. आर्थिक सल्लागारांच्या मते जनरल मोटर्स ही कंपनी 'ब्ल्यू चिप' आहे. अन त्यामध्ये गुंतवणूक करणं चांगले आहे. परंतु आजच्या घटकेला अमेरिकेप्रमाणेच जनरल मोटर्स डबघाईला आली आहे. याकडे हे गुंतवणूकदार दुर्लक्ष करीत आहेत. याला काय शहाणपणा म्हणायचा की मूर्खपणा म्हणायचा? माझं या प्रश्नाला उत्तर आहे – 'आर्थिक शिक्षणाच्या अभावामुळं हे सर्व घडत आहे.'

या प्रश्नाचं उत्तर वॉरन बफे यांच्याजवळ पुढीलप्रमाणे असू शकतं. त्यांनी मागे म्हटलं होतं :

> 'विचार करून काहीही भलं होत नाही,' हे शिकवलं गेलेले, बिझिनेस स्कूलमधून बाहेर पडलेले हजारो (विद्यार्थी) पदरी असणं या गोष्टीची मला मोठीच मदत झाली.

जनरल मोटर्ससारख्या कंपनीत हजारो स्मार्ट लोक काम करत होते. तरीही त्यांनी आर्थिक

व्यवहारासंबंधी अतिशय मूर्खासारखे निर्णय कसे काय घेतले? या प्रश्नाचं उत्तर वॉरन बफे यांच्या उद्गारामध्ये दडलं आहे.

बफे यांनी असंही म्हटलं होतं :

> 'जर कॅलक्युलसची जरुरी पडणार असती तर मी पुन्हा पेपर टाकू लागलो असतो. मला कधी बीजगणिताची गरज वाटली नाही.'

त्यांच्या म्हणण्याचा अर्थ अगदी सरळ आहे की श्रीमंत बनवण्यासाठी फक्त 'कॉमनसेन्स'ची आवश्यकता आहे. मग साधं गणित येत असले तरी काम भागते.'

यावरून आणखी एक प्रश्न उत्पन्न होतो : 'ज्या कंपनीत सरळ साधं गणित न वापरता गोंधळ-गडबड करून हिशेब मांडला जातो, गणिते मांडली जातात, अशा कंपनीत गुंतवणूक करण्यासाठी किती शिक्षित लोकांना तयार केलं जाऊ शकते? या संदर्भात बफे यांचेच खालील उद्गार उपयुक्त वाटतात. बफे म्हणतात :

> 'जगात वॉल स्ट्रीट हे असे एकमेव स्थान आहे की तिथे जे लोक साध्या ट्रेनने प्रवास करत येतात, त्यांच्याकडे सल्ला मागायला लोक रोल्स रॉइस कारमधून येतात.'

संधी?

अलीकडेच वॉरन बफे पुन्हा एकदा बातम्यांत होते. जनरल मोटर्सबद्दलची रिच वॅगनरची मुलाखत त्यांना आवडली होती. पाठिंबा दर्शवण्यासाठी त्यांनी आपल्या मुलीला त्यांच्यासाठी कॅडिलॅक गाडी खरेदी करायला पाठवलं. यामुळे काही प्रश्न आणि अनेक अंदाजांना ऊत आला. ब्लॉगर्सनी भराभर टिप्पण्या टाकल्या.

- कॅडिलॅकची खरेदी म्हणजे वॉरन बफेंचं जी.एम. बद्दलचं मत बदललं आहे. जीएमचे शेअर्स खरीदी करण्याची हीच ती वेळ.
- जीएमच्या शेअर्सच्या किमती इतक्या घसरल्या आहेत की ते कॅडिलॅकच्या कमी किमतीचा फायदा घेत आहेत.
- जीएम संकटात असली तरी बफेंचा 'स्वदेशी खरेदी' वर विश्वास आहे.
- जीएमचा आर्थिक पाया भक्कम नसल्याची टीका वॉरन बफे करत आहेत. ते शेअर्स किमतीवर बारकाईने लक्ष ठेवून आहेत. म्हणजे योग्य वेळी झडप घालून ते कंपनी खरेदी करू शकतात.

तुम्हाला काय खरं वाटतं? कदाचित सर्व, कदाचित काही, कदाचित काहीच नाही. वॉरन बफेंनी कॅडिलॅक का घेतली याचा उहापोह करण्याऐवजी जीएमच्या आर्थिक स्थितीचं विश्लेषण तुमचं तुम्ही करा.

श्रीमंत अधिक श्रीमंत बनताहेत

या देशाच्या भविष्याविषयी डोनाल्ड आणि मला खूप चिंता वाटते. ज्याप्रमाणे जनरल मोटर्समध्ये गडबड आहे. अगदी त्याचप्रमाणे देशाच्या आर्थिक व्यवस्थेतही प्रचंड गडबड आहे, हे आम्हा दोघांनाही ठाऊक आहे. जनरल मोटर्सच्या पैशाचं चुकीचे व्यवस्थापन झाले. तसंच देशाच्या पैशाच्याही व्यवस्थापनातही प्रचंड चुका झाल्या. आकड्यांशी खेळ केला की, त्याचा फायदा श्रीमंतांना होतो, ते जास्त श्रीमंत बनतात. परंतु त्याची किंमत मात्र गरीब आणि मध्यमवर्गीय लोकांना चुकवावी लागते.

तुम्ही अलीकडच्या काळात डेट्रॉइट शहरात गेला असाल तर उजाड झालेलं शहर स्मशानवत दिसत असल्याचे तुम्हाला जाणवले असेल. शहर आणि तिथल्या कंपन्या अखेरचा श्वास घेत आहेत. ज्या वेळी कंपन्या बंद पडायला लागतात त्या वेळी रिअल इस्टेटचे दर घटतात. लोकांना आर्थिकदृष्ट्या फटका बसतोच त्याशिवाय इतर बाजूंनीही संकटं यायला लागतात. तर जनरल मोटर्ससाठी जे काही चांगलं आहे, ते अमेरिकेसाठीही चांगलं, असं मानलं तर डेट्रॉइट भावी अमेरिकेचे उदाहरण आहे का?

लाभार्थी मनोवृत्तीविषयी अधिक काही

अमेरिका अधिक तुष्ट झाली आहे, यावर डोनाल्ड आणि माझं एकमत आहे. म्हणजे लोक कष्ट करत नाही असं नव्हे. तुष्ट म्हणजे मला म्हणायचंय की, आपल्या समस्या सरकारने सोडवाव्या अशी लोकांची अपेक्षा होऊ लागली आहे. एक देश म्हणून आपण राजकारणी आणि नोकरशहांवर अतीच विश्वास ठेवू लागलो आहोत. आजचे अनेक प्रश्न सरकार सोडवू शकत नाही... कारण ते सरकारच्या शक्तीबाहेरचे आहेत. हे वैश्विक सत्य आहे.

लोकांची एक लाभार्थी मनोवृत्ती विकसित झाली आहे आणि ते कुठल्या ना कुठल्या सरकारी अनुदानाची अपेक्षा करतात. यात श्रीमंतही आले. कितीतरी मोठ्या कार्पोरेशन्सला सरकारने अनुदाने दिली अहेत. कितीतरी शेते व रँचेस सरकारी अनुदानाशिवाय टिकाव धरू शकल्या नसत्या. जेव्हा निवृत्तीवेतनाची गोष्ट निघते तेव्हा अमेरिकेचे अध्यक्ष, संसदसदस्य, लोकप्रतिनिधी सरकारकडून निवृत्तीलाभांची अपेक्षा करतात. मी गरिबांबद्दल बोलत नाहीये. खरं तर गरिबांपेक्षा श्रीमंतांकडेच सरकारी डॉलर्सचा जास्त ओघ आहे.

अलीकडेच व्हिएटनाम युद्धात पराक्रम गाजवणारे टॉप गनचे प्रशिक्षक, यूएस नाविक दलातील लढाऊ पायलट आणि सध्या यूएस संसदेचे सदस्य असलेल्या रँडाल कनिंगहॅम यांना लाच घेण्याबद्दल पकडून तुरुंगात धाडण्यात आलं. त्यांनी गुन्हा कबूल केला, त्यांना सजा झाली. पण संसदेकडून त्यांना निवृत्तीवेतनाचा धनादेश जातोच आहे. याशिवाय नौदलाकडून मिळणारं निवृत्तीवेतन वेगळंच. याचा अर्थ, तुम्ही जरी उमगलेले चोर असलात

तरी तुम्ही सरकारी अनुदानासाठी पात्र आहात. आपली सोशल सिक्युरिटी आणि मेडिकेअर योजना धोक्यात आहे. पण लाखो लोक त्या लाभांवर मदार ठेवून आहेत. अध्यक्ष बुश यांनी या योजनेचे खासगीकरण करून त्यात बदल मांडायचा प्रस्ताव आणला. तेव्हाच झालेल्या प्रचंड आणि तीव्र निषेधावरून हे दिसून येतं की या देशाला सरकारी अनुदाने, लाभ प्रिय आहेत.

वादळ

आमच्या समोरच्या आर्थिक समस्यांनी इतकं विक्राळ रूप धारण केलं आहे की त्यांना सोडवणं आता अमेरिकी सरकारच्या आवाक्याबाहेरचं आहे. उदाहरणार्थ – फेडरल रिझर्व्हने व्याजदरात वाढ किंवा कपात केली तर आमच्या आर्थिक समस्या सुटण्यास मदत होईल. इतकी साधी-सोपी गोष्ट आता राहिली नाही. तरीही अमेरिका आणि जगभरातील करोडो लोकांना फेडरल रिझर्व्हच्या बुद्धिमत्तेविषयी आदर आहे. फेडरल रिझर्व्हचे माजी अध्यक्ष ॲलन ग्रीनस्पॅन आणि विद्यमान अध्यक्ष बेन बेर्नान्के ज्या वेळी बोलतात, त्या वेळी सारी दुनिया लक्ष देऊन ऐकत असते. थोडक्यात काय, तर अमेरिकेची आर्थिक समस्या सुटण्याची शक्यता मावळली असून ती आता अवघ्या जगाची समस्या बनत चालली आहे. आर्थिक प्रश्नांनी देशाची सीमा ओलांडली आहे, त्यामुळे ते प्रश्न आमच्या नेत्यांच्याही नियंत्रणा बाहेर आहेत.

आपण काही समस्यांचा विचार करू आणि त्यांच्याशी तुमचा नेमका कसा, किती संबंध आहे, हेसुद्धा पाहू.

१. वाढती व्यापारी तूट : सन २००६ मध्ये अमेरिकेला ४२३ अब्ज डॉलर्स व्यापारी तूट होईल, असा अंदाज होता. याचा अर्थ देशात आपण जितकं उत्पादन करतो, त्यापेक्षा ४२३ अब्ज डॉलर्स जास्त उपभोग करतो. हेच अगदी छोट्या स्वरूपात असं म्हणता येईल की, एक कुटुंब महिन्याला ५,००० डॉलर्स कमावते आणि ६,००० डॉलर्स खर्च करते. म्हणजे या कुटुंबाला आर्थिक समस्या आहे. भविष्यात या प्रश्नातूनच नवा आर्थिक प्रश्न उत्पन्न होणार आहे, हे तुमच्या सहज लक्षात येईल.

२. वाढते अमेरिकी राष्ट्रीय कर्ज : ट्रेझरी खात्याच्या नोंदीनुसार वॉशिंग्टन (१७८९) पासून क्लिंटन (सन २०००) पर्यंत अमेरिकेच्या ४२ राष्ट्राध्यक्षांनी परदेशी सरकार आणि आर्थिक संस्थांकडून एकूण १.०१ हजार अब्ज डॉलर्स कर्ज घेतलं आहे. सन २००० ते २००५ या कालावधीत बुश यांच्या व्हाइट हाऊसने १.०५ हजार अब्ज डॉलर्सचे कर्ज घेतले आहे. हे कर्ज जुन्या सगळ्या शासनकर्त्यांनी मिळून घेतलेल्या कर्जापेक्षाही जास्त आहे.

आता आपण पुन्हा एकदा ५,००० डॉलर्स कमावणाऱ्या कुटुंबाकडं वळू या. यापैकी

काही कुटुंबांनी 'होम इक्विटी लोन' घेऊन आपली समस्या सोडवण्याचा प्रयत्न केला. तुम्ही टी.व्ही. वर एक जाहिरात पाहिली असेल, त्या जाहिरातीत विचारले आहे. क्रेडिट कार्डचे कर्ज उतरावे म्हणून होम इक्विटी लोन घेणे किती शहाणपणाचे आहे? असं कर्ज काढणं म्हणजे आजचा प्रश्न उद्यावर ढकलण्यासारखं आहे. याचंच हे एक छोटं उदाहरण आहे. आज राष्ट्राध्यक्ष आणि सरकार आर्थिक समस्यांवर अशाच तऱ्हेचा तोडगा काढत आहेत. कर्ज काढून आजची समस्या उद्यावर ढकलत आहेत. आपल्या भविष्यावर ते 'होम इक्विटी लोन' काढत आहेत. या प्रश्नातून आणखी नवा प्रश्न उत्पन्न होणार आहे.

३. डॉलरचे घटते मूल्य : सन १९७१ मध्ये डॉलरचे *खऱ्या पैशातून चलनामध्ये रूपांतर* केले. अमेरिकेतून सोनं खूप मोठ्या प्रमाणावर बाहेर जात होतं. १९७१ मध्ये अध्यक्ष निक्सन हा प्रश्न सोडवायचा प्रयत्न करीत होते – भरमसाठ सोनं देशाबाहेर चाललं होतं. सोनं का बाहेर जात होतं? या प्रश्नाचं उत्तर शोधताना आपल्याला पुन्हा एकदा क्रमांक 'एक'च्या प्रश्नाकडंच पाहावं लागेल. देशाची वाढती व्यापारी तूट! आपले लोक जपानी आणि युरोपीय बनावटीच्या वस्तू मोठ्या प्रमाणांवर खरेदी करत होते. आपण त्यांना जे विकत होतो आणि त्यांच्याकडून जे खरेदी करत होतो, त्यातील तफावत भरून काढण्यासाठी सोन्याचा वापर केला जात होता. डॉलरला सोन्याचं पाठबळ होतं. हा प्रश्न सोडविण्यासाठी निक्सन यांनी आपल्या डॉलरचं रूपांतर संपत्तीतून कर्जामध्ये केलं. आज अमेरिकेला असलेली व्यापारी तूट प्रचंड आहे आणि सोन्याचं पाठबळही आता नाही.

डॉलरला सोन्याचे पाठबळ देण्याऐवजी अमेरिका वाट्टेल तेवढ्या नोटा छापू शकते. (ज्याप्रमाणे लोक बँकेच्या खात्यामध्ये पैसे नसतानाही बिनधास्त क्रेडिट कार्डाचा वापर करतात किंवा चेक फाडतात. फरक इतकाच की, चेक वटला नाही तर तुम्हा-आम्हाला पकडून तुरुंगात टाकलं जाऊ शकतं).

वास्तविक सन १९७१ मध्ये भरमसाठ, वाट्टेल तितक्या नोटा छापून ही समस्या तात्पुरती सोडवावी अशी इच्छा अनेकांची होती, परंतु अत्याधिक उपभोगाची समस्या काही सुटली नाही .१९७१ मध्ये डॉलरचे रुपांतर केल्यामुळे जो दुष्परिणाम झाला, त्याची खूप मोठी किंमत आज आपल्याला चुकवावी लागत आहे. ही खूप मोठी समस्या बनली आहे.

सन १९९६ आणि २००६ या दहा वर्षांच्या काळात सोन्याच्या तुलनेत अमेरिकी डॉलरचे मूल्य कमी होऊन ते निम्मे झाले आहे. सन १९९६ मध्ये सोनं जवळपास २५० डॉलर प्रति औंस या दरानं विक्री होत होतं. दहा वर्षांनंतर २००६ मध्ये सोनं ६०० डॉलर प्रति औंस या दरानं विकलं जातंय. अगदी सोपं उदाहरण पाहा – जर तुम्ही १९९६ मध्ये बँकेत १,००० डॉलर्स जमा केले असते तर सन २००६ मध्ये त्यांचं मूल्य सोन्याच्या तुलनेत कमी झालेलं तुमच्या लक्षात येईल. याउलट जर तुम्ही १९९६ मध्ये १,००० डॉलर्सला चार

औंस सोनं खरेदी केलं असेल, तर आज त्याच सोन्याची किंमत २,४०० डॉलर्स झालेली तुमच्या लक्षात येईल.

१९७१ च्या परिवर्तनाचा अर्थ होता की बचत करणाऱ्या लोकांना नुकसान सहन करावे लागणार. आपला पैसा बँकेत सुरक्षित आहे, असं ज्या लोकांना वाटतं, त्यांचा फार मोठा पराभव झाला आहे. कारण पैशाचं मूल्य प्रचंड घटलं आहे. निश्चित उत्पन्न असणाऱ्या लोकांचे महागाईने कंबरडंच मोडणार आहे. सरकार या लोकांना सांगते की प्रश्न चलनवाढीचा आहे. वास्तविक ही समस्या अवमूल्यनाची आहे. परंतु सरकार असं कधीच स्पष्ट सांगत नाही. सरकार समस्या सोडवण्यासाठी जास्त नोटा छापत आहे. त्यामुळे डॉलरचं मूल्य घटत आहे. सन २०२० मध्ये एका ब्रेडच्या पुड्याची किंमत १२ डॉलरपर्यंत होऊ शकते. जर यदाकदाचित लोकांना पेन्शन मिळत असेल तर त्यामध्ये काही वाढ होणार नाही. वस्तूंच्या किंमती मात्र वाढलेल्या असणार. यातून नव्या समस्या जन्म घेणार आहेत.

> आमच्या समोरच्या आर्थिक समस्यांनी इतकं विक्राळ रूप धारण केलं आहे की त्यांना सोडवणं आता अमेरिकी सरकारच्या आवाक्याबाहेरचं आहे... थोडक्यात काय तर, अमेरिकेची आर्थिक समस्या सुटण्याची शक्यता मावळली असून ती आता अवघ्या जगाची समस्या बनत चालली आहे. आर्थिक प्रश्नांनी देशाची सीमा ओलांडली आहे, त्यामुळे ते प्रश्न आमच्या नेत्यांच्याही नियंत्रणाबाहेर आहेत.
>
> *- रॉबर्ट टी. कियोसाकी*

४. कफल्लक बेबीबूमर्स : आगामी काही वर्षांत 'बेबीबूमर्स' पिढीतील पहिले ७.५ कोटी निवृत्त होतील हे यापूर्वी बऱ्याच वेळा लिहिलं आहे. यापैकी बहुतांश लोकांकडे निवृत्तीनंतर चांगल्या पद्धतीने जगण्याइतका पैसा असणार नाही, त्यांनी केलेली बचत कमी पडेल. इथं ग्रेशॅमचा कायदा लागू होतो. ग्रेशॅमचा कायदा कोणत्या प्रकारचा पैसा येतो आणि जातो याविषयी आहे. म्हणजे जर पैसा चांगल्या मार्गाने बाजारात येत असेल तर फारसा प्रश्न निर्माण होत नाही. परंतु वाईट मार्गाने – काळ्याधंद्यातून प्रचंड पैसा बाजारात दाखल होतो आणि फिरत राहातो त्या वेळी चांगला पैसा लपून बसतो. संपूर्ण इतिहास पाहिला तर हे वारंवार झालं आहे. अगदी रोमन साम्राज्यातही झाल्याचे आढळून येते. १९६४ मध्ये अमेरिकेने खऱ्या – असली चांदीची नाणी चलनातून काढून घेतली आणि त्यांच्याजागी नकली चांदीची नाणी बाजारात आणण्यात आली. एकदम अचानक चांदीची नाणी व्यवहारातून अदृश्य झाली.

आपण जो पैसा बचत करतोय, तो 'असली' नाही असं वाटत असल्यामुळंही जाणून-बुजून लोकं बचत करत नसतील. आत्ता लोकांच्याकडे जेवढा लवकर पैसा येतो, तितक्याच वेगानं तो खर्च करण्याचा कल लोकांमध्ये अधिक आहे. पैशाचं मूल्य दिवसेंदिवस कमी होत चाललंय आहे. मग कशाला बचत करा, या वृत्तीमुळेही आज आपल्या देशात फक्त कर्जदार आहेत. अधिकांश मध्यमवर्गीय अमेरिकनांकडे बचत खात्यातील शिलकीपेक्षा होम इक्विटी आणि रिटायरमेंट अकाऊंटमध्ये जास्त पैसे असतात. अमेरिकी लोक जगातील इतर लोकांच्या तुलनेत खूप कमी बचत करतात. अमेरिकेचा बचत दर अतिशय कमी आहे. हाती कमी पैसे आणि पैसे मिळण्याच्या संधी कमी. अशा अवस्थेत लोकांचे सरासरी आयुष्यमान वाढले आहे, यामुळे आणखी समस्या निर्माण होत आहे.

५. लाभार्थी मानसिकता : आर्थिक प्रश्न असणाऱ्या लोकांची संख्या लाखो, करोडो आहे. त्यामुळे आपल्याला सरकार काही असं वाऱ्यावर सोडून देणार नाही. आपल्या देखभालीचा खर्च सरकार नक्कीच करेल, अशी भावना लोकांची आहे. महागाई आकाशाला भिडली आहे. अशा दिवसांत ज्यांच्याकडे पैसे नाहीत त्यांची देखभाल सरकार नाहीतर कोण करणार? असा या नागरिकांचा प्रश्न आहे.

आता या समस्येला आणखी काही काळ पुढे ढकलून चालणार नाही. सोशल सिक्युरिटीचे १० ट्रिलियन डॉलर्स आणि मेडिकेअरचे ६२ ट्रिलियन डॉलर्स कर्ज आहे. हे प्रचंड कर्ज उतरवण्यासाठी जास्तीत जास्त नोटा छापायच्या. हा एकमेव मार्ग स्वीकारल्याने आता अमेरिकेची अर्थव्यवस्था अधिकच गर्तेत गेली आहे. उत्पन्नापेक्षा जास्त खर्च, आपल्या आर्थिक मर्यादेपेक्षा जास्त उधार घेणं, आणि बेसुमार नोटा छापणं यामुळं आर्थिक दलदलीत अमेरिका फसली आहे, हे सगळं आर्थिक शिक्षणाच्या अभावामुळं झालं आहे.

६. तेलाच्या वाढत्या किंमती : आर्थिक विषयक शिक्षणाची कमतरता आणि तेलाच्या वाढत्या किंमती यांचा काही संबंध नाही. तरीही तेलाच्या किंमतीमुळे संपूर्ण अर्थव्यवस्थेलाच मोठा फरक पडतो. अति लोभ, स्वार्थ आणि आर्थिक दूरदृष्टी नसल्यामुळे तेलाच्या किमती वारेमाप वाढत आहेत. तेलाच्याऐवजी पर्यायी ऊर्जासाधनांचा वापर औद्योगिक गरजेच्या पूर्तीसाठी उपलब्ध आहे तरी आपण आत्तापर्यंत असा वापर केलेला नाही. हा एक प्रकारे अदूरदर्शीपणाच आहे.

तेलाच्या वाढत्या किंमतीमुळे पुन्हा एकदा जुन्या आर्थिक समस्यांनी डोकं वर काढायला सुरुवात केली आहे. लोकांच्या समस्या सोडविण्यासाठी अमेरिका आधी वाट्टेल तेवढे कर्ज घेऊ शकत होती. कारण देशाची अर्थव्यवस्था प्रगतीपथावर होती. अमेरिका सातत्याने प्रगती करत आहे, म्हणून इतर देश ही उधारी देण्यास मागे-पुढे पाहात नव्हते.

उलट अमेरिकेला उधारी देण्यास ते उत्सुकच होते. आता परिस्थिती पालटली आहे. इंधन, ऊर्जा यांची समस्या बिकट बनली आहे. महागड्या ऊर्जेमुळे अर्थव्यवस्थेचा विस्तार होण्याऐवजी ती संकुचित होत आहे. अमेरिकेची अर्थव्यवस्था अशीच संकुचित होत राहिली तर उधारी देणारे देश आपला हात आखडता घेऊ लागतील. अन उधारी मिळणे बंद झाले तर अमेरिकेने केलेले मोठमोठे वायदे कसे पूर्ण होणार? देशाचं प्रचंड कर्ज कसं फिटणार? या समस्या सुटूच शकत नाहीत. खेळातल्या पत्त्यांचा बंगला जसा हवेच्या छोट्याशा झुळुकेबरोबर खाली कोसळतो. तशीच अवस्था अमेरिकेच्या अर्थव्यवस्थेची होणार आहे.

७. श्रीमंतांना मिळणारी करसवलत : आपल्या सगळ्यांना 'सुवर्ण' नियमांविषयी माहिती आहेच. 'दुसऱ्यांशी नेहमी चांगलं वागावं, म्हणजे आपलं चांगल होतं' हा तो 'सुवर्ण' नियम नाही, तर ज्या व्यक्तीच्याजवळ सुवर्ण आहे, तो सुवर्ण नियम बनवणार. या सगळ्यात दुःखद गोष्ट अशी की, अमेरिकेतील गरीब आणि मध्यमवर्गाचे प्रतिनिधीच सरकारमध्ये नाहीत. त्यामुळे जे काही नियम-कायदे कानून बनवतात, ते आज श्रीमंत लोक बनवतात. त्यांना अनुकूल नियम बनत असल्यामुळे दिवसें दिवस श्रीमंत अधिक श्रीमंत होत आहेत.

दि. १७ मे २००६ रोजी *'एबीसी'* बातम्यांमध्ये नवीन कर सवलतीविषयी एक वृत्त प्रक्षेपित करण्यात आलं आहे. यामध्ये सांगितलं की :

> 'वॉशिंग्टनमधील विचारवंतांनी म्हणजेच एका पॉलिसी सेंटरला शोध लागला आहे, की त्यानुसार १.८ बिलियन डॉलर्सपेक्षा जास्त उत्पन्न कमावणाऱ्या ०.१ टक्का करदात्यांना सरासरी ८२,००० डॉलर्सचा परतावा मिळेल. २७ हजार ते ४७ हजार डॉलर्स यांच्या दरम्यान उत्पन्न असणाऱ्या मध्यमवर्गीय अमेरिकींना सरासरी २० डॉलर परत मिळतील.

छूमंतर अर्थशास्त्र की झिरपणारा परिणाम

एका अर्थसिद्धांतात, श्रीमंताच्या बाजूच्या करकायद्यांना उत्तेजन दिलं जातं. या अर्थनीतीनुसार श्रीमंतांना करसवलत मिळाली, तर त्यांच्याकडे जास्त पैसा येईल, ते मोठ्या प्रमाणावर गुंतवणूक करतील. यामुळे नोकरीच्या संधी वाढतील. नोकऱ्यांमुळे गरीब आणि मध्यमवर्गाकडे पैसे येतील म्हणजे झिरपण्याचा परिणाम साधेल. असा हा अर्थशास्त्रातील सिद्धांत – झिरपणारा परिणाम आहे. हा सिद्धांत म्हणून अगदी चांगला आहे. परंतु प्रत्यक्षात असं अपेक्षित घडत नाही. कारण पैसा श्रीमंताकडे पडून राहातो. अगदी थोडासाच पैसा झिरपतो.

श्रीमंतांकडं खूप पैसा आला की, अनेक वेळा स्थावर मालमत्तेच्या किंमती प्रचंड वाढतात.

या किमती का वाढतात? कारण जास्त पैसे देऊन मालमत्ता खरेदी करण्याची क्षमता त्यांची असते आणि यामुळेच ते अधिक श्रीमंत बनतात. जागांच्या किंमती वाढल्या की त्या गरीब किंवा मध्यमवर्गीयांच्या खरेदीच्या बाहेर जातात. स्थावर मालमत्तेच्या किंमती पाहा आणि ज्यानं आत्तापर्यंत घर खरेदी केलेलं नाही, अशा व्यक्तीला विचारा की, 'तो आपल्या स्वप्नातलं घर खरेदी करू शकतो का?' थोडक्यात काय तर अशा 'झिरपणाऱ्या' पैशातून स्वप्नातलं घर खरेदी करणं अवघड नाही, तर अशक्य आहे.

सारांश

डोनाल्ड ट्रम्प आणि मी एकत्र आलो कारण आपला देश चुकीच्या मार्गावर आहे आणि वेळ हातातून निसटून चालला आहे असं आम्हाला वाटतं. अधिक चांगलं घडण्याऐवजी गोष्टी अधिकाधिक वाईट होत आहेत – कारण फक्त आपण आपल्या आर्थिक समस्या सोडवत नाही आहोत तर पुढे आपल्या भावी पिढीवर ढकलत आहोत.

आपण जर अमेरिकेचे राष्ट्राध्यक्ष असतो तर काय केलं असतं, याविषयी डोनाल्ड ट्रम्प यांनी आपल्या *'द अमेरिका वुई डिझर्व्ह'* या पुस्तकात लिहिलं आहे. मला त्यांचे विचार खूप धाडसी आणि कल्पक वाटतात. ते चांगले, यशस्वी राष्ट्राध्यक्ष ठरतील. जर त्यांनी या पदाची निवडणूक लढवण्याचा निर्णय घेतला तर मी त्यांचा जोरदार प्रचार करेन.

व्यक्तिगत रूपात मी थोडा कमी आशावादी आहे. माझे वडील हवाई राज्याच्या लेफ्टनंट गव्हर्नरपदासाठी निवडणूक लढले होते आणि ते पराभूत झाले. या अनुभवामुळे राजकारणावरील माझा विश्वास कमी झाला. मला स्वत:ला आपण आर्थिक क्षेत्रातील तज्ज्ञ व्हावं, असं वाटते. व्यक्तिगत रूपाने आर्थिकदृष्ट्या जबाबदार बनलं की सरकारच्या गैरव्यवस्थापनाचे शिकार तरी आपण बनणार नाही. असं मला वाटतं.

सरकारला आपण बदलवू शकतो, असा विश्वास माझ्या वडिलांना होता. परंतु निवडणुकीतील त्यांच्या कटू पराभवामुळं मी ठरवलं की, आपण स्वत:च बदलायचं. कायद्यामध्ये बदल करण्याचा – म्हणजे करकायदे अधिक न्यायोचित करणे – प्रयत्न करण्यापेक्षा आपणच श्रीमंत बनायचं आणि सवलतीच्या करकायद्यांचा लाभ उठवण्याचा निर्णय मी घेतला. जर तुम्ही श्रीमंतांशी लढण्याऐवजी त्यांच्याच समूहात सहभागी होऊ इच्छित असाल. तर हे पुस्तक पुढं असंच वाचत राहा. हे पुस्तक तुमच्यासाठी लिहिलं आहे. परंतु तुम्ही जर सरकारला बदलवू इच्छित असाल तर मात्र हे पुस्तक कदाचित तुमच्यासाठी नाही.

नियम, कायदे यांना बदलण्याचा सर्वात सोपा मार्ग म्हणजे आपल्यापाशी भरपूर पैसा असला पाहिजे, असं मला आणि डोनाल्ड यांना वाटतं. जर तुमच्यापाशी पैसा असेल आणि तुमच्यापाशी जास्त शक्ती असेल, तर 'सुवर्ण' नियम लागू करण्याचा क्षमता तुमच्याकडे येईल. हा नियम आहे, 'तुम्ही स्वत:शी ज्या व्यवहाराची अपेक्षा करता, तसाच व्यवहार तुम्ही दुसऱ्यांशी करा.'

तुम्ही श्रीमंत व्हावं असं आम्हाला का वाटतं?

डोनाल्ड यांचा दृष्टिकोन

सर्वांत आधी नेमकं काय चाललं आहे, तुम्ही जाणून घेतलं पाहिजे. मग तुम्ही येथूनच पुढे जाऊ शकता. तुम्ही शिकून मग करण्याच्या दिशेने जाता. जर शिकायच्या आधीच काही केलं तर वाईट अनुभव येण्याची शक्यता आहे. शिक्षण घेणं म्हणजे एकापरीने गुंतवणूकच आहे. रॉबर्ट आणि मी अगदी सोप्या पद्धतीनं तुम्हाला शिकवण्याचा प्रयत्न करत आहोत.

कोणताही नियम, कायदा सुखावह कधीच नसतो. परंतु आपण जर कायदा-नियम बदलू शकण्याच्या स्थितीत नाही, तर मग हे नियम माहिती करून घेणंच हितावह असतं. उदाहरणार्थ, माझ्याकडं अनेक लोक येतात. जगातील सर्वांत चांगली इमारत बनविण्याचे विचार त्यांच्या डोक्यात असतात. पण नंतर मला समजतं की, 'झोनिंग'विषयी त्यांना काहीही माहीत नसते. न्यूयॉर्क सिटीच्या झोनिंगच्या नियमाविषयी ते अगदी अनभिज्ञ असतात. ही गोष्ट म्हणजे, तुम्ही दुनियेतील सर्वोत्कृष्ट जहाज बनवू इच्छित आहात परंतु जहाज बनवणाऱ्या कारखान्याविषयी 'अ'सुद्धा तुम्हाला माहीत नाही, अशीच झाली. जर तुम्हाला जहाज बनतं कसं हे माहीत नाही तर ते बंदराबाहेर समुद्रात कसं नेणार? अशा घटना नेहमीच घडतात. या वारंवार होणाऱ्या घटनांमुळे माझ्या मनात विचार येतो की, लोक किती चुकीच्या पद्धतीने विचार करतात. शिक्षणाने विचार करायला मदत करणं अपेक्षित असतं. कितीतरी लोकांच्यात, अगदी शिकलेल्या लोकांच्यातही विचारप्रक्रियेचा अभाव दिसून येतो.

रॉबर्ट आणि माझ्यामध्ये 'टापू' मानसिकता आहे. याचा अर्थ आपल्या क्षेत्राची, टापूची, बेटाची काळजी घ्यायची. ११ सप्टेंबरनंतर न्यूयॉर्कवासी एका सूत्रात बांधले गेले. मॅनहॅटन अचानक मोठ्या शहराऐवजी 'आमचा टापू' बनला. जिथं आम्ही राहात होतो ते फक्त एक मोठं, प्रसिद्ध शहर राहिलं नाही. ते आमचं घर बनलं. ११ सप्टेंबरच्या हल्ल्यानं हा टापू उद्ध्वस्त होऊ शकला नाही. उलट या घटनेने मॅनहॅटन अधिक शक्तिशाली आणि चांगलं बनलं. दहशतवाद्यांना जे अपेक्षित होतं ते काही घडलं नाही. म्हणजे ते अपयशीच ठरले, असं म्हणायला हरकत नाही.

एक जुनी म्हण आहे, 'माणूस म्हणजे बेट नाही' याचा अर्थ वेगवेगळ्या प्रकारे लावता येईल. परंतु माझ्यालेखी याचा अर्थ आहे, 'आम्ही सगळे एकत्रित आहोत.' ११ सप्टेंबरच्या घटनेनं हे सिद्धही झालं आहे. या पुढेही हीच भावना कायम राहील, अशी अपेक्षा आहे. वर्तमानातील आणि भविष्यातील आर्थिक प्रश्नांना सामोरं जाण्यासाठी आपल्या सर्वांना असं एकत्रित राहाण्याची गरज आहे.

हा जरा गंभीर विचार झाला. पण म्हणजे आपण गंमत करायची नाही असं नाही. मी तुम्हाला सांगतो, रॉबर्ट यांचा विचार जरा जास्त भव्य आहे. त्यांच्या मते सारं जग हे 'त्यांचं स्वतःचं बेट' आहे. पुस्तक विकायची गोष्ट येते, त्या वेळी हे अगदी बरोबर आहे. लोकांना

आर्थिक शिक्षण देण्याचा संकल्पही जगभर पोचला आहे, बरोबरच आहे. ही एक वैश्विक समस्या आहे, परंतु समस्येचं समाधान मात्र तुमच्या-माझ्यापासून सुरू होऊ शकते.

रॉबर्टचे विचार अगदी माझ्यासारखेच असल्यामुळे आम्हा दोघांची टीम खूप छान जमली आहे. रॉबर्ट यांना वाटतं, 'डोनाल्ड खूप श्रीमंत आहेत, आम्हा दोघांच्या आर्थिक स्तरामध्ये खूप अंतर आहे. ट्रम्प गगनचुंबी इमारती बनवतात. उलट मी फक्त दुमजली इमारती बनवतो.' हे रॉबर्ट वारंवार म्हणत असले तरी मला त्याविषयी काही वाटत नाही. रॉबर्टसुद्धा अतिशय यशस्वी आणि योग्य उद्योजक आहेत. त्यांचे चिंतन विश्वव्यापक आहे.

तुम्हाला कोणत्या गोष्टींमुळे प्रेरणा मिळते?

आता आपण काही महत्त्वपूर्ण गोष्टींकडे लक्ष केंद्रित करू. आपल्याला सगळ्यात महत्त्वाचं काय वाटतं? तुमचं कुटुंब? त्यांचं हित? त्यांचं आणि तुमचं भविष्य? या प्रश्नाचं उत्तर होकारार्थी असेल तर वाचण्यासाठी तुम्ही खूप योग्य पुस्तक निवडलं आहे. रॉबर्ट आणि माझ्यासाठी या गोष्टी महत्त्वपूर्ण आहेत. त्यासाठी आम्ही कोणत्याही मर्यादेपर्यंत जाऊ शकतो. म्हणजेच वाचक म्हणून तुम्ही आणि लेखक आम्ही दोघे- अशा तिघांमध्ये या गोष्टी समान आहेत. असं मला वाटतं.

आपल्या कुटुंबावर जर कोणतं संकट येण्याची चिन्हे दिसायला लागली तर आपण काय करतो? या संकटापासून आपलं कुटुंब कसं वाचेल याची तयारी आपण अनिष्टाची चाहूल लागताच करतो.

मला काही आर्थिक भयगंड पसरवायचा नाही. पण स्थिती आता चांगली राहिलेली नाही. संकटाची चाहूल लागत आहे. हेसुद्धा तुम्हाला सांगणं माझं काम आहे. आपण जे आर्थिक धोरण राबवलं आणि भविष्यात समस्या येऊ नये म्हणून संरक्षक कवच निर्माण केलं होतं, त्याची शकलं उडत आहेत. तुम्ही आज चकचकीत भव्य स्टोअर्समध्ये गाण्यांचा आनंद घेत खरेदी करता एवढंच नाही तर घरात आरामात बसून रात्री 'ऑनलाइन' खरेदी करता, याचा अर्थ अर्थव्यवस्था खूप चांगली आहे, असं अजिबात नाही. या आरामाच्या काळातचप्रलोभनामध्ये फसण्याची शक्यता जास्त असते. त्यामुळे तुम्ही अदूरदर्शी बनू नका.

रॉबर्ट यांनी काही मूळ प्रश्नांवर प्रकाश टाकला आहे, या समस्या आपल्या सगळ्यापुढं आहेत :

१) वाढती व्यापारी तूट
२) वाढते राष्ट्रीय कर्ज
३) डॉलरचे घटते मूल्य
४) कफल्लक बेबी बूमर्स
५) लाभार्थी मानसिकता

तुम्ही श्रीमंत व्हावं असं आम्हाला का वाटतं?

६) कच्च्या तेलाचे वाढते दर

७) श्रीमंतांना मिळणारी करसवलत.

यापैकी एखादा प्रश्नसुद्धा अवघ्या देशात आर्थिक वादळाचं संकट आणू शकतो. त्यामुळं आपलं भविष्य आर्थिकदृष्टया सुखरूप ठेवायचं असेल तर तुम्ही स्वत:ला आणि आपल्या कुटुंबाला आर्थिक शिक्षण देण्याची आवश्यकता आहे. शिक्षणामुळं तुम्हाला भविष्याची दृष्टी मिळते. त्यामुळे आगामी संकटांची चाहूल लागू शकते आणि समस्येचे रुपांतर संधीमध्ये कसं करायचं याचा विचार तुम्ही नक्कीच करू शकणार आहात. तूर्त, तुम्ही आर्थिक शिक्षण कसं घ्यायचं, याचा विचार करावा.

'जाहिरात युगाच्या आधी मी दुनिया बघू शकत होतो.' असं कोणीतरी म्हंटल्याचे मी ऐकलं होतं. म्हणजे जाहिरातींचा तुफान मारा, नेत्यांची खोटी आश्वासनं, प्रसार माध्यमांचा प्रचंड गोंधळ असं त्या वेळी काही नव्हतं. आत्ता या सगळ्यांच्या मोहजाळ्यात माणूस फसत चालला आहे. अवघ्या दुनियेची सगळी सूत्रे जाहिरात, प्रसार माध्यमं आणि नेत्यांच्या हाती गेली आहेत, जणू हे लोक सगळ्या क्षेत्रांतील 'विशेषज्ञ' बनले आहेत. परिणामी त्यांच्या नजरेनं दुनिया पाहिली जात आहे. प्रसार माध्यमं सर्वांत सशक्त आहेत. अगदी चांगल्या आणि वाईट या दोन्ही दृष्टीने माध्यम बलशाली आहे. त्यामुळं त्यांच्या दृष्टीनं न पाहाता आपण आपल्या 'नजरेनं' पाहिलं पाहिजे, शिकलं पाहिजे आणि विचार केला पाहिजे.

या ठिकाणी रॉबर्ट आणि मी तुमच्यासाठी विचार करू शकत नाही. पण आम्ही दोघांनी खूप चिंतन केलंय आणि आम्ही यशस्वीही झाली आहे, त्यामुळे आम्ही असं म्हणू शकतो, की क्षितिजावरच्या धुक्याचा पडदा अगदी थोडासा दूर करू शकतो आणि माध्यमांचा घोळही कमी करू शकतो.

तुमच्या नैसर्गिक प्रेरणा कोणत्या?

रॉबर्ट हवाईमध्ये लहानाचे मोठे झाले आहेत, ते उत्कृष्ट जलतरणपटू असावेत असं वाटतं. ते सर्फिंगही करत होते. आपण 'सर्फर'बरोबर मिळून पुस्तक लिहू असं कधी वाटलंही नव्हतं. त्यांच्या *'रिच डॅड्स प्रोफेसी'* या पुस्तकात एक वाक्य आहे, 'तुम्ही एखाद्या पुस्तकावरून पोहायला शिकू शकत नाही.' यानंतरचं वाक्य होतं, 'तुम्ही कोणत्याही पुस्तकावरून किंवा बिझिनेस स्कूलमधून व्यवसाय कसा करायचा हे शिकू शकत नाही.' थोडं वेगळ्या शब्दात सांगायचं झालं तर, 'प्रत्यक्ष अनुभवाला तोड नाही.'

या गोष्टीवरून मला प्रेरणांविषयी काही गोष्टी आठवताहेत. रॉबर्ट यांनी सागरावर एक वर्ष घालवलं आहे आणि यू.एस. मर्चंट मरीन ॲकॅडमीमधील प्रशिक्षणाच्या काळात त्यांनी जगभर भ्रमंती केली आहे. या काळात ते बदलत्या हवामानाचा अंदाज घेण्यास शिकले. काही काळानंतर आपलं सहावं इंद्रिय आपोआप जागृत होते आणि स्थिती कशी बदलणार आहे,

कोणतं रूप घेणार आहे, याचं चित्र तयार करायला लागतं. मला वाटतं की, त्यांनी या अंत:प्रेरणेच्या मदतीने आर्थिक भविष्यवाणीही समजून घेतली असावी. त्यांनी वर्तमानातील आर्थिकस्थितीला 'भावी वादळ' अशी संज्ञा दिली आहे. त्यांनी सूचित केलेली संकटस्थिती दुर्लक्ष करण्याजोगी नक्कीच नाही.

माझ्या जीवनाचा प्रारंभ बेसबॉलपासून झाला. बेसबॉलच्या खेळाडूंना सहाव्या इंद्रियाची फार जरूरी असते. हे इंद्रिय नसेल तर ते लिटिल लीगच्या पुढे जाऊच शकणार नाहीत. मी एक चांगला बेसबॉल खेळाडू होतो, हे बऱ्याच जणांना माहीत नाही. या खेळाच्या जोरावरच मला कॉलजमध्ये स्कॉलरशिप देऊ केली होती, नेमकं कसं खेळायचं, याचं मला चांगलं ज्ञान होतं.

हे ज्ञानच मी व्यवसायात वापरलं. अनेकदा सगळ्या परिस्थितीचा अंदाज घेतो आणि योग्य वेळ, संधी येण्याची वाट पाहात थांबतो, विचार करतो, 'चला सगळे बेस 'लोड' झालेत?' छान!

दुसरीकडं रॉबर्ट विचार करतात, 'आदर्श लाट? चला आता पुढं रेटू या. पण माजी 'सर्फर्स' कसा विचार करतात, कोण जाणे. मला कुणीतरी सांगितलं, माजी सर्फर वगैरे असं काही नसतं. सर्फर आयुष्यभर सर्फरच असतो.

आर्थिक बुद्ध्यांक

मी आणि रॉबर्ट यांनी आपल्या पुस्तकात 'आर्थिक बुद्ध्यांक'चा उहापोह केला आहे. काही दिवसांपूर्वी रॉबर्टच्या पत्नीने - किमने *'रिच वूमन'* या शीर्षकाचं पुस्तक लिहिलं आहे. तिचं हे पहिलं पुस्तक. किमने या पुस्तकाचे हस्तलिखित मला वाचायला दिले. मला ते पुस्तक इतकं आवडलं की, कौतुक करायचं म्हणून त्याचं जॅकेट पान मी लिहिलं. सगळ्या महिलांनी आपला आर्थिक बुद्ध्यांक वाढवावा. आपल्या खर्चासाठी पुरुषांवर अवलंबून राहू नये. असं किमचं लक्ष्य आहे. सगळ्या महिलांनी आणि पुरुषांनीही किमचं पुस्तक वाचलं पाहिजे, असा सल्ला मला द्यावासा वाटतोय.

आर्थिक बुदध्यांकाची प्रत्येकाची आपापली व्याख्या असते. परंतु हा 'जिवंत शब्द' आहे, त्याची व्याख्या सतत बदलत असते. माझ्यासाठी याचा अर्थ आहे. 'राष्ट्रीय आणि आंतरराष्ट्रीय समुद्रात आपल्या नावेची तरंगण्याची क्षमता, वर्तमानाच्या पुढे जाऊन भविष्यात डोकावून अंदाजाच्या आधारे निर्णय घेण्याची क्षमता हे काही सोपं काम नाही. यावर दररोज कष्ट घ्यावे लागतात. वर्तमानातील दुनियेत यशस्वी होण्यासाठी हे सगळं आणि एवढं तरी करणं आवश्यक आहे.

मला जास्त झोपेची गरज वाटत नाही. याबाबतीत मी भाग्यवान आहे. रात्री केवळ तीन-चार तासांची झोप मला पुरेशी असते. त्यामुळे रात्रीच्या उरलेल्या वेळात मी वाचन करतो. जगभरातील घटनांविषयी माहिती घेत असतो. ऐतिहासिक घटना समजून घेण्यासाठी पुस्तके वाचतो.

एखाद्या व्यक्तीला वाचण्यासाठी एका आठवड्यात २८ अतिरिक्त तास मिळत असतील,

तर खूप वाचन होऊ शकतं, हे तुमच्या लक्षात आलंच असेल. रॉबर्ट यांना सामूहिक अध्ययन आवडतं, हे मला ठाऊक आहे. जिथं लोक एकत्र जमून पुस्तकं वाचतात, अशा ठिकाणी रॉबर्ट यांना खूप ज्ञान मिळतं, सामूहिक अध्ययनाचा एक चांगला विचार आहे. परंतु मला हे शक्य नाही, कारण भल्या पहाटे, दिवसाची इतर कामे सुरू होण्याआधी खूप लवकर उठून काही तास मी पुस्तकं वाचतो. या वेळात पुस्तक वाचण्यास कोणी समूह पसंत करेल, असं मला वाटत नाही.

हे सगळं खूप गंभीर आहे.
पण याचा अर्थ हे
करताना आम्ही मजा
करू नये, असा नाही.

- डोनाल्ड जे. ट्रम्प

इतिहासाचं महत्त्व

इतिहासाचा अभ्यास करण्यावर मी जोर देतो. ज्ञान म्हणजे शक्ती आहे. प्राचीन साम्राज्यं, संस्कृती यांच्याकडून आपण खूप काही शिकू शकतो. इतिहासाच्या प्रवाहात खूप गोष्टी वाहून गेल्या आहेत. नष्ट झाल्या आहेत. तुम्हाला ओटोमन साम्राज्याचं स्मरण आहे? या राजानं किती काळ शासन केलं. त्याचं कसं आणि का पतन झालं ? या गोष्टी तुम्हाला ठाऊक आहेत? या गोष्टी तुम्ही माहीत करून घेतल्या पाहिजेत. कारण वर्तमानांतील अनेक घटनांचा संदर्भ, धागे-दोरे कुठंतरी इतिहासाशी जोडलेले असतात. त्यामुळं इतिहास जाणून घेणं आवश्यक आहे. थोडक्यात, आपल्याला ज्या गोष्टी माहीत नाहीत, त्यांचा कोणता ना कोणता प्रभाव आपल्यावर पडत असतो, हे लक्षात ठेवलं पाहिजे.

मी आणि रॉबर्ट इतिहासातले किडे आहोत. आम्ही दोघंही इतिहासाला मार्गदर्शक मानतो. आमच्यातली ही आणखी एक समानता. इतिहासातील चुका पुन्हा करण्यापेक्षा, त्यावरून काही बोध घेणं, धडा घेणं जास्त चांगलं, असं मला वाटतं. एक जुनी म्हण आहे, 'जे लोक इतिहासाकडून काही शिकत नाहीत, त्यांना चुका पुन्हा करण्याचा शाप लागतो.' आम्हा दोघांना हे अगदी खरं वाटतं, म्हणून आम्ही 'इतिहास शिकतो!' जर वर्तमान एकदम हरवून गेला तर तुम्ही याविषयी काय स्मरणात ठेवू इच्छिता?

माझ्या मनात दोन अवतरणे येतात. एक आहे - राल्फ वाल्डो इमर्सन यांचे, तर दुसरं अल्बर्ट आईन्स्टाईन यांचं आहे :

'जे आमच्या मागे पडलं आहे,
आणि जे आमच्या समोर ठाकलं आहे,
ते आमच्या आतल्या गोष्टींपेक्षा,
खूप खूप लहान आहे.'

- इमर्सन

'ज्या मेंदूमध्ये नवीन विचार जन्म घेतात
तो मेंदू कधीच आपल्या मूळच्या आकारात येत नाही.'

- अल्बर्ट आइन्स्टाईन

इमर्सनच्या अवतरणामुळं मी संतुष्ट बनण्यापासून रोखला जातो. कारण आणखी खूप काही शिकायचं आहे. खूप काही मिळवायचं आहे, याची सतत जाणीव माझ्या मनात जागरूक राहाते. तर आइन्स्टाईनच्या अवतरणामुळं खूप भव्य विचार करण्याची प्रेरणा मला सतत मिळते.या गोष्टी आणखी विस्तारपूर्वक सांगू शकतो, परंतु ही दोन्ही अवतरणं इतकी स्पष्ट आणि नेमकी आहेत की, त्याविषयी आणखी विस्तारित स्पष्टीकरण करण्याची आवश्यकता नाही. कोणतीही सरळ, स्पष्ट गोष्ट अधिक चांगली असं मला वाटतं, परंतु सरळ गोष्ट सोपी असतेच, असं अजिबात नाही. कोणत्याही गोष्टीचे सारांश, तथ्य स्पष्ट करायचं असेल तर वेळ आणि विचार या दोन्हीची गरज असते. आपल्याला महान तत्वचिंतकांची, आणि लेखकांची पुस्तकं वाचली पाहिजेत, या पुस्तकांतच तथ्य सापडतं.

तुम्ही आपल्या मुळांशी जाऊन विचार करा. आपण आज जे काही करतोय ते का बरं करतोय का? असा प्रश्न स्वत:लाच विचारा आणि उत्तराचा शोध घेण्याचा प्रयत्न करा. याचं उत्तर दुसरा कोणी देऊ शकणार नाही, म्हणून तुम्हीच स्वत:चा विचार करा! हे तुमच्यावर सोपवलेलं पहिलं काम!!

आम्ही तुम्हाला श्रीमंत का बनवू इच्छितो? हे मी आणि रॉबर्ट यांनी तुम्हाला सांगितलंच आहे. परंतु इथं आमची इच्छा महत्त्वाची नाही तर इथं तुम्हाला तुमच्यासाठी आणि तुमच्या कुटुंबासाठी काय पाहिजे, हे सर्वांत महत्त्वाचं आहे. तुम्ही श्रीमंत बनू इच्छिता का?

भाग दुसरा

गुंतवणुकदारांचे तीन प्रकार

या जगात तीन प्रकारचे गुंतवणूकदार असतात.

१. जे अजिबात गुंतवणूक करीत नाहीत असे.

२. जे हरायचं नाही म्हणून गुंतवणूक करतात ते.

३. जे जिंकण्यासाठी गुंतवणूक करतात असे.

जे लोक अजिबात गुंतवणूक करीत नाहीत, अशा लोकांची अपेक्षा असते की, सेवानिवृत्तीनंतर त्यांची देखभाल कुटुंबाने, कंपनीने किंवा सरकारने करावी.

जे लोक हरायचं नाही म्हणून गुंतवणूक करतात, ते त्यांना जे सुरक्षित वाटते त्या ठिकाणी पैसे गुंतवतात, बहुतांश गुंतवणूकदार याच श्रेणीत सोडतात. गुंतवणूक करताना या लोकांची मानसिकता बचत करण्याची असते.

जे लोक जिंकण्यासाठी गुंतवणूक करतात, ते जास्त अभ्यास, विचार करू इच्छित असतात. जास्त नियंत्रण ठेवून अधिकाधिक नफा कमाविण्यासाठी गुंतवणूक करतात.

गंमत म्हणजे, या तीनही प्रकारातील गुंतवणूकदार खूप श्रीमंत बनू शकतात. अगदी जे लोक आपली देखभाल दुसऱ्यांनी करावी, अशी आशा करणारे लोकसुद्धा श्रीमंत बनू शकतात. उदाहरणार्थ, अलीकडेच एक्सॉनचे सीईओ सेवानिवृत्त झाले. त्यांना कंपनीने अर्धा बिलियन डॉलर्स इतकी प्रचंड रक्कम देऊन निरोप दिला.

रॉबर्ट आणि डोनाल्ड दोघेही जिंकण्यासाठी गुंतवणूक करतात. जर तुम्हीसुद्धा जिंकण्यासाठी गुंतवणूक करू इच्छित असाल तर हे पुस्तक तुमच्यासाठीच आहे.

प्रकरण सहा

जिंकण्यासाठी गुंतवणूक करणे

रॉबर्ट यांचा दृष्टिकोन

माझी आणि डोनाल्ड यांची चिंता एकच आहे आणि तुम्ही श्रीमंत व्हावं असं आम्हा दोघांना वाटतं. मग आमचा उपाय आहे तरी काय?

एके दिवशी आम्ही डोनाल्डच्या कार्यालयात बसलो होतो. डोनाल्ड म्हणाले, 'मी जिंकण्यासाठी गुंतवणूक करतो, तुम्ही?' त्यांच्या या वाक्याने मूलभूत अंतर स्पष्ट झालं. ते आणि मी केवळ *जिंकण्यासाठी पैसे गुंतवतो.* परंतु इतर लोक *संभाव्य हार पत्करण्यापासून बचाव करण्यासाठी गुंतवणूक करतात.*

'पैसे वाचवा, कर्ज मुक्त व्हा आणि दीर्घमुदतीसाठी बचत करा (यामध्ये म्युच्युअल फंडात बचत केली जाते) आपले पैसे वेगवेगळ्या ठिकाणी गुंतवा.' या सल्ल्याविषयी आम्ही चर्चा केली. पैसे वाचवण्यावर आम्ही लक्ष केंद्रित करत नाही. खरं तर आम्ही दोघांनीही लाखो डॉलर्स गुंतवणूक कर्जात केली आहे; परंतु हे कर्ज 'चांगलं' आहे. आम्ही ते वेगवेगळं करत नाहीत. लोक ज्या संदर्भात 'डायव्हर्सिफाय' हा शब्द वापरतात, त्या संदर्भात आम्ही वापरत नाही. आम्ही दीर्घकाळासाठी गुंतवणूक करतो, परंतु आम्ही कधीच म्युच्युअल फंडात पैसे गुंतवत नाही. किमान मूलभूत गुंतवणुकीमध्येही पैसे गुंतवत नाही. का? कारण, आम्ही जिंकण्यासाठी गुंतवणूक करतो.

आर्थिक विषयांवर प्रसिद्ध इतर पुस्तकांपेक्षा आमची पुस्तकं वेगळी आणि लोकप्रिय का झाली. या विषयावर आम्ही चर्चा करत होतो. या चर्चेतून पुन्हा एकदा अंतर स्पष्ट झालं. मी म्हणालो, 'बहुतेक सगळे आर्थिक लेखक आपल्या वाचकांना सांगतात, *आपल्या उत्पन्नापेक्षा कमी खर्च करा,* रोज कापुचिनो न पिता, तेच पैसे बचत आणि म्युच्युअल फंडात गुंतवा, म्हणजे पुढे तुम्ही श्रीमंत व्हाल,' असाही सल्ला एका लेखकाने दिला. 'परंतु तुम्ही आणि मी असं कधीच सांगत नाही. उलट शानदार आयुष्य जगण्याचा सल्ला देतो. कारण थाटात राहायला कोणाला आवडणार नाही? यासाठी आपणच आपली चादर मोठी करायची असते. आपलं उत्पन्न वाढवायचं असतं. हे ज्या वेळी आपण लिहितो आणि शिकवतो त्या वेळी दुसऱ्यांना श्रीमंत बनण्यासाठी, चांगल्या जीवनाचा आनंद घेण्यासाठी प्रोत्साहन देत असतो.'

क्षणभर थांबून डोनाल्ड हसत म्हणाले, 'तुम्ही खरंच बोलताय, कोणालाही काटकसरीत, दरिद्र्यामध्ये जगावं असं वाटत नसतं. ज्या ज्या लोकांना मी ओळखतो ते सगळे जीवनाचा आनंद घेऊ इच्छितात. आपण सगळेच जीवनाचा आस्वाद घेत आहोत, आपण जिंकण्यासाठी खेळतोय आणि मुख्य म्हणजे जिंकतोच. तुम्ही जिंकता आणि जीवनाचा आनंद घेता. म्हणूनच तुमच्या आणि माझ्या पुस्तकांची तडाखेबंद विक्री होते. आपलं भाषण ऐकण्यासाठी प्रचंड गर्दी होते. लोक विजेत्यांना पसंत करतात.'

'बहुतेक आर्थिक सल्लागार लोकांना आपल्या उत्पन्नापेक्षा जास्त खर्च करू नका, सुरक्षित खेळा असा सल्ला देतात. गुंतवणूक करणं धोक्याचं आहे. त्यापेक्षा बचत करणं चांगलं तसेच आर्थिक जोखीम घेण्यापेक्षा बचाव करणं हितावह असे सल्ले देतात. परंतु हे विशेषज्ञ जिंकण्यावर लक्ष केंद्रित करत नाहीत. त्यांचं सगळं लक्ष *हार होण्यापासून आपला बचाव कसा करता येईल, यावर केंद्रित असतं.*' मी म्हणालो.

'यात फार मोठा फरक आहे.' डोनाल्ड म्हणाले.

मी मान हलवली. *'रिच डॅड पुअर डॅड'* प्रकाशित झाल्यावर अनेक पत्रकारांसह बऱ्याच लोकांनी म्हटलं की, माझे विचार धोका, जोखीम पत्करायला लावणारे आहेत. वास्तविक मला असं वाटतं की, बहुतांश लोक जे करत गेले तेच धोका पत्करायला लावणारे आहे. दुनियेत कुठंही जा, आज नोकरीची सुरक्षा दिवसेंदिवस कमी होत आहे. अशा अस्थिर शेअर बाजारातल्या चढउतारांमुळे भोळ्या भाबड्या गुंतवणुकदारांच्या खिशांतून करोडो डॉलर्स जातात. अशा दिवसात आर्थिक सुरक्षेसाठी शेअर बाजारावर भरवसा करणं म्हणजे वेडपटपणाची गोष्ट आहे. आमच्या शाळांमध्ये विद्यार्थ्यांना पैशाविषयी कवडीइतके शिकवले जात नाही. त्यामुळे शिक्षण पुरेसे आहे, असं म्हणणंही मोठं धाडसाचे वाटू लागलंय.

थोडं मागं वळून माझ्या जीवनातील घटनांकडे मी तटस्थतेने पाहू लागलो आणि विचार करू लागलो. आता फक्त जिंकण्यासाठीच पैशाची गुंतवणूक करायची या खेळात हरायचं नाही, असा निर्धार केला, तो क्षण मला आठवला.

डोनाल्ड म्हणाले, 'ज्या क्षेत्रात असंख्य लोक गुंतवणूक करतात तिथं आपण कधीच पैसे गुंतवत नाही, हे तुमच्या लक्षात आलं असेल. म्हणजेच अधिकांश लोकांना जिथं गुंतवणूक करणं सुरक्षित वाटतं, तिथं आपल्याला धोका वाटतो ही एक प्रकारे विसंगतीच नाही का?'

मी मान हलवली.

डोनाल्ड म्हणाले, 'तुम्ही अन् मी पैसे कमावणं म्हणजे एक खेळ मानतो, आपल्याला यात मजा येते, खेळातला आनंद आपण घेतो. काही वेळा नुकसान होतं; मान्य! परंतु बहुतेक वेळा आपण जिंकतोच. त्यामुळं पैशाचा, खेळाचा मनमुराद आनंद आपण लुटतो, ही एक वेगळीच गोष्ट आहे.'

तुम्ही श्रीमंत व्हावं असं आम्हाला का वाटतं?

'ही मजा आहे. म्हणून या खेळावर मनापासून प्रेम करतो.' मी म्हणालो.

'परंतु बरेचसे लोक 'पैसे कमावणे' याला खेळ मानत नाहीत. ते हा जीवनमरणाचा, हार-जितीचा प्रश्न बनवतात.' डोनाल्ड म्हणाले.

'पैशावर त्यांचं अस्तित्व अवलंबून असतं. त्यामुळं जगण्यासाठी त्यांना संघर्ष करावा लागतो. आपला पैसा बुडू नये, म्हणून त्यांना सतत जागरूक राहावं लागतं. म्हणूनच गुंतवणूक करणं म्हणजे धोका पत्करणं आहे, असं त्यांना वाटत असतं.' मी म्हणालो.

समोरच्या टेबलावर हलक्या हातानं टकटक करत डोनाल्ड म्हणाले, 'अशाच मन:स्थितीत ही माणसं धोकादायक गुंतवणूक करतात, हीसुद्धा एक आर्थिक शोकांतिकाच आहे.'

'पैसे गमावणे?' मी विचारलं.

'नाही, पैसे कमावण्यात रंगत न आणणं, जीवन मजेदार असलं पाहिजे. अन् लाखो लोक मजा करण्याऐवजी भीत-भीत जगत आहेत. शोकांतिका ही आहे.'

मी पुढं म्हणालो, 'यामुळंच ते खेळामध्ये सुरक्षित कसे राहू, याचाच विचार करत असतात. त्यांना जे मार्ग सुरक्षित वाटतात, तेथे गुंतवणूक करतात. धोका पत्करण्यापासून स्वत:ला दूर ठेवतात. नोकरी त्यांना सुरक्षित वाटते. त्यामुळे नोकरी करायची आणि ठराविक उत्पन्नामध्ये आपल्या गरजा भागवायच्या. लाखो लोक कर्जात आकंठ बुडालेले असतात. अर्थात त्यांचं कर्ज चांगलं नसतंच. त्यांना खरं तर मजा करायची असते. परंतु जिंकण्यासाठी कशी गुंतवणूक करायची, याचे ज्ञान त्यांना नसते. चांगल्या पद्धतीनं, ऐटीत जगण्यासाठी ते कर्ज मात्र घेतात, परंतु ते फेडण्यातच त्यांचे आयुष्य जाते.'

'अशा आयुष्यात कसलीही मजा नाही.' असं सांगून डोनाल्ड पुढं म्हणाले, 'तुम्ही अन् मी पैसे कमावण्याच्या खेळावर मनापासून प्रेम करतो. खेळणं चांगलं, मजेदार व्हावं म्हणून आपण शैक्षणिक गेम तयार केले. ज्या वेळी तुम्हाला एखादी गोष्ट करण्यात मजा वाटायला लागते, गंमत वाटते, त्या वेळी तुम्ही त्याविषयी अधिक शिक्षण घेता, सखोल ज्ञान घेता. सगळ्यांनाच जिंकावं असं वाटत असतं, परंतु खेळात बऱ्याचदा हारही पत्करावी लागते. *'पैसे वाचवा किंवा आपल्या उत्पन्नाच्या मर्यादेच्या आतच खर्च करा'* अशा नावाचा एखादा लोकप्रिय खेळ असेल, असं मला तरी वाटत नाही. असा काही खेळ तुम्ही पाहिलाय? कदाचित असेलही. परंतु आपल्या खेळाइतका तो लोकप्रिय नक्कीच असणार नाही. आपण जिंकण्यासाठी खेळतोय. अन् त्यात खूप मजा येते. जीवनाचा 'अर्थच' हा आहे.'

आमची मीटिंग संपली. अन् विचारचक्र सुरू झाले. लिफ्टपर्यंत पोचलो आणि ट्रम्प टॉवरच्या लॉबीमध्ये पोहचण्यासाठी बटण दाबलं. माझा मेंदू त्याहीपेक्षा वेगानं विचार करत होता. बहुतांश गुंतवणूकदार सुरक्षित राहून का खेळतात आणि हरण्यापासून वाचण्यासाठी गुंतवणूक का करतात? फारच थोडे लोक जिंकण्यासाठी गुंतवणूक करतात असे का? लिफ्टचा दरवाजा लॉबीमध्ये उघडला अन् एकदम माझ्या डोक्यात प्रश्न चमकून गेला. 'जिंकण्यासाठी

खेळणारी व्यक्ती आणि जुगारी या दोघांमध्ये नेमका कोणता फरक आहे?' 'आणि त्यांच्या जोखमीत काय फरक आहे?'

एव्हाना मी फिफ्थ ॲव्हेन्यूच्या पदपथापर्यंत पोहोचलो होतो. टॅक्सीला हात केला. थांबवली, या वेळी मला जाणवलं की; आपल्याला जे प्रश्न पडले आहेत, त्यांचीच उत्तर या पुस्तकात देण्याची गरज आहे. गुंतवणूक हे खूप मोठा धोका पत्करण्याचं काम आहे, असं लोकांना वाटत असल्यामुळे बहुतेक सगळे लोक हार होण्यापासून बचाव करण्यासाठी गुंतवणूक करतात. काही जणांच्या मते तर जास्त लाभ कमवायचा असेल तर जास्त जोखीम उचलण्याची तयारी केली पाहिजे. वास्तविक सत्य अगदी याच्या विरुद्ध आहे.

पैशाचा ९०/१० चा नियम

टॅक्सीमध्ये बसत असतानाच मला पैशाचा ९०/१० चा नियम आठवला. माझ्या श्रीमंत वडिलांनी खूप वर्षांपूर्वी हा नियम मला शिकवलाय (याविषयी माझ्या इतर पुस्तकांतही लिहिलं आहेच). आपल्यापैकी बऱ्याच लोकांना ८०/२० चा नियम माहीत असेल. परंतु ९०/१० चा नियम खास करून पैशाच्याबाबतीत लागू होतो. अगदी सोप्या भाषेत सांगायचं झालं तर पैशाच्या खेळात १० टक्के लोक ९० टक्के पैसा कमावतात. उदाहरणार्थ, गोल्फमध्ये १० टक्के व्यावसायिक खेळाडू ९० टक्के पैसा कमावतात आणि बाकीचे ९० टक्के खेळाडू राहिलेल्या १० टक्के पैशाचे भागीदार बनतात.

९०/१० च्या नियमावर माझा खूप विश्वास आहे (खरं तर या नियमाला शास्त्रीय बैठक नाही, की कुणी हा सिद्ध केलाय असंही नाही). १० टक्के अमेरिकी लोक ९० टक्के संपत्तीचे मालक आहेत. आपणा सगळ्यांना ठाऊक आहेच, रिअल इस्टेट गुंतवणूकदारांच्या क्षेत्रातही अशीच परिस्थिती आहे. ९० टक्के संपत्ती १० टक्के लोकांच्या हातात आहे. एवढंच नाही तर या निवडक १० टक्के लोकांपैकीही सगळ्यात जास्त संपत्ती शिखरावरच्या एक टक्का व्यक्तींच्या हातात असते.

व्यवसायाची निवड करताना ९०/१० चा नियम मला खूप उपयुक्त ठरला. उदाहरण - गोल्फमध्ये शिखराच्या १० टक्के लोकांमध्ये आपण जाऊ शकणार नाही, असं मला वाटत होतं, म्हणून मी गोल्फ हे करिअर बनवलं नाही, माझ्याकडं गोल्फची प्रतिभा नाही आणि इच्छाही नाही. तुम्ही कधी मी गाताना ऐकलं असेल तर मी गायन क्षेत्रात करिअर न करण्याचा निर्णय का घेतला हे तुमच्या लक्षात येईल. ज्या वेळी मी *'रिच डॅड पुअर डॅड'* हे पुस्तक लिहिण्याचा निर्णय घेतला आणि आपला बोर्ड गेम कॅशफ्लो बनवला, त्या वेळी हे पुस्तक आणि खेळसुद्धा खूप लोकप्रिय, यशस्वी होणार याची मला शंभर टक्के खात्री होती. वास्तविक यापूर्वी मी कधी चांगलं म्हणता येईल, असं लेखन केलं नव्हतं की शैक्षणिक बोर्डगेम बनवले नव्हते. परंतु इच्छा मात्र होती. मला काहीतरी चांगलं करायचं होतं. लोकांना शिकवावं असं वाटत होतं आणि स्वत: जिंकावं, असंही खूप वाटत होतं.

तुम्ही श्रीमंत व्हावं असं आम्हाला का वाटतं?

> बहुतेक लोक पराभवापासून
> बचाव म्हणून गुंतवणूक करतात.
> त्यांच्या मते गुंतवणूक करणं
> खूप जोखमीचं काम आहे.
> जास्त नफा म्हणजे जास्त धोका
> असंही अनेकांना वाटतं,
> परंतु सत्य अगदी विपरीत आहे.
>
> *- रॉबर्ट टी. कियोसाकी*

'रिच डॅड पुअर डॅड' आणि माझा बोर्डगेम आंतरराष्ट्रीय स्तरावर लोकप्रिय झाल्यामुळेच डोनाल्ड ट्रम्प माझ्याबरोबर पुस्तक लिहिण्यास तयार झाले असावेत, असं मला वाटतं. माझ्याकडं जगभरात लाखो डॉलर्सची इस्टेट आहे आणि रिअल इस्टेटच्या व्यवसायात त्यांच्याप्रमाणेच आंतरराष्ट्रीय कीर्ती मिळवली आहे. यशस्वी झालो आहे, म्हणून ते माझ्याबरोबर पुस्तक लिहिताहेत, असं अजिबात नाही. या क्षेत्रात, व्यवसायात मी विजेता आहे, पण वरच्या १० टक्क्यांमध्ये नाही. परंतु डोनाल्ड ट्रम्प मात्र या दहा टक्क्यांपैकी आहेत. लेखकाच्या रूपात मात्र वरच्या दहा टक्क्यांमध्ये माझा नक्कीच समावेश आहे. *'न्यूयॉर्क टाइम्स'*च्या बेस्ट सेलरच्या यादीत *'रिच डॅड पुअर डॅड'* ने सर्वाधिक दीर्घ काळ तिसरं स्थान कायम राखलं आहे.जी व्यक्ती हायस्कूलमध्ये दोन वेळा इंग्रजी विषयात नापास झाली आहे, त्याच व्यक्तीचं पुस्तक बेस्ट सेलरच्या यादीत सर्वात जास्त काळ रहावं, ही गोष्ट अप्रूपच मानावी लागेल.

जिंकण्यासाठी खेळतात डोनाल्ड ट्रम्प

ॲरिझोनातील फिनिक्स शहरात मी राहातो. इथं डोनाल्ड येणार आहेत, एवढ्याच बातमीनं जणू खळबळ उडाली. ट्रम्प आणि त्यांचे सहकारी कॅमल बॅक रोड वर २४व्या आणि ३२व्या स्ट्रीटच्यामध्ये एक गंगनचुंबी इमारत बनवू इच्छितात. हा फिनिक्समध्ये सगळ्यात चांगला 'प्राइम' भाग आहे. २४व्या आणि ३२व्या रस्त्यांच्या मधली जागा म्हणजे मोनोपॉली खेळातील बोर्डवॉक आणि पार्क प्लेससारखी आहे. कॅमल बॅक रोडवरील सगळ्यात उंच इमारत बनविण्याची इच्छा डोनाल्ड यांची होती. परंतु इथं विशिष्ट उंचीची मर्यादा आहे.

या विषयीचा वाद बरीच वर्षं सुरू राहिला, सर्वांत मध्यवर्ती जागेवर सगळ्यात उंच इमारत बनवण्याची परवानगी डोनाल्ड ट्रम्प यांना द्यावी की नाही, याची चर्चा संपूर्ण शहरभर सुरू होती. या वादात डोनाल्ड यांचाच विजय व्हावा, असं मला आणि माझ्या पत्नीला वाटत होतं, का तर २४व्या आणि ३२व्या रस्त्यांच्यामध्ये आणि त्या क्षेत्राच्या आजूबाजूला रहिवासी भागात आणि व्यावसायिक पट्ट्यात आमचीही थोडी जमीन आहे. जर डोनाल्ड ट्रम्प जिंकले तर आम्ही पण जिंकणार.

या परिसरात डोनाल्ड ट्रम्प यांना सर्वात उंच इमारत बनवू द्यावी की नाही या मुद्यावर

सन २००५ मध्ये या भागातील रहिवाशांनी मतदान केले. नंतर मतमोजणी झाली. या निकालावरून असं लक्षात आलं की फिनिक्सच्या लोकांचा डोनाल्ड ट्रम्प यांच्या उंच इमारतीला आक्षेप नाही. परंतु डोनाल्ड यांना जितकी उंच इमारत हवी आहे, तेवढी उंच इमारत इथल्या लोकांना नको आहे. त्यानंतर डोनाल्ड यांनी ती सर्व योजनाच रद्द केली.

या पुस्तकाच्या निमित्ताने झालेल्या एका भेटीत त्यांना फिनिक्समधील मतदानाविषयी विचारलं. ते अगदी स्थिरचित्त वाटले. 'जर मी सर्वात उंच आणि सगळ्यात चांगली सुंदर इमारत बनवू शकणार नाही, तर तिथं इमारत बनवण्यात मला अजिबात रस नाही.' असं सांगून त्यांनी मला दुबईत काम सुरू असलेल्या एक अतिभव्य इमारतीचा प्रकल्प दाखवला आणि गर्वाने म्हणाले, 'या दुसऱ्या कामात मी पूर्ण गुंतून गेलो आहे, फिनिक्समधील मतदानामुळं विचलित होण्याचं काय कारण?'

फिफ्थ अॅव्हेन्यू हॉटेलच्या दिशेनं माझी टॅक्सी जात असताना या पुस्तकाची नेमकी रूपरेखा माझ्या डोळ्यासमोर स्पष्ट झाली. पुस्तकाची प्रतिमाच नजरेपुढं आली, असं म्हणता येईल. जीवनात होणाऱ्या पराभवापासून कसा बचाव करायचा यापेक्षा जीवनातला आनंद कसा उपभोगायचा याविषयावरील हे पुस्तक आहे. उत्पन्नापेक्षा खर्च कमी करा, कापुचिनो घेताना मिळणाऱ्या आनंदावर पाणी सोडा, असं सांगण्यापेक्षा आपल्या सुंदर स्वप्नांप्रमाणे कसं जगायचं, हे यामध्ये सांगितलं आहे.

या वर्षाच्या प्रारंभी मला एका पत्रकारानं प्रश्न केला होता, 'या वर्षासाठी आपण काही उद्दिष्ट, लक्ष्य निश्चित केलंय का?'

यावर माझं उत्तर होतं, 'नाही, असं काही निश्चित केलं नाही.'

'का नाही? तुम्ही तर आपल्या पुस्तकात 'लक्ष्य, उद्दिष्ट निश्चित करा, याचं महत्त्व' याविषयी जोर देता.' टॅक्सी हॉटेलजवळ पोहोचली त्या वेळी या प्रश्नोत्तरांविषयी मी विचार करत होतो.

त्या वेळी त्या पत्रकाराला उत्तर देताना म्हणालो, 'होय, लक्ष्य निश्चित करणं खूप महत्त्वपूर्ण आहे, परंतु जीवनाच्या या टप्प्यावर कोणत्या गोष्टीची इच्छा धरायची, हेच समजेनासं झालंय, ही माझी खरी समस्या आहे. माझ्याकडं फक्त पुरेसा नाही तर चिक्कार म्हणता येईल, इतका पैसा आहे. माझं वैवाहिक जीवन अत्यंत सुखी आहे, मी करतो त्या कामावर माझं मनापासून प्रेम आहे. माझं आरोग्य उत्तम आहे आणि सर्वात महत्त्वाचं म्हणजे जितकी अपेक्षा होती, त्यापेक्षा कितीतरी पट जास्त यश मिळालं आहे. माझं जे सर्वांत चांगलं स्वप्न होतं, त्यापेक्षा खूप काही जास्त मिळाले आहे. माझी पुस्तकं आंतरराष्ट्रीय स्तरावर 'बेस्ट सेलर' बनली आहेत. *'द ओप्रा'* शोमध्ये माझी मुलाखत घेतली गेली. आता डोनाल्ड ट्रम्प यांच्याबरोबर पुस्तक लिहीत आहे. माझ्या सहकाऱ्यांवर माझं खूप प्रेम आहे. आता आपल्याला आणखी काय हवंय. नेमकं हेच हवं, अशी कोणती इच्छा धरावी, हेच मला उमजत नाही.'

पत्रकारानं पुढं विचारलं, 'तर मग आता तुम्ही काय करणार?'

तुम्ही श्रीमंत व्हावं असं आम्हाला का वाटतं?

मी उतरलो, 'आपण आणखी मोठी, भव्य-दिव्य स्वप्नं पाहावीत असं आता मला वाटू लागलं आहे.'

टॅक्सी हॉटेलसमोर थांबली. टॅक्सीचं भाडं चुकवत असताना, माझ्या डोक्यात विचार आला, आता आपण सगळ्यात भव्य स्वप्न पाहिलं पाहिजे... परंतु हे सगळं कधी घडतं? जर तुम्ही इतकं सगळं मिळविण्याची हिम्मत दाखवली असेल तरच आता काही करायला शिल्लक नाही म्हणून; आहे त्यापेक्षा भव्य स्वप्न पाहाता येतं.

डोनाल्ड यांचा दृष्टिकोन

विजेते!

९०/१० या नियमाविषयी मला आधीपासूनच ठाऊक आहे. रॉबर्टमुळं पुन्हा एकदा या नियमाची आठवण झाली. जर आपण या नियमांकडं लक्ष दिलं नाही, तर हेच प्रमाण ९५/०५ किंवा ९९/०१ असं बनू शकतं. देशातील एक टक्का लोक ९९ टक्के संपत्तीचे मालक असतील, अशी वेळही येऊ शकते. परंतु कोणीही विजेता असं होऊ देणार नाही, याची मला खात्री आहे आणि यात तुम्हीही आलातच.

स्वप्न पाहाणं खूप महत्त्वाचं आहे. 'कोणाही मनुष्याची विचारशक्ती त्याच्या वास्तवापासून खूप लांबपर्यंत पोचण्याची आवश्यकता आहे.' असं रॉबर्ट ब्राउनिंग यांनी म्हटलं आहे, अन् मला ते खरोखरीच पटतं. असं पुढचं पाहाण्याच्या दूरदृष्टीमुळेच तर आपण पुढे जाऊ शकतो. मला तर वाटतं, 'जर तुमचं सत्य-वास्तव हे स्वप्नापासून सुरू होत असेल तर तुमची स्वप्नंच वास्तवात येतील.'

हे सगळं असंच का? जर आपण स्वप्नं पाहिली नाहीत, तर आपल्याला मन मारून जगावं लागेल. कोणालाच असं मेल्या मनानं जगावं असं वाटणार नाही. 'मला बेरोजगार बनायचंय असं एखादा मुलगा म्हणतोय, असं तुम्ही कधी ऐकलंय?' सर्वसाधारणपणे, 'मला राष्ट्रपती बनायचंय', 'अंतराळवीर बनण्याची माझी इच्छा आहे', 'मला इंजिनिअर बनायचंय', 'मला डॉक्टर व्हायचंय' अशी वाक्यं मुलांच्या तोंडी असतात, आपण ती नेहमीच ऐकता, हे सगळे व्यवसाय चांगले आणि कठोर परिश्रमाचे आहेत. प्रत्येक युवकाचं असंच काहीना काही बनण्याचं, होण्याचं स्वप्न असतं. अशीच महत्त्वाकांक्षा आणि स्वप्नं प्रत्येकाची असली पाहिजेत.

जे मनानं तरुण असतात त्यांचं लक्ष्य मोठं असतं. त्यांच्यामध्ये उत्साह असतो आणि अशीच मनानं टवटवीत, उत्साहित लोकं आपलं लक्ष्य साधण्यासाठी योजना तयार करतात. त्या साकार करतात आणि विजेता बनतात. काही जणांची स्वप्नं खूप मोठी असतात. अगदी आकाशाला गवसणी घालणारी स्वप्नं बऱ्याचदा सत्यात उतरत नाहीत. पण अगदी स्वप्नं

नसण्यापेक्षा तर खूप मोठी स्वप्नं असणं चांगलं, असं मला वाटतं. कारण स्वप्न नसेल तर कशावर आपण ध्यान केंद्रित करणार आणि काय साकार करणार? म्हणून स्वप्नं असलीच पाहिजेत.

जिंकण्यात हटवादीपणाचा खूप मोठा भाग असतो. जे लोक खूप लवकर हार पत्करतात, ते अयशस्वी होतात. तुम्ही हे पुस्तक वाचत आहात म्हणजे हार मानणाऱ्या जमातीत तुम्ही मोडत नाही. माझे वडील एका मुलाची गोष्ट सांगत असत. या मुलाला सोडा खूप आवडत होता. म्हणून त्यानं सोड्याचा व्यवसाय सुरू केला. एक शीतपेय बनवलं आणि बाजारात आणलं. या शीतपेयाचं नाव होत '३-अप'. उत्पादन अयशस्वी ठरलं. लोकांनी स्वीकारले नाही. त्यानं वेगळ्या प्रकारचा सोडा तयार केला आणि ते शीतपेय बाजारात आणलं. अपयशाची पुनरावृत्ती झालं. हे उत्पादनही अयशस्वी ठरलं. या नव्या उत्पादनाचं नाव '४-अप' होतं. अजूनही मुलानं माघार घेतली नाही. '५-अप' नावानं एक वेगळंच शीतपेय बाजारात आणलं. यासाठी खूप कष्ट घेतले. तरीही लोकांनी हे पेय स्वीकारलं नाही. आता नवीन मिश्रणाचे '६अप' हे उत्पाादन बाजारात आणलं. हे उत्पादनही ग्राहकांनी नाकारलं. अखेर त्या मुलानं हार मानली.

काही वर्षांनी कोणीतरी एक बिझिनेसमन आला, त्यानं सोड्याचं शीतपेय तयार केलं आणि नाव दिलं '७-अप!', आश्चर्य म्हणजे '७-अप' लोकप्रिय झालं. ही गोष्ट डॅडी आपल्याला वारंवार का सांगतात, हे लहानपणी माझ्या अजिबात लक्षात आलं नाही. परंतु मी जसजसा मोठा होत गेलो आणि डॅडींकडूनसारखी '७-अप'च्या यशाची आणि त्या अपयशी मुलाची गोष्ट ऐकू लागलो; तसतसं मला डॅडींचा हेतू समजला. 'तुम्ही कधी हार मानू नका.' हा धडा मला शिकवण्यासाठी डॅडी ती गोष्ट सांगत होते. मी ही गोष्ट कधीच विसरलो नाही आणि कधी हार मानली नाही. जर गरज असेल तर आपण हीच गोष्ट वारंवार स्वतःलाच सांगितली पाहिजे. यामुळं आपल्यातील विजेता अगदी मजबूत बनेल, असं मला वाटतं.

जिंकण्याची आणखी एक आवश्यक गोष्ट म्हणजे 'जिंकण्याची मनोवृत्ती!'. मी लोकांना सांगतो, तुम्ही स्वतःला पाहा. सकारात्मक विचार करण्याची पद्धत खूप महत्त्वाची आहे. सकारात्मक विचारांमध्ये अमर्याद शक्ती असते. तुमचा स्वभाव संकोची असेल किंवा तुम्ही सगळ्यांशी मिळून-मिसळून वागणारे असाल; जिंकण्यासाठी तुमच्याकडे सकारात्मक दृष्टिकोन असणं महत्त्वाचं आहे. अशा चांगल्या दृष्टिकोनामुळंच अनेक अवघड प्रसंगातून तुम्ही वाट काढू शकता. सकारात्मक दृष्टिकोन ठेवला तर तुम्ही फार लवकर यशोशिखर गाठू शकणार आहे.

एक काळ असा होता की, मी कर्जात पूर्णपणे बुडलो होतो. परंतु अशाच संकटाच्या वेळी जिद्द ठेवली आणि हार मानायची नाही, असं स्वतःला बजावत राहिलो. नकारात्मक विचार आपल्या मनात येऊ द्यायचेच नाहीत, असा निर्धार मनानं केला. समस्येतून बाहेर येण्यासाठी जे मार्ग आहेत, त्यावर मी लक्ष केंद्रित केलं. आपण या परिस्थितीतूनही नक्कीच बाहेर पडणार

आहोत, एवढेच नाही तर पहिल्यापेक्षा जास्त यशस्वी होणार आहोत, अशी ग्वाही सतत मनाला देत राहिलो आणि अगदी तरसंच झालं. मोठमोठ्या वर्तमानपत्रांतून माझं दिवाळं वाजल्याच्या बातम्या प्रसिद्ध होत होत्या. परंतु मी स्वत:ला कधीच दिवाळखोर मानलं नाही. माझं सगळं लक्ष वर्तमानातील वाईट परिस्थितीपेक्षा स्वप्नातील सुस्थितीवर केंद्रित केलं होतं. अन् अखेर मी जिंकलो.

असा विजेता बनण्याचा हटवादीपणा तुमच्यामध्ये आहे? तरच तुम्ही जिंकण्यासाठी गुंतवणूक करू शकता! हा काही परदेश नाही आणि जिंकणाऱ्या गुंतवणूकदारांच्यामध्ये सहभागी होण्यासाठी तुम्हाला कोणत्या पासपोर्ट किंवा व्हिसा यांची आवश्यकता असणार नाही. बरेच लोक स्वत:बद्दल बोलत असतात की, 'मी जिद्दी आहे.' परंतु हे लोक खरोखरीच जिद्द दाखवतात, असं मला नाही वाटत. स्वत:ला जिद्दी म्हणवणारे लोक, आवश्यक तेवढी क्षमताही वापरत नाहीत. तसेच गुंतवणुकीविषयी काही शिकण्याचे सामर्थ्यही दाखवत नाहीत. असं माझ्या लक्षात आलं आहे. त्यामुळंच रॉबर्ट म्हणतात त्याप्रमाणे, जीवनातल्या खूप मोठ्या आनंदापासून ते वंचित राहतात. चांगले भविष्य घडवू शकत नाहीत.'

शिक्षणापेक्षा अज्ञान फार महागात पडू शकतं. अर्थविषयक शिक्षणाचाही यात समावेश आहे. या अज्ञानाच्या भयाला आपल्या इच्छा आणि आर्थिक कल्याणाच्या मार्गावरील अडसर बनवणे योग्य नाही. तुम्हाला अक्षम ठरवून तुमचा लाभ उठवण्याचे काम काही लोक करू शकतात. अशा अनेक घटना घडलेल्या आहेत. तुमच्याबाबतीत असे काही होऊ नये, म्हणून तुम्ही पैशाच्या व्यवस्थापनाचे महत्त्व जाणून, त्याच्याविषयी सखोल माहिती घ्या. हीच यशस्वी गुंतवणुकीची गुरुकिल्ली आहे.

> जिंकण्यात हटवादीपणाचा खूप मोठा भाग असतो.
>
> *- डोनाल्ड जे. ट्रम्प*

प्रकरण सात

युद्ध – आणि युद्धाचं मैदान स्वत:च निवडा

रॉबर्ट यांचा दृष्टिकोन

युद्ध आणि युद्धाचं मैदान याचं महत्त्व याविषयीचे धडे मी सैनिकी स्कूलमध्ये असताना गिरवले. मरीन कॉर्प्समध्ये याची बरीचशी उजळणी झाली. उदाहरणार्थ, उंच पर्वतावर तैनात असणाऱ्या सैनिकांना त्यांच्यापेक्षा खाली असलेल्या क्षेत्रातील सैनिकांपेक्षा तुलनेनं स्थानाचा लाभ होतो. पठारावरील सैनिकांपुढे दोन पर्याय असतात. त्यांना एकतर लढावं लागतं किंवा पळून जाण्याचा मार्गही उपलब्ध असतो. या पर्यायांमुळेच कदाचित जुन्या काळात काही म्हणी प्रचलित झाल्या असाव्यात. 'लढण्यापेक्षा बऱ्याचदा शत्रूला पाठ दाखवून पळून जाणं योग्य ठरतं. म्हणजे नंतर पुरेशा तयारीनिशी लढण्यासाठी जगू.' आणि 'आपलं युद्ध दक्षतापूर्वक निवडा.' व्यवसायातही अगदी हेच तत्त्व लागू ठरतं.

अगदी मोजकेच लोक इतरांपेक्षा जास्त श्रीमंत कसे बनतात? या प्रश्नाचं उत्तर 'रिचडॅड'च्या मालिकेतील दुसऱ्या पुस्तकात 'रिचडॅडस् कॅशफ्लो क्वॉड्रंट'मध्ये मी सांगितलं आहे. जे लोक आपल्या या जीवनात परिवर्तन करू इच्छितात. त्यांच्यासाठी 'कॅशफ्लो क्वॉड्रंट' हे पुस्तक खूपच महत्त्वपूर्ण ठरणार आहे. परंतु तुम्ही जर परिवर्तन करू इच्छितच नसाल तर तुम्हाला त्या पुस्तकाचा काहीही उपयोग होणार नाही. आता आपण कॅशफ्लो क्वॉड्रंटवर एक नजर टाकूया.

याआधीच सांगितल्याप्रमाणे :

ई *म्हणजे कर्मचारी (एम्प्लॉई)*

एस *म्हणजे छोटा उद्योजक, स्वयं रोजगार किंवा तज्ज्ञ असलेली व्यक्ती*

बी *म्हणजे मोठा उद्योजक. उदा. – डोनाल्ड ट्रम्प यांच्यासारखे*

आय *म्हणजे गुंतवणूकदार (इन्व्हेस्टर)*

प्रत्येक चौरसातील व्यक्ती इतर तीन चौरसांतील व्यक्तींपेक्षा अतिशय वेगळी असते. चारही चौरसातील व्यक्ती एकदम भिन्न-भिन्न मानसिकतेच्या असतात, असं म्हटलं तर योग्य ठरेल. जर प्रत्येकाच्या दृष्टिकोनाचा विचार केला तर 'ई' चौरसातील बहुसंख्य लोकांना सुरक्षितता हवी असते. ते म्हणतात, 'यामध्ये सुरक्षा आहे आणि लाभही जास्त मिळतील, अशा नोकरीच्या शोधात मी आहे.' 'एस' चौरसातील छोटा उद्योजक म्हणतो, 'जर कोणतंही काम योग्य प्रकारे व्हावं, असं तुम्हाला वाटत असेल तर ते काम स्वतःच करा.' 'बी' चौरसातील व्यक्ती साधारणतः आपली कंपनी किंवा कंपन्या चालवण्यासाठी प्रेसिडेंट, सीईओ अशा प्रतिभावान व्यक्तींच्या शोधामध्ये नेहमी असते. 'एस' आणि 'बी' या दोन चौरसांमध्ये नेमकं अंतर कशात आहे, याचा विचार केला तर लक्षात येईल की दोघांत मूलभूत अंतर व्यवसायांच्या मालकीमध्ये आणि कर्मचाऱ्यांच्या संख्येमध्ये आहे. 'फोर्ब्स' नियतकालिकाने एकदा 'मोठा उद्योजक' कोण याची व्याख्या करताना स्पष्ट केलं की, ज्या व्यवसायात ५०० पेक्षा जास्त कर्मचारी आहेत. तो उद्योग मोठा. 'आय' चौरस गुंतवणूकदारांचा आहे. दुसऱ्या भागात आपण वाचलं आहेच की, गुंतवणूकदारांचे तीन प्रकार असतात.

प्रत्येक चौरसासाठी कर-कायदेसुद्धा वेगवेगळे असतात. करांचा विचार करता सगळ्यात वाईट अवस्था 'ई' चौरसाची आहे. कारण या चौरसात येणाऱ्या लोकांना करातून सवलत मिळावी, असं काही फारसं करता येत नाही. त्यामुळं त्यांना सल्लागार म्हणून वेगळा अकौउंटंट नेमण्याची गरजही भासत नाही. कर सवलत मिळवण्यासाठी सगळ्यात चांगले चौरस म्हणजे 'बी' आणि 'आय'. कारण सरकार ज्या काही कर सवलती देते त्यांचा लाभ 'बी' चौरसात जोडणाऱ्या मोठ्या उद्योजकांनाच होतो. का? या मोठ्या उद्योगांमुळे रोजगारनिर्मिती होते. त्यामुळे त्यांना सरकार करांमध्ये भरघोस सवलती देते. 'आय' चौरसातील गुंतवणूकदारांना करसवलत मिळते, कारण गुंतवणूकदार अर्थव्यवस्थेमध्ये मोठ्या प्रमाणावर पैसा गुंतवतात. जे लोक रिअल इस्टेट आणि तेल उद्योगात गुंतवणूक करतात, त्यांना विशेष कर सवलत दिली जाते. कारण प्रत्येक देशाला घरांची आणि ऊर्जेची फार मोठ्या प्रमाणावर गरज असते.

तुम्ही कोणत्या चौरसात जिंकू शकाल?

या प्रकरणाच्या आरंभीच मी सांगितलं की, आपणच युद्ध आणि युद्धाचं मैदान अतिशय दक्षतेनं निवडायचं आहे. ज्या वेळी श्रीमंत होण्याची गोष्ट आपण करतो त्या वेळी आपल्या दृष्टीनं

कोणता चौरस सर्वश्रेष्ठ आहे, हे लक्षात घेऊन तो निवडण्याचं काम तेवढंच महत्त्वपूर्णकरतं.

कोणत्या क्वाड्रंटमध्ये – चौरसामध्ये आपण जिंकण्याची शक्यता सर्वांत जास्त आहे, तो निवडायचा आहे. म्हणजेच कॅशफ्लो क्वाड्रंट का आणि किती महत्त्वाचा आहे, हे तुमच्या लक्षात येईल. डोनाल्ड ट्रम्प आणि मी 'बी' तसेच 'आय' चौरसामध्ये काम करण्याचा पर्याय निवडला आहे, हे आता तुमच्या लक्षात आले असेलच.

ज्या वेळी मी हायस्कूलमध्ये शिकत होतो. त्या वेळी इंग्रजी विषय मला खूप अवघड जात होता. त्यावरून माझ्या श्रीमंत वडिलांना जाणवलं की शाळा किंवा नोकरी या क्षेत्रात मी यशस्वी होऊ शकणार नाही. ते म्हणाले, 'तुला ज्या लोकांचा आदर वाटत नाही, त्या लोकांचे तू काहीही ऐकत नाहीस, अगदी बंडखोर आहेस. कदाचित तू उद्योजक आणि गुंतवणूकदार म्हणून यशस्वी होऊ शकशील.'

त्या वेळी वडिलांचे बोलणं इतकं रुचलं नाही, परंतु आपण कुठं अयोग्य आहेत, हे समजण्यास मला नक्कीच मदत झाली. माझ्या बरोबरची मुलं शिक्षकांचा आदेश पाळत होते. बंडखोरी करत नव्हते. त्यामुलं उद्योजक बनण्यासाठी क्षमता विकसित करण्यासाठी मलाच अनुभव गोळा करावे लागले. मी जे काही करत होतो, त्यापैकी माझे सहकारी मित्र काहीच करत नव्हते. 'बी' आणि 'आय' चौरसातील माझे अनुभव जाणून घेण्यासाठी तुम्ही माझं *'रिच डॅड्स गाइड टू इन्व्हेस्टिंग'* आणि *'रिच डॅडस बिफोर यू क्विट युवर जॉब'* ही पुस्तक जरूर वाचावीत.

आपल्याला उद्योजक बनायचं नाही, असा विचार तुमच्यापैकी काहीजण करायला लागले असणार, तसंच जो नियमित पगार मिळतोय त्याची सुरक्षा झुगारून देण्याच्या कल्पनेनंच तुमची छाती जोरात धडधडायला लागली असेल. काळजी करू नका. कारण तुम्हाला उद्योजक बनवण्यासाठी आणि गुंतवणूकदार बनवण्यापेक्षा हे पुस्तक जिंकायचं कसं याविषयी आहे. वेगवेगळ्या तीन प्रकारचे गुंतवणूकदार असले तरी आम्हा दोघांना जे जिंकण्यासाठी गुंतवणूक करतात, ते गुंतवणूकदार आवडतात. परंतु तीनही प्रकारचे गुंतवणूकदार श्रीमंत बनू शकतात. हीच गोष्ट चारही क्वाड्रंटच्या बाबतीत खरी आहे. प्रत्येक चौरसातील लोक खूप श्रीमंत बनू शकतात आणि बनलेले आहेत. उदाहरणार्थ, जनरल इलेक्ट्रिकचे संस्थापक थॉमस एडिसन 'बी' क्वाड्रंटमध्ये होते, जनरल इलेक्ट्रिकचे माजी सीईओ जॅक वेल्श 'ई' चौरसात होते. दोघंही

> बहुतेक अर्थविषयक लेखक उत्पन्नापेक्षा कमी खर्च करावा आणि पैसे वाचवावेत, असा सल्ला देतात. डोनाल्ड आणि मी तुमचे उत्पन्न वाढवण्याचा आणि जीवनाचा आनंद घेण्याचा, पैसा गुंतवण्याचा सल्ला देतो.
>
> *– रॉबर्ट टी. कियोसाकी*

एकाच व्यवसायातून पण भिन्न चौरसांमध्ये राहून खूप - अति श्रीमंत झाले.

आपण कोणत्या चौरसामध्ये राहून शंभर टक्के जिंकू शकतो, याची शक्यता अजमावण्याची क्षमता तुमच्या ठायी विकसित व्हावी, यासाठी मी 'कॅशफ्लो क्वाड्रंट'ची संकल्पना मांडली आहे. वास्तविक 'बी' आणि 'आय' चौरसांना कर कायदयांच्या खूप चांगल्या सवलती मिळू शकतात. तरीही कोणत्या चौरसांत आपण जिंकण्याची शक्यता सगळ्यात जास्त आहे, हे पाहाणं कर सवलतींपेक्षा महत्त्वाचं.

आपल्या शिक्षण पद्धतीमध्ये केवळ 'ई' आणि 'एस' चौरसात जाण्यासाठीचं प्रशिक्षण दिलं जातं. 'तुम्हाला चांगली नोकरी मिळवायची आहे ना, मग शाळेत जा. असं आपल्या मनावर ठसवलं जातं हे 'ई' चौरसाचं प्रोग्रॅमिंग आहे किंवा शाळेत जा, आणि काहीतरी व्यावसायिक शिक्षण घ्या, म्हणजे जीवनभर तुम्हाला काम मिळण्याची निश्चितता मिळेल. ही मानसिकता 'एस' चौरसासाठी आहे. (जर तुम्हाला 'बी' आणि 'आय' चौरसाविषयी जास्त जाणून घ्यायचं असेल तर तुम्ही डोनाल्ड ट्रम्प यांची पुस्तकं जरूर वाचा, असे इथं पुन्हा एकदा नमूद करतो. त्यांची *'द आर्ट ऑफ द डील'*, *'द आर्ट ऑफ द कमबॅक'* आणि *'हाऊ टू गेट रिच'* ही पुस्तकं मला स्वत:ला खूप आवडतात. कारण 'बी' आणि 'आय' चौरसाविषयीच्या चिंतनाचं अवघं सार या पुस्तकात आहे.)

बहुतेक शिक्षक 'ई' चौरसात काम करतात. तर बहुतांश लेखक 'एस' चौरसात असल्यासारखे समजून लेखन करतात. परंतु डोनाल्ड आणि मी, या शिक्षक लेखकांपेक्षाही खूप पैसे कमावतो. आम्ही दोघं 'बी' आणि 'आय' या चौरसांविषयी जास्त विचार करून लेखन करतो, त्यामुळं प्रचंड कमाई होते.

अर्थविषयक लिहिणारे सगळे लेखक पैसे वाचवा, काटकसर करा. बचत करा असा सल्ला देतात. परंतु डोनाल्ड आणि मी जीवनाचा आनंद उपभोगत पैशाची गुंतवणूक करण्याचा सल्ला देतो, या आर्थिक सल्ल्यातील फरक तुम्ही लक्षात घ्या. कारण प्रत्येक चौरसाची जीवनमूल्ये वेगवेगळी असतात.

क्षणभर थांबून आपण नेमके कोणत्या चौरसात सामावू शकतो. याचा थोडा विचार करा. आपल्या मनातल्या प्रश्नाचे उत्तर स्वच्छ मनानेच द्या. अतिशय शांतपणे डोळे बंद करून आपला नेमका चौरस कोणता, याचा प्रामाणिक आणि पक्का विचार करा. पुढच्या दृष्टीने हा विचार खूप महत्त्वाचा ठरणार आहे.

सुदैवाने डोनाल्ड यांच्यासमोर 'बी' आणि 'आय' चौरसात असलेल्या त्यांच्या वडिलांचा आदर्श होता. माझे वडील 'ई' चौरसातले होते. सुरक्षित नोकरी आणि सरकारी सोयी-सुविधा यांच्यावर त्यांचा विश्वास होता. त्यामुळं 'आपण उद्योग करणार', असं ज्या वेळी मी घोषित केलं; त्या वेळी सगळ्यांनाच मोठा धक्का बसला. कारण कोणताही बिझिनेस - उद्योग माझ्या वडिलांच्या जीवनमूल्यांमध्ये बसणारा नव्हता. त्यांच्या दृष्टीने मी शत्रूच्या तंबूत दाखल झाला होतो. त्यांच्या मते श्रीमंत लोक खूप लोभी असतात आणि ते गरिबांचे

शोषण करतात. त्यांचा म्हणण्यात नक्कीच तथ्य होतं. खरं तर डॅडींवर माझं खूप प्रेम होते. त्यांच्याबद्दल माझ्या मनात अतीव आदर होता. परंतु करिअर आणि पैसा कमावणे याविषयी आम्हा दोघांची मते अगदी भिन्न होती.

सन १९७३ मध्ये व्हिएतनाम युद्धावरून परतल्यानंतर आता नेमकं कोणत्या चौरसामध्ये काम करायचं याचा निर्णय मला घ्यायचा होता. कायमची नोकरी अन् सुरक्षित आयुष्याच्या दृष्टीनं मी मरीन कॉर्प्समध्येच काम करावं, असं माझ्या गरीब वडिलांना वाटत होतं. कॉर्प्समधली नोकरी सोडतोय, असं मी ज्या वेळी त्यांना सांगितलं, त्या वेळी कोणत्यातरी एअरलाइन्समध्ये पायलटची नोकरी करण्याचा सल्ला त्यांनी मला दिला. विमान उडवण्याची आता मला इच्छा नाही, असं जेव्हा सांगितलं. त्या वेळी ते म्हणाले, 'मग तू कॉलेजात जा. मास्टर डिग्री घे आणि पीएचडी कर, म्हणजे तुला सरकारी नोकरी मिळेल.' त्यांना 'कॅशफ्लो क्वॉड्रंट'विषयी फारशी माहिती नव्हती. नोकरी करण्यास मी तयार नाही; याचा अर्थ त्यांच्या 'ई' चौरसात मला समाविष्ट व्हायचं नव्हतं. मी नोकरी नाकारत नव्हतो तर 'ई' चौरसात सहभागी होणं नाकारतोय; हे त्यांच्या लक्षात येत नव्हतं. आमची जीवनमूल्ये वेगळी होती.

माझ्या खऱ्या, गरीब वडिलांना जाणवलं की, मला 'बी' आणि 'आय' चौरस जास्त आकर्षित करतात. उद्योजक बनण्याचं वेडच मला लागलं आहे. 'ई' चौरसात मी स्वत:ला सामावून घेऊच शकत नाही. 'श्रीमंत डॅडींच्या' चौरसाचं मला अधिक आकर्षण आहे. माझा हा उद्योजकाचा कल त्यांच्या लक्षात आल्यानंतर आम्हा दोघांतील अंतर जास्तच वाढलं. आमच्यात तणाव निर्माण झाले. माझे गरीब डॅडी सुरक्षेला महत्त्व देत होते, तर श्रीमंत डॅडी स्वतंत्रतेला महत्त्व देत होते. अन् तुम्हाला माहीत आहेच. स्वतंत्रता आणि सुरक्षितता हे शब्द काही समानार्थी नाहीत. खरं तर हे विरुद्धार्थी शब्द म्हणावे लागतील. सर्वांत जास्त सुरक्षा असणाऱ्या लोकांना स्वातंत्र्य सर्वांत कमी असते. सगळ्यात जास्त सुरक्षा असणारे लोक कैदेत, तुरुंगात असतात. तिथंच त्यांना सर्वाधिक सुरक्षा मिळते.

'तुमच्या लेखी पैशाचं महत्त्व काय आहे?' असा प्रश्न मला नेहमीच विचारला जातो. या वेळी मी उत्तर देतो, 'पैशामुळं मला स्वातंत्र्य मिळतं. जगताना अनेक पर्याय उपलब्ध करून देण्याचं काम पैशामुळं होतं.' उदाहरणच द्यायचे झालं तर सांगतो, प्रवासासाठी बाहेर पडलं की विमानतळावर रांगेत बराच वेळ उभं राहून विमानात चढावं लागतं. यामुळे वेळ खूप वाया जातो. परंतु माझ्याकडे जास्त पैसे असल्यामुळे खाजगी विमान भाड्याने घेऊन वेळेचा अपव्यय न होता, मी त्वरित प्रवास करू शकतो. हा पर्याय माझ्यापुढं पैशाच्या उपलब्धतेमुळेच आहे. आज मी व्यावसायिक एअरलाइन्सऐवजी खाजगी जेटने प्रवास जास्त करतो. डोनाल्ड यांच्याकडे तर स्वत:चे खाजगी जेट आहे. यामुळे तेही वेळेचा अपव्यय वाचवू शकतात. एकदा तर रात्री डल्लासहून निघताना, डोनाल्ड ट्रम्प यांच्या खाजगी जेटपेक्षा माझं छोटसं भाड्याचं जेट टॅक्सीइंग करत पुढे गेलं. हे केवळ पैसा आहे म्हणून शक्य असल्याचे तुमच्या लक्षात आलेच असेल.

यासाठीच तुम्ही एकदा शांतचित्तानं विचार करून आपल्याला कोणता चौरस सर्वांत योग्य आहे, याचा निर्णय घ्यावा; असा सल्ला मी देतोय. यासाठी तुम्ही स्वत:लाच काही प्रश्न विचारा, 'माझी जीवनमूल्ये कोणती आहेत? मला सुरक्षित नोकरीची आवश्यकता आहे का? सुरक्षेमुळे आपण खूश असणार आहोत काय? या चौरसात आपल्यातील योग्यतेची पारख होऊ शकणार आहे? आपला कस लागणार आहे? की मी स्वातंत्र्याला जास्त महत्त्वपूर्ण मानतो?' याचबरोबर तुम्ही आणखीही काही प्रश्न स्वत:ला विचारले पाहिजेत, असं मला वाटतं. आपल्या आई-वडिलांचे जीवनमूल्य कोणते आहे? आपण ज्या मित्रमंडळींमध्ये वावरतो, त्यांचे विचार कसे आहेत? 'एकसारख्या पिसांचे पक्षी एकत्र उडतात.' अशी एक म्हण आहे, त्यामध्ये बरीच सत्यता आहे.

जर तुम्ही श्रीमंत बनण्याचा पर्याय निवडला, तर तुम्ही युद्ध आणि युद्धाचं मैदान अतिशय सावध राहून निवडलं पाहिजे. थोडक्यात, मला सांगायचं आहे की, आपली जीवनमूल्ये निश्चित करताना आपल्या चौरसाची निवडसुद्धा अतिशय काळजीपूर्वक केली पाहिजे.

डोनाल्ड यांचा दृष्टिकोन

युद्ध आणि युद्धाचं मैदान निवडणे

रॉबर्ट यांचे 'कॅशफ्लो क्वाड्रंट' हे एक प्रभावी साधन आहे, म्हणूनच त्यांचे *'रिच डॅड्स कॅशफ्लो क्वाड्रंट'* हे पुस्तक मी ॲमेझॉनच्या माझ्या निवडक पुस्तकांच्या सूचीसाठी निवडलं. त्यांनी सांगितलेल्या गोष्टीसाठी तुम्ही आत्ताच थोडा वेळ काढून शांतपणे विचार केला तर भविष्यात तुमचा पुष्कळ वेळ वाचू शकेल. तुम्ही कोणत्याही रस्त्यानं जाण्याचा निर्णय घ्या, मग तो रस्ता जुना वहिवाटीचा असेल किंवा नवा! त्यानं काही फरक पडत नाही. पण मार्गक्रमणा करण्यापूर्वी एकदा आपल्या इच्छेचा विचार करणं महत्त्वाची प्रक्रिया आहे.

काही लोकांना आलेख, समीकरणं हे पाहिलं की कंटाळवाणं वाटतं. असल्या तपशिलात लक्ष घालायला बऱ्याच जणांना आवडत नाही, हे मला चांगलं ठाऊक आहे. परंतु यामुळे कॅशफ्लो वाढून फायदा होतो. हेही नक्कीच आहे. लाभ झाला तर किती आनंद होतो, किती उत्साह संचारतो, याचा अनुभव घ्यायचा असेल तर 'कॅशफ्लो' चौरसांविषयी विचार करण्याचा पर्याय तुमच्या हाती आहेच.

रिअल इस्टेट क्षेत्रात मी ज्या वेळी कारभार सुरू केला, त्या वेळी फारसा संघर्ष करण्याची वेळ माझ्यावर आलीच नाही. कारण माझे वडीलच या क्षेत्रात होते. त्यांचा चांगला सुस्थितीतला व्यवसाय आरामात राहून चालवणं मला अजिबात अवघड नव्हतं. या व्यवसायात मी यशस्वी नक्कीच झालो असतो. परंतु मानसिक आनंद मात्र मिळाला नसता. या आनंदासाठीच मी माझ्या मनात निश्चित योजना तयार केली आणि त्यानुसार स्वबळावर ती यशस्वी केली.

माझ्यातील काही करून दाखवण्याची उर्मी दाबून मी फक्त वडिलांचा व्यवसाय करत राहिलो असतो तर माझ्या जिवाला फारसे कष्ट पडले नसते. परंतु समाधान नक्कीच मिळालं नसतं. 'माझं जीवन, आयुष्य मी घडवलंय' असं मला अजिबात म्हणता आलं नसतं.

रॉबर्टच्या बाबतीत असं नव्हतं. त्याचे वडील वेगळ्या पद्धतीनं सुरक्षित चाकोरीबद्ध जीवन जगण्याच्या बाजूनेच फक्त विचार करत होते. रॉबर्टचे विचार त्यांच्यापेक्षा अगदी भिन्न होते. म्हणूनच आपण सगळ्यांनी आत्मशोध नक्की घेतला पाहिजे, असं मला वाटतं. स्वतःला पारखण्याची खूप गरज असते. जर तुम्ही स्वतःचंच जीवन जगणार नसाल तर मग तुमचं जीवन कोण जगणार? कल्पना करा, तुम्ही आयुष्य जगलात आणि नंतर तुमच्या लक्षात येतं की, 'अरे, माझं नशीब तर दुसरीकडेच होतं.' मी अशी उदाहरणं पाहिली आहेत. हे म्हणजे स्वतःलाच ग्रहण लावल्यासारखं आहे. जर तुम्ही तुमच्या आयुष्याविषयी विचार करणार नसाल तर दुसरं कोण करणार? म्हणूनच तुम्ही इथं संपूर्ण लक्ष स्वतःच्या जीवनाकडे द्या. मनाला काय वाटतंय, याकडं लक्ष केंद्रित करण्याची आवश्यकता आहे.

मी ज्या वेळी युद्ध आणि युद्धाचं मैदान याविषयी विचार करतो, त्या वेळी माझ्या मनासमोर आखाडा येतो. आपण नेमके कोणत्या आखाड्यात काम करतोय किंवा कोणत्या आखाड्यात काम करायला *आवडेल* हे आपण निवडतो. निदान अशी आशा तरी आहे. यश आणि समाधान मिळवण्यासाठी उद्दिष्ट आणि दृष्टी ठेवण्याबद्दलचं हे आहे. वर्तुळ बदलणं हे कधीकधी *अवघड* असतं, पण बऱ्याच वेळा बदल खूप खूप लाभदायी ठरतो.

आपल्या भोवताली जे लोक राहात असतात, त्यांचा खूप मोठा प्रभाव आपल्यावर पडत असतो. त्या प्रभावातून बाहेर पडणं इतकं सोपं नसतं, अन असे आपण वेगळे झालो तर काही दिवस एकटेही पडतो. आपल्या परिघाचा विस्तार होईपर्यंत एखाद दोन पावसाळे एकटेपणात जातात. पण नंतर आपल्या परिघाचा विस्तार व्हायला लागतो. अखेर आपण स्वतःचे वेगळेच विश्व तयार करतो. हा एक प्रकारे आखाडाच असतो. या आखाड्यात आपल्याला आता आनंद वाटतो. हे सगळं जणू स्वतःचीच संहिता लिहिण्यासारखं, त्यात काम करणं आणि ते पाहाण्याचा आनंद लुटणं यासारखं आहे.

स्वातंत्र्याचा पर्याय आपण सगळेच निवडू शकतो. मला अनेक लोक भेटतात. त्यापैकी सगळ्यांचीच जीवनशैली मला आवडते, असं अजिबात नाही. परंतु त्यामुळं फारसं बिघडतं, असं मला वाटत नाही. अशा वेळी मला हॉटेलमधील मेनूकार्ड डोळ्यासमोर येतं. प्रत्येक मेनूकार्डमध्ये सर्वांना आवडेल असं काही ना काही असतंच. अन् या हॉटेलात नसेल तर दुसऱ्या हॉटेलात नक्कीच आवडता पदार्थ मिळेल. हे आपण लक्षात ठेवलं पाहिजे, लोक नेहमी मूल्यांकन आणि

> स्वतःला थोडं स्वातंत्र्य दया,
> म्हणजे व्यक्ती म्हणून तुमचा
> विकास होईल आणि स्वप्नांची
> पूर्ती करता येईल.
>
> *- डोनाल्ड जे. ट्रम्प*

टीका करत असतात. परंतु त्याकडं दुर्लक्ष करायला पाहिजे. प्रत्येकाची आवड वेगळी असते किंवा आवड ही व्यक्तिसापेक्ष असते. हे लक्षात ठेवून टीका अन् मूल्यांकन यापासून स्वत:चा बचाव केला पाहिजे - आपण म्हणतो तसं, 'ज्याचं, त्याच्यापाशी.'

आता आपण पुन्हा एकदा संहितेच्या उपमेकडं वळूया. प्रत्येकजण आपल्या जीवनाचा चित्रपट स्वत:च बनवत असतो. असं कोणीतरी म्हटल्याचं मी ऐकलंय. तुम्ही तुमच्याच जीवनाच्या चित्रपटाचं दृश्य लिहीत आहात, अशी कल्पना करा. या चित्रपटात कशी दृश्यं असावीत असं तुम्हाला वाटते? हमाली, कंटाळवाणी कामे, गरिबी या दृश्याची कोणी निवड करेल, असं मला वाटत नाही. ही दृश्ये लिहिण्यात कसली आलीय मजा? एवढेच नाही तर असली कंटाळवाणी दृश्यही निराशाजनक असतात, म्हणूनच स्वत:ला थोडं स्वातंत्र्य द्या. म्हणजे व्यक्ती म्हणून तुमचा विकास होईल आणि स्वप्नांची पूर्ती करता येईल.

लक्षात घ्या; या वरच्या परिच्छेदात मी म्हटलं आहे. 'स्वत:ला स्वातंत्र्य द्या.' स्वत:ला संधी देण्याचे काम फक्त तुम्ही स्वत:च करू शकणार आहात. बाकी इतर सारे लोक आहे ती परिस्थिती अशीच कायम रहावी, असाच विचार करतात. त्यामुळं तुम्ही बदलावं असं त्यांना वाटणार नाही. तुम्हालाच वाटलं पाहिजे. स्वत:मध्ये बदल घडवण्याची क्षमता तुमच्यामध्ये नक्कीच आहे. प्रस्तुत पुस्तक वाचण्यासाठी तुम्ही वेळ काढला आहे, याचाच अर्थ सर्वसामान्यांपेक्षा थोडं वरच्या दर्जावर पोचण्याची क्षमता तुमच्यात आहे. स्वत:ला रोखणाऱ्या बेड्या तोडण्याइतके तुम्ही सक्षम नक्कीच आहात. गरिबीरेषेजवळ आपण जावे, दारिद्र्यरेषेखाली आपली गणना व्हावी, असं कोणालाही वाटणार नाही; हे मला पक्कं ठाऊक आहे. दारिद्र्यरेषेखाली जगणं अनेक बाबतीत सोपं आहे. परंतु म्हणून आपण त्या वर्गात जावं असं कोणालाही वाटणार नाही. हेही तितकचं खरं आहे. जे लोक असामान्य असतात, ते सामान्यांच्या पुढे जातात.

जगताना आणि व्यवसाय करताना संघर्ष करावा लागतो. कधी कधी तर अगदी समर प्रसंग निर्माण होतो. परंतु आपण मात्र चांगली लढाई लढण्याचाच पर्याय निवडायचा आहे. अर्थहीन युद्ध आणि युद्धाच्या मैदानापासून आपण चार हात दूरच रहायचं आहे. अर्थहीन जीवन जगून आपण आपली ऊर्जा आणि वेळ यांचा अपव्यय करणं योग्य नाही.

लक्षात ठेवा : आपण स्वत:च संहिता लिहायची आहे. या चित्रपटाचं चित्रांकन सगळं काही आपणच करायचं आहे. ज्या पद्धतीनं आपल्याला जगावसं वाटतं, तसंच त्या चित्रपटाचं दिग्दर्शन आपण करायचं आहे. हे स्वातंत्र्य म्हणजेच आपली शक्ती आहे. यामध्येच यश सामावले आहे.

तुमचा दृष्टिकोन

'कॅशफ्लो क्वॉड्रंट पुन्हा एकदा पाहा व विचार करा. तो तुमच्या आयुष्याला कसा लागू पडतो, याबद्दल विचार करा.

सध्या तुम्हाला कोणत्या चौरसातून जास्त उत्पन्न मिळतं?

____

आपण जे स्वप्न पाहिलं होतं, ते सत्यात आलं असून आपण यशस्वी बनलो आहोत, अशी कल्पना करा. यशाच्या शिखरावर पोहोचल्यावर तुम्ही कोणत्या चौरसात असाल?

____

दोन्ही उत्तरांची तुलना करा : तुम्ही योग्य चौरसात आहात का?

____

जर उत्तर 'हो' असेल तर आपल्यातील क्षमता अधिक धारदार बनवा. आणि यशाच्या वाटेवरून चालायला सुरुवात करा.

अन् उत्तर जर 'नाही' असं असेल तर आपण त्या चौरसात कसं पोहोचयचं, यासाठी योजना बनवा. स्वत:ला खूप यशस्वी बनवणाऱ्या चौरसात जाण्यासाठी फक्त तुम्हीं स्वत:च काम करू शकता. यासाठी योजना महत्त्वाची.

योजना बनवल्यानंतर रातोरात तुम्ही या चौरसातून त्या चौरसात पोचणार नाही परंतु तुम्ही किमान प्रक्रिया तरी सुरू करण्याची गरज आहे. या परिवर्तनासाठी कोणती पावलं उचलणे योग्य ठरेल?

१. ____________________

२. ____________________

३. ____________________

प्रकरण आठ

बचत करणारे अन् गुंतवणूक करणारे यांच्यात फरक असतो

रॉबर्ट यांचा दृष्टिकोन

बहुतेक लोक म्युच्युअल फंडांमध्ये गुंतवणूक करतात. 'बचत करू नका, त्याऐवजी गुंतवणूक करा. असं लोकांना मी नेहमी सांगत असतो. त्या वेळी काही लोक म्हणतात, 'आम्ही गुंतवणूकच करतो. आमच्याकडे म्युच्युअल फंडाचा पोर्टफोलिओ आहे. ४०१ (के) योजना आहे. आम्ही शेअर्स आणि बॉण्डस खरेदी केले आहेत. ही काय गुंतवणूक नाही?'

अशा वेळी माझं म्हणणं अधिक स्पष्ट करण्यासाठी एक पाऊल थोडं मागे जातो, अन् म्हणतो, 'होय बचत एक प्रकारे गुंतवणूकच आहे. ज्या वेळी तुम्ही म्युच्युअल फंड, शेअर्स, बॉण्ड खरेदी करता त्या वेळी तुम्ही एक प्रकारे गुंतवणूकच करत असता, परंतु ही गुंतवणूक बचतीच्या उद्देशाने केलेली आहे. पैसे गुंतवणुकीच्या मागे तुमचा दृष्टिकोन बचतीचा असतो.'

आता आपण निष्क्रिय गुंतवणूकदाराची सर्वसामान्य गुंतवणूक पद्धत पाहू. बहुतेक आर्थिक सल्लागार तुम्हाला सांगतात :

- खूप काम करा
- बचत करा
- कर्जातून मुक्त व्हा
- दीर्घकाळासाठी गुंतवणूक करा. (विशेषत: म्युच्युअल फंडांमध्ये)
- विभागून पैसे ठेवा

आर्थिक नियोजन करणाऱ्यांच्या भाषेत हेच पुढील प्रमाणे सांगितलं जातं, 'कठोर परिश्रम करा. आपण ज्या संस्थेत काम करता आहात, तिथं समान योगदान देणारी ४०१ (के) योजना लागू असावी. या कलमाखाली गुंतवणूक केली तर करसवलत मिळते. त्यामुळे या योजनेत जास्तीत जास्त गुंतवणूक केली जावी. जर तुम्ही गृहकर्ज घेतले असेल, तर शक्य तितक्या लवकर कर्ज फेडून टाका. तुमच्याजवळ क्रेडिट कार्ड असेल तर त्याचे पैसे वेळेत लवकर भरा. याशिवाय 'पोर्टफोलिओ' समतोल ठेवा. त्यामध्ये काही 'ग्रोथ फंड' काही

'स्मॉल कॅप फंड' तर काही 'टेक फंड' असावेत. विदेशी शेअर बाजार फंड ठेवायलाही हरकत नाही. वाढत्या वयाबरोबर निश्चित, स्थिर उत्पन्नासाठी बॉण्ड फंडा मध्येसुद्धा गुंतवणूक करा. अर्थातच, वेगवेगळ्या ठिकाणी पैसे ठेवा. सगळे पैसे एकाच ठिकाणी गुंतवू नका. आपल्याकडे असलेली सर्व अंडी एकाच पिशवीत ठेवणं कधीच शहाणपणाचं नसतं.'

मला वाटतं आर्थिक सल्लागारांच्या रूपात लपलेल्या विक्रेत्याचा संवाद असल्यासारखी ही भाषा तुम्हीही ऐकली असेल.

हा सल्ला सरसकट वाईट, चुकीचा आहे, असं डोनाल्ड ट्रम्प आणि मी अजिबात म्हणत नाही. परंतु ज्यांना श्रीमंत व्हायचं आहे, आपली जीवनशैली बदलायची आहे. आपल्या जीवनात परिवर्तन आणायचं आहे, त्यांना हा सल्ला अजिबात लागू होऊ शकत नाही, असं आमचं म्हणणं आहे. ज्यांना फक्त बचतच करायची आहे. जे निष्क्रिय गुंतवणूकदार आहेत त्यांना हा सल्ला उपयोगी ठरू शकतो.

आज सगळीकडेच आर्थिक स्थिती डळमळीत झालेली असताना, बाजारात मंदी आलेली असताना, असा बचतीचा सल्ला सर्वांत धोक्याचा आहे. आर्थिक विषयाचे ज्यांना ज्ञान नाही, त्यांना मात्र हा सल्ला सुरक्षित आणि बुद्धिमत्तापूर्ण वाटू शकतो.

जे लोक बचत करतात आणि जे लोक गुंतवणूक करतात त्यांच्या मूळ स्वरूपामध्ये केवळ एका शब्दाचं अंतर असतं. हा शब्द आहे – *लीव्हरेज. लीव्हरेज म्हणजे कमीत कमी वस्तूंच्या मदतीने जास्त काम करण्याची क्षमता.*

बचत करणारे बहुतांश लोक आर्थिक 'लीव्हरेज'चा वापर करत नाहीत, जर तुमच्याकडे अर्थविषयक ज्ञान किंवा शिक्षण नसेल तर 'लीव्हरेज'चा वापर न कारणंच चांगलं. या सल्ल्याचा आपण बचत करणाऱ्याच्या दृष्टिकोनातून आणि नंतर गुंतवणूकदाराच्या दृष्टिकोनातून विचार करू.

याचाच अर्थ या सल्ल्याविषयी 'ई' आणि 'एस' चौरसातील व्यक्तीच्या दृष्टिकोनातून पाहूया आणि नंतर त्याचाच 'बी' तसेच 'आय' चौरसातील व्यक्तीच्या दृष्टीने विचार करूया.

खूप काम करा

आता आपण 'खूप काम करा' या सल्ल्यापासून सुरुवात करू.

> जे लोक कठोर परिश्रमाचा विचार करतात, ते फक्त स्वत: कठोर परिश्रम करण्याविषयी विचार करतात. स्वत:च्या कठोर परिश्रमामध्ये जास्त लीव्हरेज नाही. डोनाल्ड आणि मी कठोर परिश्रमाच्या बाबतीत विचार करतो, त्या वेळी आम्ही जास्त करून दुसऱ्या लोकांचा विचार करत असतो. हे 'दुसरे' लोक कठोर परिश्रम करून आम्हाला श्रीमंत बनवत असतात. हे योग्य लीव्हरेज आहे. याला बऱ्याच वेळा 'दुसऱ्या लोकांचा वेळ' असंही संबोधलं जातं. जे नोकऱ्या उत्पन्न करतात,

त्यांना करसवलत जास्त मिळते, हे यापूर्वी सांगितलं आहेच, म्हणजे 'ई' आणि 'एस' चौरसातील व्यक्ती पेक्षा 'बी' चौरसांतील लोकांना कर सवलत मिळते. थोडक्यात काय तर आम्ही नोकऱ्या उत्पन्न कराव्यात, अशी सरकारची इच्छा आहे. म्हणून नोकऱ्यांचा शोध घेण्यापेक्षा नोकऱ्या उत्पन्न केल्या पाहिजेत. तर आपण सगळेच नोकरीच्या शोधात घराबाहेर पडू तर आपली अर्थव्यवस्था ठप्प होऊन बसेल. अर्थव्यवस्थेच्या विकासासाठी नोकऱ्या उत्पन्न करणाऱ्यांची आवश्यकता जास्त आहे.

बचत करा

बचतीविषयी या आधीच्या प्रकरणांत सांगितलं आहेच. याशिवाय आणखी काही गोष्टींचा खुलासा इथं करणं गरजेचं आहे.

विद्यमान आर्थिक व्यवस्थेच्या विकासासाठी बचत करणाऱ्यांची गरज नाही, उलट कर्ज घेणाऱ्यांची अधिक आवश्यकता आहे.

'रिच डॅड पुअर डॅड' या पुस्तकात दिलेली आकृतीच इथं देण्यात आली आहे. यावरून कर्ज घेणाऱ्यांची कशी गरज आहे, हे स्पष्ट होईल.

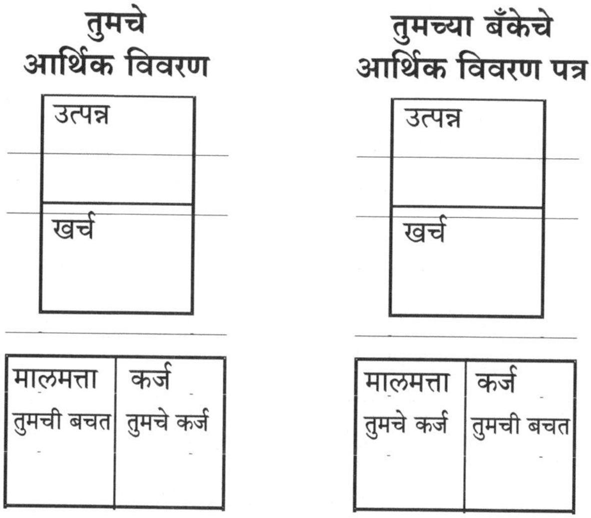

वर दिलेल्या आकृतीकडे एक मिनिटभर पाहा आणि तिचा अभ्यास करा. तुमची बचत म्हणजे बँकेचे कर्ज आहे. ते बँकेचे कर्ज असले तरी तुमची संपत्ती आहे. तर दुसऱ्या बाजूला तुम्ही घेतलेलं कर्ज म्हणजे बँकेची संपत्ती आहे. मालमत्ता आहे.

> मात्र हे तुमच्यासाठी कर्ज आहे. आजच्या आर्थिक व्यवस्थेत राहून प्रगती करायची असेल तर 'स्मार्ट कर्जदारांची आवश्यकता आहे. पैसे उधार घेऊनही श्रीमंत बनणे म्हणजे 'स्मार्ट' कर्ज घेणे आहे. पैसे उधार घेऊन जास्त गरीब बनलं तर अनर्थ होतो. म्हणून इथं पुन्हा एकदा ९०/१० च्या नियम लागू करावा लागतो.' जगातील कर्ज घेणाऱ्यांपैकी १० टक्के लोक कर्ज वापरून जास्त श्रीमंत बनतात तर ९० टक्के लोक कर्ज वापरून अधिक गरीब बनतात.

डोनाल्ड ट्रम्प आणि मी कर्ज घेऊन जास्त श्रीमंत बनतो. आमचे बँकर्सही आमच्यावर प्रेम करतात. आम्ही त्यांच्याकडून जास्त पैसा उधारीवर घ्यावा, असं आमच्या बँकांना वाटतं. कारण आम्ही कर्ज घेतलं तर त्यांची संपत्ती, मालमत्ता आपोआपच वाढणार आहे. यालाच दुसऱ्या लोकांचा पैसा (अदर पीपल्स मनी) म्हणजेच 'ओपीएम' असं म्हणतात. तुम्ही असंच 'स्मार्ट' पद्धतीनं कर्ज घ्या आणि त्याचा वापर करा, असं आम्हाला वाटतं. म्हणूनच डोनाल्ड आणि मी तुम्हाला अर्थविषयक शिक्षण देऊ इच्छितो. जर आपल्याकडे जास्त कर्जदार असतील तर आपल्या देशाची अर्थव्यवस्था चांगली प्रगती करेल. अन् जर आपल्याकडे जास्त बचत करणारे असतील तर आमची अर्थव्यवस्था संकुचित होईल.

कर्ज चांगलं असतं, हे तुमच्या लक्षात आलं आणि कर्जाचा वापर लीव्हरेजच्या रूपात कसा करायचा हे तुमच्या लक्षात आलं तर अधिकाधिक बचत करणाऱ्यांपेक्षा तुमची आर्थिक स्थिती अधिक सुधारेल.

कर्जातून मुक्त व्हा

बहुतांश लोकांना कर्ज असणं चांगलं वाटत नाही. गृहकर्ज घेतलं असेल तर ते कधी एकदा फेडून टाकू, असं या लोकांना वाटतं. काही लोकांसाठी कर्ज म्हणजे संकटाची मालिकाच असते. अशांना असलेलं कर्ज त्वरित फेडून टाकणंच शहाणपणाचं वाटतं. आर्थिक शिक्षणात थोडीफार गुंतवणूक करण्याची तुमची इच्छा असेल तर कर्जाचा वापर लीव्हरेजच्या रूपात करून लवकर फायदा करून घेणं हितावह ठरेल. मात्र यासाठी आर्थिक विषयाचे शिक्षण घेणं जरूरीचं आहे, हे तुम्ही लक्षात ठेवलं पाहिजे.

> चांगलं कर्ज असतं आणि वाईट कर्ज असतं. मात्र कर्जाचा वापर नेमका कधी करायचा आणि कधी करायचा नाही. हे समजणं हे आर्थिक शिक्षणाचं ध्येय असावं. चांगलं व्यवस्थापन असणारी स्थावर मालमत्ता खरेदी करण्यासाठी आपल्या बँका मोठ्या प्रमाणावर कर्ज देण्यास तयार असतात. यामुळेच डोनाल्ड आणि मी रिअल इस्टेटवर प्रेम करतो. रिअल इस्टेटसुद्धा चांगली किंवा वाईट असू शकते.
>
> जे लोक बचत करतात आणि म्युच्युअल फंडात गुंतवणूक करतात त्यांना 'लीव्हरेज'चा वापर करणं कठीण जातं. बऱ्याच बँका म्युच्युअल फंडात पैसे

गुंतवणूक करण्यासाठी कर्ज देत नाहीत. याचाच अर्थ बँकांना म्युच्युअल फंडात गुंतवणूक करणे धोक्याचे, जोखमीचे वाटते, मात्र त्यांना रिअल इस्टेटमध्ये गुंतवणूक सुरक्षित वाटते.

तरीही १९७०च्या दशकाचा प्रारंभी माझे गरीब डॅड फक्त बचत करत असल्यामुळे जसे मागे पडले, तसे अगदी याच कारणामुळे आज लाखो लोक आर्थिकदृष्ट्या मागे पडत आहेत.

आजच्या आर्थिक अनिश्चितेतच्या वातावरणात बचत करणारे लोक हरत आहेत आणि कर्ज घेणारे लोक जिंकत आहेत. तरीही कोणत्याही कारणाने कर्ज घ्यायचे असेल तर अगदी सावधान असलं पाहिजे.

दीर्घ काळासाठी गुंतवणूक करा

'दीर्घ काळासाठी गुंतवणूक करा' याचे अनेक अर्थ आहेत.

१. या सल्ल्याकडे विक्रयसंवादाच्या रूपामध्ये पाहा : 'तुमचा पैसा मला काही वर्षांसाठी द्या, मी तुम्हाला अनेक वर्षं शुल्क लावत राहीन.' याला मी विक्रयसंवाद का म्हणतो, ते तुमच्या लक्षात येईल. 'दीर्घ काळासाठी गुंतवणुकीत अशाच तऱ्हेच्या गोष्टी केल्या जातात. हे विमानाच्या फ्रिक्वेण्ट फ्लायर योजनेसारखं असतं. तुम्हाला त्या आजीव, एकनिष्ठ आणि वेळेवर पैसे देणारा ग्राहक बनवू इच्छित असतात.

२. याचा आणखी एक अर्थ म्हणजे, तुम्ही दीर्घ काळ शुल्क देत राहायचे. म्हणजे घर खरेदी करत असताना तुम्ही इस्टेट ब्रोकरला दलाली द्यायचीच पण नंतरही दरमहा दलाली देत रहायचे.

३. म्युच्युअल फंडांचे व्यवस्थापन आपल्याकडून शुल्क वसूल करतात. त्यामुळं या फंडांमधून गुंतवणूक करण्यात म्हणावा तितका फायदा होऊ शकत नाही. मला शुल्क देण्यात अडचण काहीही नसली तरी कमी फायदा देणाऱ्या ठिकाणी शुल्क भरणं मला आवडत नाही.

अनेक लोक म्युच्युअल फंडात दीर्घ काळासाठी गुंतवणूक करतात. परंतु म्युच्युअल फंड लीव्हरेज देत नाही. अन् आधीच सांगितल्याप्रमाणे म्युचुअल फंडात गुंतवणुकीसाठी माझी बँक मला लाखो डॉलर्स उधार देत नाही. कारण फंडात गुंतवणे म्हणजे मोठी जोखीम घेण्यासारखे आहे. यावर नियंत्रणही कमी आहे. (याविषयी आपण नंतर सविस्तर चर्चा करणार आहोत.)

म्युच्युअल फंड आणि हेज फंड यामध्ये लीव्हरेजचे अंतर आहे. हेज फंडात सामान्यत: उधारीचा पैसा वापरला जातो. ते असा उधारीचा पैसा का वापरतात? जर तुम्ही

स्मार्ट गुंतवणूकदार असाल तर आपल्या उधारीच्या पैशाने आपल्या 'आरओआय' म्हणजे रिटर्न ऑन इनव्हेस्टमेंटमध्ये वाढ करू शकता. दुसऱ्या शब्दात सांगायचे झाले तर तुम्ही जर स्वत:चा पैसा लावला तर त्यातून कमी लाभ होईल. उधारीचा पैसा लावला तर फायदा जास्त होईल.

म्युच्युअल फंडात नेमका कधी, कुठे पैसा गुंतवायचा याविषयी काही आडाखे आहेत. मीसुद्धा अधून-मधून म्युच्युअल फंडात गुंतवणूक करतो. परंतु म्युच्युअल फंड माझ्यासाठी 'फास्ट फूड'सारखं आहे. चवीत बदल म्हणून अधून-मधून फास्ट फूड खायला हरकत नाही. परंतु त्या खाण्याची आपल्याला सवय लागता कामा नये.

डायव्हर्सिफाय, डायव्हर्सिफाय, डायव्हर्सिफाय

जगातील सगळ्यात श्रीमंत गुंतवणूकदार वॉरन बफे वेगवेगळ्या ठिकाणी गुंतवणूक करण्याविषयी म्हणतात, 'डायव्हर्सिफिकेशन म्हणजे अज्ञानाचे कवच आहे. आपण नेमकं काय करतोय हे तुम्ही चांगले जाणत असाल तर वेगवेगळ्या ठिकाणी गुंतवणूक करणं शहाणपणाचं नाही.

मग प्रश्न निर्माण होतो. तुम्ही स्वत:ला कशापासून वाचवताय? स्वत:च्या अज्ञानापासून का आपल्या आर्थिक सल्लागाराच्या अज्ञानापासून?

'डायव्हर्सिफाय' या शब्दाचे अनेक अर्थ आहेत. सर्वसाधारणपणे अर्थ असा की, आपण सगळी अंडी एकाच पिशवीत ठेवू नये. वॉरन बफे मात्र डायव्हर्सिफिकेशनवर विश्वास ठेवत नाहीत. ते एकदा म्हणाले होते, 'आपल्याकडची सगळी अंडी एकाच पिशवीत ठेवा आणि आता त्या पिशवीवरच लक्ष केंद्रित करा.'

मी सुद्धा डायव्हर्सिफिकेशनवर विश्वास ठेवत नाही. ज्या पद्धतीने आर्थिक सल्लागार वेगवेगळ्या ठिकाणी गुंतवणुकीचा सल्ला देतात, तशी गुंतवणूक मी कधीच करत नाही. अनेक ठिकाणी अनेक प्रकारे गुंतवणूक मी कधीच केली नाही. उलट मी केंद्रित असणं जास्त पसंत करतो. म्हणजेच डायव्हर्सिफिकेशन करून नाहीतर लक्ष केंद्रित करून पुढे जातो.

'फोकस' या शब्दाची एक फार चांगली व्याख्या मी ऐकली आहे, ती इथं तुम्हाला सांगतो. फोकस म्हणजे :

एफ – फॉलो

ओ – वन

सी – कोर्स

यू – अनटिल

एस – सक्सेसफुल

जोपर्यंत यश मिळत नाही तोपर्यंत एकाच दिशेने मार्गक्रमण करत राहा.

तुम्ही श्रीमंत व्हावं असं आम्हाला का वाटतं?

मीसुद्धा अगदी हेच केलं, जोपर्यंत मी रिअल इस्टेटमध्ये यश मिळवलं नाही, तोपर्यंत याच क्षेत्रात गुंतवणूक करत राहिलो. आजही मी रिअल इस्टेटमध्ये गुंतवणूक करतोय. ज्या वेळी बॉण्ड याविषयी शिकण्याची इच्छा होती. त्या वेळी यश मिळेपर्यंत बॉण्डस्‌मध्ये गुंतवणूक करत राहिलो. आता बॉण्ड्स मला आवडेनासे झाले. त्यामुळे त्यात गुंतवणूक करणं सोडून दिलं. दोन कंपन्या सुरू केल्या, त्यांचे 'आयपीओ' काढले. लाखो डॉलर्स कमावले अगदी यशस्वी झालो. तरीही यापुढे कंपन्यांच्या व्यापात पडायचे नाही, असं ठरवून टाकले. आता फक्त रिअल इस्टेटचा उद्योग करणं मला आवडतं.

डायव्हर्सिफिकेशन म्हणजे माझ्यासाठी एक सुरक्षात्मक पाऊल आहे. त्यामुळे वेगवेगळ्या ठिकाणी गुंतवणूक करण्यास मला कमी लीव्हरेज वाटतं.

अनेक लोकांच्या दृष्टीने वेगवेगळ्या ठिकाणी पैसे गुंतवणे. म्हणजे चांगली रणनीती मानली जाते. यामुळे पैसे सुरक्षित नक्कीच राहातात. पण फायदा मात्र फारसा होत नाही.

कठोर परिश्रम करणे, कर्जमुक्त होणे. दीर्घ काळासाठी गुंतवणूक करणे आणि डायव्हर्सिफिकेशन, हे सगळं पारंपरिक आर्थिक सल्लागारांनी दिलेले सल्ले ठराविक प्रमाणात गुंतवणूक करणाऱ्यांसाठी चांगले आहेत. जे लोक ठराविक पैसे गुंतवणूक करण्यासाठी दुसऱ्यांकडे सोपवतात, अशा निष्क्रिय गुंतवणूकदारांसाठीही हे सल्ले ठीकठाक आहेत. तसेच जी व्यक्ती श्रीमंत आहे परंतु यशस्वी गुंतवणूकदार बनण्याचा मार्ग शिकण्यास तयार नाही, अशा व्यक्तींनाही हे सल्ले लाभदायक आहेत. चित्रपट तारे-तारका, श्रीमंत व्यावसायिक, व्यावसायिक खेळाडू आणि ज्यांना वारसा हक्काने प्रचंड संपत्ती मिळाली आहे, असे लोक याच श्रेणीत मोडतात. जर चांगल्या, ज्ञानी आर्थिक सल्लागाराचा त्यांनी शोध घेतला तर त्यांना लाभच लाभ होईल.

थोडक्यात काय, या मार्गाचा अवलंब करून गुंतवणूक करणाऱ्या लाखो लोकांना फारच कमी लीव्हरेजवर समाधान मानावे लागते. आणि जर प्रचंड संपत्ती कमवायची असेल तर लीव्हरेज जास्त असणं गरजेचं आहे.

लीव्हरेज हीच गुरुकिल्ली

माणूस ज्या काळात गुहांमध्ये वास्तव्य करत होता. त्या काळीही तो लीव्हरेजचा शोध घेत होता. सर्वप्रथम त्याने आग आणि भाला यांचा वापर 'लीव्हरेज' म्हणून केला. आग आणि भाल्याने मानवाला कठोर वातावरणात 'लीव्हरेज' दिलं. यामुळे त्याचं जगणं सोपं बनलं. लहान मूल थोडं मोठं झालं की त्याला आग कशी लावायची, भाला कसा वापरायचा, याचं प्रशिक्षण आई-वडील देऊ लागले. यामुळं हे मूल स्वतःचे रक्षण करू लागले, भोजनासाठी जनावरांची शिकार करू लागलं. यानंतर अनेक वर्षांनी भाल्याचा आकार लहान झाला व धनुष्यबाण विकसित झाले. हा 'लीव्हरेज'चा अधिक चांगला उच्च प्रकार होता. 'लीव्हरेज' म्हणजे *कमी वापरून जास्त मिळवण्याची क्षमता.* धनुष्यबाण भाल्यापेक्षाही श्रेष्ठ

होता. कारण धनुष्यबाण चालवण्यासाठी तुलनेनं कमी कष्ट पडत होते आणि तो भाल्यापेक्षा जास्त चांगलं काम करत होता.

काळ पुढे चालला होता आणि मनुष्य अधिकाधिक 'लीव्हरेज' विकसित करण्यासाठी आपल्या बुद्धीचा वापर करत होता. घोड्यावर बसायला शिकणं हा लीव्हरेजचा एक शक्तिशाली प्रकार होता. शेती करणे, दळवणळणासाठीच केवळ घोड्याचा वापर होत नव्हता तर युद्धभूमीवरही अश्वशक्ती प्रबळ आणि महत्त्वपूर्ण ठरली.

यानंतरच्या काळात दारूगोळ्याचा विकास झाला. ज्या राजाजवळ तोफा असत तो विजयी होत असे. अमेरिकी इंडियन, हवाई निवासी, न्यूझीलंडचे माओरीज, ऑस्ट्रेलियाचे मूळ निवासी तसेच अन्य संस्कृती यांना दारूगोळ्याचे साठे जवळ नसल्यामुळे हार पत्करावी लागली.

केवळ शंभर वर्षांपूर्वी घोड्यांची जागा चार चाकी गाड्या आणि विमानांनी घेतली. पुन्हा एकदा 'लीव्हरेज'च्या या नव्या प्रकारांचा वापर शांतिपूर्ण उद्देशांसाठी आणि युद्धातही झाला. आज ज्या देशांकडे तेलाचे नियंत्रण आहे, ते देश दुनियेमध्ये सगळ्यात बलवान मानले जात आहेत.

रेडिओ, टेलिव्हिजन, टेलिफोन आणि ज्यावर मी हे पुस्तक लिहितोय तो कॉम्प्युटर तसेच वर्ल्ड वाइड वेब हे सगळे 'लीव्हरेज'चेच प्रकार आहेत. प्रत्येक नव्या शोधामुळे लोकांना अधिक दौलत आणि शक्ती मिळत आहे. ज्या लोकांनी 'लीव्हरेज'च्या त्या साधनांचे प्रशिक्षण घेतले असेल त्यांना अनेक नवीन लीव्हरेजबरोबरच अधिक पैसा व शक्ती मिळते.

जर तुम्ही श्रीमंत बनू इच्छित असाल आणि जगभरात होत चाललेल्या घडामोडींची शिकार बनण्याची तुमची इच्छा नसेल तर आपल्या सगळ्यात महान 'लीव्हर'चा म्हणजे आपल्या मेंदूचा विकास करण्याची गरज आहे. आपली दौलत, संपत्ती सुरक्षित ठेवून अधिक श्रीमंत बनण्याची इच्छा तुम्ही बाळगत असाल तर बुद्धी, तुमचे आर्थिक शिक्षण हेच सगळ्यात मोठे 'लीव्हर' ठरणार आहे.

डोनाल्ड आणि मला दोघांनाही सुरुवातीला श्रीमंत वडील होते. त्यांनी पैशाची दुनिया कशी असते, याचा परिचय करून दिला. बाकी सगळं काही आमचं आम्हालाच करावं लागलं. पैशाची दुनिया कशी असते हे आम्हाला वडिलांनी एकदा दाखवलं त्यानंतर अभ्यास करणे, ते व्यवहार शिकणं, सुधारणं आणि त्यातून वर येणं आम्ही शिकलो. ज्या प्रकारे गुहेत राहाणाऱ्या माता-पित्यांनी आपल्या अपत्यांना आग कशी पेटवायची आणि भाला कसा वापरायचा हे शिकवलं, त्याच प्रमाणे आमच्या श्रीमंत वडिलांनी पैसे कसे वापरायचे हे शिकवलं आणि श्रीमंत बनण्यासाठी आपल्या बुद्धीचा वापर कसा करायचा हे सुद्धा शिकवलं.

आता आपल्यापैकी काहीजण म्हणतील की, 'परंतु आमचे वडील काही श्रीमंत नाहीत. माझ्याजवळ सुरुवातीला गुंतवण्यासाठी पैसे नाहीत, चांगलं शिक्षण नाही. तुम्ही असा विचार करत बसलात तर भरपूर पैसे कमावण्याची शक्यता धुळीला मिळेल. तुम्ही जर तुमच्याकडे

असलेली सगळ्यात मोठी संपत्ती म्हणजे मेंदूबुद्धी याचा उपयोग स्वतःच्याविरुद्ध करणार असाल तर भरपूर पैसे कमावण्याची शक्यता धुळीला मिळणार. पैसे मिळवण्याऐवजी तुम्ही तुमचा मेंदू सबबी शोधण्यासाठी वापरत आहात. लक्षात ठेवा, तुमचा मेंदू-बुद्धी सर्वात मोठा 'लीव्हर' आहे. परंतु सगळे 'लीव्हर' दोन्ही दिशांना काम करू शकतात. एक चांगली दिशा तर दुसरी वाईट दिशा. कर्ज तुम्हाला श्रीमंत बनवतं, कर्ज तुम्हाला गरीबही बनवू शकते.

> बचत करणारे आणि गुंतवणूक करणारे यांच्यामध्ये फक्त एका शब्दाचे अंतर आहे. तो शब्द म्हणजे 'लीव्हरेज'! लीव्हरेज म्हणजे कमी वापरून जास्त करण्याची क्षमता.
>
> *- रॉबर्ट टी. कियोसाकी*

माझ्याकडं खूप चांगलं म्हणावं असं शिक्षण नाही. किंवा आम्ही पिढीजात श्रीमंतही नव्हतो. माझ्याकडे फक्त एक श्रीमंत वडील होते. त्यांनी मला सबबी सांगण्याऐवजी पैसे कमावण्यासाठी बुद्धीचा वापर कसा करावा, हे शिकवलं. माझ्या श्रीमंत वडिलांना सबबी अजिबात खपत नसत. ते म्हणायचे. सबबी पैशाला पासरी मिळतात. त्यामुळे अयशस्वी लोकांकडे असंख्य सबबी असतात. जर तुम्ही आपल्या मेंदूवर नियंत्रण ठेवू शकत नसाल तर तुम्ही स्वतःच्या जीवनावर नियंत्रण ठेवू शकणार नाही. असंही ते सारखं सांगत. आज मी कोणाही दुःखी, गरीब, आजारी व्यक्तीला भेटलो तर लगेच लक्षात येते, त्यानं आपल्या मेंदूवरचा ताबा गमावला आहे. मेंदू-बुद्धी हे देवानं आपल्याला दिलेलं सर्वात मोठं, किंमती, महत्त्वपूर्ण साधन आहे.

आज माझ्याकडे आणि डोनाल्डकडे भरपूर पैसा असला तरी यापूर्वी आर्थिक अपयश आम्ही दोघांनीही पचवलं आहे. जर आम्ही आमच्या बुद्धीचा वापर दुसऱ्यांना दोष देण्यासाठी आणि सबबी सांगण्यासाठी केला असता तर आम्ही आज खूप गरीब असतो.

सगळेजण श्रीमंतच!

माझ्या श्रीमंत वडिलांनी जो संदेश दिला आहे, तोच तुमच्यासाठीही देण्याचा मोह इथं होतोय. 'आपण सगळेचजण जन्मताना श्रीमंत असतो. कारण आपणा सगळ्यांना सर्वात सशक्त 'लीव्हर'– मेंदू मिळला आहे. त्यामुळे कोणतीही सबब न सांगत आपल्या बुद्धीचा वापर 'लीव्हरेज'साठी करावा, त्यामुळे आपण श्रीमंत बनू.

सारांश

गुहेत वास्तव्य करणाऱ्या माकडात आणि मानवात 'लीव्हरेज'मुळे फरक होता. श्रीमंत,गरीब

आणि मध्यमवर्गीय यांच्यातही लीव्हरेजमुळे फरक आहे, बचत करणारे आणि गुंतवणूक करणारे यांच्यातील तफावत आहे 'लीव्हरेज'मध्ये. 'ई' आणि 'एस' चौरस तसेच 'बी' आणि 'आय' चौरस यांच्यात 'लीव्हरेज'मुळे फरक आहे. चांगल्या प्रशिक्षित आणि नियोजनबद्धतेने गुंतवणूक करणाऱ्या व्यक्तीला कमी धोका पत्करून जास्त नफा कमावता येऊ शकतो. परंतु यामध्ये 'लीव्हरेज'ची जरूरी असते आणि 'लीव्हरेज' मिळवण्यासाठी तुम्हाला स्वत:ला शिक्षितकरण्याची नितांत गरज आहे. आपल्या मेंदूचा अगदी शहाणपणाने वापर करण्याची आवश्यकता आहे.

डोनाल्ड यांचा दृष्टिकोन

बचत करणारे आणि गुंतवणूक करणारे यांच्यामध्ये फरक काय? काही वर्षांपूर्वी माझ्या ज्यू मित्राने या प्रश्नावर उत्तरादाखल सांगितलं, *'मोझेस गुंतवणूक करतो आणि जीझस बचत करतो.'* या उत्तराचा आपल्याला काही फायदा होईल की नाही, मला माहीत नाही, परंतु वेगवेगळ्या स्तरावर विचार करायला आपण प्रवृत्त नक्कीच होतो.

जे लोक गुंतवणूक करतात त्यांनी मी सक्रिय बचतदार मानतो, गुंतवणूक करणं म्हणजे एका मार्गानं पैसे कमावण्यासारखं आहे. गुंतवणूक करण्याने रातोरात श्रीमंत होऊ शकत नाही. परंतु बचत करून श्रीमंत बनण्यास निश्चित ठराविक वेळ लागतो. जर तुम्ही स्वत:चे पैसे बचत करण्याऐवजी गुंतवले तर त्याचा तुम्हाला जादा लाभ होतो.

अनेक लोक धोका पत्करण्यास घाबरतात किंवा गुंतवणुकीविषयी शिक्षण घेण्यासाठी लागणाऱ्या वेळामुळेही घाबरतात. पैशाचं व्यवस्थापन करताना व्यक्तीने कोणती नीती स्वीकारावी, याविषयी रॉबर्टने खूप चांगल्या पद्धतीनं विश्लेषण केलं आहे.*'रिच डॅड पुअर डॅड'* हे पुस्तक काही अपघाताने, उगाच लोकप्रिय झालेलं नाही. यामागे कारण होतं. याविषयाचं स्पष्टीकरण करण्यासाठी पुरेसा वेळ रॉबर्टने काढला. त्यामुळं अवघ्या जगात हे पुस्तक प्रचंड लोकप्रिय झाले.

गुंतवणूकदार बँकेत मोठी पावलं टाकत जातो आणि मोठी पावलं टाकतच बाहेर येतो. बचत करणारा बँकेत मोठी पावलं टाकत प्रवेश करतो आणि लहान पावलांनी बाहेर येतो. गुंतवणूकदार आणि बचत करणारा यांच्यातला फरक पाहताना मला नेहमी हेच दृश्य जाणवतं. बँकेत बचत करणाऱ्या लोकांच्या बचतीची शक्ती घटत चालली आहे.

गुंतवणूकदार अनेक बाबतीत द्रष्टे असतात. ते वर्तमानापलीकडे पाहातात. त्यांची नजर भविष्यात असते. त्यांना तो तक्ता स्पष्ट दिसत असतो, त्यामुळी ती आत जाणारी आणि बाहेर पडणारी पावलं बिचकत टाकली जात नाहीत. या व्यवहारातील जोखीम, पत्करलेला धोका प्रत्येकासाठी चांगला सिद्ध होईल, असा विश्वास बाळगून ते काम करत असतात. ते प्रत्येकाला 'विजेता' या रूपात पाहू इच्छित असतात.

तुम्ही श्रीमंत व्हावं असं आम्हाला का वाटतं?

माझ्या कल्पना चांगल्या आहेत, अशी लोकांची खात्री पटवून द्यावी याची गरज मला क्वचितच वाटते. त्यांची खात्री पटवावी लागेल असं मला वाटत असतं, तर मुळात मी त्यांच्याबद्दल बोललोच नसतो. मी त्यांना शब्द देतो - मन वळवण्याच्या अगदी विरुद्ध - की माझा प्रस्ताव हा सर्वांसाठी फायदेशीर आहे. या मूलभूत गोष्टी आल्याखेरीज मी व्यवहारापर्यंत जातच नाही. मी अगदी पहिल्यांदा सुरुवात केली तेव्हासुद्धा मला परिणाम इतके स्पष्ट दिसत होते, की 'पटलेल्या व्यवहारा'ची भावना माझ्या विचारातून आणि वागण्यातून झिरपतच होती.

पैसा हा प्रतिभेसारखाच असतो. हे जर तुम्ही स्वत:पुरतंच मर्यादित ठेवलं तर त्याचा जास्त फायदा होणार नाही. त्याचा विकास झाला पाहिजे. त्याला पोषण दिलं पाहिजे. तसेच त्याचा योग्य वापर झाला पाहिजे. यासाठी वेळ, परिश्रम आणि धैर्य यांची आवश्यकता असते, अनेक प्रतिभाशाली व्यक्ती यशस्वी झालेल्या नाहीत, कारण त्यांनी कधी स्वत:चा विकासच केलेला नसतो. आपल्यातील प्रतिभेला पालवी फुटण्यासाठी तिचं पोषण केलं नाही, संधी दिली नाही, कारण त्या प्रतिभेच्या मालकानं पुरेसा कधी विचारच केला नाही. किंवा त्याहीपेक्षा वाईट गोष्ट म्हणजे जराही विचार केलेला नसतो.

गुंतवणुकीत जबाबदारीची आवश्यकता असते; सततच्या जबाबदारीची. बचतीमध्ये ती नसते. गुंतवणूक प्रत्येक जण करू शकतो असे नाही. परंतु इतर कोणत्याही कौशल्याप्रमाणे तुम्ही गुंतवणुकीचा प्रयत्न करून त्याचे परिणाम काय झाले, याची माहिती करून घ्यायला सुरुवात करता, त्या वेळी रोमांचक अनुभव येऊ शकतो. मग तुम्हाला प्रश्न पडेल की, *'गुंतवणूक करणं रोमांचक आहे?'* असा प्रश्न जर कोणी मला केला तर मला समजून चुकते की, या माणसानं आत्तापर्यंत गुंतवणूक करण्याचा प्रयत्नच केलेला नाही.

आत्तापर्यंत तुमच्या लक्षात आलं असेलच की, मला साहस आवडतं. परंतु पैशांच्याबाबतीत मी कधीच जोखीम घेत नाही. अन् तुम्हीही असंच केलं पाहिजे. पण, ज्या गोष्टीमुळे तुम्हाला खूप लाभ मिळू शकतो, आणि तुमच्या जीवनात आमूलाग्र बदल होऊ शकतो. ती गोष्ट करण्यासाठी मागे पुढे पाहाणे, फार चांगले नाही, असं मला वाटते.

आपण या आधीच भीती आणि ती कमी करण्याच्या पद्धतीविषयी बरीच चर्चा केली आहे. हा गुंतवणूकदार आणि बचत करणारे यांच्यातील फरक आहे : बचत करणारा अजून भीतीच्या परिघातच वावरतोय, तर गुंतवणूकदाराने भीतीला जिंकून घेतले आहे आणि बक्षिसाचे, लाभाचे पीक घेतोय, ज्याविषयी भीती वाटते,त्यावर लक्ष केंद्रित करा... आणि मग तिला जिंका!

प्रारंभी मी ज्या वेळी व्यवसाय सुरू केला आणि मॅनहटनमध्ये राहायला आलो, त्या वेळी रिअल इस्टेट बाजार अगदी खाली आला होता. अवघ्या शहरांचं दिवाळं वाजेल, असं लोक बोलत होते. ही भीती वाढत गेली आणि जनतेचा भरवसा कमी होत चालला. कोणाही नव्या इस्टेट डेव्हलपरसाठी हे वातावरण काही चांगलं नव्हतं.

> गुंतवणूकदार अनेक बाबतीत द्रष्टा असतात; ते वर्तमानापलीकडे पाहातात.
>
> *- डोनाल्ड जे. ट्रम्प*

याच समस्येकडं मी खूप मोठी संधी या स्वरूपात पाहिलं. कारण इथे सध्या काहीही आर्थिक संकट (माझ्या मते तात्पुरतं) असलं, तरी माझ्या दुनियेचं केंद्र मॅनहटनच होते. त्यामुळे या भीतीने माझ्यातील साहस आणि महत्त्वाकांक्षेची भावना कमी झाली नाही. उलट या भावनेला खतपाणी मिळालं. याच वेळी मी हडसन नदीजवळ शंभर एकर विशाल अविकसित जमीन घेण्याचा विचार करू लागलो. आर्थिक संकटामुळे माझ्या स्वप्नांचे पंख छाटले नाहीत. अन् मी आपले विचार कधी चांगली वेळ पुढे-मागे येईल, संकटे जातील म्हणून टाकूनही दिले नाहीत. आर्थिक वातावरण कसेही असो, आपण रिअल इस्टेट डेव्हलपर बनायचंच. हा संकल्प मी निश्चित केला होता. सर्वात महत्त्वाचा मुद्दा असा की, मी वेळेची गुंतवणूक केली. अशी दुर्धर परिस्थिती असतानाही आपले विचार विकसित केले. आज माझ्या समोर असलेली योजना उद्यावर टाळली नाही. किंवा परिस्थिती आपल्या दृष्टीने आदर्श, अनुकूल होईल, म्हणून वाट पाहात मी थांबलोही नाही.

बचत करणारे दीर्घ काळ वाट पाहात बसतात. त्यानेच ते अनेक संधी गमावतात. याक्षणी तुमच्याजवळ पैसे नसतील, आणि परिस्थितीही आदर्श-अनुकूल नसेल, परंतु याचा अर्थ तुमच्या मेंदूने चांगला पर्याय शोधूच नये, असा अजिबात नाही. परिस्थिती कधीच आदर्श नसते. परंतु सक्रिय गुंतवणूकदाराचा मेंदू संधीसाठी तयार असला पाहिजे. संधी मिळताच लाभ उठवण्याची तयारी ठेवली पाहिजे. गुंतवणुकीची संधी कधीच गमावता कामा नये. कोणत्याही परिस्थितीत संधीचा शोध घेतला पाहिजे, हीच खरी 'लीव्हरेज' शक्ती आहे.

तुमचा दृष्टिकोन

आज आपण आपल्या जीवनात कोणत्या 'लीव्हरेज'चा कशा तऱ्हेने लाभ घेऊ शकतो. याचा आढावा घ्या.

इतर लोकांच्या वेळेचा आपल्या फायद्यासाठी उपयोग करून :

____

इतर लोकांच्या पैशाचा वापर आपल्या लाभासाठी उपयोग करून :

____

तुम्ही आपल्या जीवनात कशा पद्धतीने 'लीव्हरेज'चा प्रयोग वाढवू शकता?

____

तुम्ही दुसऱ्यांच्या जीवनात 'लीव्हरेज'चा प्रयोग कशा तऱ्हेने पाहू शकता?

____

ते जे काही करतात, ते आपण करावं असं वाटतं का?

____

'लीव्हरेज'च्या इतर उदाहरणांसाठी वाचत राहा - कदाचित त्या उदाहरणांमुळे या प्रश्नांची उत्तरे मिळण्यास तुम्हाला मदत मिळेल.

प्रकरण नऊ

तुम्ही दोन गोष्टींमध्ये गुंतवणूक करता

रॉबर्ट यांचा दृष्टिकोन

'माणूस फक्त दोन गोष्टीमध्येच गुंतवणूक करू शकतो. एक वेळ आणि दुसरी गोष्ट पैसा.' असं माझे श्रीमंत डॅडी नेहमी म्हणायचे. 'बहुतेक लोक वेळेची गुंतवणूक करत नाहीत. त्यामुळं ते आपला पैसा गमावून बसतात.' असंही ते म्हणायचे.

पैशाच्या ९०/१० या नियमाला ढोबळमानानं पाळलं, तर मला वाटतं ९० टक्के गुंतवणूकदार आपला पैसा गुंतवतात, परंतु ते वेळेची जास्त गुंतवणूक करत नाहीत. आणि जे १० टक्के लोक ९० टक्के पैसे कमवतात ते पैशापेक्षा जास्त वेळेची गुंतवणूक करतात. डोनाल्ड आणि मी इतका प्रचंड पैसा कसा काय कमावतो? आम्हाला इतका प्रचंड नफा कसा काय होतो आणि आम्ही आमचा खाजगी पैसा खूप कमी कसा वापरतो? या सगळ्या प्रश्नांची उत्तरं तुम्हाला या पुस्तकाच्या अखेरपर्यंत नक्कीच मिळतील. पण एक लक्षात घ्या, आम्ही आमचा पैसा कमी गुंतवतो, परंतु वेळेची जास्त गुंतवणूक करतो.

गुंतवणूकदारांची तीन प्रकारांची आकृती पुढे दिली आहे. त्याकडे नजर टाकली की, वेळ आणि पैसा यांच्या गुंतवणुकीमध्ये असलेला संबंध तुमच्या लक्षात येईल.

अ-गुंतवणूकदार	**निष्क्रिय गुंतवणूकदार**	**सक्रिय गुंतवणूकदार**
वेळेची गुंतवणूक नाही *पैशाची गुंतवणूक नाही*	*वेळेची गुंतवणूक नाही* *पैशाची गुंतवणूक करतो*	*वेळेची गुंतवणूक करतो* *पैसा गुंतवतो*
आर्थिक शिक्षण नाही	**आर्थिक शिक्षण नाही**	**भरपूर आर्थिक शिक्षण**

वरच्या साध्या आकृतीवरून स्पष्ट समजते की, पहिल्या दोन प्रकारातील गुंतवणूकदार म्हणजे – अ-गुंतवणूकदार आणि निष्क्रिय गुंतवणूकदार – म्हणतात की, 'गुंतवणूक करणं धोक्याचं आहे. ते कशामुळे, या अ गुंतवणूकदारांकडे आणि निष्क्रिय गुंतवणूकदारांकडे

अर्थ विषयक कोणतंही शिक्षण नसतं किंवा नगण्य असतं. याशिवाय त्यांचा आर्थिक क्षेत्रातील अनुभवही कमी असतो, त्यामुळे अशा व्यक्ती सुरक्षिततेचा वायदा करणाऱ्या प्रत्येक आर्थिक सल्लागाराला बळी पडतात.

डोनाल्ड ट्रम्प यांनी आर्थिक विषयक शिक्षण घेताना भरपूर गुंतवणूक केली. ते व्हार्टनमध्ये होते, खरोखरच हे अमेरिकेतील सर्वात उत्तम बिझिनेस स्कूल आहे. सन् १९६९ मध्ये न्यूयॉर्कच्या मर्चन्ट मरीन ॲकॅडमीमधून पदवी घेऊन बाहेर पडल्यानंतर मी सुद्धा व्हार्टनला जाण्याविषयी विचार केला होता. ॲकॅडमीमधील माझा वर्गमित्र अल नोवाक याला व्हार्टनमध्ये प्रवेश मिळाला होता. अन् त्याच्याबरोबर मीही प्रवेश घ्यावा, असं त्याला वाटत होतं. परंतु त्या काळात व्हिएतनाम युद्ध सुरू होतं, त्यामुळं मी फ्लाइट स्कूलमध्ये जाण्याचा निर्णय घेतला.

डोनाल्डप्रमाणे माझ्याकडे काही बिझिनेस स्कूलची औपचारिक पदवी नाही आणि असं शिक्षण नसणं ही आपल्यातील एक कमतरता असते, हे मला पक्कं ठाऊक आहे. त्यामुळं पैसा आणि वेळ यांची गुंतवणूक नेमकी कशी करायची याचं पारंपरिक परिघाबाहेरच शिक्षण मी मिळवलं. अनेक सेमिनारला हजेरी लावली. असंख्य टेप आणि सीडी ऐकल्या. विविध बिझिनेस पुस्तकं वाचली आणि मी जे काही शिकलो, ते दुसऱ्या कुणाला तरी शिकवत राहिलो, कारण दुसऱ्याला शिकवत असताना आपण स्वत: बरंच काही शिकत असतो, असं मला वाटतं. अनेक मार्गदर्शकांचा शोध लावला अन् त्यांच्याकडे उमेदवारी केली. माझे श्रीमंत वडील मार्गदर्शन बनले तर मी त्यांचा प्रशिक्षणार्थी बनलो.

मला दोन मार्गदर्शक मिळाले. त्यांनी शिकवलेल्या प्रक्रियेनुसार मी दोन कंपन्यांचे 'आयपीओ' काढले. मी तेल आणि गॅस क्षेत्रात मोठ्या प्रमाणावर गुंतवणूक केली. कारण मला स्टँडर्ड ऑईल ऑफ कॅलिफोर्नियाकडून आणि एका मार्गदर्शकाकडून उत्कृष्ट मार्गदर्शन मिळाले. त्यांनी मला तेल आणि गॅसमध्ये गुंतवणूक करून पैसा कसा कमवायचा हे शिकवलं.

जीवनात येणारे विविधांगी अनुभव आणि उत्तम मार्गदर्शक तसेच सल्लागार यांच्या माध्यमातून आपल्या आर्थिक शिक्षणाचा आलेख मी सतत उंचावत ठेवला.

आर्थिक शिक्षण घेण्याची आता गरज नाही, असा विचार मी केला असता तर डोनाल्ड ट्रम्प यांच्याबरोबर हे पुस्तक लिहिता आलं नसतं. मला पैसा, व्यवसाय, धनदौलत, मालमत्ता याविषयी सतत काहीतरी शिकायला आवडतं. कदाचित अखेरपर्यंत मी विद्यार्थी दशेतच राहाणार आहे. माझ्या समोरचा पेला पूर्ण भरला आहे, आता मला सगळ्या प्रश्नांची उत्तरं अगदी शंभर टक्के येतात, सगळं काही मला ठाऊक आहे, असं मला कधीच वाटत नाही. मला वाटतं, शिकण्यासारखं आणखी खूप काही आहे आणि ते शिकण्यात मला खूप मजा येते.

आर्थिक विशेषज्ञ

ज्या आर्थिक विशेषज्ञांना फार थोडा अनुभव आहे, अशांकडून कोणी आर्थिक सल्ला

घेतला तर गुंतवणूक म्हणजे खूप जोखमीचं काम आहे असा त्यांचा समज होऊ शकतो.

१. आर्थिक विशेषज्ञ बनण्यास जितका काळ लागतो, त्यापेक्षा जास्त कालावधी परवानाधारक मसाज थेरपिस्ट बनण्यास लागतो, हे तुम्हाला माहीत आहे?
२. एखाद्या प्रॉडक्टमध्ये तुम्ही गुंतवणूक करावी, असा सल्ला देणारे दलाल स्वत: त्यामध्ये किती गुंतवणूक करतात, हे तुम्हाला माहीत आहे? २० टक्क्यांहून कमी स्टॉक ब्रोकर्स आणि रिअल इस्टेट ब्रोकर्स, ग्राहकांना सल्ले दिलेल्या प्रॉडक्टमध्ये गुंतवणूक करतात.
३. बहुतांश अर्थविषयक पत्रकारांकडे वित्तीय प्रशिक्षण किंवा गुंतवणुकीचा अनुभव फारच कमी असतो, हे तुम्हाला ठाऊक आहे?
४. बहुसंख्य लोक हॉट टिपच्या आधारे गुंतवणूक करतात, या हॉट टिप्स श्रीमंत लोक नाही, तर गरीब लोक देतात, हे तुम्हाला माहीत आहे का?
५. आपल्या किती राजकारण्यांना आणि कायदेतज्ज्ञांना प्रत्यक्षात गुंतवणूक करण्याचा अनुभव आहे?
६. किती शिक्षकांना प्रत्यक्ष जगातील गुंतवणूक करण्याचे प्रशिक्षण किंवा अनुभव असतात?

बकरा होऊ नका!

एकदा वॉरन बफे सांगत होते, 'जर तुम्ही पोकर खेळत असाल आणि खेळाची पहिली २० मिनिटे झाल्यानंतरही खेळात बकरा कोण आहे, हे तुम्हाला समजलंच नाही तर लक्षात ठेवा, बकरा तुम्ही स्वत:च आहात.'

माझे श्रीमंत वडील सांगायचे की, ' 'ई' आणि 'एस' चौरसांतील लोकांना जास्त नुकसान सोसावं लागतं, कारण 'ई' आणि 'एस' चौरसातील लोकांनी दिलेल्या आर्थिक सल्ल्याचा विचार करून गुंतवणूक केली गेली.' या पुस्तकाच्या प्रारंभीच वॉरन बफे यांचे उद्‌गार दिले आहेत, त्याची पुनरावृत्ती येथे करतो. 'जगात वॉल स्ट्रीट ही एकमेव अशी जागा आहे की, जिथे अलिशान रॉल्स रॉइसमध्ये बसून येणारे लोक, सर्वसामान्य रेल्वेने प्रवास करणाऱ्या लोकांकडून सल्ला घ्यायला येतात.'

तुमचा सल्ला काळजीपूर्वक निवडा

आपला मेंदू हीच आपल्याकडे सर्वात मोठी संपत्ती आहे. आपल्या मनात कोणते विचार सुरू आहेत, याकडे आपण सावधानतेने लक्ष दिले पाहिजे. अनेक वेळा तर नवं काही शिकण्यापेक्षा आहेत ते जुने विचार आणि कल्पना सोडून देणं अवघड जातं.

अर्थविषयक लेखन करणाऱ्या अनेक पत्रकारांना माझे विचार अजिबात पटत नाहीत.

ते विचारतात, 'पैसे जवळ नसताना गुंतवणूक करू शकतो, असं तुम्ही म्हणता, हे खूप जोखमीचं नाही?'

त्यांना मी उत्तर देऊ इच्छितो की, 'छे! जर त्यात माझा पैसा गुंतलेलाच नाही, तर कसली आली आहे जोखीम?'

काही दिवसांपूर्वी चांदीमध्ये कशी गुंतवणूक करावी, याविषयी माझं रेडिओवर भाषण झालं. एका फोन करणाऱ्या व्यक्तीनं मला विचारलं, 'मी म्युच्युअल फंडामध्ये गुंतवणूक करून ९ टक्के कमावतोय, मी चांदीत का बरं गुंतवणूक करावी?'

'गेल्या वर्षभरामध्ये चांदीचा भाव जवळपास शंभर टक्क्यांनी वाढला.' हे मला त्या वेळी सांगावसं वाटत होतं. परंतु मी फक्त, "९ टक्के नफा होतोय, तेवढ्यावर तुम्ही संतुष्ट आहात, याचा मला आनंद वाटतोय" असं म्हणालो.

अनेक लोकांना गुंतवणूक जोखमीचं काम वाटतं. अन् ते खरंही आहे. आर्थिक विषयाचं शिक्षण आणि अनुभव नसेल तर हे खरोखरीच धोक्याचं काम आहे. आर्थिक सल्लागाराकडे तुमच्यापेक्षा थोडं जास्त शिक्षण असतं आणि थोडाफार अनुभव असतो, तरीही तुम्ही बिनधास्त आपला पैसा त्याच्याकडे सोपवता. वास्तविक हा तर अधिकच मोठा धोका तुम्ही पत्करता.

रिअल इस्टेटचा सेल्समन खरेदीदारांना म्हणत असतो, 'या मालमत्तेची किंमत वाढेल' हे ऐकल्यावर मला आनंद वाटतो. वेगळ्या शब्दात याचा अर्थ असतो, "ही मालमत्ता आत्ता थोडंफार नुकसान सोसून खरेदी करायला हरकत नाही. कारण भविष्यात फायदाच होईल. रिअल इस्टेटीची किंमत नेहमीच वाढत असते. खरेदी करणाऱ्याने अशा वेळेस विचारावे, 'जर फायदा झाला नाही तर काय तुम्ही मला पैसे परत करण्याची हमी देऊ शकता?' अशा वेळेस सेल्समनचा जोश आपोआपच थंड पडेल.

ज्या वेळी तुम्ही गुंतवणूक करण्याचा निर्णय घेता, त्या वेळी काही प्रश्न आवर्जून विचारले पाहिजेत उदाहरणार्थ :

१. तुम्ही कर कसा वाचवू शकता?
२. जोखीम कमी करून नफ्यात वाढ कशी करू शकता?
३. चांगल्या गुंतवणुकी तुम्ही कशी ओळखता?
४. एखादा सौदा चांगला आहे की वाईट हे तुम्ही कसे ठरवता?
५. स्वतःचा पैसा फारसा न गुंतवता दुसऱ्या लोकांचा पैसा (ओपीएम – अदर पीपल्स मनी) जास्त कसा गुंतवू शकता?
६. पैशाची जोखीम न पत्करता अनुभव कसा मिळवता येतो?
७. नुकसान झालेच तर ते कसे सोसणार?
८. चांगला सल्लागार कसा शोधणार?

तुम्ही श्रीमंत व्हावं असं आम्हाला का वाटतं?

या सगळ्या प्रश्नांची सोपी उत्तरे देण्याची माझी इच्छा आहे. परंतु या प्रश्नांची नेमकी अशी उत्तरेच असू शकत नाहीत. या प्रश्नांमुळे तर मी सतत अभ्यास करतोय, शिकतोय आणि उत्तरांचा शोध घेतोय. स्वत:ला हेच प्रश्न वारंवार विचारून त्यांचे अधिकाधिक चांगले उत्तर देण्याचा प्रयत्न करतोय. परंतु आजपर्यंत मला नेमके उत्तर सापडले नाही. मला समाधान मिळेल, सुरक्षित वाटेल, असं एकच उत्तर आजपर्यंत मिळालेले नाही. कदाचित योग्य उत्तर कधीच मिळणार नसावे. कारण नेहमी यापेक्षा आणखी काहीतरी चांगलं उत्तर मिळण्यास वाव राहिलेला असतो. आपल्याला अधिक चांगले मिळू शकतं हे तर आपल्याला माहीतच आहे.

आत्तापर्यंत योग्य उत्तराच्या शोधामुळेच मी श्रीमंत बनत चाललो आहे. माझा हा शोधप्रवास निरंतर सुरू असल्यामुळे माझी श्रीमंती वाढत आहे आणि अजूनही मी निवृत्त झालेलो नाही. खरं तर निवृत्त झालो तर पुरेसा पैसा माझ्याकडे नक्कीच आहे. परंतु एक लक्षात घ्या, पैशाचा शोध घेत आहे. म्हणून मी श्रीमंत बनतोय असं अजिबात नाही, तर ज्ञानाचा, माहितीचा शोध घेतोय, त्यामुळे मी श्रीमंत बनतोय. आणखी नवं, वेगळं खूप काही शिकण्याची मला आस आहे. पैसा फक्त 'स्कोअर' सांगतोय. आम्ही कशा प्रकारे काम करतोय हे सांगण्याचं काम पैसा करतोय. पैशाचा अभाव हा आपलं शिक्षण कमी पडल्याची जाणीव करून देतो, तसंच पैसा असणे हे यशाचा आनंदोत्सव आहे. दूरच्या प्रवासावर जात असताना प्रवाशांचे लक्ष मैलाच्या दगडाकडे असतं. आपण किती अंतर मागे टाकलं आणि आणखी किती अंतर गंतव्य स्थानासाठी शिल्लक आहे, याचा हिशोब प्रवासी सारखा करत असतात. तसंच मिळणारा पैसा म्हणजे फक्त मैलाचा दगड आहे, असं मला वाटतं.

टायगर वूड्स पैशासाठी खेळतो असं वाटतं कारण तो त्याच्याकडे भरपूर आहे. पण त्याला विचारलं तर तो म्हणेल, खेळात अधिक प्रवीण होण्यासाठी आपण खेळतो आणि पैसा हा त्याच्या प्राविण्याचं मोजमाप आहे. रोलिंग स्टोन्सचे सदस्य पायाला भिंगरी लागल्याप्रमाणे प्रवास करतात, ते पैशासाठी, असं वाटतं, पण ते खरं तर लोकांचं मनोरंजन करण्यासाठी असतं. सगळे माजी फुटबॉलपटू जर चांगले निरोगी आणि तरुण झाले तर फक्त मैदानात पुन्हा एकदा उतरण्यासाठी फुकटसुद्धा खेळतील.

अलीकडेच मी स्टीव्हन प्रेसफील्डनी लिहिलेलं *'द वॉर ऑफ आर्ट'* हे सुंदर पुस्तक वाचलं. ज्या व्यक्तींना आपले जीवन म्हणजे मुक्कामचं ठिकाण नाही तर एक प्रवास आहे, असं वाटतं, त्या प्रत्येकानं हे पुस्तक जरूर वाचावं, असा सल्ला मला द्यावासा वाटतो. *'द वॉर ऑफ आर्ट'* मध्ये प्रेसफील्ड म्हणतात, 'हौशी खेळाडू फक्त खेळाच्या प्रेमापोटी खेळतात असं भासतं, पण ते 'हौशी खेळाडू' राहातात कारण त्यांचं खेळावर पुरेसं प्रेमच नसतं.' प्रेसफील्ड यांचा एक महत्त्वाचा मुद्दा म्हणजे तुम्ही स्वत:च्या मनात दडलेल्या सुप्त इच्छांना विनाकारण दडपू नका, आणि स्वत:वर काही लादून घेऊ नका. जे काही करायचे ते मनापासून करा. त्यांनी दिलेला महत्त्वाचा सल्ला असा :

१. तुम्ही जे काही करता त्यावर प्रेम करणे.
२. धीर धरणे.
३. भीतीचा सामना करणे.

> *'द वॉर ऑफ आर्ट'* मध्ये स्टीव्हन प्रेसफील्ड म्हणतात की, 'हौशी खेळाडू फक्त खेळाच्या प्रेमापोटी खेळतात असं भासतं, पण ते 'हौशी खेळाडू' राहातात कारण त्यांचं खेळावर पुरेसं प्रेमच नसतं.'
>
> *- रॉबर्ट टी. कियोसाकी*

पैशाच्या खेळावर मी मनापासून प्रेम करतो, त्यामुळे या खेळात मी जिंकतो, असं वाटतं. हा खेळ मला शिकायचा होता. त्या वेळी मी अनेक कामं मोफत केली. आज गोल्फकोर्स आणि बास्केटबॉल कोर्टवरून मी जातो, त्या वेळी मी पाहातो. युवा-तरुण, थोडे मोठे खेळाडू फुकट खेळत असतात. उलट खेळण्यासाठी पैसे द्यायलाही तयार असतात. कारण खेळावर ते खूप प्रेम करतात.

मी अभ्यास करतो आणि शिकतो. कारण खेळ खेळायला मला मनापासून आवडतं आणि या खेळात मला जिंकायचं असत. या खेळाचा पूर्ण इतिहास मी चांगला अभ्यासला आहे. सगळंच काही मी जाणून घेऊ शकणार नाही. हे मला पक्कं ठाऊक आहे. तरीही खेळाचे नियम आणि खेळाडूंचा अभ्यास मी करतो. माझे प्रतिस्पर्धी कोण याची चांगली, योग्य माहिती होते. कारण त्यांचा मी आदर करतो. त्यांच्याविषयी मी अभ्यास करतो. डोनाल्ड ट्रम्प यांना भेटण्यापूर्वी त्यांची पुस्तकं मी वाचली होती आणि त्यांचे यश, अपयश याविषयी इत्यंभूत माहिती जाणून घेतली होती. ॲपलचे संस्थापक स्टीव्ह जॉब्स आणि व्हर्जिनचे संस्थापक रिचर्ड ब्रॅन्सन यांचीही पुस्तकं मी वाचली आहेत. बिझिनेस मधील बंडखोर नेत्यांचा अभ्यास मी केला. परंपरावादी लोक मला नीरस वाटतात. त्यामुळे त्यांच्याविषयी फारशी माहिती घेतली नाही.

तुम्हाला आवडो अथवा न आवडो, पैशाच्या खेळात आपण सगळे सहभागी असतो. तुम्ही श्रीमंत असा अथवा गरीब, तुम्ही अमेरिका, अशिया, युरोप, अफ्रिका, दक्षिण अमेरिका, कॅनडा, कुठेही असा. आपण सगळे पैशाच्या या खेळात सहभागी झालेलो आहोत. जो कोणी या खेळावर खूप खूप प्रेम करेल, तोच या खेळात जिंकणार आहे. जर तुम्ही या खेळावर प्रेम करत नसाल, तर बाहेर पडा. कदाचित तुम्ही यापेक्षा दुसरं वेगळं रोमांचक काम करू शकाल.

मी आणि डोनाल्ड ट्रम्प हरतो कमी आणि जिंकतो जास्त. याचे कारण म्हणजे आम्ही खेळावर प्रेम करतो. जर तुम्ही खेळावर प्रेम करत नाही आणि अभ्यास करणं, शिकणं तुम्हाला नको असेल तर आम्हा दोघांचा सल्ला आहे की तुम्ही आपले पैसे सोपवण्यासाठी योग्य व्यक्तीचा शोध घ्या. अट एकच! ही व्यक्ती पैशाच्या खेळावर मनापासून प्रेम करणारी हवी आणि त्या व्यक्तीला शिकण्याची, अभ्यासाची आवड हवी. इच्छा हवी. अशी व्यक्ती

तुम्हाला सापडली तर तुम्ही खुशाल तुमचे पैसे त्या व्यक्तीकडे सुपूर्द करा. म्हणजे ती व्यक्ती तुमचे पैसे गुंतवू शकेल.

शेवटचा विचार

निष्क्रिय गुंतवणूकदार	सक्रिय गुंतवणूकदार
पैशाची गुंतवणूक करतात	**वेळेची गुंतवणूक करतात**
यात गुंतवणूक करतात :	**यात गुंतवणूक करतात :**
नोकरी	*उद्योग*
बचत	*रिअल इस्टेट*
कर्जाची परतफेड	*अधिक आधुनिक माध्यम*
म्युच्युअल फंड	
डायव्हर्सिफिकेशन	
पैशाचा अभाव	**पैशाची मुबलकता**
भीती	**मजा**

वरील चौकटीवरून निष्क्रिय गुंतवणूकदार आणि सक्रिय गुंतवणूकदार यांच्यातील फरक अगदी स्पष्ट होतो. सक्रिय गुंतवणूकदार फक्त वेळेची गुंतवणूक करतात असं नाही तर वेगवेगळ्या साधनांमध्येही गुंतवणूक करतात. या यादीत व्यवसायाला पहिला क्रमांक दिला आहे कारण ५०० पेक्षा जास्त कर्मचारी असलेली कंपनी बनवण्यासाठी खूप चांगली आर्थिक जाण असावी लागते, त्याच बरोबर शिक्षण आणि अनुभवाचीही गरज असते.

शेअर्स, बॉण्डस, किंवा म्युच्युअल फंड यांच्यापेक्षा जास्त आर्थिक शिक्षणाची गरज, कुशलता, अनुभव रिअल इस्टेट व्यवसायाला लागते. रिअल इस्टेट आणि इतर गुंतवणुकीच्या प्रकारात (शेअर्स, बॉण्डस, म्युच्युअल फंड वगैरे) खूप मोठा फरक आहे. कारण रिअल इस्टेटमध्ये 'लीव्हरेज' असते. त्यामुळे तुम्हाला जास्त सतर्क राहावे लागते. रिअल इस्टेटच्या व्यवस्थापनातच मोठ्या कौशल्याची गरज असते. त्यामुळे 'कागदी संपत्ती' म्हणजे बॉण्डस, शेअर्स वगैरे यामध्ये यशस्वी होणारे अधिकांश गुंतवणूकदार रिअल इस्टेटमध्ये गुंतवणूक करण्याचा प्रयत्न करतात. त्या वेळी अयशस्वी होतात.

हेज फंड्स सर्वात प्रगत साधन मानले जाते. यातही 'लीवरेज' आहेच. त्याचबरोबर लिमिटेड पार्टनरशिप, प्रायव्हेट इक्विटी फंडिंग, सिंडिकेशन यांचाही समावेश आहे.

कॅशफ्लो गेम बोर्डाच्या छायाचित्रात तुम्हाला गुंतवणुकीचे आणि गुंतवणूकदारांचे वेगवेगळे प्रकार दिसून येतील.

गुंतवणूकदारांचे तीन स्तर असतात. हे तुम्ही वरील आकृतीत पाहिलेच असेल. पाहिला स्तर आहे 'द रॅट रेस', निष्क्रिय गुंतवणूकदार ही स्पर्धा खेळत असतात. हे लोक सर्वसाधारणपणे 'कागदी मालमत्ते'मध्ये म्हणजे शेअर्स, बॉण्डस आणि म्युच्युअल फंडांमध्ये गुंतवणूक करत असतात. का? कारण कागदी मालमत्तेमध्ये गुंतवणूक करण्यासाठी सर्वात कमी आर्थिक शिक्षणाची आवश्यकता असते.

दुसरा स्तर आहे लहान सक्रिय गुंतवणूकदारांचा. हे लोक सामान्यत: लहान कंपन्या किंवा रिअल इस्टेटमध्ये गुंतवणूक करत असतात.

फास्ट ट्रॅक गुंतवणूकदारांचा तिसरा स्तर हा आर्थिक शिक्षण घेऊन गुंतवणूक करणाऱ्यांचा आहे. यामध्ये श्रीमंत आणि कुशल गुंतवणूकदार असतात. तसेच छंद म्हणून, हौस म्हणून पैसा गुंतवणारेही या स्तरामध्ये मोडतात.

डोनाल्ड आणि मी या फास्ट ट्रॅकमध्येच गुंतवणूक करतो. का? कारण याच स्तरावर गुंतवणूक करण्यात, पैशाशी खेळण्यात मजा आहे. येथेच प्रचंड नफा आहे. या स्तरामध्ये गुंतवणूक करणं जोखमीचे आहे? उत्तर आहे, 'नाही.' तुमच्याकडे जर अनुभव आणि आर्थिक विषयक शिक्षण असेल तर अजिबात धोका नाही. परंतु जर तुम्ही फक्त पैसा गुंतवणार असाल आणि वेळेची गुंतवणूक करणार नसाल तर मात्र जोखीम नक्कीच आहे.

कॅशफ्लो बोर्डगेमचा उद्देश लोकांना गुंतवणूकदारांचे तीन स्तर कोणते असतात, हे शिकवण्यासाठी होतो. लोकांनी 'रॅट रेस'मधून बाहेर यावं आणि गुंतवणुकीचा आनंद लुटावा, यासाठी प्रेरणा देण्यासाठी हा खेळ आहे.

बोर्डगेम ही शैक्षणिक साधनं असतात का?

कोणत्या पद्धतीनं शिकवलं तर अधिक परिणामकारक ठरू शकतं. याविषयी सन १९६९

मध्ये अभ्यास केला गेला. या शोधाच्या आधारे 'शिकण्याचा शंकू' (द कोन ऑफ लर्निंग) तयार करण्यात आला. तो शंकू इथं देण्यात आला आहे. वाचणं आणि व्याख्यान ऐकणं सर्वात कमी प्रभावी प्रकार आहे, असं या शोधामुळं सिद्ध झालं आहे. जे शिकायचं आहे, ते काम प्रत्यक्ष करून पाहाणं, सर्वात प्रभावी ठरतं. तसंच त्याखालोखाल परिणामकारक शिक्षण व्हावं, असं वाटत असेल तर प्रत्यक्ष अनुभवाच्या प्रारूपावरून शिकणं, असं या पाहाणीतून स्पष्ट झालं आहे.

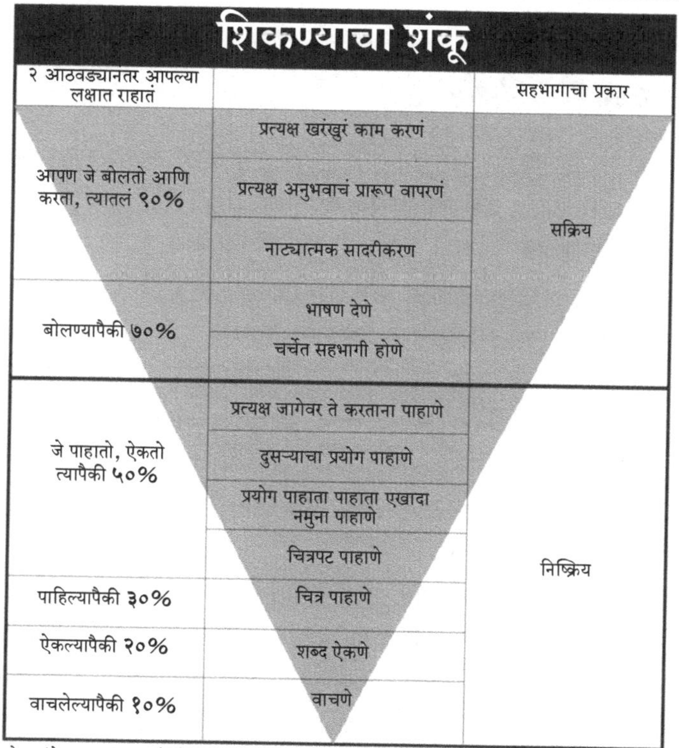

स्रोत : (डेल १९६९) कडून घेतलेला कोन ऑफ लर्निंग

गंमत म्हणजे, आपल्या शिक्षण व्यवस्थेत अजूनही वाचणं आणि व्याख्यान देणं, हे जुनंच तंत्र मोठ्या प्रमाणावर वापरतात. सन १९६९ पासून 'द कोन ऑफ लर्निंग' अस्तित्वात आहे.

डोनाल्ड आणि मला खेळाच्या ताकदीवर सर्वात जास्त विश्वास वाटतो. माझ्या 'कॅशफ्लो' गेममध्ये खेळाडू नोकरी आणि त्यांना मिळणारे वेतन यापासून प्रारंभ करतात. त्यात कुटुंब असतं. ते खेळातला पैसा खराखरा गुंतवायला शिकतात आणि घेतलेल्या अनेक निर्णयाचा त्यांना आर्थिक पातळीवर जो परिणाम होतो तेही शिकतात. असं प्रारूप वापरून शिकल्यामुळे खेळाडूंच्या मनातील गुंतवणुकीची भीती कमी होते.

डोनाल्ड यांनीही एक बोर्डगेम तयार केला आहे. त्याचे नाव आहे *'ट्रम्प द गेम'*. या

खेळातून रिअल इस्टेटसंबंधी वाटाघाटी करण्याची कौशल्यं शिकवली जातात. या खेळातून खूप चांगला अनुभव मिळतो. त्यामुळे खऱ्या आयुष्यात आणि व्यवसायात वापरण्याची तंत्रं त्यांना अनुभवायला मिळतात.

व्यवसाय, व्यवहारात भावनांना स्थान नसतं. हे सांगणारे हे दोन्ही खेळ असल्यामुळे स्वच्छ मनानं लोक हे खेळ करून रोमांचक अनुभव गाठीशी बांधतात, त्यांना त्याचा जीवनात खूप उपयोग होतो.

डोनाल्ड यांचा दृष्टिकोन

हे प्रकरण लिहिण्यास सुरुवात करण्यापूर्वी मी रॉबर्टने काय लिहिलं आहे, हे वाचलंय. माझंही उत्तर तेच आहे : वेळ आणि पैसा. या दोन्ही गोष्टी किती महत्त्वपूर्ण आहेत. हे रॉबर्टने इतकं छान समजावलं आहे की, आता मी पुढे काय लिहावं, हा एक प्रश्न आहे.

शब्दांच्या जंजाळात पडायला मला तसं आवडत नाही. परंतु अलीकडेच मला समजलं की इंग्रजीत सर्वात जास्त वापरला जाणार शब्द आहे. 'टाइम'. तसंच पहिल्या शंभर शब्दांमध्ये 'मनी' हा शब्दही आहे. परंतु लोकप्रियतेच्या बाबतीत वेळ - 'टाइम' या शब्दापेक्षा पैसा - मनी खूप मागे आहे. इथं मला आणखी गोष्ट आठवतेय. कोणी तरी म्हटलं आहे की, 'जीवन म्हणजे एक क्रेडिट कार्ड आहे, जन्माच्या वेळेस आपल्याला दिलेलं असतं. परंतु त्याच्यावर 'एक्सपायरी'ची तारीख लिहिलेली नसते.' खरा प्रश्न पैसा हा नाहीच तर कार्डावर लिहिलेल्या 'एक्सपायरी' तारखेचा आहे.

भौतिक शास्त्रज्ञ, इतर संशोधकांना वेळ-काळ याबाबतीत नेहमीच रस वाटलेला आहे. काळ अंकात मोजता येतो. त्यामध्ये गणित येतंच. गणित आलं की पैसा आला. परंतु जर तुमची वेळ संपत आली असेल तर दुनियाभरची संपत्ती जमा केली तरी स्थितीमध्ये बदल होऊ शकणार नाही.

माझ्या मुलाचा बॅरनचा जन्म अगदी ठरवल्यासारखा अचूक वेळी झाला. मी न्यूयॉर्कला नुकताच परतलो होतो. मी हॉस्पिटलमध्ये गेलो आणि त्याच वेळी माझ्या पत्नीनं - मेलेनियानं बॅरनला जन्म दिला. मला येण्यास थोडा वेळ झाला असता तर? काही वेळेस परिस्थिती जणू अगदी आपल्या नियंत्रणात आहे, असं वाटतं. माझ्या मुलाचा स्वभाव अगदी संयत आहे. हा गुण त्यानं आईकडून घेतला असावा. त्याच्या जन्माच्या वेळेचं मला अजूनही नवल वाटतं.

मी स्वत:ला सर्वज्ञ मानत नाही. त्यामुळं सगळ्या गोष्टींवर पूर्ण विश्वास ठेवत नाही. काही गोष्टी माझ्या मनातल्या ऊर्मी असतात, तर काही विश्वास असतात पण तरीही कधीकधी आश्चर्य माझ्या समोर ठाकतातच. त्यामुळे लोकांना वाटतं त्यापेक्षा मी जास्त विनम्र आहे. त्याचं मला अनेक वेळा बक्षीस मिळालं आहे.

> जर एखादी गोष्ट तुमच्या जीवनावर प्रभाव टाकत असेल तर तुम्ही त्याविषयी अधिकाधिक माहिती जाणून घेणं, सर्वांत चांगलं आहे.
>
> *- डोनाल्ड जे. ट्रम्प*

अमेरिकेतील सर्वात वेगाने लोकप्रिय होत असलेल्या जाहिरात एजन्सी 'द कॅपलॅन थेलर ग्रुप'ची सीईओ लिंडा कॅपलॅन थेलर आहे. कारच्या जाहिरातीसंबंधी मूल्यांकन करण्यासाठी *'द ॲप्रिंटस'* मध्ये 'जज' म्हणून आली होती. त्याआधी मेलेनियाने एफ्लेक जाहिरात केली होती. अन् सांगितलं होतं की, लिंडा आणि तिचे सहकारी किती व्यावसायिक आणि सहृदयी आहेत. ही जाहिरात खूप लोकप्रिय झाली. आम्हाला आमच्या भागात जाहिरात क्षेत्रातील तज्ज्ञाची गरज होती. त्या वेळी लिंडाची लगेच मला आठवण झाली. लिंडानेही मला मदत केली. तिनं रॉबिन कॉवेलच्या सहकार्यानं *'द पॉवर ऑफ नाइस'* हे पुस्तक लिहिलं आहेत. अन् ते कमालीचं यशस्वी झालं आहे. चांगलं गाजतंय. नम्र, सौजन्यपूर्ण राहून दुसऱ्याचं लक्ष वेधून घेणारी लिंडा वेळेची गुंतवणूक करण्यात आघाडीवर ठरली. वेळेच्या गुंतवणुकीमुळं कितीतरी फायदा लिंडाला झाला. आपण स्वत:चा सल्ला काळजीपूर्वक निवडला पाहिजे असं रॉबर्टने इथं सांगितलं आहेच. माझ्या मते पैसा आणि वेळ या दोन्हीची गुंतवणूक कशी करावी, यावर लिंडाचे पुस्तक जास्त प्रकाश टाकणारे आहे.

गुंतवणूक आणि अर्थ याबाबतीत हे कसं लागू होतं? हे खरं तर प्रत्येकबाबतीत लागू होतं. तुम्ही तुमच्या वेळेचे नेमकं काय करता? हा एक मोठा विषय आहे. कारण गेलेली वेळ आपण कधीच परत आणू शकत नाही. गेलेला पैसा पुन्हा कधीही मिळवता येऊ शकतो. परंतु वेळ एकदा गेली की गेली! प्लूटार्कने म्हटलं आहे की, 'सर्वात शहाणा सल्लागार म्हणजे काळ!' हे अतिशय खरं आहे. थोडक्यात काय तर आपल्या वेळेच्याबाबतीत तुम्ही अगदी सजग राहा आणि तो विचारपूर्वक गुंतवणूक करायला शिका.

वेळेचे महत्त्व आणखी स्पष्ट करण्यासाठी सांगतो :

> वेळ म्हणजे पैसा असं वाटल्यानं याविषयी जास्त काटेकोर राहू शकाल? म्हणजे १५ मिनिटे वाया घालवणे याचा अर्थ ५०० डॉलर्स गमावल्यासारखे होणार असले तर तुम्ही त्या १५ मिनिटांसाठी अधिक जागरूक होणार का? वेळ वाया घालविण्याचा अर्थ नेमका काय? जर तुम्ही मनोरंजन क्षेत्रात असला तर चित्रपट पाहणं, वेळेची बरबादी नाही. जर तुम्ही हॉटेल व्यवसायात असला तर नव्या हॉटेलची पाहणी करणं वेळ वाया घालवण्यासारखं नाही. म्हणूनच वेळेची, पैशाची बरबादी नेमकी कोणती? या प्रश्नाचं उत्तर प्रत्येकासाठी वेगळे आहे.
>
> तुमचा गृहपाठ म्हणजे, आपण स्वत:चा वेळ नेमका कसा घालवतो, याकडे करडी नजर ठेवा. वेळेच्या अपव्ययाचे मूल्यांकन करा, अपव्यय टाळा. वेळ वाया जाण्याने

आपली किती गुंतवणूक वाया जाते, याचा विचार करा. तुम्ही दुनियेची अवघी संपत्ती जमा केली तरी गेलेली वेळ परत आणता येणार नाही, हे कायमचे स्मरणात ठेवून गुंतवणूक करा.

आपण कुठेही असू, कसेही राहू, सगळ्यांना पैसा महत्त्वाचा असतो, असे रॉबर्टने सांगितले आहे. हे बरोबरच आहे. वेळेप्रमाणेच पैसा महत्त्वाचा आहे. त्याची गुंतवणूकही महत्त्वाची आहे. सगळ्यांनाच जगण्यासाठी वस्तू घेण्यासाठी पैसा लागतो. कुणाला पैसा लागत नाही. असं कधी होत नाही.

पैशाचा जीवनावर प्रभाव पडतोच. मला असं वाटतं की, जर एखादी गोष्ट तुमच्या जीवनावर प्रभाव टाकत असेल तर तुम्ही त्याविषयी अधिकाधिक माहिती जाणून घेणं, सर्वांत चांगलं आहे. मग तुम्ही आर्थिक शिक्षण घेण्यासाठी, वेळाची गुंतवणूक करणार का?

तुमचा दृष्टिकोन

तुम्ही स्वत:चा वेळ कसा घालवता, याचे समीक्षण करा एका आठवड्यात १६८ तास असतात. (७ x २४) :-

कामात घालवलेले तास	________
येण्या-जाण्यात घालवलेले तास	________
तयार होण्यासाठी गेलेले तास	________
भोजनासाठी घालवलेला वेळ	________
झोपेत गेलेले तास	________
कुटुंबाबरोबर घालवलेले तास	________
छंदासाठी घालवलेले तास	________
व्यायामासाठी दिलेले तास	________
काही शिकण्यासठी घालवलेले तास	________
आराम करण्यासाठी दिलेले तास	________
एकूण	१६८ तास

आर्थिक शिक्षण घेण्यासाठी आठवडाभरात ४ ते १० तास वेळ तुम्ही काढू शकाल का? बहुतेक काढू शकाल. मग आता प्रश्न आहे तो, तुम्ही वेळ देणार की नाही हा!

आर्थिक विषयाचं ज्ञान घेण्यासाठी जास्तीत जास्त वेळ देण्याचा संकल्प करा आणि कामाला लागा. हे पुस्तक वाचून तुम्ही चांगल्या कामाचा प्रारंभ केला आहे. आता आणखी काय काय करू शकता?

प्रकरण दहा

विजेता नियंत्रण करतो

रॉबर्ट यांचा दृष्टिकोन

'लीव्हरेज' म्हणजे कमी वापरून जास्त मिळवण्याची क्षमता. हा नेमका अर्थ समजून घेतला तर तुम्हाला सगळीकडे 'लीव्हरेज' दिसायला लागेल. उदाहरणार्थ – मी खुर्चीवर बसलोय. ही एक प्रकारे 'लीव्हरेज'च आहे. कारण मला जमिनीवर बसून टाइप करणं अवघड आहे. पार्टनर असणंसुद्धा 'लीव्हरेज' आहे. रिच डॅड कंपनीमध्ये मी किम आणि शेरॉन यांच्या क्षमतांचा वापर केला, त्यामुळे मला खूप मोठ 'लीव्हरेज' मिळाली. इतकं सगळं काम एकट्यानं करणं अवघड होतं. महत्त्वपूर्ण भागीदार केला तर 'लीव्हरेज' मिळते. त्याला सामान्यपणे 'ओपीआर' असं म्हटलं जातं. म्हणजे दुसऱ्या लोकांची क्षमता वापरणं (अदर पीपल्स रिर्सोसेस्). व्यवसायात अनेक क्षेत्रात व्यूहात्मक भागीदारी करावी लागते. आमच्या पुस्तकाचे वितरक आमचे व्यूहात्मक भागीदार आहेत. त्यामुळे आम्हाला 'रिच डॅड' मध्ये ती क्षमता वाढवावी लागत नाही. इथं एक महत्त्वाचा संदेश द्यायचा आहे; तो म्हणजे, गरिबांच्या तुलनेत श्रीमंत लोक लीव्हरेजचा जास्त उपयोग करतात. जर तुम्ही श्रीमंत बनू इच्छित असाल तर तुम्हाला लीव्हरेजची गरज आहे. अन् जर तुम्हाला खूप खूप जास्त श्रीमंत बनायचे असेल तर तुम्हाला खूप जास्त लीव्हरेज वापरावं लागेल.

कॅशफ्लो चौरसाच्या 'ई' आणि 'एस' भागात खूप कमी लीव्हरेज असतं. 'ई' आणि एस चौरसात स्वत:चं काम स्वत:च केलं जातं. 'बी' आणि 'आय' या चौरसात लीव्हरेजचा वापर केला जातो. यात तुम्ही दुसऱ्या लोकांचा पैसा आणि वेळ यांचा वापर करत असता.

'लीव्हरेज' वेगवेगळ्या प्रकारचे असते. 'लीव्हरेज' म्हणजे तुमचे विचार असू शकतात. यशस्वी होणारे लोक आपल्या विचारांच्याबाबतीत खूप सजग असतात. 'हे काम आपण करू शकत नाही.' असा विचार ते कधीच करत नाहीत. किंवा 'या कामात खूप धोका आहे' किंवा 'हा खर्च आपण पेलू शकत नाही.' असा विचार करण्याऐवजी 'हे जोखमीचं काम कसं करायचं?' किंवा 'त्याचा खर्च कसा उचलायचा?' या दृष्टीनं विचार करतात. जिंकण्यासाठी गुंतवणूक करणारे लोक आर्थिक सल्लाही अतिशय सावधानतेने घेतात. ऑलिंपिक स्पर्धेत उतरणारा खेळाडू आपला आहार-विहार याबाबत कसा दक्ष असतो,

तसंच जिंकण्यासाठी गुंतवणूक करणारे लोक सावध असतात. काही वेळेस आपल्या डोक्यातले जुने विचार काढून टाकण्याची गरज असते. माझ्या डोक्यात बरेच वेळा गरीब डॅडी आणि श्रीमंत डॅडी यांनी शिकवलेल्या गोष्टींमध्ये युद्ध सुरू असतं.

नियंत्रणाची शक्ती

जिंकण्यासाठी गुंतवणूक करणाऱ्या लोकांना 'लीव्हरेज'बरोबरच 'नियंत्रण' हवे असते. लोकांचे नियंत्रण नसतं म्हणून त्यांना गुंतवणूक जोखमीचं, धोक्याचं काम वाटतं.

मला बिझिनेस आणि रिअल इस्टेट आवडतं कारण इथं माझं नियंत्रण आहे. शेअर्स, बॉण्डस, म्युच्युअल फंड यासारख्या कागदी मालमत्तेवर माझं अजिबात नियंत्रण नाही, त्यामुळं त्यामध्ये पैसे गुंतवणे मला आवडत नाही. ज्या बहुसंख्य लोकांना गुंतवणूक ही जोखीम वाटते, ते कागदी संपत्तीत पैसे गुंतवतात आणि तिथे त्यांचं काहीही नियंत्रण नसतं. या बहुसंख्य लोकांमध्येच तुम्हीसुद्धा एक आहात?

आपल्यापैकी ज्या लोकांनी 'पीबीएस'वरील माझा दूरचित्रवाणी कार्यक्रम पाहिला असेल, त्यांना माझे गाडीचे उदाहरण चांगलंच माहीत असेल. या कार्यक्रमात मी एका गाडीचे चित्र दाखवून नियंत्रणाचं महत्त्व स्पष्ट करतो. गाडीमध्ये माझ्याकडे नियंत्रण कशावर असते.ते पहा :

१. स्टीअरिंग व्हील

२. ब्रेक

३. ॲक्सिलरेटर

४. गिअर

५. ड्रायव्हिंग लायसेन्स

६. विमा

गुंतवणूक क्षेत्रामध्येही या गाडीचाच उदाहरण म्हणून वापर करता येईल. जनतेला मी विचारतो, या सहापैकी एका गोष्टीविना गाडी चालवता येईल का? उदाहरणार्थ – कारला स्टिअरिंग व्हील नसले तर तुम्ही गाडी चालवू शकणार?

उत्तर अगदी स्पष्ट आहे, 'नाही.' का? याचं उत्तर आपल्या सगळ्यांनाच ठाऊक आहे. कारण स्टिअरिंग व्हीलच्या नियंत्रणाशिवाय कार चालवणं अतिशय धोक्याचं आहे.

अनेक लोकांना गुंतवणूक धोक्याची वाटते. कारण त्यांच्याकडे नियंत्रण नसते. तुम्ही जर म्युच्युअल फंड, शेअर्स, बॉण्डस यामध्ये गुंतवणूक करत असाल तर तुमच्याकडे नियंत्रणाची शक्यता जवळपास शून्य असते.

यापेक्षाही जास्त म्हणजे बहुसंख्य गुंतवणूकदारांकडे आर्थिक प्रशिक्षणही असत नाही.

कार चालविण्यासाठी किमान लायसेन्सची आवश्यकता आहे. लायसेन्स असेल तर चालक प्रशिक्षित आहे आणि कार चालवू शकतो, एवढं तरी किमान सिद्ध होतं.

विशेष म्हणजे आर्थिक सल्लागार, योजनाकार आणि ब्रोकर्स यांचेही नियंत्रण असत नाही. याच कारणामुळं ते 'डायव्हर्सिफिकेशन' करा, पैसे वेगवेगळ्या ठिकाणी गुंतवा, एका ठिकाणी सगळे पैसे गुंतवू नका, हाच राग आळवत असतात. तुमचं जर नियंत्रण नसेल तर डायव्हर्सिफिकेशनची गरज वाटते. वॉरन बफे यांना डायव्हर्सिफिकेशनची गरज कधीच वाटत नाही, कारण त्यांचे परिस्थितीवर संपूर्ण नियंत्रण आहे. ते एकतर संपूर्ण कंपनीच खरेदी करतात किंवा एखाद्या कंपनीवर नियंत्रण राहावं, इतके शेअर्स ते खरेदी करतात.

रिअल इस्टेटवर डोनाल्ड आणि माझं नियंत्रण असतं, म्हणूनच बिझिनेस आणि रिअल इस्टेटवर आम्ही प्रेम करतो. आमचं नियंत्रण नेमकं कशावर आहे, ते खालील आकृतीवर स्पष्ट होईल.

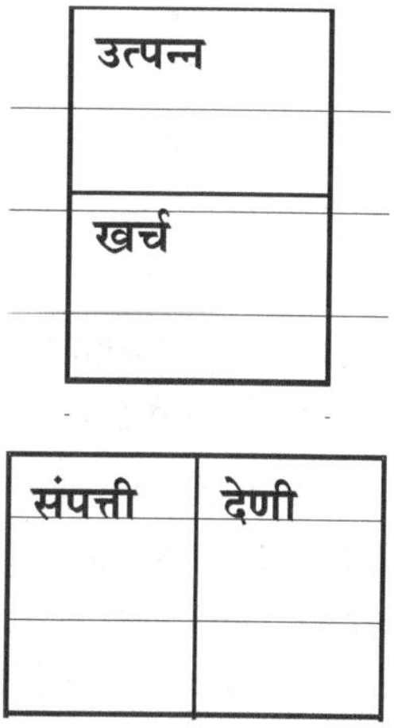

उद्योजक आणि रिअल इस्टेटमधील गुंतवणूकदार या नात्याने आम्ही सहा गोष्टींवर नियंत्रण ठेवू इच्छितो.

१. उत्पन्न.

२. खर्च

३. मालमत्ता

४. देणी

५. व्यवस्थापन

६. विमा

आम्ही जेव्हा आर्थिक शिक्षणाबद्दल बोलतो, तेव्हा आम्ही अशा शिक्षणाबद्दल बोलत असतो, जे तुम्हाला वरील सहा तत्त्वांवर नियंत्रण ठेवण्याचं ज्ञान देणार आहे. *'रिच डॅड पुअर डॅड'* पुस्तकात या सहा गोष्टींवर कसे नियंत्रण करायचे, याविषयी लिहिले आहेच. विम्याचे उदाहरण घेऊ. कर आणि कायदेशीर दाव्यांपासून व्यक्तिगत संपत्तीच्या रक्षणासाठी कंपनी बनवणं खूप महत्त्वाचं आहे.

या सहा तत्त्वांवरच्या नियंत्रणामुळेच गरिबांपेक्षा श्रीमंत वेगळे ठरतात.

नियंत्रणामुळे विक्री वाढते आणि खर्च घटतो. जास्त लोक खर्च कसा कमी करता येईल, यात कुशल असतात, मोठ्या कौशल्याने ते खर्च कमी करतात. परंतु फारच कमी लोकांना विक्रीमध्ये वाढ करता येते. विक्रीवृद्धीत निपुण असणारे खूप कमी लोक आहेत. सन १९७४ मध्ये व्हिएतनाम येथून परतल्यानंतर माझ्या श्रीमंत डॅडींनी मला विक्री कशी करायची हे शिकून घेण्याचा सल्ला दिला. सेल्समन म्हणून कोणतीही नोकरी करण्यास त्यांनी सांगितले. ते म्हणाले, 'तुला उद्योजक बनायचे आहे ना, मग आधी तू माल कसा विकला जातो, हे पाहा. कसा विकायचा हे शिकून घे.' म्हणून मी झेरॉक्स कॉर्पोरेशनमध्ये चार वर्षं काम केलं आणि विक्रीकला शिकून घेतली.

उद्योजक बनण्यासाठी आधी काय केलं पाहिजे? असं मला लोक विचारतात. त्या वेळी मी त्यांना सल्ला देतो की, तुम्ही आधी विकायला शिका. अनेक लोकांना हा सल्ला आवडत नाही. डोनाल्ड ट्रम्प यांना वाटतं, काही लोक जन्मत:च विक्रेते असतात. आणि काही लोक विक्रेते नसतात. तुम्ही विक्रीकलेत निपुण नसाल तरी तुमच्या मनात शिकण्याची जबरदस्त ओढ असेल तर तुम्ही शिकू शकता.मी काही जन्मत: हाडाचा विक्रेता नाही. परंतु विक्रीकला मी अवगत करून घेतली. मी काही सगळ्यात उत्कृष्ट साहित्यिक, लेखक नाही. तरीदेखील तडाखेबंद खपाचा लेखक आहे. विक्रीचा अभ्यास मी केलेला असल्यामुळे गुंतवणूक आणि पुस्तकांची विक्री यामुळे होणाऱ्या उत्पन्नावर माझं अधिक नियंत्रण आहे. या जगात महान लेखक काय कमी आहेत? अतिशय चांगला, उपयोगी संदेश देऊ शकणारे असंख्य लेखक आहेत, परंतु अडचण अशी की, तो 'विकायचा' कसा, हे त्यांना ठाऊक नाही, विक्री करण्याची असमर्थता असेल तर त्यांची खूप मोठी किंमत चुकवावी लागते. ही किंमत पैशातून भरून येत नाही.

नेटवर्क मार्केटिंग किंवा डायरेक्ट सेल्स उद्योगाचे समर्थन मी आणि डोनाल्ड ट्रम्प नेहमीच करतो. कारण या उद्योगात शिक्षणाचाही एक पैलू आहे. यातील अनेक कंपन्या व्यावसायिक बनण्याचं प्रशिक्षण देतात. या कंपन्यांचे व्यक्तिगत विकास आणि सेल्स ट्रेनिंग प्रोग्रॅमही सुरू असतात. केवळ पैसे कमाविण्यासाठी नाही तर शैक्षणिक पैलूचा विचार करून एखादी कंपनी निवडा. आपल्या पैशाची गुंतवणूक करण्याआधी आपल्या शिक्षणावर जास्त गुंतवणूक करा.

तुम्ही विक्री करू शकला नाही तर तुमचं उत्पन्न, कंपनीचं उत्पन्न आणि मालमत्ता यावर तुमचे नियंत्रण कमी असेल. 'ट्रम्प' हे नाव एखाद्या इमारतीवर लागलं तर फक्त विक्रीच

वाढत नाही, तर इमारतीची किंमत आणि मूल्यही वाढतं. हीच 'विक्री'ची खरी शक्ती आहे अन् खरे नियंत्रण आहे.

श्रीमंत व्हायला शिकवा

मी एक *'टीच टू बी रिच'* नावाचे उत्पादन तयार केलं आहे. ज्या सहा क्षेत्रांवर नियंत्रण आवश्यक आहे,ते कसं ठेवायचं, हे शिकण्याची इच्छा असणाऱ्या लोकांसाठी हे उत्पादन आहे. 'कॅशफ्लो' क्लबससाठी हे उत्पादन तयार केलं आहे. रिच डॅडचे शैक्षणिक मुद्दे. तत्त्वज्ञानाचे मुद्दे त्यात घातले आहेत. *'टीच टू बी रिच'* मध्ये दोन कार्यपुस्तिका आणि तीन डीव्हीडी आहेत. ज्यांना दृश्य पाहून शिकायला आवडतं. त्यांच्या सुविधेसाठी तीन डीव्हीडी ठेवल्या आहेत. गटनेता डीव्हीडी चालवून गटचर्चा सुरू करू शकतात. त्याचबरोबर दोन कार्यपुस्तकांची मदत घेतली जाऊ शकते. याशिवाय उजळणी व्हावी म्हणून *'कॅशफ्लो'* गेम *१०१* आणि *२०२* खेळण्याचा सल्ला दिला जातो. हे सगळं काम 'शिकण्याच्या शंकू'प्रमाणे होतं. गटचर्चा आणि गेम खेळून तुम्ही ती सामुग्री, माहिती चांगल्या पद्धतीनं लक्षात ठेवता, स्मरणात ठेवण्याची क्षमता तुमची आपोआपच वाढते. काही गोष्टी तर डोक्यात अगदी फिट्ट बसतात. यामुळं सगळ्यात महत्त्वाचं म्हणजे या खेळामुळं गुंतवणुकीच्या खऱ्या क्षेत्रात उतरण्याची तुमची सगळी तयारी होते. पैशाची गुंतवणूक करण्याआधी शिकण्यात तुम्ही मोठी गुंतवणूक करता, हे विशेष.

एकदा शिक्षण घेतलं की, गुंतवणूक करताना नियंत्रणाची सूत्रं तुमच्या हातात येतात. जर तुमच्याकडे नियंत्रण असेल तर जोखीम कमी होईल आणि गुंतवणुकीतून होणारा नफा वाढेल.

कोणतंही नियंत्रण नाही

अनेक लोक असहाय असतात कारण आपल्या नोकरीवर त्यांचं नियंत्रण नसतं. नोकरीवरून काढून टाकण्यात आलेल्या अनेकांना मी भेटलोय. ते वाईट कर्मचारी आहेत म्हणून त्यांना कामावरून कमी केलंय असं नाही, तर कंपन्याच विकल्या गेल्या. त्यामुळं त्यांच्या

> 'लीव्हरेज' वेगवेगळ्या प्रकारचे असते. 'लीव्हरेज' म्हणजे तुमचे विचार असू शकतात. यशस्वी होणारे लोक आपल्या विचारांच्याबाबतीत खूप सजग असतात. 'हे काम आपण करू शकत नाही.' असा विचार ते कधीच करत नाहीत. किंवा 'या कामात खूप धोका आहे' किंवा 'हा खर्च आपण पेलू शकत नाही.' असा विचार करण्याऐवजी 'हे जोखमीचं काम कसं करायचं?' किंवा 'त्याचा खर्च कसा उचलायचा?' या दृष्टीनं विचार करतात.
>
> *– रॉबर्ट टी. कियोसाकी*

नोकऱ्या गेल्या. आज अनेक कंपन्या परदेशी चालल्या आहेत. त्यामुळं परिस्थिती नियंत्रणाबाहेर चालली आहे, वाटत आहे. आपली नोकरी, पगार यावर आपलं नियंत्रण नाही आणि त्या कागदी संपत्तीत गुंतवणूक केली. शेअर्स, बॉण्ड्स, म्युच्युअल फंड्स – या दोन्हीमुळे आत्मविश्वास टिकवणं कठीणच आहे.

आपल्या शैक्षणिक पद्धतीत नियंत्रण करायला शिकवत नाहीत. हे मोठेच वैगुण्य आहे. कोणत्याही परिस्थितीत नियंत्रण सुटता कामा नये, असं शिक्षण देण्याची आज गरज आहे.

लोक गुंतवणूक जोखमीची का मानतात याची थोडक्यात कारणं अशी :

१. लोकांकडे अर्थविषयक शिक्षण खूपच कमी असते.
२. ते नियंत्रण नसलेल्या क्षेत्रात गुंतवणूक करतात. उदाहरणार्थ – शेअर्स, बॉण्डस, म्युच्युअल फंड.
३. ज्या विक्रेत्यांचे स्वतःच्या गुंतवणुकीवर कोणतंही नियंत्रण नसतं, अशा विक्रेत्यांचा सल्ला बहुतेक लोक मानतात.

दुसरं पाऊल म्हणजे नियंत्रण आहे. तुम्ही 'लीव्हरेज' करणार असाल तर तुम्ही निश्चितपणे नियंत्रण स्वतःकडे घेतलं पाहिजे.

डोनाल्ड यांचा दृष्टिकोन

विजेता नियंत्रण करतो

नियंत्रण म्हणजेच शिक्षण. तुम्ही आर्थिकदृष्ट्या जितके शिक्षित व्हाल, तितक्या गतीने तुम्ही परिस्थितीचा अंदाज घेऊ शकता. कोणती गोष्ट हितकारक आहे आणि अहितकारक आहे, हे जाणू शकता. एकदा चांगलं-वाईट समजलं की ते वेगळं करणं सोपं जाते.

बिझिनेसमन म्हणून मला अनेक गोष्टींमध्ये रस आहे. या सगळ्यांवर मी नियंत्रण ठेवतो. नोकरी देताना मी योग्य व्यक्तीची निवड करतो. त्यांत आपलं शंभर टक्के योगदान देवून सर्वोत्कृष्ट कामगिरी तो करेल, असा विश्वास त्याच्यावर मी दाखवतो. एवढंच करून मी थांबत नाही. त्याच्याशी नियमित संपर्क ठेवतो, त्याला काही अडचण असेल तर ती सोडवण्यासाठी माझे दार सदैव उघडे असते. मी 'मायक्रोमॅनेज' करत नाही. परंतु अखेर जबाबदारी माझीच आहे, हे मला मान्य आहे. याचाच अर्थ नियंत्रण माझ्याकडे आहे. बस्!

'द ट्रम्प ऑर्गनायझेशन'ही न्यूयॉर्कमध्ये सगळ्यात मोठी खाजगी कंपनी आहे. आम्ही केलेल्या कामाचा आम्हाला अभिमान वाटतो. इथं मी 'आम्ही' हा शब्द प्रयोग केला आहे. कारण मला ठाऊक आहे. आम्ही खूप जणांनी मिळून कठोर परिश्रम केले आहेत. प्रत्येक

वेळा नवीन विक्रम प्रस्थापित करून कायम विजेता राहाण्याची सुनिश्चित योजना आम्ही केली आहे. आम्ही कायम विजेता राहू.

जीवनात खूप धोके असतात. आपण कितीही प्रयत्न केला तरी सगळ्यावर आपण नियंत्रण कधीच प्रस्थापित करू शकत नाही. परंतु आपण धोका कमी करू शकतो. आपलं 'लीव्हरेज' वाढवू शकतो. शिक्षित बनून, पर्याय निवडून आणि सकारात्मक दृष्टिकोन ठेवून जोखीम कमी करता येते. विजयाची संभावना अजिबात नसताना अनेक लोकांना खूप मोठं यश मिळाल्याची अनेक उदाहरणे आहेत. हे लोक जिंकले, यामागे कारण म्हणजे त्यांनी नशिबाच्यानियंत्रणाचे दोर आपल्या हातात घेण्याचा निर्णय घेतला आणि पराभव मानण्यास नकार दिला.

परिस्थितीवर आपलं नियंत्रण ठेवण्याचा आणखी एक मार्ग म्हणजे मोठ्यातली मोठी प्रतिमा आपल्या मनावर कायमची कोरून ठेवली पाहिजे. लोक ज्या वेळी मोठ्या प्रतिमेची गोष्ट करतात, त्या वेळी सहसा माझ्या मनासमोर अवघ्या भिंतीला व्यापणारा पडदा येतो. किंवा या भिंतीपासून त्या भिंतीपर्यंत अंथरलेला गालिचा येतो. एकदा कोणीतरी असंच म्हणालं होतं, जर तुम्ही सुंदर आणि किंमती गलिचाला थोडं उलट करून पाहिलं, तर मागच्या बाजूला फक्त गाठी-दोऱ्यांचे गुच्छ नजरेस पडतात. अनेक वेळा लोक या गाठी, धागेदोरेच पाहातात. कारण त्यांनी सुलट्या बाजूला सुंदर नक्षी पाहिलेली नसते. नशीबही काही वेळेस असंच खडतर बनतं. म्हणून तुम्ही कधीच गालिचाची उलटी बाजू पाहू नका. सुंदर नक्षी पाहाण्याचं सोडून नियंत्रणाची सूत्रे सोडू नका.

ही गोष्ट ऐकल्यानंतर समजलं की, गालिच्याची मागील बाजू पाहाणाऱ्यांच्या जीवनात अडचणींच्या गाठीच होत्या. म्हणूनच ती व्यक्ती आपल्या सुंदर गालिच्याची देखणी डिझाईन पाहू शकत नव्हती. तो मोठ्या प्रतिमेला विसरुन गेला होता. त्याला फक्त गाठी-दोरेच दिसत होते. मग त्याला मी ही गोष्ट सांगितली. त्या वेळी त्याला खूप छान वाटायला लागलं. म्हणून लक्षात ठेवा, नियंत्रण कायम ठेवण्यासाठी दुसरी बाजूही पाहा. यामुळे दुसऱ्यांशी कसं वागायचं. याचं ज्ञानही आपोआपच तुम्हाला येईल. आपल्या समोर गाठीच्या धाग्या-दोऱ्यांचा गुच्छा निर्माण होऊ नये, म्हणून आजूबाजूला, सगळीकडे नियंत्रण ठेवण्याचं काम आपण आवर्जून करायचं आहे.

वर्चस्व, निपुणता, अधिकार, सत्ता आणि संकल्प हे शब्द नियंत्रण या शब्दाचे समानार्थी आहेत. अनेक गोष्टींवर आपलं नियंत्रण असणारही नाही. परंतु हे काम आपण स्वत: करू शकतो. आपल्याकडे बुद्धी, मेंदू आहे त्याचा वापर करा. मेंदूची शक्ती सगळ्यात मोठी 'लीव्हरेज' आहे. नियंत्रण ठेवण्याचं मला वेडच आहे. परंतु सबबी मला चालत नाहीत. विजेता जबाबदारी स्वीकारूनच नियंत्रणात राहात असतो.

> बुद्धीची शक्ती सगळ्यात मोठी लीव्हरेज आहे.
>
> *- डोनाल्ड जे. ट्रम्प*

तुमचा दृष्टिकोन

आपल्या जीवनाचं आजच समीक्षण करा. आपण पर्याय निवडण्यास समर्थ आहात? आजचा दिवस तुम्ही कसा घालवणार? की तुम्ही दिवस कसा घालवावा, हे तुम्हाला सांगावं लागतं? आपल्या पैशाची गुंतवणूक कशी करावी, याचे आदेश तुम्ही देता? की हे काम दुसऱ्या कोणावर सोपवता?

तुमचे कोणत्या गोष्टींवर नियंत्रण आहे?

____

____

तुमचे कोणत्या गोष्टींवर नियंत्रण नाही?

____

____

तुम्ही आर्थिक शिक्षण आणि गुंतवणूक याविषयी अधिक सक्रिय झाल्यानंतर जीवनावरील स्वत:चे नियंत्रण वाढल्याची जाणीव तुम्हाला होईल.

जर तुम्ही कर्मचारी असाल आणि आपलं स्वत:च्या जीवनावर नियंत्रण नाही, असं वाटत असेल तर तुम्ही पार्ट-टाइम (म्हणजेच अर्धवेळ व्यवसाय) काम करू शकता का? याचा विचार करा. जीवनावर नियंत्रण मिळवल्यानंतर वाढलेला आत्मविश्वास पाहून तुम्हीही चकित व्हाल.

प्रकरण अकरा

उजव्या आणि डाव्या मेंदूची सर्जनशीलता

रॉबर्ट यांचा दृष्टिकोन

सोप्या शब्दांत, माणसाचा डावा मेंदू (म्हणजे मेंदूचा अर्धा डावा भाग) हा सर्व साधारणपणे एकमार्गी विचार, तर्कशास्त्र यांच्याही संबंधित असतो. जी माणसं अभ्यासात आणि गणितामध्ये हुशार असतात, डावा-मेंदू-प्रधान मानलं जातं. उजवा मेंदू (म्हणजे मेंदूचा उजवा अर्धा भाग) जरा जास्त 'अवकाशीय'(स्पेशियल) असतो. कला, संगीत आणि चित्रकला अशा कलागुणांमध्ये निष्णात असणाऱ्या लोकांचा उजवा मेंदू जास्त सक्रिय असतो. कलाकारांचा उजवा मेंदू अधिक सक्रिय झालेला असतो. खरं तर कोणतंही काम करताना मेंदूच्या दोन्ही भागांची आवश्यकता असते.

आपण नेमकं शिकतो कसं? याविषयी अनेक वर्षं अभ्यास केल्यानंतर मेंदूविषयी अनेक गोष्टी माझ्या लक्षात आल्या. आपण ज्या वेळी जन्माला येतो त्या वेळी प्रत्येकाचा मेंदू डाव्या-उजव्या भागात विभागलेला नसतो. आपला मेंदू अविभाजित असतो, हे माहीत आहे का तुम्हाला? साधारणपणे वयाच्या चौथ्या, पाचव्या वर्षी मेंदूचे उजवा-डावा असे दोन भाग होतात. आपली सध्याच्या शिक्षण पद्धतीत डावा मेंदू प्रबळ असणाऱ्या लोकांसाठी आहे.

'जिनियस'ची चमक

विन्स्टन चर्चिलना लहानपणी मेंदूमध्ये अचानक चमक यायची. त्यामुळे ते काही क्षण स्तब्ध व्हायचे आणि आपल्याला काय झालं हे क्षणभराने सांगू शकायचे. संशोधकांनी केलेल्या अभ्यासानुसार सहज आतून येणारी उर्मी, अनुभूती प्रथम उजव्या मेंदूमध्ये येते आणि नंतर कॉर्पस कलोझम नावाच्या मेंदूच्या भागाद्वारे, त्याच्या संवेदना डाव्या मेंदूपर्यंत जाऊन पोहोचतात. भाषेचा संबंध डाव्या मेंदूशी असतो. संशोधनाच्या सिद्धांतानुसार 'जिनियस' लोकांना जी अचानक चमक येते तिची सुरुवात उजव्या मेंदूतून होते आणि मग डाव्या भागातील मेंदूपर्यंत जाऊन पोचते आणि चर्चिल आपल्या 'उत्स्फूर्त' ज्ञानाबद्दल बोलू शकतात. नव्या ज्ञानाची माहिती जी कोणी अज्ञात शक्ती अथवा ईश्वर देते, ती अशाच

> यशस्वी होण्यासाठी मेंदूच्या दोन्ही बाजूंची आवश्यकता असते.
>
> नियंत्रण घेणे व सर्जनशील असण्यासाठी आर्थिक शिक्षण व अनुभव दोन्हींची आवश्यकता असते.
>
> *- रॉबर्ट टी. कियोसाकी*

प्रकार देतेका? 'ब्रेनस्टॉर्म' अर्थात 'कल्पनास्फोट' असं ज्याला म्हणतात, ते हेच असावं का?

डाव्या मेंदूचा जास्त वापर करणारे समाजात स्मार्ट ठरतात तर उजव्या मेंदूचा वापर करणारे असामान्य ठरतात. उजव्या मेंदूवाल्यांच्या तुलनेमध्ये आपण डाव्या मेंदूचा वापर करणाऱ्याला जास्त महत्त्व देतो आणि जास्त पगारही देतो. त्यामुळेच कॉर्पोरेट अमेरिकेत अकाऊंटंट, वकील, डॉक्टर, दंतचिकित्सक आणि एमबीए यांना सर्वसाधारणपणे जास्त वेतन दिले जाते.

उजव्या मेंदूचा वापर करणाऱ्या लोकांपेक्षा आपल्याकडे डावा मेंदू वापरणाऱ्याला प्राधान्य दिलं जातं. त्यांचं 'मूल्य' जास्त असतं. परंतु आता हळूहळू प्रवृत्ती बदलत आहे. डॅनियल पिंक यांनी *'ए होल न्यू माइंड'* या शीर्षकाचे पुस्तक लिहिले असून त्यांनी मेंदूच्या कार्यप्रणालीबद्दल नव्याने प्रकाश टाकला आहे. अलीकडच्या दिवसात डाव्या मेंदूऐवजी उजव्या मेंदूचा वापर करणाऱ्या लोकांना जास्त महत्त्व देण्यात येत असल्याचं डॅनियल यांनी लिहिले आहे, ते म्हणतात :

> 'नजिकच्या भविष्यात वेगळ्याच तऱ्हेने मेंदूचा विकास होणाऱ्या लोकांचा उदो उदो होणार आहे. ज्यांचा मेंदू परानुभूतीचा अनुभव घेईल, भव्य उदात्त विचार करेल, ज्यांच्याकडे सर्जन क्षमता असेल, असेच लोक या समाजात 'मौल्यवान' ठरतील. अनेक पुरस्कार सन्मान त्या लोकानां मिळतील. सगळ्यात जास्त आनंद असा विशेष मेंदूचा वापर करणाऱ्यांना मिळेल.'

श्रीमंत बनवणारी सर्जनशीलता

आपल्याला श्रीमंत बनवण्याची खूप मोठी शक्ती सर्जनशीलतेमध्ये आहे. यासाठी डाव्या आणि उजव्या मेंदूची कार्यप्रणाली व्यवस्थित समूजन घेण्याची आवश्यकता आहे.

ज्या गोष्टीत कसली ही प्रतिभा नसते आणि प्रतिभेची आवश्यकताही नसते अशा शेअर्स, बॉण्ड्स, म्युच्युअल फंडात बहुसंख्य लोक आपले खूप सारे पैसे गुंतवतात. सामान्य गुंतवणूकदार म्हणून तुम्हाला या गुंतवणूक प्रकारात कोणतेही बदल घडवता येत नाही आणि तुम्ही जर काही नवीन सर्जनशीलता दाखवलीच तर तो दखलपात्र गुन्हा ठरतो. सरकार, सेक्युरिटीज अँड एक्सचेंज बोर्डसारख्या संस्था सर्जनशीलतेवर कडा पहारा ठेवून असतात. सरकारच्या नियमांचे पालन काटेकरपणे होतेय की नाही, याकडे लक्ष ठेवण्यासाठी सेबी या प्रकारच्या

गुंतवणुकी विकणाऱ्यांवर बँका, स्टॉकब्रोकर आणि फायनान्शिअल प्लॅनर्स वर नजर ठेवून असते. अशा प्रकारची गुंतवणूक डावा मेंदू प्रभावी असणाऱ्या लोकांसाठी आदर्श मानली जाते.

दुसरीकडे रिअल इस्टेट आणि मोठमोठ्या कंपन्या उजव्या बाजूचा मेंदू प्रभावी असणाऱ्या लोकांसाठी आदर्श क्षेत्र मानले जाते. या क्षेत्रात तुम्ही जेवढे जास्त सर्जनशील तेवढे तुम्ही श्रीमंत होण्याची शक्यता वाढणार आहे. सर्जनशीलतेची काही उदाहरणे इथे देत आहे.

१. जर मी पैसे वाचवून बॉण्डसमध्ये गुंतवले तर त्यावर व्याज किती दयायचे हे बँक निश्चित करणार आहे, रिअल इस्टेटचे तसं नाही, अनेकदा व्याज किती द्यायचं हे मीच ठरवतो.

२. उत्पन्नाचा विचार केला तर रिअल इस्टेटमध्ये आपण आपल्याला हवं तसं स्वत:चे उत्पन्न घटवू शकतो. तसेच वाढवू शकतो. शेअर्स, म्युच्युअल फंड, बॉण्ड्स यामध्ये दुसरे लोक माझे उत्पन्न ठरवणार आहेत.

३. कागदी मालमत्तेच्या क्षेत्रात कराविषयी माझे फारच कमी नियंत्रण असते. रिअल इस्टटेमध्ये कर कधी चुकता करायचा, किती कर द्यायचा, केव्हा कर भरायचा याविषयी निर्णय आपण स्वत: घेऊ शकतो. कर भरणं टाळण्याचा पर्यायही काही वेळेस असतो. रिअल इस्टेटमध्ये आणि उद्योगात पुनर्गुंतवणुकीच्या प्रक्रियेला चालना मिळावी, यासाठी कररचना केलेली असते.

४. एखादी जमीन, स्थावर कोणत्या कारणासाठी वापरायची याचा निर्णय कधीही बदलण्याचे स्वातंत्र्य मला असते. उदाहरणार्थ, १० एकर जमीन आहे. मी जर शेतकरी असेन तर ती शेतजमीन म्हणून १००० डॉलर प्रति एकर या दराने विकता येईल. परंतु तीच जमीन मी 'विकसक' – डेव्हलपर म्हणून वापरली तर त्या जमिनीचे 'झोनिंग' बदलून घेता येईल. आता ज्या जमिनीचे मूल्य १०,००० डॉलर्स प्रति एकर होईल.

५. स्थावर मालमत्ता किंवा एखादा छोटा व्यवसाय विकायचा असेल तर स्वत:चे वेगळे 'सोर्स' वापरून आतली – गुप्त माहिती काढून मी एखाद्या व्यवहाराची किंमत ठरवू शकतो. परंतु जर तुम्ही शेअर्स विकण्याचा निर्णय घेतला अन् अशी 'आतली' माहिती काढण्याचा प्रयत्न केला तर हे कृत्य बेकायदा ठरवले जाते.

६. एखादी खराब मालमत्ता, जुनी इमारत विकणे फारसे तापदायक नसते. तिची चांगली डागडुजी करून, रंगरंगोटी करून त्या इमारतीचे मूल्य वाढवता येतं.

ही यादी अशीच पुढे वाढवता येईल. तुम्ही काय करता आणि किती मिळवता याला तुमच्या कल्पनाशक्तीची मर्यादा आहे. परंतु यासाठी व्यवसाय किंवा रिअल इस्टेटवर तुमचं नियंत्रण असलं पाहिजे.

१. उद्योगात व्यवस्थापन ठेवणं किंवा व्यवस्थापन बदलणं याचा निर्णय आपल्या हाती असतो. परंतु एखाद्या शेअर्सचे किंवा म्युच्युअल फंडाचे व्यवस्थापन खराब असेल तर ते शेअर्स, म्युच्युअल फंड विकणे एवढंच आपल्या हाती असते किंवा चांगलं काम करणाऱ्या मॅनेजमेंट म्युच्युअल फंड, शेअर्सचा शोध घेणे.

२. स्वत:चा व्यवसाय असेल आणि जरुरी वाटत असेल तर व्यवसायाचा संपूर्ण साचा बदलण्याचे स्वतंत्र्यही तुम्हाला असते. आत्ताच आम्ही 'रिच डॅड' कंपनीमध्ये नवीन तीन विभाग तयार करत आहोत. एका विभागामार्फत शालेय स्तरावरील गरजा भागवण्यात येणार आहेत. दुसऱ्या विभागाकडे विभागीय चर्चासत्रांचे कार्य सोपवणार आहे. तर तिसरा विभाग 'फ्रँचाइजी सिस्टम' पाहाणार आहे. थेट ग्राहकांपर्यंत पोचण्याचे काम हा विभाग करणार आहे.

३. व्यवसायात आपण नवीन ब्रँड बनवू शकतो. रिच डॅड ब्रँडबरोबरच आता आमचे आणखी दोन नवे ब्रँड बाजारात येणार आहेत. यापैकी एक 'रिच वूमन' हा ब्रँड असून त्याची सगळी जबाबदारी माझी पत्नी किम हिच्यावर सोपवली आहे. तर 'रिच फॅमिली' या ब्रँडची जबाबदारी माझी सहकारी शेरॉन लेक्टरकडे सोपवण्यात आली आहे.

मी म्हटलं तसं ही यादी अशी खूप वाढवता येईल.

वास्तविक यशस्वी होण्यासाठी आपल्याला मेंदूच्या दोन्ही भागांची गरज असते. यशस्वी होण्यासाठी डावा मेंदू (शब्द आणि गणिताची) आवश्यकता असते. तसंच उजव्या मेंदूची (नवीनतेची, सर्जनशीलतेची) तितकीच गरज असते. यासाठी डाव्या आणि उजव्या मेंदूचा योग्य ताळमेळ बसण्याची जरुरी आहे.

नियंत्रण ठेवण्यासाठी आणि सर्जनशील बनण्यासाठी आर्थिक शिक्षण तसेच अनुभव या दोन्हींची गरज आहे. डोनाल्ड ट्रम्प अतिशय सर्जनशील आहेत तसेच प्रत्येक कामावर त्यांचे नियंत्रणही असते, हे तुमच्या लक्षात आले असलेच. त्यामुळे ते यशस्वी बनले. जर तुमचे व्यवसायावर चांगले नियंत्रण असले तर सर्जनशील बना.

डोनाल्ड यांचा दृष्टिकोन

चमक

नियंत्रण आणि सर्जनशीलता याविषयीचे रॉबर्ट यांचे विचार वाचल्यावर मला एका गोष्टीची आठवण झाली. याला कदाचित स्मरणाची चमक असंही म्हणता येईल. या पुस्तकात प्रारंभी रॉबर्ट यांनी ट्रम्प टॉवरमध्ये येतानाचे वर्णन केलं आहे. परंतु मी काही त्यांच्या कार्यालयाचा उल्लेख केलेले नाही. त्यांचं कार्यालय म्हणजे नियंत्रण आणि सर्जनशीलता यांचं सार आहे. त्यांच्या गृह कार्यालयाची ही गोष्ट नाही. मी स्कॉट्सडेल ॲरिझोना इथं बनवलेल्या कंपनी कार्यालयाबाबत म्हणतोय. तिथं शेजारीच एक तलाव आहे. तर अगदी हाताशी डाव्या बाजूला रॉबर्ट यांचे भलं-थोरलं खाजगी ग्रंथालय आहे.

'रिच डॅड'च्या कार्यालयाविषयी ज्या ज्या वेळी माझ्या मनात विचार येतो. त्या वेळी स्पष्ट होतं की रॉबर्ट यांची पुस्तकं आणि इतर विविध व्यवसाय प्रचंड यशस्वी होण्यामागं काय कारण आहे. त्यांचं नियंत्रण सर्जनशील आहे. स्कॉट्सडेल येथील त्यांच्या कार्यालयात कामाला अत्यंत पोषक वातावरण आहे. त्यामध्येच एक ऑडिओ आणि व्हिज्युअल स्टुडिओ आहे. त्यांचा कामाचा व्याप प्रचंड असला तरी त्या मानाने कार्यालयाचा फापटपसारा केलेला नाही. रॉबर्ट आणि त्यांच्या सहकाऱ्यांना नेमकं काय करायचं आहे, हे पक्कं ठाऊक आहे. त्यामुळे अनावश्यक गोष्टी, वस्तूंची गर्दी त्यांनी कार्यालयात केलेली नाही.

ट्रम्प ऑर्गनायझेशनच्या माझ्या प्रमुख कार्यालयात ज्या वेळी लोक येतात, त्या वेळी हे छोटंसं केबिन पाहून ते चकित होतात. आम्ही इथं खूप काम करतो, परंतु अनावश्यक ऊर्जा अजिबात वाया घालवत नाही. जास्त कर्मचारी, जास्त वस्तू आणि विनाकारण जागा अडवणं मला अजिबात आवडत नाही. प्रत्येक कर्मचाऱ्याला काम नेमून दिलं जातं. ज्याचं काम तो करतो. लक्झरी याला पर्यायी शब्द म्हणजे माझं नाव घेतलं जातं, हे मला ठाऊक आहे. परंतु त्यासाठी आधी किती काम आणि कसं काम करावं लागतं, हेसुद्धा मला माहीत आहे. असे नियंत्रण जाण्याइतक्या गोष्टी मोठ्या झाल्या की सर्जनशीलता राखणं अवघड जातं. गोष्टी हाताबाहेर जाऊ लागल्या की नियंत्रण जातं.

रॉबर्टने इथं सांगितलं की सर्जनशीलता तुम्हाला श्रीमंत बनवते. अगदी खरं! याचं आणखी एक कारण म्हणजे प्रतिभावान सर्जन माणसांना आणखी वेगळ्या प्रेरणा, प्रोत्साहनाची गरजच वाटत नसते. ते स्वतःच प्रेरित होत असतात. अधिकाधिक प्रगती करण्यासाठी दोन्ही मेंदूचा वापर करत राहातात. ते प्रेरणेची वाट पाहाण्यापेक्षा तिचा शोध घेत असतात. अशी माणसे आपल्या मेंदूचा जास्तीत जास्त उपयोग करत असतात.

काही वर्षांपूर्वी एका पाहाणीवर आधारित एक लेख प्रसिद्ध झाला होता. वैद्यकीय

> नियंत्रण आणि सर्जनशीलता हातात हात घालून जातात.
>
> *- डोनाल्ड जे. ट्रम्प*

शिक्षणासाठी सर्वोत्तम पात्र उमेदवार म्हणजे संगीताचे विशारदपर्यंत शिक्षण घेणारी मुलं. याचं कारण, या मुलांचा डावा आणि उजवा असे दोन्ही मेंदू चांगल्या तऱ्हेने विकसित झाले होते. संगीतात गणित आहे तशीच प्रतिभाही आहे. यासाठी स्वयंशिस्त आवश्यक आहे. दररोज काही तासांचा सराव आवश्यक आहे - वैद्यकीय विद्यार्थ्यांना आवश्यक गुणांचा उत्तम मेळ.

सर्जनशीलतेचा संबंध सहजस्फूर्ती (इन्ट्यूशन)शीसुद्धा आहे, यावर माझा विश्वास आहे, सर्व गोष्टी स्पष्ट करता येतातच असं अजिबात नाही. काही गोष्टी मनानं, डोळ्यानं, मेंदूनं फक्त ग्रहण केल्या जातात आणि नंतर त्याला मूर्तरूपात साकार केलं जातं. कोणत्याही नव्या प्रकल्पाचे काम सुरू झालं की, मी अतिशय एकाग्रतेने ते काम करतो, परंतु मध्येच डोक्यात येणारे नवनवे विचार, मिळणाऱ्या काही प्रेरणा यांचाही स्वीकार करण्याची तयारी मनाने ठेवलेली असते. अनेकदा एखादी गोष्ट योग्य नाही, असा विचार मनात येतो, परंतु ती गोष्ट का बरोबर नाही, का करू नये हे सांगणं मला अवघड जातं. ट्रम्प टॉवरचे उदाहरण देता येईल, या इमारतीच्या भल्या मोठ्या लॉबीमध्ये भिंतीवर चित्रं लावण्याचा सल्ला काही जणांनी दिला. मला खरं तर चित्रं आवडतात पण त्या जागेत चित्रं लावावीत, असं मला वाटेना. पण काहीतरी एकदम नवीन, अभिजात हवं होतं. त्या भव्य ठिकाणी एक धबधबा हवा असं वाटलं. तो ८० फूट आहे आणि २० लाख डॉलर्स खर्च झाला त्याच्यासाठी, पण तो एकदम अप्रतिम झालाय आणि त्या जागेला शोभा आली.

नवनवीन कल्पनांचे फार छान परिणाम दिसून येतात. मी पाम बीच येथे मार-अ-लागो खरेदी केलं होतं. हे खाजगी भवन होते. मार्जोरी मेरीवेदर पोस्ट यांचं एका व्हॅनेशियन पालाझोसारखं हे भवन म्हणजे बांधकामाचा एक उत्कृष्ट नमुनाच होतं. अटलांटिक महासागर आणि लेकवर्थच्या समोर वीस एकर क्षेत्रामध्ये विस्तारलेल्या या भवनात ११८ दालनं होती. या अलिशान भवनाला पूर्वीचं वैभव प्राप्त करून देण्याचा निश्चय मी केला. या इमारतीचे सार्वजनिक महत्त्व वाढवण्यासाठी त्या भवनाचे रुपांतर मी क्लबमध्ये केले. भवनाची भव्यता कायम ठेवण्यासाठी नवनवीन कल्पनांचा वापर केला. आजमितीला मार-अ-लागो क्लब म्हणजे पाम-बीचच्या आकर्षणाचा बिंदू ठरला आहे. जिवंत इतिहासातील एक रुपेरी प्रकरण बनले आहे. आपल्यापैकी ज्या लोकांकडे स्वतःचे घर आहे, त्यांच्या लक्षात येईल की ११८ खोल्यांच्या घराची देखभाल करणं किती खर्चिक गोष्ट ठरणार आहे. हा प्रचंड खर्च लक्षात घेऊन तिथं मी एक अलिशान क्लब बनवला. सदस्यांकडून चांगली भरभक्कम फी वसूल करून या सुंदर, उत्कृष्ट शैलीच्या इमारतीची देखभाल करण्याची व्यवस्था केली. या क्लबमधून मिळणारे आर्थिक फायदे म्हणजचे व्यवसायातील यश! हा क्लब तर मला दुसरं घरच वाटतो. विशेष म्हणजे या क्लबच्या यशाचंही हे कारण आहे. इथं येणाऱ्या लोकांना घर सोडून बाहेर

आहोत असं वाटतंच नाही. घरात असल्यासारखेच सगळे वावरतात. हेच मोठं यश आहे. क्लब आदर्श कसा राहील, हे कटाक्षानं पाहिलं जातं. अगदी छोट्याछोट्या गोष्टी असतात, पण त्या खूप महत्त्वाच्या असतात, त्यांचाही प्रमुख म्हणून विचार केला जातो.

सर्जनशीलता आणि नियंत्रण एकसाथीने चालत असतात आणि सर्वोत्कृष्ट परिणाम हवा असेल तर असंच असलं पाहिजे, म्हणूनच तुम्ही आपल्या दोन्हीं मेंदूचा वापर करा, दोन्ही मेंदूचं ऐका, त्याचे तुम्हाला चांगलेच परिणाम दिसून येतील.

तुमचा दृष्टिकोन

तुम्ही सर्जनशील, कल्पक आहात? या पुस्तकात प्रारंभी समस्या सोडविण्याविषयी नमूद केले आहे. कोणताही प्रश्न सोडविताना तुम्ही सर्जनशील बनत असता, कारण तुम्ही त्या समस्येवरील उत्तर निर्माण करत असता.

तुमच्या मनात एखादी मोठी कल्पना आली आहे?

त्या विचारातून तुम्ही कमी पैसा कमावला आहे?

जर उत्तर 'हो' असेल तर अभिनंदन. कामं असंच पुढं सुरू ठेवा.

जर उत्तर 'नाही' असेल तर त्या मोठ्या कल्पनेचा आपण नेमका काय उपयोग करून घेऊ शकतो, याविषयी विचार करा. त्या विचाराला कोणत्या पद्धतीने 'लीव्हरेज' देऊ शकतो, त्यावर कसे नियंत्रण ठेवू शकतो याचा जरूर विचार करा.

आपल्याला आलेल्या कोणत्या समस्येला सोडवण्यासाठी कधी सर्जनशीलतेचा वापर तुम्ही कधी केला आहे का?

प्रकरण बारा

मोठा विचार करा – विस्ताराचा विचार करा

रॉबर्ट यांचा दृष्टिकोन

डोनाल्ड ट्रम्प यांचे सगळ्यात लोकप्रिय आहे ते म्हणजे त्यांचे 'थिंक बिग' हे भाषण! मोठा, विस्तृत विचार करा. भव्य कल्पना करा. असं ते सांगत असतात. म्हणजे ते स्वत:ही असंच मोठं, भव्य-दिव्य करतात. जर कोणाला त्यांच्या भव्य विचाराविषयी शंका वाटत असेल तर त्यांनी न्यूयॉर्क सिटीमध्ये जाऊन ज्या गगनचुंबी इमारतींवर (स्कायस्क्रॅपर) त्यांचे नाव लिहिलं आहे, त्या मोजाव्या.

'थिंक बिग' या विषयावरचं त्यांचं भाषण ऐकण्याचं भाग्य मलासुद्धा मिळालं आहे. ते प्रत्येक वेळी नवनवीन गोष्टींची भर आपल्या भाषणात घालत जातात. त्यामुळे माझे विचार व्यापक बनतात. जर तुम्हाला कधी 'थिंक बिग' हे भाषण ऐकण्याची संधी मिळाली तर त्याचा तुम्हाला फायदाच होईल. एकापेक्षा जास्त वेळा ऐकण्याचा योग आला तर त्या संधी सोडू नका.

माझ्या श्रीमंत वडिलांनी 'मोठा विचार कर', असं कधी सांगितलं नाही. परंतु हा विचार मात्र शिकवला. ते नेहमी 'लीव्हरेज' आणि 'विस्तार' या दोन शब्दांचा वापर करीत असत. या दोन्ही शब्दातील नेमका फरक काय हे समजून सांगताना त्यांनी मला मॅकडोनाल्ड फ्रँचाइजीचं उदाहरण दिलं. ते म्हणाले, 'ज्या वेळी रे क्रॉक यांनी मॅकडॉनाल्ड बंधूंकडून मॅकडोनाल्ड खरेदी केलं, त्या वेळी त्यांनी स्वत:ला 'लीव्हरेज' दिलं आणि ज्या वेळी त्याची फ्रँचाइजी इतरांना देऊन मॅकडोनाल्डचं जाळं बनवलं त्या वेळी त्यांनी लीव्हरेजचा 'विस्तार' केला.

ज्या वेळी रे क्रॉकने हॅम्बर्गर स्टँड खरेदी केलं, त्या वेळी त्यानं स्वत:ला 'लीव्हरेज' दिलं. कारण ते असले किंवा नसले तरी बर्गरचा व्यवसाय होतच होता. 'एस' चौरसातील बहुतेक उद्योजक आपली प्रगती याच टप्प्यावर थांबवतात आणि उद्योग छोटाच ठेवतात. परंतु रे क्रॉकने लहान व्यवसायाची फ्रँचाइजी पद्धत विकसित केली आणि त्यांनी हॅम्बर्गर व्यवसायाचा विस्तार करून त्याला 'बी' चौरसामध्ये पोचवलं.

इथं मी 'फ्रँचाइजी सिस्टिम' असा शब्दप्रयोग केलेला तुमच्या लक्षात आला असेल. यामध्ये 'सिस्टीम – पद्धत' हा शब्द महत्त्वाचा आहे. *'बिफोर यू क्विट युअर जॉब'* हे पुस्तक

मी उद्योजकांसाठी लिहिलं आहे. त्यामध्ये 'बी-आय' त्रिकोणाविषयी विस्तारपूर्वक लिहिले आहे. माझा विचार केंद्रित व्हावा आणि उद्योग चांगला चालावा यासाठी श्रीमंत वडिलांनी 'बी-आय' त्रिकोणाचा वापर केला. त्यातील आठ भागांविषयी शिकवलं.

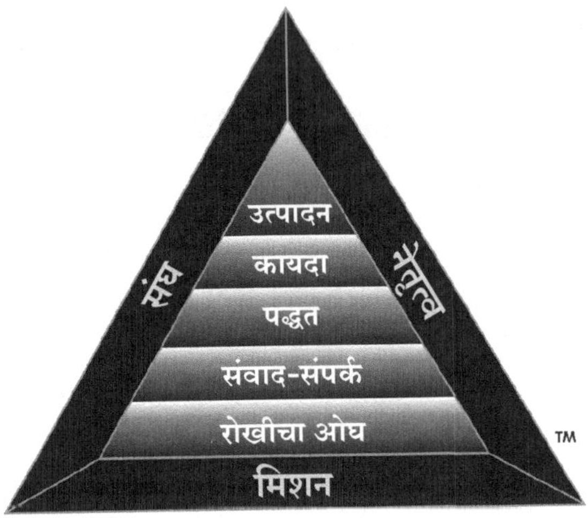

एका पाहणीनुसार जर १० नवे उद्योग सुरू झाले तर त्यापैकी ९ व्यवसाय पहिल्या पाच वर्षांत अयशस्वी ठरतात. जेवढे उद्योग पाच वर्षे टिकून राहातात, त्या १० पैकी ९ उद्योग दहा वर्षांनी बंद पडतात. (इथं पुन्हा एकदा ९०/१० हा नियम लागू होतो, हे लक्षात घ्या.)

'बी-आय' त्रिकोणाच्या आठपैकी एक किंवा एकापेक्षा अधिक भाग कमकुवत असतील तर उद्योजक अयशस्वी ठरतो. एखाद्या व्यवसायाचं दिवाळं का वाजलं, याचा ज्या वेळी मी अभ्यास करतो त्या वेळी या त्रिकोणाची मदत घेत असतो. याआधारे त्या व्यावसायाचं विश्लेषण करतो.

इथं तुम्ही लक्षात घ्या की, *उत्पादन* या शब्दासाठी खूप लहान जागा आहे आणि 'मिशन'साठी मोठी – जास्त जागा दिली आहे. कारण 'मिशन' हा या त्रिकोणाचा पायाभूत आधार आहे. उत्पादन 'बी-आय' त्रिकोणाचा सगळ्यात कमी महत्त्वाचा भाग आहे तर मिशन सर्वात महत्त्वाचा भाग आहे. मला नेहमीच भावी उद्योजक भेटतात. ते अगदी उत्साहात मला सांगतात. 'माझ्याकडं एक खूप चांगल्या उत्पादनाची कल्पना आहे.'

अशा वेळी त्यांना लगेच मी विचारतो, 'तुमचं मिशन काय आहे?'

सर्वसाधारणपणे उत्तर येते, 'पैसा कमावणे' यापैकी बहुतांश उद्योग चांगले चालण्याची शक्यता खूपच कमी असते.

तुम्ही श्रीमंत व्हावं असं आम्हाला का वाटतं?

कोणत्याही उद्योगाचा सर्वात महत्त्वाचा भाग म्हणजे 'मिशन'. मिशन हा उद्योगाचा आत्मा आहे. उद्योगाचं हृदयस्थान आहे. आत्मा आणि हृदयाशिवाय बहुतांश उद्योजक आपला व्यवसाय यशस्वी करू शकत नाही, असं मला वाटतं. माझा पुढचा रस्ता अवघडच आहे.

अयशस्वी ठरलेली महान उत्पादने जगात पुष्कळ आहेत. ती अयशस्वी ठरतात याचं साधं कारण त्यांच्या पाठीशी भक्कम 'बी-आय' त्रिकोण नसतो.

कोणत्याही यशस्वी उद्योगाचे उदाहरण घ्या. त्याचा अभ्यास करा. तुमच्या लक्षात येईल या व्यवसायात कृतीशील 'बी-आय' त्रिकोणच पूर्ण आणि रसरसता आहे. कोणत्याही यशस्वी मोठ्या व्यवसायात सशक्त स्पष्ट मिशन, उत्तम नेतृत्व आणि सुयोग्य व्यवस्थापकांचा एकजीव संघ, उत्कृष्ट कॅशफ्लो आणि वित्तपुरवठा, प्रभावी वितरण व्यवस्था आणि जाहिरात, कार्यक्षम पद्धती-प्रणाली, स्वच्छ, स्पष्ट आणि नेटकी कायदेशीर कागदपत्रे आणि अर्थातच एक चांगलं उत्पादन असतं.

आपल्यापैकी बऱ्याच जणांना मॅकडोनाल्डपेक्षा चांगला हॅम्बर्गर बनवता येतो. परंतु आपल्याला मॅकडोनल्डने व्यवसायाची जी पद्धत विकसित केली आहे, ती करता येत नाही. इथं आपण पुन्हा एकदा कार्यपद्धती – सिस्टिम या विषयाकडे आलो आहोत. 'एस' चौरसातील उद्योजक, मालक आणि 'बी' चौरसातील व्यवसायाचा मालक यांच्यामध्येसुद्धा सर्वात मोठं अंतर सिस्टिमचं – कार्यपद्धतीचं असतं. सर्वसाधारणपणे 'एस' चौरसातील उद्योगाचा मालक हा स्वतःच कार्यपद्धतीचा पूर्ण भाग असतो. तोच सगळं काही चालवत असतो. त्यामुळं व्यवसायाचा विस्तार करू शकत नाही.

अनेक व्यवसाय *लोकांवर अवलंबून* असतात. मॅकडोनल्ड हा *पद्धतीवर – सिस्टिमवर अवलंबून* आहे. त्यांनी जी कार्यपद्धत बनवली आहे, ती खूप चांगली आहे. जगाच्या पाठीवर आपण कोठेही जा, जिथं मॅकडोनल्डचे दुकान आहे तिथं जवळपास सारखीच कार्यपद्धती दिसून येते. विशेष महत्त्वाची गोष्ट म्हणजे मॅकडोनल्डचा व्यवसाय चालविणारे, सिस्टिममधले दैनंदिन कर्मचारी हे तर फक्त उच्च माध्यमिकपर्यंत शिक्षण (बारावी उत्तीर्ण) घेतलेली मंडळी आहेत. थोडे कमी शिकलेले फक्त व्यवस्थित लिहिता-वाचता येणारे लोक ही अवघी पद्धत चालवतात. इतकी ही सोपी परंतु दमदार आहे.

> व्यवसायातील सर्वात महत्त्वाचा भाग आहे – मिशन. हा व्यवसायाचा आत्मा आहे, हृदय आहे. आत्मा आणि हृदयाशिवाय व्यवसाय यशस्वी होऊ शकत नाही.
>
> *– रॉबर्ट टी. कियोसाकी*

मी अनेक 'टॉप-हेवी' उद्योग पाहिले आहेत. जिथे भरपूर उच्चशिक्षित, लठ्ठ पगाराची अनेक मंडळी खूप काम करतात आणि थोडंसंच यश मिळवतात. अशा अयशस्वी व्यवसायात

प्रामुख्याने लोकांवर लक्ष केंद्रित केलं जातं. चांगली कार्यपद्धती (सिस्टिम) विकसित केली जात नाही. गलेलठ्ठ पगार घेणाऱ्या लोकांची चांगली टीमसुद्धा उत्कृष्ट कार्यपद्धती नसेल तर यशस्वी होऊ शकत नाही. म्हणून 'पद्धत' महत्त्वाची.

उद्योजक आणि सीईओ यांच्यामध्ये काय फरक आहे? अगदी सोप्या शब्दात आणि साध्या उदाहरणाने. जो चांगली रेसकार बनवतो ती व्यक्ती उद्योजक आणि त्या रेसकारचा चालक म्हणजे सीईओ आहे. तुमच्याजवळ रेसकार चालवणारा तज्ज्ञ, उत्तम चालक आहे. परंतु तुमची रेसकारच निकृष्ट असेल तर निष्णात कारचालक प्रत्येक स्पर्धेत हरणार. उद्योजक स्वतःच खूप चांगला, निष्णात, उत्कृष्ट सीईओ सिद्ध होण्यासारखी गोष्ट फार दुर्लभ असते. डोनाल्ड ट्रम्प अशा दुर्लभ उद्योजकांमध्ये एक आहेत. बिल गेट्स, मायकेल डेल आणि स्टीव्ह जॉब्स ही मंडळीही अशा 'दुर्लभ' व्यक्तींमध्ये मोडतात. ही मंडळी चांगली रेसकार बनवू शकतात आणि निष्णात वाहकासारखी चालवूही शकतात.

रिच डॅड कंपनीमध्ये आमच्याकडे तीन सीईओ आणि तीन रेसकार निर्माता आहेत. किम, शेरॉन आणि मी! शेरॉन रेसकार बनवण्यात तसेच चालवण्यातही पटाईत आहे. किम आणि मी कार चालविण्यात जास्त हुशार, तज्ज्ञ आहोत. त्याचबरोबर कारचे काही सुटे भागही आम्ही चांगले बनवू शकतो. रिच डॅड कंपनीचा हॉर्न म्हणजे मी आहे अन् शेरॉन इंजिन आहे, असं नेहमीच मी सांगत असतो. थोडक्यात काय तर रिच डॅड कंपनी एक उत्तम *'संघ'* उद्योग आहे.

सारांश

'एस' चौरसामध्ये खूप श्रीमंत झालेल्या अनेक लोकांना मी भेटलोय. अनेक छोट्या व्यवसायात त्याचे मालकच उत्कृष्ट निर्माता आणि चालक असतात, त्याच बरोबर 'ई' आणि 'एस' चौरससुद्धा आहेत. ते 'बी' चौरसातील उद्योजकांच्या मदतीने खूप श्रीमंत झाले आहेत. उदाहरणार्थ, टायगर वूड्स 'एस' चौरसात आहेत. परंतु त्यांना मिळणारा पैसा हा जास्त करून 'बी' चौरसातील व्यवसायाच्या जाहिरातीतून मिळतो. काही चित्रपट तारे-तारकांच्या बाबतीतही असेच आहे. ते 'एस' चौरसात आहेत. परंतु ते सोनी किंवा वॉर्नर ब्रदर्ससारख्या 'बी' चौरसातील उद्योगांशी संबंधित आहेत.

डोनाल्ड म्हणतात, 'मोठा – भव्यतेचा विचार करा.' म्हणूनच ते अवाढव्य प्रचंड, उंच इमारती आणि मेगाहिट टेलिव्हिजन शो बनवतात. माझे श्रीमंत वडील म्हणत होते, विस्ताराचा विचार करा आणि त्यांच्या म्हणण्याचा अर्थ होता – मॅकडोनल्डससारखा विस्तार करा. थोडक्यात काय, दोघेही भव्य विचाराचे, विस्ताराचे रूप आहेत.

पैशाचा ९०/१० चा नियम कोणत्या पद्धतीने काम करतो, हे तुम्हाला माहीत आहे का? ९० टक्के लोक कधीच करू शकणार नाही, असं काम १० टक्के लोक करतात आणि ९० टक्के पैसा कमावतात.

तुम्ही श्रीमंत व्हावं असं आम्हाला का वाटतं?

डोनाल्ड यांचा दृष्टिकोन

विस्तृत विचार करा

रॉबर्ट यांनी 'मोठा विचार, विस्ताराचा विचार' याविषयी खूप चांगल्या पद्धतीने आणि नेमकेपणाने समजावून सांगितलं आहे. आपण आणखी एक पाऊल पुढं जायचं आहे. फक्त मोठा विचार करायचा नाही, तर विस्ताराविषयीही विचार करायचा आहे. उद्योजकांसाठी विस्ताराचा विचार म्हणजे काय शक्य ते पाहाणं, आणि ते घडवून आणणं. उद्योजक स्वप्न पाहातात आणि ते अमलात आणताना उद्योग वाढवणं अपरिहार्य आहे, असं म्हणतात. त्यालाच इतर लोक नवनिर्मिती म्हणतात.

मला नवकल्पनेचं बिरूद दिलं गेल्याचं, अलीकडेच मी चवीने वाचलं, काही वर्षांपूर्वी, १ सेंट्रल पार्क वेस्ट इथे पहिलं ट्रम्प इंटरनॅशनल हॉटेल आणि टॉवरचं काम मी करत होतो. ही आधी गल्फ वेस्टर्न बिल्डिंग होती. त्यांना काही समस्या होत्या. त्या वेळी निर्णय घेतला की, सदनिका आणि हॉटेल एका ठिकाणी बांधणं जास्त चांगलं आणि योग्य ठरेल. माझा हा प्रयोग खूप यशस्वी झाला. यानंतर अनेकांनी या प्रयोगाचं अनुकरण केलं तसंच मीसुद्धा काही ठिकाणी या प्रयोगाची पुनरावृत्ती केली.

काही वेळेस असं नावीन्य सामान्य व्यवहार आणि असामान्य चिंतन यांच्या जोडणीतून येतं. नवीन परिस्थितीशी ताळमेळ घालण्यासाठी केलेली ही एक प्रकारची सर्जनशीलताच असते.

युवा अमेरिकी संगीतकार जोनाथन डॉवेच्याविषयी अलीकडेच मी वाचत होते. संगीतातील नवीन रचनांमुळे त्यानं असंख्य लोकांचे लक्ष आकर्षून घेतलं आहे. मेट्रोपॉलिटन ऑपेराचे प्रसिद्ध 'कंडक्टर' जेम्स लेवाइन यांनी डॉवेच्या काही जुन्या रचना शोधून काढल्या आणि त्याचा एक भव्य शो केला. यावरून सगळ्यांना समजलं की, जोनाथन डॉवे यांना प्रारंभी रेनेसान्स संगीत पसंत होते आणि त्याचा भूमितीय संबंध जोडण्यात डॉवे पारंगत होते. या संगीताचा एकूणच जो काही प्रभाव झाला, त्यातून सगळ्यांच्यासमोर ही नवीन सर्जनशीलता आली. अगदी असाच प्रकार माझ्या हॉटेल आणि टॉवरच्याबाबतीत झाला होता. संगीत रचना आणि रिअल इस्टेट डेव्हलपमेंट यांच्यात तुलना करणं, जरा ताणल्यासारखं वाटतं. परंतु या दोन्हींचं अधिक विश्लेषण तुम्ही करायला लागला तर यामध्ये तुम्हाला खूप समानता आढळून येईल.

मागे कोणीतरी एकदा म्हणालं की, माझं जीवन ऑपेरासारखं आहे. मला ही तुलना अगदी अ-सामान्य वाटली. म्हणून मी ऑपेराची अधिकाधिक माहिती घ्यायला सुरुवात केली. अनेक गोष्टींप्रमाणेच ऑपेराचा प्रारंभही ग्रीसमध्ये झाला आणि नंतर बऱ्याच दिवसांनी तो

फ्लोरेन्समध्ये प्रगटला आणि पहिल्या ऑपेराचे प्रदर्शन व्हेनिसमध्ये झालं. कार्यालयात मी इंटरकॉमचा वापर करत नाहीत. त्यामुळे इथल्या आवाजाच्या स्तराला ऑपेराशी जोडता येईल. ग्रीसचाही मी अभ्यास केला. ही समानता तिथंही आहे. १७व्या शतकामध्ये इटलीमध्ये निर्माण झालेल्या संगीतावर ग्रीक पगडा जास्त होता. त्यामुळे या कलेचा विकास होणार होताच. काही गोष्टींचा विकास होण्यामध्ये युग, तपांचा काळ लोटतो. माझा आजही विकास होत आहे म्हणून ऑपेराशी तुलना केलेली मला आवडली. परंतु एका ठिकाणी बसून आख्खा ऑपेरा ऐकण्याचं काम माझ्याकडून अद्याप झालेलं नाही. त्यापेक्षा मला बेसबॉलच्या सामन्यात जास्त रस आहे. एखादी गोष्ट न करताही तिचा सन्मान, आदर करणं शक्य आहे, असं मला नेहमीच वाटतं.

बीथोवन एक महान संगीत रचनाकार होते. त्यांनी जेव्हा त्यांच्या नवव्या सिंफनीत आणखी ध्वनी घालायचे ठरवले, तेव्हा लोक उडालेच होते. आज त्यांच्या 'ओड टू जॉय' विषयी आजही चर्चा रंगते. या ध्वनीशिवाय त्याची कुणी कल्पनाच करू शकत नाही. मात्र त्या वेळेस ही एक नवीनतम रचना होती. त्यांच्या संगीताची एक जबरदस्त लाट पसरली होती. हे सगळं काही रातोरात झालं नाही. त्यांनी सन १८११ मध्ये सिंफनीचा आराखडा बनवले होते. त्यानंतर तेरा वर्षांनी म्हणजे १८२४ मध्ये त्याचा पहिला शो झाला. म्हणजे बीथोवनचे विचार विकसित होण्यासाठी १३ वर्षांचा काळ लागला. बीथोवन या काळात काहीतरी भव्य-दिव्य करायचे, असा मोठा विचार करत असावेत, असंच मी म्हणतो.

विस्ताराचा विचार करणं म्हणजे सर्जनशीलतेची वेगळी पद्धतच आहे. आपली विचार प्रक्रिया आणखी विस्तृत बनावी, यासाठी मी स्वत:लाच वारंवार विचारत असतो की, आणखी काय आणि कसं करता येईल? यामध्ये नवीन काही भर घालता येईल का? ज्या प्रकल्पाचं काम सुरू असतं, त्याचेच विचार डोक्यात भिरभिरत असतात. सगळं काही बरोबर आहे, असं नाही, आणखी यात वेगळं काही हवं आहे, नेमकं काय? असे प्रश्न स्वत:लाच विचारत गेल्यामुळं नवनवीन विचार येण्यासाठी आपले दरवाजे अगदी मोकळे राहतात आणि मग 'आपण नेमकं काय शोधतोय? आणखी काय करणं शक्य आहे?' या प्रश्नांची उत्तरं नवविचारांच्या मदतीनं मिळत जातात. ही काही गुप्त प्रक्रिया नाही. परंतु यासाठी चांगली एकाग्रता असणं आवश्यक आहे.

> विस्ताराचा विचार
> म्हणजे काय शक्य ते पाहाणं,
> आणि ते घडवून आणणं.
> *- डोनाल्ड जे. ट्रम्प*

रॉबर्ट, किम आणि शेरॉन अलीकडेच कॅलिफोर्निया येथे माझ्या गोल्फ कोर्सवर आले होते.

या तिघांना खुर्चीची एक गोष्ट मी सांगितली. माझ्या क्लबमध्ये एक सुंदर बॉलरूम आहे. या बॉलरूममधून पॅसिफिक महासागर आणि कॅलिफोर्नियातला क्रमांक एकचा गोल्फ कोर्स दिसतो. या क्लबमध्ये ३०० लोकांपेक्षाही कमीच लोक बसू शकत होते. जागेच्या

कमरतेमुळे विवाहासारखे बरेच कार्यक्रम आम्हाला या क्लबमध्ये करता येत नव्हते. त्यामुळे माझ्या मॅनेजमेंट टीमने या इमारतीचा विस्तार करण्याचा विचार केला, तशी योजनाही केली. बॉलरूम मोठी करण्याची योजना घेऊन सगळे माझ्याकडे आले. या योजनेसाठी लक्षावधी डॉलर्स खर्च होणार होते आणि सगळ्यात महत्त्वाचं म्हणजे त्यासाठी खूप वेळ लागणार होता. जर आम्ही ही संपूर्ण इमारतच पुन्हा बांधायची ठरवली तर त्यालाही काही महिने लागले असते. अन् या काळात क्लब बंद ठेवावा लागला असता. म्हणजे या कारणामुळेही लक्षावधी डॉलर्स उत्पन्न कमी झालं असतं. दोन्ही बाजूंनी प्रचंड खर्च झाला असताच.

आम्ही सगळे बॉलरूमध्ये उभं राहून चारही दिशांना बघत होतो. काय केलं म्हणजे हे नुकसान टाळता येईल, याचे विचारचक्र माझ्या डोक्यात फिरत होतं. अचानक माझं लक्ष एका महिलेकडं गेले. त्या महिलेला खुर्चीतून उठण्यास फारच कष्ट पडत होते. खुर्ची खूप मोठी होती आणि त्यात एकदा बसलं की, उठताना टेबलापासून मागे सरकवून मग उठणं प्रत्येकाला अडचणीचं वाटत होतं. त्या संपूर्ण हॉलमध्ये मी नजर फिरवली. अशाच मोठ्या - महाकाय खुर्च्या सगळीकडे होत्या. माझ्या मनात अगदी तत्काळ नवा विचार आला, आपल्याला नव्या, छोट्या खुर्च्यांची गरज आहे.

फक्त या एका विचाराने आमचे लाखो डॉलर्स वाचले. उलट आमची कमाईही वाढली. आम्ही या जुन्या-बोजड खुर्च्या विकल्या. त्यातून बराच पैसा मिळाला. त्या जागी आम्ही या सोनेरी लहान खुर्च्या खरेदी केल्या. आमचे पैसे खूप वाचले. आता या क्लबच्या बॉलरूममध्ये ४४० लोक आरामात बसू शकतात. इथं आता मोठ्या कार्यक्रमांचे आयोजन सहज होतं. यामुळं क्लबचं उत्पन्नही वाढलं. इमारतीच्या विस्तारीकरणाची आता काही गरजच राहिली नाही. आमचा वेळ वाया गेला नाही. ज्या गोष्टीला लाखो डॉलर्स खर्च होणार होते, ते सगळंच फायद्याच्या रूपात बदललं गेलं.

एखादी गोष्ट पाहाणं आणि त्यामध्ये बदल घडवून आणणं अधिक चांगलं होऊ शकते. हे समजणं फार महत्त्वाचं असतं. भविष्यद्रष्टा बनण्याच्या मार्गावरील ते पहिलं पाऊल असतं.

या आधीच तुम्हाला सांगितलं आहे, तेच पुन्हा सांगतो - जितकं शिकता येईल तेवढं शिका. सतत विस्तारण्याच्या दृष्टीने विचार करा. यामुळे तुम्हाला जास्तीत जास्त फायदा होईल.

तुमचा दृष्टिकोन

नवीन विचार करा - आणि नंतर त्याला 'लीव्हरेज'चा लाभ द्या

तुम्ही सध्या ज्या ठिकाणी आहात, तिथं आराम वाटतो. आपल्या दुनियेचा विस्तार करण्याची कल्पना करा. नवी साहसं, नवे मित्र आणि नव्या जागा यांनाही या कल्पनाविस्तारामध्ये स्थान द्या. आपण अशा नव्या अनुभवातून ज्या वेळी जातो त्या वेळी नवनवे विचार मनात यायला लागतात. नव्या समस्या समोर आल्या तर त्याच सोडविण्यासाठी पर्यायांचा विचार करायला लागतो. किती पद्धतीने एखादी समस्या सोडवता येते, हे ही तुमच्या लक्षात येईल.

यामुळे आपलं जगच बदलतं आणि भविष्य ही बदलवणारं असतं.

जगताना भव्यतेचा विचार करा!

जोखीम, धोका यांना काही काळ थोडं बाजूला ठेवून आपल्या मनात कोणतं स्वप्न आहे, याचा विचार करा :

____

तुम्ही खूप मोठा, भव्य विचार करू शकता. असा तुमच्या जीवनातील कोणता भाग आहे :

____

एखाद्या क्षेत्राचा विस्तार करावा, असा तुमच्या जीवनातील कोणता घटक आहे? त्या विस्तार करावयाच्या क्षेत्राविषयीचे विचार लिहा :

____

यासाठी तुम्ही काय करणार आहात?

____

प्रकरण तेरा

खूप श्रीमंत बनणं निश्चित आहे... धोक्याचं नव्हे

रॉबर्ट यांचा दृष्टिकोन

आणखी पुढे जाण्यापूर्वी आपण या प्रक्रियेची समीक्षा करू या :

१. मी/तू
२. लीव्हरेज
३. नियंत्रण
४. सर्जनशीलता
५. विस्तार

आज अनेक लोक आर्थिक संकटात आहेत. त्यातून ते बाहेरच पडू शकत नाहीत. याचे कारण म्हणजे कधी 'मी/तू' याच्या पुढे जाऊच शकत नाहीत. काही लोक अतिशय उच्च शिक्षित आहेत, तरीही त्यांना म्हणावे तितके त्यांच्या मानाने पैसे मिळत नाहीत, त्यांना कठोर परिश्रम करावे लागतात यांचे कारण म्हणजे ते 'लीव्हरेज'चा जास्त प्रयोग करत नाहीत. आपल्या शक्तीबरोबरच दुसऱ्याची शक्ती वापरण्याचा प्रयोग ही माणसे करीत नाहीत.

या लोकांचं त्यांच्या नोकऱ्यांवर, पैसे मिळवण्याच्या क्षमतेवर किंवा त्यांच्या गुंतवणुकींवर नियंत्रण नसतं. दुसरे कुणी जे काही सांगेल, ते फक्त करण्याचे काम ही मंडळी करतात. व्यावसायिक किंवा आर्थिक व्यवहारात स्वतःचं कौशल्य, सर्जनशीलता दाखवण्याची तसदी काही माणसे अजिबात घेत नाहीत आणि मग विस्ताराची गोष्ट जेव्हा सामोरी येते, त्या वेळी ते नवीन नोकरीचा शोध घेतात. वेगळी अर्ध वेळ नोकरी कुठे मिळेल का बघतात. किंवा आहे तिथेच पदोन्नती आणि वेतनवृद्धी मिळेल अशी अपेक्षा करतात.

अनेक लोक या चक्रात सापडतात, कारण शाळेत त्यांना हेच करायला शिकवलेलं असतं. यापेक्षा वेगळं काही करायचं म्हणजे त्यांना जोखमीचं, धोक्याचं वाटतं. आपण चाकोरीबाहेरचं काही केलं आणि आहे त्यावरचं नियंत्रणही हातून गेलं तर काय होईल, याची त्यांना खूप भीती वाटत असते. ज्या ठिकाणी आपण नोकरी करतो, तिथंच पगार वाढवण्याची मागणी केली तर मालक नोकरीवरूनच काढून टाकेल, अशी त्यांना भीती

वाटत असते. त्यामुळे योग्यतेपेक्षा कमी वेतनावरच ही मंडळी काम करत असतात. कल्पक विचार करून त्याची अंमलबजावणी फार दूरची गोष्ट. अशी मंडळी विशिष्ट साच्यातच काम करतात. अपयशाची त्यांना सारखी भीती वाटत असते. गुंतवणुकीच्या बाबतीत स्वतः काही करायचे नाही, असे त्यांचे धोरण असते. काही करायला शिकतही नाहीत, त्याऐवजी ते आपला पैसा तथाकथित 'आर्थिक विशेषज्ज्ञां'कडे सोपवून मोकळे होतात. व्यवसाय आणि पैसा याबाबतीत ही मंडळी स्वतःच्या सीमित ज्ञानाच्या जोखडात अगदी बंदिस्त झालेली असतात. जोखीम पत्करायचीच नाही, धोका घ्यायचा कशाला म्हणून घाबरतच जगतात. त्यामुळे त्यांना सगळं आयुष्य जोखीम, धोक्यांनी भरलेलं आहे, असं पक्कं वाटत असतं.

असं धोक्यांना घाबरणाऱ्या लोकांचा फायदा गुंतवणूक सल्लागार, आर्थिक विषयक लेखन करणारे पत्रकार आणि विक्रेते चांगलाच उठवतात आणि त्यांना सगळ्यात जोखमीची गुंतवणूक ज्यात आहे, असे उत्पादन विकतात. बचत करणं आणि म्युच्युअल फंडामध्ये गुंतवणूक करणं हेच सगळ्यात सुरक्षित आहे, त्यामध्ये कोणतीही जोखीम नाही, असं त्यांना खरोखरीच वाटत असतं.

यापैकी काही लोकांना (अगदी आर्थिक विशेषज्ज्ञांनाही) असं वाटतं की, डोनाल्ड ट्रम्प, वॉरन बफे आणि मी जे काम करतो, ते खूप जोखमीचं आहे. वास्तविक परिस्थिती अगदी याउलट आहे. डोनाल्ड ट्रम्प आणि वॉरन बफे अधिकाधिक पैसे कमवतात कारण त्यांना पक्कं ठाऊक आहे की, त्यांच्या साहसाचा परिणाम निश्चित आहे... धोक्याचा नाही.

श्रीमंत बनणं निश्चित आहे!

माझे श्रीमंत वडील 'निश्चितता' ही संकल्पना नीट समजावण्यासाठी मॅकडोनाल्ड बरोबरच सफरचंद पिकवणाऱ्या शेतकऱ्याचं उदाहरण देत होते. एका शेतकऱ्यानं एक एकर शेतामध्ये सफरचंदाची रोपं लावली. ते म्हणाले, 'शेतकऱ्यांकडे जास्त पैसे नव्हते. त्यामुळे त्याला पहिल्या एकरात लावणी करणं अवघड होतं. सफरचंदाची रोपं फार हळूहळू वाढतात. काही वर्षांनी झाडांना सफरचंद लागली. त्या शेतकऱ्यानं ती विकली. झालेल्या नफ्यातून त्यानं दोन एकर शेती खरेदी केली आणि तिथंही नवीन सफरचंदाची रोपं लावली असं करता-करता त्या शेतकऱ्याकडे शंभर एकर शेती झाली आणि सफरचंदाची कित्येक झाडं फळती झाली. सुरुवात हळूहळू झाली. परंतु आपण जे करत आहोत, ते सातत्यानं करत राहिलं तर एक दिवस आपण खूप श्रीमंत बनणार आहोत, याची शेतकऱ्याला शंभर टक्के खात्री होती. हे उदाहरण खूप साधंच आहे. पण यातून मला फार मौलिक संदेश मिळाला. त्याचा लाभही झाला.

'हे सगळं ठीक आहे, परंतु सफरचंदांच्या झाडावर कीड पडू शकते किंवा दुष्काळ पडून झाडं मरून जाऊ शकतात, त्याचं काय?' असे प्रश्न लोक विचारू शकतात आणि ते योग्यही आहेत. कारण कोणीही यशस्वी व्यावसायिक सगळ्या गोष्टी अगदी आदर्श असतीलच

अशी अपेक्षा करत नाही. उदाहरणार्थ, स्टोअर मालकाला माहीत असतं की दुकानात मांडून ठेवलेल्या मालापैकी कर्मचारी आणि ग्राहकसुद्धा थोडाफार चोरणार आहेत. कोणीही यशस्वी व्यवसायिक नुकसानीच्या या शक्यतांचा विचार करत असतोच आणि ते कमीत कमी कसे होईल, किंवा त्यावर नियंत्रण कसे आणता येईल, याचाही विचार करत असतो.

एखादा तिरकसराव म्हणेल, 'जर खूप झाडं लावली आणि सफरचंदांचं अमाप उत्पन्न झालं तर बाजारपेठेत किंमती कमी होतील. किंमती खाली आणणं हाच तर स्पर्धात्मक भांडवलवादाचा उद्देश आहे. स्पर्धात्मक भांडवलदार नसेल, तर आपल्याला परवडणाऱ्या किंमतीत उच्च जीवनशैलीचा आनंदच मिळणार नाही.

मुद्दा असा की 'निश्चितता' ही संकल्पना एकदा समजली, की ती तुम्हाला सर्वत्र दिसू लागेल. मॅकडोनल्डच्या समोरून जात असताना तुम्हाला या संकल्पनेचे स्मरण होईल. लेवाईज जीन्सकडे पाहिल्यानंतरसुद्धा हेच तुमच्या मनात येईल. तुम्ही कारमध्ये इंधन भरायला जाता, त्या वेळीही तुम्हाला निश्चितता जाणवेल. *'मोनोपॉली'* खेळतानाही लक्षात येईल. या खेळाविषयी तुम्हाला काहीतरी नक्कीच आठवत असेल. या खेळात एका घरापासून मर्यादित उत्पन्न मिळत असते. जर तुम्ही त्याला आणखी दोन घरे जोडली तर तुमचे उत्पन्न खूप वाढते आणि जर चार घरांचे मिळून एका लॉज-हॉटेलमध्ये रुपांतर केलं तर उत्पन्नामध्ये आणखी खूप मोठ्या प्रमाणावर वाढ होते. 'निश्चितता' म्हणजे नेमके काय हे समजल्यानंतर तुम्ही ही सकंल्पना सगळीकडे वापरायला लागाल. जिथं जिथं निश्चितता दिसून येते, तिथं गुंतवणूक करण्याची तयारी केली जाते. मग तुमच्या लक्षात येईल, कोणीही व्यक्ती किंवा कंपनी खूप मोठी जोखीम न घेता, धोका न पत्करताही खूप पैसा कशी काय मिळवते.

'गुंतवणुकीत फार जोखीम आहे' असं लोकांनी म्हटलेलं ऐकून किंवा 'एखाद्या आर्थिक सल्लागारानं बचत आणि म्युच्युअल फंडात गुंतवणूक करणं सुरक्षित आहे' असा दिलेला सल्ला ऐकून मी हताश का होतो, ते तुमच्या लक्षात आलं असेल. माझ्या दृष्टीने ते आर्थिक प्रशिक्षणाच्या अभावाचं आणि आर्थिक बुद्ध्यांक कमी असल्याचं लक्षण आहे.

केवळ एक इमारत उभी करून डोनाल्ड ट्रम्प यांनी अब्जावधी डॉलर्स कमावले नाही. ते अनेक इमारती बांधतात किंवा एका इमारतीत शेकडो फ्लॅट बनवतात आणि अशा अनेक इमारती उभ्या करून विकतात. मी आता सांगितलेल्या समीकरणाशी मिळतं-जुळतं समीकरण त्यांच्या यशाचं आहे. ते 'लीव्हरेज' करतात, नियंत्रण ठेवतात. त्यांच्याकडे सर्जनशीलता आहे, विस्ताराची योजना आहे, भविष्याचा नेमका अंदाज ते घेऊ शकतात. हे सगळं करताना नेहमी थोडीफार जोखीम असतेच, परंतु जी योजना करतोय, त्यावर शंभर टक्के भरवसा असतो. कारण सगळ्या प्रक्रियेवर त्यांचे संपूर्ण नियंत्रण असते.

ज्या वेळी मी गुंतवणूक करतो, त्या वेळी मीसुद्धा या प्रक्रियेतूनच जात असतो, म्हणजे एखादी इमारत खरेदी करताना त्यापासून चार प्रकारचे उत्पन्न मिळणार आहे याची मला खात्री असते.

१. भाड्याचं उत्पन्न

२. घसारा (डेप्रिसिएशन) चे उत्पन्न (भासमान कॅशफ्लो)

३. कर्ज फेडीमुळे मिळणारे उत्पन्न (माझा भाडेकरू माझे कर्ज फेडतो)

४. मूल्यवृद्धी (ॲप्रिसिएशन) (डॉलरचं मूल्य कमी होत आहे)

यापैकी मूल्यवृद्धी हा उत्पन्न मार्ग सर्वात शेवटी दिला आहे. कारण इतर उत्पन्न मार्गांपेक्षा हा कमी महत्त्वाचा आहे. वास्तविक, बहुतेक गुंतवणूकदार मूल्यवृद्धी किंवा भांडवली फायदा मिळवण्यासाठीच गुंतवणूक करतात. उदाहरणार्थ, एखाद्या व्यक्तीने कोणत्याही कंपनीचा शेअर ५ डॉलरला खरेदी केला आणि तो १२ डॉलर होईपर्यंत ठेवला, नंतर तो विकला तर त्याला 'भांडवली नफा' मिळण्यासाठी विकतोय, असा अर्थ होतो. हाच नियम रिअल इस्टेटच्या विक्रीलाही लागू होतो.

मूल्यवृद्धी हा उत्पन्न मार्ग सगळ्यात शेवटी ठेवण्याचे आणखी एक कारण म्हणजे 'भांडवली नफा'वर कर द्यावा लागतो. रिअल इस्टेटला हा कर वाचवण्यासाठी संधी मिळते. तुम्ही कर भरणं पुढे ढकलू शकता, अगदी कायमस्वरूपीसुद्धा. माझ्या मते भांडवली नफ्यातला कर वाचवण्याच्या क्षमतेमुळेच रिअल इस्टेट ही स्टॉक, बॉण्ड, म्युच्युअल फंड, बचत अशा कागदी गुंतवणुकींपेक्षा कितीतरी सरस ठरते. या कायद्याविषयी तुम्हाला आणखी विस्तृत माहिती हवी असेल तर *'रिच डॅड्स रिअल इस्टेट ॲडव्हान्टेज'* हे पुस्तक आवर्जून वाचा. माझी पार्टनर, शेरॉन लेक्टर आणि सीपीए – तसेच रिच डॅडी कंपनीचे सल्लागार गॅरेट सटन यांनी संयुक्तरित्या हे पुस्तकं लिहिले आहे. एक सीपीए आणि एक वकील यांनी हे पुस्तक लिहिले आहे हे लक्षात घ्या. त्याला काहीतरी कारण आहे.

> यशस्वी होण्यासाठी मेंदूच्या दोन्ही बाजूंची आवश्यकता असते.
>
> नियंत्रण घेणे व सर्जनशील असण्यासाठी आर्थिक शिक्षण व अनुभव दोन्हीची आवश्यकता असते.
>
> *– रॉबर्ट टी. कियोसाकी*

गुंतवणुकीत निश्चित फायदा मिळावा आणि कर वाचावा, यासाठी रिअल इस्टेट एक चांगला पर्याय असल्याचे इथं पुन्हा एकदा नमूद करत आहे. यासाठी एक उदाहरण देतो.

सन् १९९६ मध्ये निवृत्ती नंतर मी बोर्डगेम *'कॅशफ्लो'* आणि *'रिच डॅड पुअर डॅड'* घेऊन बाजारात आलो. ही कंपनी इतकी यशस्वी होईल, असा मला जराही अंदाज नव्हता. परंतु शेरॉन आणि मायकेल लेक्टर यांच्या रूपाने मला चांगली टीम मिळाली. टीम लीव्हरेजचा सगळ्यात चांगला उपयोग झाला. याचवर्षी मी एक तेल कंपनी, सोन्याची खाण कंपनी आणि चांदीची खाण कंपनी सुरू केली. यापैकी तेल

कंपनी चालवण्यात मला यश आलं नाही. परंतु खाण कंपन्याचे 'आयपीओ' काढल्यानंतर आणि त्यांचे विलय केल्यानंतर सार्वजनिक कंपन्या बनल्या. या कंपन्या कॅनडाच्या स्टॉक एक्सचेंजमध्ये नोंदणीकृत आहे. दोन्ही कंपन्यामुळे मला लाखो डॉलर्स कमाई झाली.

अनेक लोकांच्या मते तेल, सुवर्ण आणि चांदी खाणकंपन्या सुरू करणे धोक्याचे असते. यामध्ये थोडीफार जोखीम नक्कीच होती. परंतु माझ्या हिशेबाप्रमाणे खूपच कमी धोका होता. तेल आणि गॅस आपल्या दैनंदिन गरजेची गोष्ट आहे, हे निश्चित होतं.

सोनं आणि चांदी यांचे मूल्य दिवसेंदिवस वाढतंय हे ही मला ठाऊक आहे. ही गोष्ट मला कशी माहिती होती? कारण आपला देश चालवणारे नेतेमंडळी खर्च करणं कधीच सोडणार नाही. खर्चासाठी कर्ज घेत राहाणार आणि नोटा छापत राहाणार. त्यांची आर्थिक-अक्षमता निश्चित होती. ते समस्या सोडवत नाहीत. फक्त पुढे ढकलतात आणि वाढवून ठेवतात. त्यांचं हे वागणं निश्चित होतं, मग ते रिपब्लिकन असो अथवा डेमोक्रॅट त्यांचे आर्थिक व्यवहार सारखेच आहेत.

सारांश

आर्थिक शिक्षण वाढवणं हे तुम्हाला अशा ठिकाणी नेतं, की जिथं श्रीमंत बनणं निश्चित असतं. अमुक-तमुक केलं की श्रीमंत बनतं, या मुक्कामावर तुम्हाला पोहोचायचं नक्की आहे. म्हणूनच यासाठी आर्थिक विषयाचे शिक्षण घेण्याची गरज आहे. जर एखाद्याकडे शिक्षण आणि अनुभव असले आणि लीव्हरेज, नियंत्रण, सर्जनशीलता, विस्तार आणि निश्चितता या संकल्पनांचा अनुभव घेत असेल, तर त्याचं जीवनच बदलून जाईल – निदान माझं तरी बदललं.

माझ्या श्रीमंत वडिलांनी मला लहानपणी अनेक वेळा *'मोनोपॉली'* खेळ खेळण्यास भाग पाडले. या खेळामुळे मला लीव्हरेज, नियंत्रण, सर्जनशीलता, विस्तार आणि निश्चितेतची शक्ती यांचे शिक्षण मिळाले. कमीत कमी हजार वेळा खेळल्यानंतर अचानक एक दिवस माझ्या डोळ्यासमोर स्वत:च्या भविष्याची झलक दिसली – प्रचंड श्रीमंतीची झलक आणि हे सगळं चांगलं समजलं. या वेळी मी साधारणपणे १५ वर्षांचा असेन. यामुळे आता नवीनच समस्या उभी ठाकली. जीवन हे धोक्याचं आहे, नोकरीतील सुरक्षिततेची गरज आणि एका कंपनीने किंवा सरकारने माझी काळजी घ्यावी, हे स्वीकारायला माझं मन तयार होईना. ज्या क्षणी मी वेगळं भविष्य पाहिलं, त्यानंतर मला जीवन हे धोकादायक नाही, तर मजेदार वाटू लागलं, आणि त्यामुळे माझ्या जीवनात जमीन-अस्मानाचा फरक पडला.

डोनाल्ड यांचे विचार

श्रीमंत लोक दिवसेंदिवस जास्त श्रीमंत बनतात, असंच चित्र बहुतेक वेळा दिसतं. कारण गुंतवणूक करण्यासाठी तुमच्याकडे पैसा असेल, तर हे काम सोपं असतं. यानंतरही काहीजणांकडून चुका होतात आणि गुंतवलेला पैसा बुडतो. परंतु जर तुम्ही श्रीमंत आहात आणि गुंतवणूक नेमकी कशी करायची याकडे गांभीर्याने लक्ष देत असाल, योग्य ठिकाणी गुंतवणूक करत असाल तर तुमची संपत्ती वाढेल आणि तुम्ही जास्त श्रीमंत होत जाणार.

हे काही धोक्याचं नाही. आपण ज्या क्षेत्रात गुंतवणूक करणार आहोत, त्याचा व्यवस्थित अभ्यास केला, चांगली तयारी केली तर जोखीम कमी होते. पण भीती घालवण्यासाठी गुंतवणूक सल्लागारांवर अवलंबून राहू नये – तुम्ही स्वत: पुरेसं आर्थिक शिक्षण घेतलं पाहिजे, म्हणजे तुम्ही त्यांच्या 'चांगल्या सल्ल्याच्या' मेहेरबानीवर अवलंबून राहाणार नाही. यासाठी 'आपल्या लेखनात/भाषणात एकही चूक असता कामा नये,' असं जर तुम्हाला वाटत असेल. तर लेखकाने भाषणाचे 'प्रुफ' स्वत: तपासलं पाहिजे. इतकं हे सरळ आहे.

असेही काही थोर आर्थिक सल्लागार आहेत की त्यांनी स्वत:साठी आणि इतरांसाठीही भरपूर पैसा मिळवला. ट्रेंड पाहाण्याच्या बाबतीत ते अचूक असतात आणि त्यांचं आर्थिक जगताबद्दलचं ज्ञान उत्कृष्ट असतं. त्यांचा अनुभव आणि तज्ज्ञता यामुळे ते ते करतात. त्यात फारच कमी जोखीम असते.

या प्रकरणाचं शीर्षक आहे 'खूप श्रीमंत बनणं निश्चित आहे' याचं कारण असं की, यापैकी 'खूप श्रीमंत' हा विभाग सांगतोय की, तुमच्याकडे या वेळी पुरेसा पैसा आहे. पैशाच्या मदतीनं तुम्ही काम सुरू करू शकता. खूप श्रीमंत बनण्यासाठी तुम्ही तुमच्याकडील पैशाला कामाला लावता की नाही, हे महत्त्वाचं आहे. जे लोक असं काम करवून घेऊ शकतात, त्यांना प्रचंड श्रीमंतांच्या श्रेणीत सहभागी होण्याची खूप चांगली संधी आहे.

मी जेव्हा एखादी नवी इमारत बांधतो, तेव्हा जोखमीचा विचार निश्चित करतो, म्हणजे ती नफा मिळवून देणार आहे की नाही, याचा विचार. मला प्रचंड जोखीम घ्यायला आवडत नाही. खासकरून जेव्हा मी डोक्यात प्रथम आडाखे बांधू शकत असेन तेव्हा. मी जेव्हा निवास-हॉटेल मिश्र वापर करून बघायची कल्पना केली, तेव्हा या मिश्रणाला एक हवेसेपणा आपोआपच मिळाला असल्याचं माझ्या लक्षात आलं. कारण निवासी गाळ्याच्या मालकांना हॉटेलच्या यशात सहभागी होता येणार होतं. गुंतवणूकदार आणि मालक यांना हे आकर्षित करेल हे मला ठाऊक

> आपण जे शिकतो,
> त्याच्याबरोबर पुढे जायचं आहे.
> आपल्या समोर हीच मोठी
> जोखीम आहे.
>
> *– डोनाल्ड जे. ट्रम्प*

होतं. कारण मी गणित मांडून बघितलं होतं आणि मी बिल्डर असलो किंवा गुंतवणूकदार असलो तरी एक व्यावसायिक म्हणून मला ती अत्यंत आकर्षक वाटते, हे मला कळलं होतं. माझी जोखीम आणि त्यांची जोखीम एकदम कमी झाली होती. हे अधिक 'निश्चित' झालं. पण या कल्पनेला मिळालेलं यश पाहून मीसुद्धा आश्चर्यचकित झालो.

कोणतंही काम करताना त्याच्या परिणामांचा अनुमान तुम्हाला लावता आला पाहिजे, म्हणजेच तुम्ही बुद्धिमत्तेचा वापर करून अंदाज वर्तवला पाहिजे, असं माझे वडील सारखे म्हणायचे. ते अतिशय कष्टाळू होते. सुरुवातीपासून शहाणपणानं काम केल तर तुमचा वेळ वाचतो, असं ते वारंवार सांगायचे. प्रत्येक कृतीच्या परिणामांचं पूर्वानुमान लावण्याची आणि नंतर ते बरोबर ठरलं की, नाही हे तपासण्याची सवय मला लहानपणापासूनच आहे. यामुळे कामात माझ्या चुका कमी होतात, जोखीम कमी होते, त्यामुळे माझा पैसा आणि वेळ मोठ्या प्रमाणावर वाचतो.

निर्मिती कशी करायची या ज्ञानाचं लीव्हरेज माझ्याजवळ आहे आणि चांगल्या बुद्धीचं वरदानही मिळालं आहे.

रिअल इस्टेट व्यवसायाचा अनेक वर्षं अभ्यास मी केला. काही वर्षांपूर्वी न्यूयॉर्क सिटीमधील सेंट्रल पार्कमध्ये वॉलमन रिंकच्या पुनर्निर्माणाचे काम सुरू होते. अनेक वर्षं हे काम सुरू होते. यासाठी लक्षावधी डॉलर्स खर्च होत होते. या कामासाठी लागणारा वेळ आणि खर्च यांचे अंदाजपत्रक मी तयार केले. जे काम होत होतं, त्यामध्ये विनाकारण प्रचंड खर्च होत होता. माझ्याकडे ज्या वेळी हे काम आलं, त्या वेळी अवघ्या काही महिन्यात पूर्ण करून टाकलं आणि सर्वात महत्त्वाचं म्हणजे अंदाजपत्रकापेक्षा ७.५ लाख डॉलर्स कमी खर्च मी केला. मी ज्याप्रमाणे अंदाज केला होता, त्याप्रमाणे अगदी योग्य प्रकारे खर्च केला. यामध्ये कोणतीही जोखीम नव्हती.

खूप यश मिळणार की नाही याचाही अंदाज बांधता येतो, जर तुम्ही फार क्वचित जोखीम पत्करण्यास तयार झाला तर ते काम खूप काळजीपूर्वक करता, त्यामुळे ते यशस्वी होण्यास मदत होते. '*अॅप्रेंटिस*'मध्ये मी काम करावं, म्हणून मार्क बर्नेट माझ्यामागे लागले होते. स्वतःच्याच रिॲलटी शोमध्ये काम करावं, असं मला अजिबात वाटत नव्हतं. दूरचित्रवाणीवरील ९५ टक्के नवीन कार्यक्रम अयशस्वी होतात. राहिलेल्या ५ टक्क्यांमध्ये हा शो येण्यासाठी प्रयत्न करण्याची गरज होती. मी तर आधीच यशस्वी होतो. परंतु '*द अॅप्रेंटिस*' शो सुद्धा चांगलाच हिट झाल्यामुळे माझी यशस्विता जास्त वाढली. हीच गोष्ट पैशाच्या बाबतीतही लागू होते. तुमच्याकडे थोडे असतील आणि थोडं धाडस दाखवून तुम्ही नवं काही केलं, तर तुमचे पैसे जास्त वाढतील.

रॉबर्ट यांनी लीव्हरेज, नियंत्रण, सर्जनशीलता, विस्तार आणि निश्चितता याविषयी जे सांगितलं आहे, ते अतिशय योग्य आहे. या सगळ्या पातळ्यांवर बहुआयामी आणि जागरूक बनलं पाहिजे. म्हणजे सगळं फायद्याचं ठरतं. लोकांना या सगळ्यात धोका वाटत असेल तर

खुशाल वाटू दे, मला तर हा सगळा प्रवास रोमांचक आणि आव्हानात्मक वाटतो. आपण स्वत:च काही नियम बनवायचे आणि त्यानुसार स्वत:मध्ये बदल करायचे. यामुळे तुमचे योगदान वाढण्यास मदत होते. हा माझा अनुभव आहे. तुम्हीही विचार करून पाहा.

आपण जे काही शिकलो आहोत, त्याच्या साथीने पुढची मार्गक्रमणा करायची आहे, हे आजचे आव्हान आहे. विस्तार करण्यासाठी खूप क्षेत्रे उपलब्ध आहेत. अखेरीस अब्राहम लिंकन यांनी दिलेल्या सल्लाच तुम्हाला पुन्हा सांगतो, 'जी व्यक्ती कालच्या चुका आज दुरुस्त करण्याचा शहाणपणा दाखवत नाही, त्या व्यक्तीबद्दल मी फारसा विचार करत नाही.'

अतिशय प्रेरक असणाऱ्या या सल्ल्याचा सगळ्यांनी गांभीर्यानं विचार केला पाहिजे. तुम्ही जे नियमितपणे शिकता, त्याची अंमलबजावणी करा. तुम्ही शिकणारी गोष्ट खरोखरीच अंमलात आणली तर माझी भविष्यवाणी आहे, तुम्हाला खूप लवकर यश मिळेल.

आपला दृष्टिकोन

श्रीमंत बनणं ओघाने येतंच

आइन्स्टाइनने वेडेपणाची जी व्याख्या केली तिची पुन्हा एकदा आठवण करून देतो – 'एकच काम पुन्हापुन्हा तसंच करणं आणि वेगळ्या परिणामाची अपेक्षा करणं. श्रीमंत किंवा जास्त श्रीमंत बनण्यासाठी तुम्ही सध्या जे करत आहात, ते बदलण्याची गरज आहे. सध्या तुम्ही करत असलेल्या तीन गोष्टींमध्ये बदल करण्याचं वचन तुम्ही (कारण यात तुम्हीच सर्वात महत्त्वाचे आहात) स्वत:ला द्या. स्वत:ला जबाबदार धरण्यासाठी कृती आणि वेळेचे बंधनही इथं नमूद करा.

____

____

____

उदाहरण १ :

आठवड्यातील एका रात्री मी टीव्ही पाहाणार नाही, त्याऐवजी शैक्षणिक, बौद्धिक सेमिनारला जाईन.

उदाहरण २ :

सोफ्यावर लोळत पडणार नाहीत. माझ्या व्यवसायातील कल जाणून घेण्यासाठी या आठवड्यात एका बिझिनेस ब्रोकरकडे जाईन.

भाग तिसरा

निर्णायक क्षण

जिंकण्या-हरण्याच्या पलीकडे जाणे

सूत्र :

लीव्हरेज

नियंत्रण

सर्जनशीलता

विस्तार

निश्चितता

ही पायरी-पायरीची प्रक्रिया म्हणजे प्रचंड संपत्ती मिळवण्याचे एक मूलभूत सूत्र आहे. तुम्ही कोणाही महान उद्योजक अथवा गुंतवणूकदारांची चरित्रं काढून वाचा. त्यामध्ये तुम्हाला हे पॅटर्न किंवा प्रक्रिया पाहायला मिळेल. एवढंच नाही तर एखाद्या कंपनीच्या खरेदीचा व्यवहार करताना वॉरन बफेसुद्धा याच विचार प्रक्रियेचा प्रयोग करतात. बफे यांच्या बाबतीत सर्जनशीलता या जागी *'विश्लेषण'* हा शब्द यातला पाहिजे. कंपन्यांचे विश्लेषण करणे आणि त्यांच्या वर्तमान तसेच भावी मूल्याचे अनुमान लावण्यात वॉरन बफे इतके कुशल, निपुण आहेत की, ते एकदा जी कंपनी विकत घेतात, ती त्यांना क्वचितच विकावी लागते. डोनाल्ड ट्रम्प खूप सर्जनशील आहे. जिथं लोकांना मोकळी जागा आणि जुनी इमारत दिसते तिथं एक सुंदर, अलिशान गंगनचुंबी इमारत त्यांच्या नजरेसमोर येते.

आज असंख्य गुंतवणूकदार फक्त विकण्यासाठी मालमत्ता खरेदी करतात. त्यांना मी स्वस्तात खरेदी करून चढ्या किंमतीत विकायची असते. भांडवली नफ्यासाठी अशा व्यक्ती गुंतवणूक करतात. शेअर बाजारात या गुंतवणूकदारांना 'ट्रेडर' म्हणतात. जे लोक विकण्यासाठी स्थावर जमीन खरेदी करतात, त्यांना रिअल इस्टेट व्यवसायात 'फ्लिपर' असं म्हणतात.

खरे गुंतवणूकदार मालक बनण्यासाठी आणि ही मालमत्ता आपल्या भावी पिढीकडे सुपूर्द करण्यासाठी खरेदी करतात. डोनाल्ड ट्रम्प आणि रॉबर्ट कियोसाकी हे इतर अनेक व्यावसायिक गुंतवणुकदारांप्रमाणे कधीकधी विकण्याच्या उद्देशाने खरेदी करतात, परंतु सहसा ते वरील सूत्र वापरून खरेदी करतात. या सूत्रानेच १० टक्के गुंतवणूकदार ९० टक्के पैसा कमावतअसतात.

हे सूत्र तुम्हाला खूप साधं वाटेल परंतु ते प्रत्यक्षात वापरताना इतकं साधं-सरळ नाही. अनेक लोक सूत्रात सांगितलेल्या प्रक्रियेचा उपयोग करण्याचा प्रयत्नही करत नाही. कारण त्यांना त्याचे अस्तित्वच माहीत नसते. काही थोडके श्रीमंत लोक इतर श्रीमंतांपेक्षाही खूप धनाढ्य कसे आहेत, या प्रश्नाचे उत्तर त्यांच्या लक्षात येत नाही.

काही लोकांना सूत्र माहीत असते, त्याच्या अनुकरणाचा ते प्रयत्नही करतात, परंतु अयशस्वी होतात. आपल्यापैकी अनेकांना एखादा माणूस माहीत असतो की एकदा त्याचा पतंग एकदम वर-वर जात असतो आणि एकदम तो दणकून आपटतो. कुठल्यातरी कारणाने हे सूत्र त्यांना आयुष्यभर चकवा देत राहातं.

काही लोकांच्या बाबतीत हे समीकरण म्हणजेच त्यांचे आयुष्य असतं. त्यांचा खेळ असते, त्यांना हे एक आव्हान वाटत असते, यातच त्यांचा आनंद त्यातून येणारा रोमांचक अनुभव हे सगळं त्यांना आवडतं. जगण्यासाठी हे एक महत्त्वाचं कारण आहे असं त्यांना वाटत असतं. हेच १० टक्के लोक ९० टक्के पैसा कमावतात.

डोनाल्ड आणि रॉबर्टला हा खेळ का आवडतो. ते का जिंकतात याचं ज्ञान पुस्तकाच्या या भागात सांगितलं आहे. हे ज्ञान महत्त्वाचं आहे. कारण आम्ही म्हटलं तसं, ही पायऱ्या-पायऱ्यांची प्रक्रिया साधी आहे, पण सोपी नाही.

पुस्तकाच्या या भागात पैसा कसा कमवायचा हे सांगितलेले नाही तर पैसा का कमवायचा हे लिहिलं आहे. हा भाग वाचल्यावर तुमच्या लक्षात येईल की, १० टक्के लोक ९० टक्के पैसे का मिळवतात? यशस्वी होणाऱ्यापेक्षा अयशस्वी होणाऱ्या लोकांचे प्रमाण जास्त आहे. म्हणून इथं पुन्हा एकदा सांगावसं वाटतं की, ही प्रक्रिया सरळ आहे, परंतु सोपी नाही.

जीवनात आमूलाग्र बदल घडवणारे काही क्षण बहुतेक व्यक्तींच्या आयुष्यात येतात. या क्षणांमुळे आपला जीवनाकडे बघण्याचा दृष्टिकोनच पूर्णपणे बदलतो. आपल्यापैकी प्रत्येकाला अशा क्षणाला सामोरं जावं लागतं. अन् अशाच क्षणी आपल्याला खऱ्या व्यक्तिमत्त्वाची ओळख होते. या नाजूक क्षणी आपण शूर किंवा नेभळट ठरतो. सत्यवचनी किंवा खोटारडी व्यक्ती ठरतो. पुढे जातो किंवा मागे येतो.

तुमच्यापैकी अनेकांनी तीन 'डी' विषयी ऐकलं असेल.

१. डिझायर (तीव्र इच्छा)

२. ड्राइव्ह (प्रेरणा)

३. डिसिप्लिन (शिस्त)

ज्यांना श्रीमंत बनण्याची तीव्र इच्छा आहे, परंतु त्यांच्यात प्रेरणा अथवा शिस्त किंवा दोन्हीही कमी पडतात. ही अशी लोकं आपल्या सर्वांनाच ओळखीची असतात.

तुम्ही श्रीमंत व्हावं असं आम्हाला का वाटतं?

तुमच्यापैकी बऱ्याचजणांना तीन 'ए' विषयी माहिती असेल.

१. ॲम्बिशन (महत्त्वाकांक्षा)

२. ॲबिलिटी (क्षमता)

३. ॲटिट्यूड (मनोवृत्ती)

काही लोकांकडे महत्त्वाकांक्षा असते. परंतु ते आपली क्षमता विकसित करू शकत नाहीत. याला कारण त्यांची वाईट मनोभूमिका.

तुमच्यापैकी सगळ्यांना तीन 'ई' विषयी माहिती असेल.

१. एज्युकेशन (शिक्षण)

२. एक्सपिरिअन्स (अनुभव)

३. एक्झिक्युशन (अंमलबजावणी)

उच्च शिक्षण मिळालेले पण प्रत्यक्ष जगाचा अनुभव नसलेले लोक आपणा सर्वांच्या पाहाण्यात असतात. प्रत्यक्ष त्यांचा अनुभव नसेल तर अंमलबजावणी करूच शकत नाहीत - प्रत्यक्ष कार्यवाही, गोष्टी वेळेवर पूर्ण करणे, परिणाम घडवणे - यातलं काहीही करू शकत नाहीत.

तुमच्यापैकी सगळ्यांनी चार 'एच' विषयी ऐकलं असेल.

१. ऑनर (सन्मान)

२. ह्युमिलिटी (विनय; विनम्रता)

३. ह्युमर (विनोदबुद्धी)

४. हॅपिनेस (आनंद)

काही लोक यशस्वी असतात परंतु त्यांना सन्मान, प्रतिष्ठा मिळत नाही. काही लोक चांगले यशस्वी असतात परंतु विनयशीलता, विनम्रता हे शब्दच त्यांच्या कोशात नसतात. तर काही यशस्वी लोकांना विनोदबुद्धीच नसते. स्वत:वरच्या विनोदाला दाद देण्याची क्षमता त्यांनी गमावलेली असते. त्याचबरोबर प्रचंड पैसा मिळवून यशाची सगळी द्वारे पादाक्रांत करणारी मंडळी आनंदी असतातच असं नाही.

या पुस्तकात तुम्ही डोनाल्ड आणि रॉबर्ट यांच्या जीवनातील निर्णायक क्षणांविषयी माहिती वाचणार आहात. त्या वेळी त्यांच्याकडे किती आणि कोणते गुण आहेत, हे तुम्ही जाणून घ्या. तीन 'डी', तीन 'ए', तीन 'ई' आणि चार 'एच' यापैकी त्यांच्याकडे काय आहे, हे समजून घ्या. या निर्णायक क्षणांमुळे आणि त्यांच्यातील गुणांमुळेच आज ते इतके यशस्वी आहेत आणि निरंतर पुढे वाटचाल करत आहेत. त्यांच्या जीवनाची व्याख्या बनली ती या

निर्णायक क्षणांमुळे आणि गुणांमुळे हे ही तुम्ही लक्षात ठेवा. एखादी गोष्ट कशी घडली. असा प्रश्न न विचारता *'का'* घडली याचाच ते प्रामुख्याने विचार करतात.

रॉबर्ट आणि डोनाल्ड यांच्या जीवनातील महत्त्वपूर्ण क्षणांविषयी वाचताना तुम्ही तुमच्या जीवनाविषयी विचार करा. आपल्या जीवनातील निर्णायक क्षण कोणते? त्यांच्यामुळे यशस्वी होण्यास मदत झाली का? की त्या क्षणांनी आपल्याला मागे खेचले? स्वत:च्याबाबतीत शंभर टक्के प्रामाणिक राहा. प्रामाणिकपणामुळे विचार स्पष्ट, स्वच्छ, पारदर्शक होतात आणि स्पष्टतेमुळे त्यामध्ये बदलण्याची संधी मिळते. इथून पुढे तुम्ही आपल्या जीवनाकडे अधिक स्पष्टपणे पाहाण्यास सुरुवात करू शकता. यामुळे तुमच्यासमोर आणखी एक निर्णायक क्षण येईल. त्या क्षणापासून तुमचं स्वत:च्या जीवनावर नियंत्रण असणार आहे.

प्रकरण चौदा

तुम्ही तुमच्या वडिलांकडून काय शिकला?

रॉबर्ट यांचा प्रतिसाद

माझे डॅडी महान होते. लहानपणापासूनच मी त्यांचा आदर करत आलो. मी त्यांचा मुलगा आहे, याचा मला गर्व होता आणि त्यांनाही आपण रॉबर्टचे पिता आहोत म्हणून अभिमान वाटावा, असं मला वाटत होतं.

शाळेच्या पहिल्या दिवशी वर्गात हजेरी घेतली जात होती. माझं नाव आलं, की प्रत्येक शिक्षक थांबायचे अन् विचारायचे, 'राल्फ कियोसाकी तुझे वडील का?'

माझे वडील हवाई राज्याच्या शिक्षण प्रमुखपदी होते. जपानी लोकांच्या तुलनेत ते चांगलेच उंच होते. सणसणीत सहा फूट तीन इंच उंचीचे माझे वडील, इतर बाबतीतही खूप 'उंच' होते. प्रतिभावान, स्वतंत्र चिंतक म्हणून ते प्रसिद्ध होते. पदवीवर्गात त्यांनी सर्वात प्रथम क्रमांक मिळवला होता. हवाईच्या शिक्षणक्षेत्रात त्यांना महान शिक्षणतज्ज्ञ मानले जात होतं. हवाईतील दोन ज्येष्ठ-श्रेष्ठ शिक्षणतज्ज्ञांचा गौरव केला होता. त्यामध्ये माझ्या वडिलांचा समावेश होता. त्यांच्या कार्याचा गौरव करणारा एक लेख वर्तमानपत्रात प्रसिद्ध झाला होता. तो मला दाखवताना त्यांना आपले अश्रू आवरले नाहीत. हवाईतील मुलांच्या शिक्षणासाठी आपलं अवघं जीवन वाहून घेणाऱ्या माझ्या वडिलांचे खूप कौतुक या लेखात केलं होतं.

आमचा पिढीजात व्यवसाय खरं तर डॉक्टरीचा! त्यामुळं वडिलांनाही वैद्यकीय शाखेला जायचं होतं. माऊई टापूच्या प्रशालेत ते शिकत असताना एका घटनेनं त्यांना वैद्यकीय शिक्षणाऐवजी शिक्षकी पेशामध्ये येण्यास प्रवृत्त केलं. या प्रशालेत असताना त्यांच्या शाळेतील, वर्गातील मुले अचानक कमी व्हायची, गायब व्हायची. मुलं शाळा सोडून अशी कशी जातात? याचं कोडं सोडवावं, असं त्यांना वाटायला लागलं. विद्यार्थी सभेचे ते अध्यक्ष होते. विद्यार्थी प्रतिनिधी या नात्याने ते प्राचार्यांकडे गेले आणि विद्यार्थी अचानक का व कसे गायब होतात अशी विचारणा केली. आधी तर प्राचार्यांनी लवकर उत्तर दिलं नाही. परंतु त्यांनी या गोष्टीचा छडा लावलाच. त्यांना समजलं की, किमान २० टक्के मुलांना नापास करण्याचे स्थायी आदेश ऊस बागायतीच्या व्यवस्थापनाने दिलेले होते. मग ती मुले अभ्यासात कशीही असोत. म्हणजे ऊस बागायतीला पुरेसे अशिक्षित कामगार मिळतील. ऊस

बागायतीच्या या योजनेला शाळेतले शिक्षक, प्राचार्य आणि अवघे शिक्षणखाते एका परीने सगळ्या स्तरावर हातभार लावत होते. त्यामुळे मुलांच्या शाळागळतीचे प्रकार सुरू होते. या व्यवस्थेच्या विरोधात उभं राहाण्याचा निर्णय माझ्या वडिलांनी घेतला. त्यांनी वैद्यकीय शिक्षणाचा विचार बदलला आणि शिक्षक होऊन ही कार्यपद्धती बदलण्यासाठी ते महाविद्यालयात गेले. याशिवाय त्या ऊस कामगार मुलांना चांगले शिक्षण मिळावे, यासाठी ते सतत झटले. ज्या मुलांचे पालक गरीब आहेत, पुरेशा उत्पन्नाअभावी ते आपल्या मुलांना खाजगी शाळेत घालू शकत नाहीत, अशा मुलांना चांगले शिक्षण मिळावे, सार्वजनिक शाळेत, सरकारी शाळेतही चांगल्या प्रकार अभ्यासक्रम चालवला जावा, यासाठी ते आयुष्यभर कार्य करत राहिले.

अमेरिकेत शिक्षण क्षेत्रावर जितका प्रचंड खर्च केला जातो, तितका खर्च इतर कोणत्याही देशात केला जात नाही. तरीही येथील शिक्षण व्यवस्थेचा दर्जा खूप घसरतो आहे.

माझे वडील कितीही झगडले असले, तरी हवाई राज्यातील शिक्षण पद्धती आजही अतिशय वाईट आहे. *'होनोलुलु मॅगेझीन'*च्या मे २००६च्या अंकात शिक्षण क्षेत्राविषयी मुखपृष्ठ कथा प्रसिद्ध झाली आहे, हवाईतील 'पब्लिक' शाळेचा दर्जा यामध्ये निश्चित केला आहे. 'नॅशनल एज्युकेशन असोसिएशन (एनईए)'ने हवाईला ५० राज्यांमध्ये ४३वा क्रमांक दिला आहे. म्हणजेच खालून सातव्या स्थानावर. दर्जा आणि जबाबदारीमध्ये 'इ' श्रेणी, शालेय वातावरणासाठी 'फ' श्रेणी', शिक्षक प्रशिक्षणामध्ये 'ड' श्रेणी तर शालेय शिक्षण साहित्याच्या उपलब्धतेमध्ये 'क' श्रेणी दिली आहे.

पैशाची कमतरता हे खरं कारण अजिबात नाही. सन २००१ मध्ये शिक्षण क्षेत्रासाठी १.३ बिलियन डॉलर्सची तरतूद केलेली होती. तर सन २००६ मध्ये २.१ बिलियन डॉलर्स निधी उपलब्ध होता. यासंबंधी दिलेल्या लेखात म्हटले आहे की,

> 'गेल्या पाच वर्षांची तुलना करता सरकार सध्या जास्त निधी देत आहे. तरीही करदात्यांना शिक्षण क्षेत्रात कसलीही प्रगती दिसून येत नाही. इतक्या वर्षांत काय बदलले नाही, तर परिवर्तनाला विरोध करण्याची उल्लेखनीय क्षमता आजही बदलली नाही. ती कायम आहे.'

'सुपरिटेंडेट ऑफ एज्युकेशन' या पदावरूनही शैक्षणिक कार्यपद्धतीचे तंत्र बदलता येत नाही. हे माझ्या वडिलांच्या लक्षात आल्यानंतर ते हवाईच्या लेफ्टनंट गव्हर्नरपदाच्या निवडणुकीला उभे राहिले. डेमोक्रॅटिक पार्टीचा गड मानला जाणाऱ्या राज्यात ते रिपब्लिकन पार्टीच्या तिकिटावर निवडणुकीला उभे राहिले. ते फक्त निवडणूकच हरले नाहीत तर अनेक आघाड्यांवर त्यांना पराभव पत्करावा लागला. त्यांना पुन्हा हवाईमध्ये सरकारी नोकरी मिळाली नाही. याशिवाय अनेक वर्षं ते ज्या लोकांबरोबर काम करत होते, त्यांनीसुद्धा आपली नोकरी जाईल या भीतीने डॅडींना विरोध केला. नोकरी न मिळण्याचं दु:ख त्यांना

होतंच पण त्यापेक्षा जास्त दुःख मित्रांनी केलेल्या अवहेलनेचं वाटत होतं. मित्रांनी पाठ फिरवल्यामुळं त्यांच्या मनावर खोलवर परिणाम झाला. निवडणूक लढवली त्या वेळी ते पन्नाशीमध्ये होते. परंतु निवडणुकीनंतर मित्रांनी केलेल्या व्यवहारामुळं बसलेल्या मानसिक धक्क्यातून ते पुन्हा कधी सावरलेच नाहीत.

सन १९७४ मध्ये व्हिएतनामहून मी ज्या वेळी परतलो, त्या वेळी केवळ पन्नाशी उलटलेले, पण पूर्ण मोडून पडलेले वडील घरात बसून होते. त्यांनी एका आइस्क्रिम कंपनीची फ्रँचाइजी खरेदी करून पैसे कमावण्याचा प्रयत्न केला होता. वेळेपूर्वी निवृत्ती पत्करून आपल्याकडील बचत फ्रँचाइजीवर घालवली. जर त्यांना राज्याकडून काही पैसे मिळाले नसते आणि सोशल सिक्युरिटी तसेच मेडिकेअरची मदत मिळाली नसती तर त्यांचे पूर्णपणे दिवाळं वाजलं असतं.

ज्या व्यक्तीवर मी अतोनात प्रेम करत होतो. आदर, सन्मान करत होतो. ती व्यक्ती दिवसभर दिवाणखान्यात बसून फक्त टीव्ही पाहाण्याचं काम करत होती. हे दृश्य पाहाणं माझ्यासाठी त्रासदायक होतं. हाच माझ्या जीवनातील निर्णायक क्षण ठरला. मी मनातून खूप हादरलो. इतक्या उमेदीच्या वयात, इतके उच्चशिक्षित असून ते मनाने पूर्ण खचले होते. काही दिवसांनी ते स्वतःचा रागराग करायला लागले. ज्या मित्रांनी त्यांना धोका दिला, असं त्यांना वाटत होतं त्या मित्रांचा रागराग करायला लागले.

टीव्ही पाहातानाच त्यांनी मला एकदा असा सल्ला दिला, 'पुन्हा कॉलेजात जा, मास्टर डिग्री घे, पीएचडी कर आणि सरकारी नोकरी पकड.' त्यांनी हा सल्ला अगदी प्रामाणिकपणे दिला होता. कारण त्यांचा शिक्षणावर पूर्ण भरवसा होता. शिक्षण क्षेत्रात कार्य करण्यासाठी त्यांनी संपूर्ण जीवन अर्पण केलं होतं.

त्या क्षणी माझ्या लक्षात आलं की, आपल्या शिक्षणातच काहीतरी महत्त्वाच्या गोष्टीची कमतरता आहे. आपल्या पारंपरिक शिक्षणाने आपल्याला व्यावहारिक जगात जगण्यासाठी पूर्ण रूपाने तयार केले नाही. त्याने फक्त नोकर तयार केले. त्या वेळी मी निश्चय केला की, आपल्या या खऱ्या डॅडींच्याऐवजी आपण श्रीमंत डॅडींच्या पदचिन्हांवरून वाटचाल करायची (हे श्रीमंत डॅडी म्हणजे, माझ्या सर्वात जवळच्या मित्राचे वडील). मी त्यांच्या वाटेने जायचं ठरवलं कारण त्यांच्यातील शिक्षणाच्या कमतरतेला त्यांनी कधीही स्वतःच्या उर्मीच्या किंवा त्यांच्या मुलाला आणि मला शिकवून घडवण्याच्या त्यांच्या इच्छेच्या आड येऊ दिलं नाही. काही लोकांना माहीत नसेल तर सांगतो, पुढे ते हवाई राज्यातील सर्वात श्रीमंतव्यक्ती बनले.

> आपल्या सगळ्यांसमोर निर्णायक क्षण येतात. याच क्षणात आपल्याला आपल्या खऱ्या व्यक्तिमत्त्वाची ओळख होते. आपण शूर किंवा नेभळट; सत्यवचनी किंवा खोटारडे ठरतो. पुढे जातो किंवा मागे येतो.
>
> *- रॉबर्ट टी. कियोसाकी*

माझ्यासाठी सन १९७४ हे वर्ष निर्णायक ठरलं, आपल्या वडिलांच्या मार्गदर्शनाप्रमाणे त्यांच्या पावलावर पाऊल आपण टाकायचे नाही, असा निर्णय मी घेतला. त्यानंतर सन १९७४ मध्येच एरिसा प्रस्ताव जो पुढे ४०१ (के) बनला, तो पारित झाला. अर्थात याची जाणीव मला पुढे बऱ्याच वर्षांनी झाली. अशिक्षित, कष्टाळू, प्रामाणिक अशी ही आमची पिढी सरकारच्या नाहीतर कुटुंबाच्या आधारावर अवलंबून असणार होती. आर्थिकदृष्ट्या स्वत:च्या पायावर कसं उभं राहायचं हे समजणार नव्हतं. येत्या काही वर्षांत जगभरात माझ्या वडिलांसारखे लाखो लोक आयुष्यभराच्या कष्टानंतर मोजक्या पैशांनिशी, ते सुद्धा संपतील ही सतत धास्ती घेऊन जगाला सामोरे जाणार आहेत.

डॅडींच्या मृत्यूनंतर पाच वर्षांनी त्यांच्याबद्दल सन्मान, आदर, व्यक्त करण्यासाठी मी *'रिच डॅड पुअर डॅड'* हे पुस्तक प्रसिद्ध केले. काही लोकांना वाटतं, या पुस्तकांमुळे त्यांचा मी अनादर केला. परंतु मला तसं वाटत नाही. माझे डॅडी असते, तर या पुस्तकातील सत्य मनापासून स्वीकारण्याइतकं मोठं मन त्यांच्याकडे नक्कीच होते. सत्याला सामोरे जाणारे माझे डॅडी फक्त अंगकाठीनेच उंच होते असं नाहीतर अनेक बाबतीत त्यांचे मन मोठं होतं.

शिक्षणक्षेत्रात सुधारणा घडवून आणण्याची मशाल त्यांनी पेटवली, हीच ज्योत सतत तेवत ठेवण्यासाठी मी हे पुस्तक लिहिलं. कालबाह्य, जगाशी संबंध नसलेली आणि उत्क्रांत जगाला सामोरे जाण्यासाठी तयारी करण्यात माझ्या मते कमी पडणारी शिक्षणपद्धती बदलण्याचा लढा मी पुढे नेत आहे. अनेक वेळा मी म्हणतो, 'भले तुम्ही आम्ही श्रीमंत असू की गरीब, बुद्धिमान असू की मूर्ख, आपल्या सगळ्यांमध्ये एकच एक गोष्ट समान आहे, म्हणजे पैशाचा वापर! मग आपल्या शैक्षणिक पद्धतीत आर्थिक विषय का शिकवत नाहीत?'

'टाइम मॅगझीन' मध्ये एक मुखपृष्ठकथा प्रसिद्ध केली होती. 'अमेरिका शाळा सोडणाऱ्या विद्यार्थ्यांचा देश बनला आहे. असं त्याचं शीर्षक होतं. शाळेचे प्रशासक शाळा सोडणाऱ्या विद्यार्थ्यांची आकडेवारी लपवून ठेवतात. 'एन्रॉन' ज्याप्रमाणं आपला तोटा सांगत नाही, झाकून ठेवते त्याप्रमाणेच अमेरिकेतील शाळागळतीच्या प्रमाणाची आकडेवारी लपवून ठेवली जाते. गेल्या काही वर्षांच्या तुलनेत विद्यार्थी गळतीची समस्या खूप मोठी बनली आहे. तसेच त्याचे परिणामही गंभीर आहेत. कारण अर्धवट शिकलेल्या मुलांना फॅक्टरीमध्ये पूर्वीसारखा चांगला पगारही मिळत नाही. त्यामुळे अशा मुलांपुढे फास्टफूड रेस्टॉरंटमध्ये क्लर्क नाहीतर वेटर बनण्याचा पर्याय असतो. याचं आणखी एक कारण म्हणजे अमेरिका आता उत्पादकांचा नाही तर उपभोक्त्यांचा देश बनला आहे. या समस्येची फार मोठी किंमत नजीकच्या काळात देशाला चुकवावी लागणार आहे – बदलाला विरोध करणाऱ्या, कालबाह्य, अ-संबद्ध शिक्षणपद्धतीची समस्या.

मला माझ्या डॅडींकडून वारसाहक्काने हा लढा मिळाला, फरक इतकाच की, हे काम मी व्यवस्थेच्या बाहेर राहून करणार आहे. मी थेट शिक्षणपद्धतीवर हल्ला करू शकत नाही. परंतु श्रीमंत व्यक्तीच्या रूपाने मी हे काम करणार आहे. पगारी सरकारी कर्मचाऱ्याप्रमाणे नाही.

तुम्ही श्रीमंत व्हावं असं आम्हाला का वाटतं?

आपल्यापैकी बऱ्याच लोकांना, ठाऊक असेल की रिच डॅड कंपनीने अनेक शैक्षणिक प्रकल्प हाती घेतले आहेत. आम्ही मुले (के-१२), आई-वडील आणि शिक्षक यांच्यासाठी www.RichKidSmartKid.com वेबसाइट तयार केली आहे. या वेबसाइटवर लहान-लहान खेळ, स्वाध्यायांची योजना आणि शिक्षकांसाठी मार्गदर्शनपर सूचना दिल्या आहेत. हे सगळं मोफत असून त्यामध्ये जाहिरातीसुद्धा नाहीत. यामध्ये दिलेले खेळ कल्पक आहेत तसेच मनोरंजक आहेत. शिक्षण घेण्याची प्रक्रिया किती मजेदार असू शकते, याचा अनुभव देणारे आहेत.

महाविद्यालयातील विद्यार्थ्यांसाठी 'द रिच डॅड' कंपनीने दोन अभ्यासक्रम तयार केले आहेत, यामध्ये 'रिच डॅड्स **कॅशफ्लो** पर्सनल फायनान्स कोर्स' आणि 'रिच डॅडस् रिअल इस्टेट इन्व्हेस्टिंग' यांचा समावेष आहे. या अभ्यासक्रमात योजना, अतिरिक्त सामग्री आणि व्हिडिओ सामग्रीही समाविष्ट करण्यात आली आहे. हे सर्व मोफत असून जगभरातील कॉलेज आणि विद्यापीठांसाठीही उपलब्ध आहे. सध्या हे अभ्यासक्रम अमेरिकेतील सर्व शहरांमध्ये शिकवले जातात. हे आर्थिक अभ्यासक्रम आपल्या शहरात आणायचे असतील तर अधिक तपशीलासाठी तुम्ही http://college.richdad.com या वेबसाइटला भेट देऊ शकता.

रॉबर्टचे कुटुंब. सर्वांत मोठा मध्ये बसलेला रॉबर्ट

डोनाल्ड यांचा प्रतिसाद

माझ्या वडिलांचा प्रभाव

'ज्याला जास्त दिलं जातं त्याच्याकडूनच जास्तीची अपेक्षा केली जाते.' ही म्हण माझ्या वडिलांच्या वारसाबाबत अगदी योग्य ठरते. मला अगदी असंच करायचं असल्यानं या म्हणीचा वापर प्रेरणास्रोत म्हणून मी करतो.

मे महिन्यातला आजचा एक छान दिवस आहे. अन् आपल्या जेटमध्ये बसून ग्रेनेडाइन्सच्या कॅनोउआन बेटाच्या दिशेने मी चाललो आहे. सेंट बार्टसच्या जवळच हा टापू आहे. तिथं मी एक रिसॉर्ट विकसित करत आहे. यात गोल्फ कोर्स आणि काही व्हिला बांधण्यात येतील. तुम्हाला स्वर्ग आवडत असेल तर हे स्थान नक्कीच पसंत पडेल. त्याची पाहणी करण्यासाठी मी दोन दिवस तिथंच राहाणार आहे. जेटमध्ये जो आरामाचा काळ मिळतो, तो उपभोगायला मला खूप आवडतो. निघण्यापूर्वी रॉबर्टने मला फोनवरून विचारलं होतं :

'डोनाल्ड, तुमच्याकडून सगळ्या गोष्टी काढून घेतल्या तर तुम्ही काय करणार?'

त्यांनी सांगितलं, याच प्रश्नाचं उत्तर देताना, फोर्ड म्हणाले होते की, पाच वर्षांच्या आत पुन्हा सगळा कारभार उभा करेन. पिकासो म्हणाले, पेंटिंग करत राहीन... इत्यादी, इत्यादी. मी यापूर्वी आधीच एक जबरदस्त झटका पचवला आहे. हा फटका इतका जोरदार होता की, मला पूर्णपणे मिटवून टाकू शकला असता. या संकटातून बाहेर पडणं खरोखरीच खूप कठीण होतं. परंतु मी पहिल्यापेक्षा जास्त यशस्वी झालो. त्यामुळं माझ्याकडून आता सगळं काढून घेतलं तरी मी हेच काम करत राहीन. हे म्हणणं अगदी सुरक्षित आहे.

आणि मग मी माझ्या वडिलांविषयी विचार करू लागलो. अगदी लहानवयातच त्यांच्यावर संकटाचा घाला पडला होता. माझे डॅडी अवघे ११ वर्षांचे होते त्या वेळी त्यांचे वडील म्हणजे माझ्या आजोबांचे निधन झाले. आपली आई आणि दोन लहान बहिण-भावांच्या पालनपोषणाची, सांभाळण्याची जबाबदारी कर्ता पुरुष म्हणून माझ्या डॅडींवर आली. हा त्यांच्या जीवनातील निर्णायक क्षण होता. त्यांनी लगेच लहान-मोठी कामं करायला प्रारंभ केला. बूट पॉलिश करणं, फळांच्या बाजारपेठेत सामान पोहोचवणं, बांधकामाच्या ठिकाणी लाकडं वाहाणं अशी अनेक कामं त्यांनी केली. कसं-बसं हायस्कूलचं शिक्षण घेतलं. त्या वेळी कॉलेजात जाण्याचा ते विचारदेखील करू शकत नव्हते. न्यूयॉर्कमध्ये क्वीन्स येथे गृहबांधणी प्रकल्पात सुतारकाम विभागात सहाय्यक म्हणून त्यांनी काम

> जे काही करत आहेस,
> त्याविषयी जास्तीत जास्त
> माहिती करून घे.
>
> *- डोनाल्ड जे. ट्रम्प*

सुरू केलं. एक वर्षात त्यांनी स्वत: पहिलं घर बनवलं आणि आपल्या कंपनीचे नाव 'एलिझाबेथ ट्रम्प अँड सन' असं ठेवलं. कायद्यानुसार त्यांना स्वत:चा व्यवसाय सुरू करता येत नव्हता. वयानं लहान असल्यामुळे कायदेशीर कागदपत्रे आणि चेक्स यांच्यावर त्यांना आईची स्वाक्षरी घ्यावी लागत असे.

व्यवसायात ते इतके यशस्वी झाले की, आपल्या लहान भावाला त्यांनी एमआयटीमध्ये शिकण्यासाठी पाठवलं. तिथं माझ्या काकांनी पीएचडी पूर्ण केली. त्यांना स्वत:ला माझ्या आईशी लग्न करून संसार सुरू करता आला. अगदी थोडक्यात सांगायचं झालं तर माझ्या वडिलांच्या संघर्षमय जीवनाचा प्रारंभ ११व्या वर्षी झाला. स्वबळावर, स्वकष्टाने ते श्रीमंत बनले. त्यांच्याकडून शिकणं म्हणजे एक आगळाच अनुभव होता. कोणतीही गोष्ट, काम त्यांनी कधीच साधं, हलकं मानलं नाही.वेळ चांगली असो अथवा वाईट; त्यांनी आपलं काम कधी सोडलं नाही. त्यांनी स्वत: मानदंड प्रस्थापित केले आणि अखेरपर्यंत कायम ठेवले.

तक्रार करण्याइतका वेळ त्यांच्याकडे नव्हताच, ते फक्त काम करत राहिले. माझ्या पुढे ज्या-ज्या वेळी संकट येतं, समस्या उभी राहते, त्या-त्या वेळी मी डॅडींनी केलेला संघर्ष डोळ्यापुढं आणतो. अनुभवाने सांगतो, फक्त चिकाटीची आवश्यकता असते. मला वाटतं, हेन्री फोर्ड आणि पिकासो यांनासुद्धा निरंतर चिकाटीनं काम करणंच माहीत असावं, तुम्ही काम कोणतंही करत असा, किंवा कोणत्याही क्षेत्रात जाण्याची तुमची इच्छा असेल, कामाचं असं एक स्वतंत्र नीतिशास्त्र (वर्क-एथिक) असतं, त्याला खूप महत्त्व आहे.

रॉबर्टने एक श्रीमंत डॅडी आणि एक गरीब डॅडी अशा दोघांचीही माहिती दिली. मार्गदर्शक म्हणून निवडताना, निरीक्षण करायला, शिकायला आणि निवड करायला रॉबर्टकडे दोन उदाहरणं होती. श्रीमंत डॅडींकडून त्यांनी खूप धडे घेतले, ते फारसे शिकलेले नव्हते. काय केल्यामुळे नेमकं काय होईल, फायदा कसा होईल. यांचे पक्के आडाखे बांधायला ते शिकले होते. माझ्या वडिलांनी अशीच शहाणपणानं वाटचाल केली. यावरून आपण सगळ्यांनीच धडा घेतला पाहिजे. मला उच्च शिक्षणाचंही तितकंच महत्त्व वाटतं, परंतु अनेक वेळा अडचणी आणि अनुभवांची शाळा लोकांना थोडी जास्तच शहाणं करते, असं म्हणता येईल. माझे वडील स्वभावत:च 'स्मार्ट' होते. अनुभवातून आलेलं शहाणपण आणि कामाचे नीतिशास्त्र याची जोड मिळाल्यावर एक परिणामकारक रसायन तयार झालं.

माझे प्रेरणास्रोत म्हणजे माझे वडील! दिवस-रात्र ते काम करत असायचे. अनेक वर्षं ते काम करत आहेत. अन् हेच दृश्य मी पाहात आलो आहे. त्यामुळे मेहनत आणि शिस्त यामुळे यश मिळते, हे त्यांना वेगळं सांगावं लागलं नाही. आम्ही त्यांची वर्षानुवर्षं अखंड सुरू असलेली मेहनत आणि कामातील शिस्त पाहातच मोठे झालो. काम म्हणजे कंटाळवाणं आहे. असं ते कधीच म्हणायचे नाहीत. ते जे काही करायचे, त्यावर मनापासून प्रेम करायचे. त्यांना आपला व्यवसाय आवडत होता. अगदी उत्साहाने, मनापासून ते काम करत राहिले, त्यांचा अमिट ठसा माझ्या मनावर कोरला गेला आहे. त्यांचा मी आजन्म कृतज्ञ आहे.

डॅडींच्या कामामुळे प्रभावित झालेल्या अनेक लोकांची पत्रे अजूनही मला येतात. बांधकामाच्या जागेवर पडलेले खिळे वेचण्याचं काम माझे वडील करत असत, ते अजूनही आठवणाऱ्या गृहस्थांचं मला अलीकडेच पत्र आलं. त्यांना आठवत होतं की, काहीही वाया घालवणं त्यांना अजिबात आवडत नसे आणि जे काम करायचं ते चांगलंच करायचे. पसारा पडणार नाही, याची काळजी ते घेत. आदर्श काम करण्याची त्यांची सवय वाखाणण्यासारखी होती. मला ते सांगत, 'जे काही करत आहेस, त्याविषयी जास्तीत जास्त माहिती करून घे.'

मी त्यांचं ऐकलं आणि त्यांचा सल्ला मानला. लोक मला माझ्या यशाचं कारण विचारतात? त्या वेळी माझ्या मनात माझ्यावरच्या संस्कारांचा आणि वडिलांच्या प्रभावाचा विचार येतो. होय, मी व्हार्टनला गेलो. परंतु व्हार्टनच्या खूप आधी मी डॅडींचे कामाचे नीतिशास्त्र पाहिले होते. कुटुंबाकडून कोणती मदत नाही, आर्थिक स्थिती हलाखीची, शिक्षण अजिबात नाही, अशा बिकट परिस्थितीतही माझ्या डॅडींनी जे काही मिळवलं ते अफाटच होतं. माझ्या वेळी सगळीच परिस्थिती बदलली. डॅडींनी जे काही मिळवलं, त्यापेक्षा कितीतरीपट जास्त मी मिळवलं पाहिजे. माझ्या स्वत:कडूनच खूप-खूप अपेक्षा आहेत. कारण माझ्याकडे सुरुवातीपासूनच सगळं काही जास्त होतं - आहे. विशेष म्हणजे वडिलांनी यशाचे मानदंड प्रस्थापित केले तसेच कामाच्या नीतिशास्त्राचेही केले. आता मी जे करत आहे, त्यापेक्षा कमी करण्याचा प्रश्नच निर्माण होत नाही. मी स्वयंप्रेरित व्यक्ती वाटत असेन, तर त्याच्यामागे एक चांगलं कारण आहे. तुमच्या सबबींचं रूपांतर कारणात करा आणि पाहा, सगळं स्पष्ट होऊन जाईल.

तुमचा प्रतिसाद

आज तुम्हाला यशस्वी होण्यासाठी ज्याची मदत झाली, असा कोणता धडा तुम्ही तुमच्या वडिलांकडून शिकलात?

____

(तुमचे वडील तुमच्या जीवनात सकारात्मक आदर्श व्यक्ती म्हणून नसतील तर तुमच्या जीवनावर प्रभाव पाडणाऱ्या दुसऱ्या व्यक्तीबद्दल लिहा.)

____

प्रकरण पंधरा

तुम्ही तुमच्या आईकडून काय शिकला?

रॉबर्ट यांचा प्रतिसाद

माझ्या आई इतकी मायाळू व्यक्ती मी आजपर्यंत पाहिली नाही. मी लहान असताना, आमच्या घरी येणाऱ्या माझ्या सगळ्या मित्रांना ती जवळ घ्यायची, त्या वेळी मला तिचा खूप राग यायचा. मी म्हणायचो, 'मॉम, असं गळ्यात हात घालणं बंद कर.' आज मात्र मनात येतं, ती असती तर तिला एकदा अगदी गळ्यात हात घालून छान भेटलो असतो.

माझ्या आईचं हृदय लहानपणापासून कमकुवत होतं. वयाच्या ४८व्या वर्षी तिचं निधन झालं. लहान असतानाच तिला हाडांचा ताप आला होता. त्यामुळं ती जास्तीच अशक्त झाली होती. ती रजिस्टर्ड नर्स होती. आपल्याला झालेल्या दुखण्यामुळं आपण फार दीर्घ काळ कुटुंबाचे सोबती असणार नाही हे तिला आधीच ठाऊक असावं. त्यामुळंच कदाचित ती सगळ्यांवर प्रेमाचा वर्षाव करत असावी. तिच्या दृष्टीनं जीवनाचा प्रत्येक दिवस म्हणजे सण आहे, तो उत्साहाने साजरा केला पाहिजे.

माझी पत्नी किम आणि माझ्या आईचा स्वभाव खूपसा एक सारखा आहे. त्या दोघी दिसायला अगदी भिन्न आहेत. पण दोघींचं मन, आत्मा अगदी सारखाच आहे, असं मला वाटतं. किमला पहिल्यांदा पाहिलं त्या वेळी तिच्या सौंदर्यामुळं मी आकर्षिला गेलो. पहिले सहा महिने ती माझ्याबरोबर 'डेटिंग'साठी यायला तयारच नव्हती. नंतर खूप प्रयासानं ती आली. त्या वेळीच मला लक्षात आलं, आपल्या स्वप्नातील राजकुमारी हीच आहे. माझ्या आईमध्ये ज्या प्रेमळ भावना होत्या तशाच किमकडे आहेत. सन १९८४ नंतर आम्ही जवळपास रोज एकमेकाच्या बरोबरच आहोत.

आईचं निधन झालं, त्या वेळी मी मरीन कॉर्प्समध्ये होतो. फ्लोरिडामधील पेन्साकोला इथं नेव्ही फ्लाइट स्कूलमध्ये प्रशिक्षण घेत होतो. आई गेल्याची बातमी मला वडिलांनी फोन करून दिली. आईच्या अंत्यसंस्काराच्या वेळी मला कल्पनातीत दुःख वाटत होतं. माझे उंचे-पुरे डॅडी अश्रुंमध्ये बुडाले होते. त्यांना या दुःखातून कसंबसं बाहेर काढण्याचं काम आम्ही तिघा भावंडांनी केलं.

काही वर्षांनी मी व्हिएतनामला गेलो. मरीन कॉर्प्स जनरलला हेलिकॉप्टरमध्ये बसवून

एका दूरच्या गावी नेलं होतं. तिथं अमेरिकेने उत्तर व्हिएतनामविरुद्ध लढाईची तयारी केली होती. शत्रूपक्षानं मोठं आक्रमण केलं होतं. शत्रूपक्षाच्या सैनिकांनी दक्षिणेकडे सरकू नये यासाठी त्यांना रोखण्याचं काम आमच्यावर सोपवण्यात आलं होतं. परंतु यात आम्ही अपयशी ठरलो. आता आम्ही युद्ध हरणार हे आम्हाला कळून चुकलं होतं अन् झालंही तसंच.

माझे साथीदार खाण्या-पिण्याचं सामान आणण्यासाठी आणि स्मृतिचिन्ह खरेदी करण्यासाठी गेले होते. एका गवताळ मैदानाच्याकडेला आमचं हेलिकॉप्टर उतरवण्यात आलं होतं. त्याच्याजवळ मी उभा होतो. हेलिकॉप्टर पाहून अचानक लहानलहान व्हिएतनामी मुलांचा घोळका तिथं आला. त्या मुलांनी हेलिकॉप्टरमध्ये चढणं-उतरणं सुरू केलं. त्यांना रोखण्यासाठी मी इंग्रजीमध्ये जोरजोरात ओरडत होतो. त्यांना माझी भाषा अजिबात समजत नव्हती. त्यामुळं ते माझ्या ओरडण्याकडं लक्ष न देता बालसुलभ स्वभावाने हेलिकॉप्टरमध्ये चढ-उतार करत होते.

त्या भागात व्हिएत काँग नामक लढाऊ पथकातील बरीच मंडळी वास्तव्य करीत होती. त्यामुळं ही मुलं त्यांच्यातली असण्याची शक्यता जास्त होती. शत्रूपक्षाची मुलं म्हणजे काही गडबड होईल, अशी शंका मला वाटत होती. या मुलांनी हेलिकॉप्टरमध्ये बॉम्ब किंवा स्फोटक ठेवलं तर अनर्थ ओढवेल, या विचाराने मी या मुलांना हेलिकॉप्टरमधून शब्दश: हुसकून लावत होतो. पण एक मुलगा ऐकायचं म्हणून नावच घेत नव्हता. आता बळाचा वापर केल्याशिवाय ही मुलं आणि तो चिवट मुलगा ऐकणार नाही, असं मला वाटलं. त्या मुलाला मी अगदी दूरवर नेऊन जवळ-जवळ फेकलंच, परंतु तो पुन्हा पळत आला, हेलिकॉप्टरमध्ये आत घुसला आणि मशिनगन व इतर हत्यारांशी खेळायला लागला.

आता मात्र मी प्रचंड संतापलो. संतापाच्या भरात त्याचे केस घट्ट पकडले आणि हेलिकॉप्टरमधून त्याला खाली खेचलं. प्रतिकार करण्यासाठी त्यानं मला लाथ मारली आणि माझ्या हाताला तो मुलगा कडकडून चावला. आता माझा संयम सुटला. मरीन कॉर्प्समधलं प्रशिक्षण माझ्यात संचारलं. मी खाडकन् माझी बंदूक बाहेर काढली. तिचा घोडा खेचला आणि त्याच्या कानपटीला नळी लावली. जोरजोरात त्याच्या अंगावर ओरडू लागलो. अचानक आमची नजर एकमेकांना भिडली आणि तो रडायला लागला. तो खूप घाबरला होता. त्यानं पाहिलं, रागानं मी अगदी वेडापिसा झालोय. आता हा सैनिक आपल्याला मारणार हे त्याला समजलं. माझ्यादृष्टीने त्याला मारण्याचा निर्णय योग्य होता. कारण तो शत्रूचा मुलगा होता, हे मला ठाऊक होतं.

बंदुकीची नळी अगदी त्याच्या कानाजवळ लावून उभा असताना, मी त्याच्या डोळ्यात पाहिलं. व्यावसायिक हल्लेखोरांच्या बाबतीत म्हण प्रसिद्ध आहे, 'जर कोणाला मारायचं असेल तर तुम्ही त्याच्या डोळ्यात पाहू नका.' या मुलाचे पाण्याने डबडबले डोळे पाहून मी अचानक घळाघळा रडायला लागलो. ट्रिगर दाबण्याचं भान मला राहिलं नाही. अन् अचानक माझ्या आईचा आवाज कानावर पडला. वास्तविक या घटनेच्या आधीच काही वर्षं तिचं

निधन झालं होतं. पण तिचा आवाज मी चांगलाच ओळखला. कारण तो खूप स्पष्ट होता. ती म्हणत होती, 'थांब जरा, माणसानं खूप दयाळू असावं, असं मी तुला आयुष्यभर सांगत, समजावत आले. तू दुसऱ्या एखाद्या आईचं मूल हिरावून घ्यावंस, यासाठी मी तुला जन्म दिलेला नाही.'

पुढच्याच क्षणी मी बंदूक खाली केली. त्या मुलाच्या डोळ्यांकडं पाहिलं. अन् तुला मी मारणार नाही. असं इशाऱ्यानंच सांगितलं. त्या मुलांकडं फूटबॉल होता. त्याला मारण्याऐवजी मी फूटबॉल उचलला आणि खुणेनंच सांगितलं. बंदुकीचं इथं काम नाही, आपण फूटबॉल खेळूया.

त्या संध्याकाळी आम्ही परतत असताना शत्रूपक्षांकडून खूप प्रचंड गोळीबार झाला. पण माझी खात्री आहे त्या मुलांनी आमच्याविषयी आणि हेलिकॉप्टरविषयी शत्रूला नक्कीच माहिती पुरवली असणार, कारण ती मुलं आमच्या शत्रूंचीच होती. परंतु मी हे सिद्ध करू शकत नाही. त्यानंतर फ्लाइटच्या डेकवर मी एकटाच गेलेल्या दिवसाविषयी शांतपणे विचार करत होतो. सारखा स्वत:लाच विचारत होतो, 'आपण खरोखरीच आईचा आवाज ऐकला का?' अखेरीस विचार केला की, आवाज ऐकला की नाही, यामुळं फारसा फरक पडत नाही. परंतु तिनं जे आयुष्यभर शिकवलं तेच आज आपण ऐकलं. मला संदेश मिळाला होता.

माझी आई म्हणायची, तू खूप चांगला आहेस, पण भडक डोक्याचा आहेस. तू खूप हसतोस. परंतु आतून तुला खूप लढावसं वाटतं. हा माथेफिरूपणा मी कमी करावा, असं ती सांगायची. मी हायस्कूलमध्ये असताना माझे आई-वडील दोन वर्षांसाठी शांतिसेनेत गेले होते. त्याच वेळी मी त्यांना सांगितलं, मी मरीन कॉर्प्समध्ये सहभागी होणार आहे. त्याचप्रमाणे मी गेलो. ते दोघे मात्र व्हिएतनाम युद्धाच्या विरोधात होते.

व्हिएतनाममधील लहानशा गावात गवताळ मैदानावर माझ्या आयुष्याने वेगळेच नवे वळण घेतले. प्रचंड गोळीबार होत होता. तरीही मी सुखरूप परतलो. मरीनच्या रूपातील आपलं करिअर आता संपलं. हे मला कळून चुकलं. थोर अमेरिकन-इंडियन चीफ जोसेफ यानं एकदा म्हटलं होतं, 'आता यापुढं मी कधीच अनंतकाळपर्यंत लढणार नाही.' मी लढणार नाही असं नाही; पण आता हत्यारांनी किंवा हिंसेने नाही असा निश्चय मी केला. याऐवजी आपल्या वडिलांचा समजूतदारपणा आणि आईचे करुणामयी जीवन यांच्या आधारे लढायचं असं मी ठरवलं.

> मी यापुढे लढणार नाही,
> असं नाही; पण हत्यारांनी
> किंवा हिंसेने नाही.
> वडिलांचा समजूतदारपणा अन्
> आईचं करुणामयी जीवन,
> यांच्या आधारे लढणार आहे.
>
> *- रॉबर्ट टी. कियोसाकी*

डोनाल्ड आणि मी, दोघांच्याही व्यवसायात – आमची निवड म्हणून – महिलाच साथीदार आहेत.

माझ्या दोन्ही भागीदार महिलाच आहेत. आमचं जे 'मिशन' आहे. त्याविषयी त्यांची समर्पणाची भावना आणि कार्य पाहिलं की त्यांना मनापासून दाद देण्याचं काम मी करतो. आमच्या 'रिच वूमन अ‍ॅन्ड रिच फॅमिली' नावाच्या नव्या ब्रँडसचे भविष्य किम आणि शेरॉन यांच्या समर्थ आणि संवेदनशील हातात सुरक्षित असल्याचा विश्वास मला आहे.

आज 'द रिच डॅड' कंपनी जगभरातील मुलांना मोफत आर्थिक शिक्षण देत आहे.

डोनाल्ड यांचा प्रतिसाद

अवघ्या सल्ल्यांची जननी

माझ्या आई मूळ स्कॉटिश होती. तिनं मला खूपच शहाणपणाचा सल्ला दिला. त्याचं पालन करण्याचा मी नेहमीच प्रयत्न करतो.

'ईश्वरावर विश्वास ठेवा आणि स्वत:शी प्रामाणिक राहा.'

हा माझ्या आईनं दिलेला छोटासा परंतु व्यापक सल्ला. हा सल्ला लहान असल्यानं लक्षात ठेवायला सोपा असला तरी आशयाच्या दृष्टीनं खूप मोठा आहे. मी ज्या वेळी 'मोठा, भव्य विचार करा,' असं पहिल्यांदा म्हणालो, त्या वेळी कदाचित आईबद्दलच विचार करत असेन. असं म्हणतात की शौर्य म्हणजे मनाचा कणखरपणा, पण तो उत्तम स्मरणशक्तीचा स्रोतही असतो.

माझ्या आईला भव्य-दिव्य असं सगळं काही आवडायचं. युरोपवरून येणाऱ्या शाही स्वाऱ्या तसेच मोठे समारंभ पाहाण्यात तिला खूप रस होता. माझ्या स्वभावात जो काही भडकपणा आहे, तो कदाचित तिच्याकडूनच आला असवा. ती मूळची स्कॉटिश असल्यामुळे पैशाच्या आणि वेळेच्या बाबतीत खूपच जागरूक, काटेकार होती. मात्र गरजू लोकांना साहाय्य करण्यासाठी आणि परोपकार करण्यासाठी तिच्याकडे वेळच वेळ होता. तिच्या आवडी-निवडी खूप वेगवेगळ्या होत्या, परंतु त्यातही संतुलन होतं.

मला वाटत माझ्या आवडी-निवडीही तिच्या सारख्याच आहेत. अनेक चांगल्या कामांसाठी मी गुप्त रूपाने दान देतो. तुम्ही प्रसिद्ध आहात आणि गाजावाजा करून दान दिलं तर मदत मागायला लाखो लोक तुमच्या दाराशी रांग लावतील - अगदी हॉट एअर बलूनपासून कॉलेजच्या शिक्षणासाठी पैसे मागतील - उन्हाळी सुट्टीसाठीही पैसे मागणारे महाभाग आपल्याकडे आहेत. या सगळ्यांना टाळण्यासाठी गुप्तदान सर्वात चांगलं.

> ईश्वरावर विश्वास ठेव आणि स्वत:शी प्रामाणिक राहा.
>
> *- मेरी ट्रम्प*

आमच्या कुटुंबातला पहिला मृत्यू म्हणजे माझ्या

मोठ्या भावाचं - फ्रेडचं ४२व्या वर्षी झालेलं निधन. त्याचा माझ्यावर खूप परिणाम झाला. माझ्या आई-वडिलांनाही त्याच्या अकाली निधनाचा धक्का पचवणं खूप अवघड गेले. पोटच्या अपत्याच्या निधनाचं दुःख गिळणं खूप कठीण असतं मग ते मूल किती का मोठं असेना. हा धक्का मोठा असतो आणि उरलेल्या आयुष्यातल्या प्रत्येक दिवसावर तो परिणाम करतो. फ्रेडच्या मृत्यूमुळं जीवन खरोखरीच किती मौल्यवान आहे, याची मला जाणीव झाली. त्या वेळी मी संकल्प केला, आपल्या सभोवतालच्या लोकांचे जीवन चांगलं बनवण्यासाठी आपण जे करता येईल ते करायचं. हा माझ्या जीवनातील निर्णायक क्षण ठरला.

भावाच्या जाण्यानं व्यक्तिगत आयुष्यात माझं खूप नुकसान झालं. पण या दुःखद घटनेनं मला वेगळी, नवी प्रेरणा मिळाली. मनानं मी आई-वडिलांच्या जास्त जवळ गेलो. त्यांच्या प्रत्येक सुख-दुःखाला आता यापुढे आपणच जबाबदार आहोत, असं मला त्या दुःखद घटनेनंतर वाटायला लागलं. होय, ते माझ्यासाठी कठीण होतं. पण त्यांच्यासाठी अधिक कठीण होतं.

माझी आई धार्मिक होती आणि आपल्या धर्मानुसारच ती अखेरपर्यंत जगली. लहानपणीच नाही तर मोठेपणीसुद्धा तिचे आचरण माझ्या दृष्टीने आदर्श होतं. ती जेवढी घट्ट होती तेवढीच मृदू अन् नम्र होती. आपल्या जवळच्या सर्व वस्तू तिने इतरांना सहजपणे देऊन टाकल्या. माझ्या आई-वडिलांचा मोठेपणा मी इतका का सांगतो ते आता तुमच्या लक्षात आलं असेल.

आईनं दिलेला सल्ला साधा, पण अतिशय समजूतदार होता, असं म्हणावं लागेल. या संदेशामुळंच माझी इथवरची वाटचाल संतुलित झाली आहे. 'ईश्वरावर भरवसा ठेव आणि स्वतःशी प्रामाणिक राहा.' यापेक्षा चांगला सल्ला दुसरा कोणता असू शकतो?

डोनाल्ड आपले आई-वडील, मेरी आणि फ्रेड ट्रम्प यांच्यासमवेत न्यूयॉर्क मिलिटरी अॅकडमीमध्ये (सन १९६४)

तुमचा प्रतिसाद

तुम्ही आपल्या आईकडून काय शिकला? यशस्वी बनण्यासाठी आईच्या कोणत्या विचारांची मदत झाली?

____

____

____

(जर तुमची आई तुमच्या जीवनात सकारात्मक आदर्श नसेल तर तुमच्या जीवनावर प्रभाव टाकणाऱ्या दुसऱ्या स्त्रीविषयी लिहा.)

____

____

____

प्रकरण सोळा

तुम्ही शाळेकडून काय शिकला?

रॉबर्ट यांचा प्रतिसाद

'चांभाराची पोरं अनवाणी' अशी एक म्हण आहे. माझ्याबाबतीत हीच म्हण, 'शिक्षणप्रमुखाचा मुलगा अडाणी' अशी म्हणायला हवी होती. माझे वडील शिक्षण क्षेत्रातले तज्ज्ञ आणि प्रमुख होते. परंतु मी मात्र शाळेत नापास झालो. तेही एकदा नाही तर चक्क दोनदा! मी 'सेकंड' आणि 'सीनियर' वर्षात इंग्रजीत नापास झालो होतो. या मागचे कारण म्हणजे मला लिहिताच येत नव्हते. आपला मुलगा वर्गात 'ढ' आहे, ही गोष्ट माझ्या वडिलांना खूप लाजिरवाणी वाटत असावी.

फारसे चांगले गुण नसतानाही मी पदवीपर्यंत शिक्षण घेतलं. यू.एस. नेव्हल अ‍ॅकॅडमी तसेच यू.एस. मर्चन्ट मरीन अ‍ॅकॅडमीमध्ये मला प्रवेश मिळाला. माझे गुण चांगले नसले तरी माझा 'एसएटी' स्कोअर खूप चांगला होता. मी चांगला फूटबॉल खेळाडू होतो. प्रवेशासाठी त्याचा बराच उपयोग झाला. न्यूयॉर्कच्या किंग्ज पॉईंट इथली यू.एस. मर्चंट मरीन अ‍ॅकॅडमी मी निवडली. कारण मला व्यापारी जहाजांवर काम करायचं होतं आणि नॅव्हल अ‍ॅकॅडमीच्या पदवीधरांपेक्षा त्यांना पगारही खूप जास्त मिळत असे. सन १९६५ मध्ये इतर ठिकाणी नौसैनिकांना २०० डॉलर दर महिन्याला मिळत होते. मात्र किंग्ज पॉइंट्सच्या पदवीधराला जवळपास २००० डॉलर वेतन होते. मी किंग्ज पॉइंट्सचा पदवीधर झालो, त्या वेळी नौसैनिकांचे वेतन तितकेच होते, तर किंग्ज पॉइंट्सच्या व्यावसायिक जहाजावरून युद्धक्षेत्रामधून जाते वेळी एक लाख डॉलर्स प्रतिवर्ष, या हिशेबाने पैसे दिले जात होते. वास्तविक नेव्हल अ‍ॅकॅडमी खूप प्रसिद्ध होती. तरीही अमेरिकेत सर्वात जास्त वेतन किंग्ज पॉइंट्र्सच्या पदवीधरांना मिळत होते. सन १९६९ मध्ये माझं वय २२ वर्ष होतं अन् एक लाख डॉलर्स दरवर्षी मिळणार म्हणजे चांगलीच घसघशीत रक्कम माझ्या हातात येणार होती.

तरीसुद्धा मी तिथली नोकरी केली नाही. त्याऐवजी पदवीनंतर मी स्टँडर्ड ऑईल ऑफ कॅलिफोर्नियामध्ये नोकरी धरली आणि त्यांच्या जहाजाबरोबर सॅनफ्रॅन्सिस्कोहून निघालो. स्टँडर्ड ऑईलचा पगार खूप कमी म्हणजे सात महिन्यांसाठी केवळ ४७,००० डॉलर्स असूनसुद्धा मी ती निवडली. याचं कारण मला 'तेला'त रस होता आणि आमचे टँकर्स हवाई आणि ताहितीला जात होते (लक्षात घ्या, मंडळी!)

सन १९६६ मध्ये ॲकॅडमीने दुसऱ्या वर्षाचा सगळा वर्गच 'ॲप्रेंटिस' म्हणून एक वर्षासाठी जहाजांवर पाठवला. याला तिथं 'सी-ईयर' असं म्हटलं जात असे. या वर्षभरात मी फ्रेटर्स, टँकर्स आणि पॅसेंजर लाइनर्स वर स्टुडंट ऑफिसर म्हणून खूप प्रवास केला. जवळपास संपूर्ण दुनिया भटकून झाल्यामुळे माझ्या आकलनशक्तीत प्रचंड वाढ झाली. माझी दुनियाच विस्तारली, दृष्टी व्यापक झाली. वर्गमित्रांबरोबर दूरदूरच्या चित्रविचित्र बंदरांवर थडकण्यात धमाल पण खूप होती. माझा खरा विकास या भटकंतीमध्येच झाला. जग कसं असतं, हे आता मला खूप कळायला लागलं. आत्तापर्यंत आई-वडिलांच्या छत्रछायेत मी अतिशय सुरक्षित होतो. जहाजावर खरी दुनिया दिसली.

ॲकॅडमीच्या चार वर्षात 'निर्णायक क्षण' म्हणता येईल अशा दोन घटना घडल्या. इंग्रजीमध्ये दोनदा नापास झाल्यानंतर आता यापुढे कॉलेजस्तरावरील इंग्रजी आपल्याला येणार नाही, अशी माझी खात्री झाली होती. इंग्रजी विषयातील लाल रेघ कॉलेज जीवनाचा अंत ठरणार असं मला वाटत होतं. मी इंग्रजीत नापास झालोय अन् मला व्हिएतनामला पाठवलंय. अशी वाईट-वाईट स्वप्नं पडत होती. त्या वेळी ॲकॅडमीत नापास होणाऱ्याला हीच शिक्षा असे. परंतु झालं वेगळंच. पहिल्या वर्षी डॉ. ए.ए. नॉर्टन इंग्रजी शिकवत होते. अन् ते खूप गंमती-जमती सांगत इंग्रजी शिकवत. डॉ. नॉर्टन वेस्ट पॉइंट ग्रॅज्युएट होते अन् दुसऱ्या महायुद्धात बी-१७ बॉम्बर पायलट होते. माझं स्पेलिंग आणि दिव्य कल्पना यांबद्दल शिक्षा न देता, लिहिण्यासाठी त्यांनी मला प्रोत्साहन दिलं. मला 'बी' ग्रेड मिळाली. मिळालेल्या गुणांपेक्षा, डॉ. नॉर्टन यांनी माझ्यामध्ये इंग्रजी शिकण्याचा आत्मविश्वास जागृत केला होता. हे सर्वात महत्त्वाचं होतं. या शाळेत अर्ध्याहून अधिक मुलं नापास झाली होती अन् त्यांना शाळेने बाहेरचा रस्ता दाखवला होता. डॉ. नॉर्टन यांनी विद्यार्थी म्हणून जो माझ्यावर विश्वास टाकला होता, त्यामुळं त्या कठीण शैक्षणिक वर्षात पास होणं मला शक्य झालं होतं. आज माझ्या पुस्तकांचा ४६ पेक्षा जास्त भाषांमध्ये अनुवाद झाला आहे. २.६ कोटी प्रती विकल्या आहेत. अन् लोक मला 'शिप ऑफिसर'पेक्षा लेखक म्हणूनच जास्त ओळखतात. त्या वेळी जर डॉ. नॉर्टन नसते तर माझं ॲकॅडमीतील शिक्षण कदाचित पूर्ण होऊ शकलं नसतं आणि त्यापुढच्या काळात पुस्तक तर नक्कीच लिहू शकलो नसतो.

तेलाच्या सामर्थ्याची, शक्तीची आणि जगाच्या अर्थव्यवस्थेवरच्या त्याच्या परिणामांची जाणीव झाली तो माझ्या जीवनातील दुसरा निर्णायक क्षण. १९६६ मध्ये स्टँडर्ड ऑईल टँकरवर अँप्रेटिस ऑफिसर म्हणून काम करताना तेल म्हणजे ताकद, हे मी शिकलो. आज तेलाच्या कारभारात मी लाखो डॉलर्सची गुंतवणूक करतोय. उद्योजक म्हणून मी दोन तेल कंपन्या सुरू केल्या. त्यापैकी एक कंपनी सुरुवातीलाच अयशस्वी ठरली तर दुसरी सार्वजनिक केल्यानंतर ठप्प झाली. या अपयशातून मी खूप काही शिकलो.

व्हिएतनाममध्ये सन १९७२ मध्ये पायलट म्हणून काम करताना मला जाणवलं की, आमचं युद्ध साम्यवादाला रोखण्यासाठी सुरू नव्हतं, तर मोठ्या तेल कंपन्या काबीज

करण्यासाठी युद्ध सुरू होतं. आजसुद्धा अगदी हेच काम आम्ही करतोय. फक्त देश वेगळे आहेत. परंतु कंपन्या त्याच आहेत.

१९८०च्या दशकामध्ये मी 'जेनी' (जीइएनआय) म्हणजे 'ग्लोबल एनर्जी नेटवर्क इंटरनॅशनल' नावाच्या संस्थेचा संस्थापक सदस्य बनलो. 'जेनी'च्या स्थापनेमागे ना-नफा संस्थेच्या डॉ. आर्. बकमिन्स्टर फुल्लर यांच्या विचारांचा जगभर प्रसार करण्याचा मुख्य उद्देश होता. फुल्लर एक महान विचारवंत आहेत. त्यांच्यामते ऊर्जा क्षेत्रात स्वावलंबी होण्याइतकी तांत्रिक क्षमता जगाकडे आहे. प्रदूषणरहित पुनर्नवीकरण केलेली ऊर्जा. समस्या आहे ती तेल कंपन्यांनी तेलाचे भाव चढे ठेवण्याची दृष्टी, आणि या कंपन्या प्रचंड ताकद मिळवतात.

> माझं स्पेलिंग आणि दिव्य कल्पना यांबद्दल शिक्षा न देता, डॉ. नॉर्टन यांनी मला लिहिण्यासाठी प्रोत्साहन दिलं. विद्यार्थी म्हणून माझ्यातील आत्मविश्वास जागा केला. डॉ. नॉर्टन यांच्यामुळं मी ॲकॅडमीमध्ये शिक्षण पूर्ण करू शकलो.
>
> *- रॉबर्ट टी. कियोसाकी*

डॉ. फुल्लर यांचे विचार मला अगदी चांगले पटले. 'जेनी' ज्या उद्देशाने स्थापन झाली. तो जर सफल झाला तर अवघं जग समृद्ध होईल. गरिबी हटणार आहे. लोकसंख्या वाढीला आळा बसेल आणि सर्वात महत्त्वाचं म्हणजे, या विश्वात शांती प्रस्थापित होण्याची शक्यता वाढेल.

सन १९९४ मध्ये 'जेनी'च्या संचालक मंडळाचा मी राजीनामा दिला. या संस्थेचं काम अजूनही चांगल्या तऱ्हेनं सुरू आहे. या कार्याचा तपशील तुम्हाला हवा असेल तर त्यांच्या 'GENI.org' या संकेतस्थळाला भेट द्या. 'जेनी'चे विचार खूप धाडसी, विचारार्ह आहेत. जगाला जर युद्धाऐवजी सहकार्याचे फायदे दिसले तर एक नवंच जग उदयाला येईल.

या सगळ्या विवेचनावरून मी तुम्हाला 'दलबदलू' वाटेन. परंतु मी अजूनही एक भांडवलदारच आहे. तेलाच्या बाजारपेठेत पैसे कमावतो, तरीही तेलाऐवजी प्रदूषणरहित ऊर्जास्रोतांचा वापर करण्याचं समर्थन मी करत असतो. दुनियेच्या राहणीमानाचा स्तर उंचावला पाहिजे. या जगातून गरिबी हद्दपार झाली पाहिजे. जॉन लेनॉनने *'इमॅजिन'* या गीतात म्हटलं आहे तसं, 'तुम्ही मला स्वप्नाळू म्हणाल, परंतु मी एकटा नाही.'

डोनाल्ड यांचा प्रतिसाद

महाविद्यालयीन दिवस

एक चांगला, गंभीर आणि वर्गात अगदी मन लावून अभ्यास करणारा, कष्टाळू विद्यार्थी म्हणून मी शैक्षणिक काळात प्रसिद्ध होतो. वाचून बऱ्याच लोकांना आश्चर्य वाटेल, हे मला चांगलंच ठाऊक आहे. महाविद्यालयीन जीवनाविषयी रॉबर्ट अन् मी ज्या वेळी बोलत होतो, त्या वेळी माझ्या डोळ्यासमोर तो काळ तरळून गेला. त्या दिवसांतसुद्धा आवश्यकतेपेक्षा जास्त कष्ट घेण्याची माझी नेहमीच तयारी असे. अन् प्रत्यक्षात मी तसे करतही असे. थोडा जरी रिकामी वेळ मिळाला तरी रिअल इस्टेट आणि फोरक्लोजरसंबंधी माझा अभ्यास सुरू व्हायचा.

माझ्या यशाचं रहस्य नेमकं हेच असावं, असं मला वाटतं. एखाद्या हव्या असलेल्या गोष्टीसाठी गरजेपेक्षा जास्त कष्ट घेतले तर ती मिळवण्यात यश हमखास येते, असा माझा अनुभव आहे. हे केवळ आर्थिक समृद्धीच्या, यशाच्या बाबतीत म्हणतोय असं नाही तर कोणत्याही क्षेत्राला हे तत्त्व लागू पडते. तुम्ही कामचलाऊ काम केलंत तर निभावून निघेल. परंतु ते उत्कृष्ट होणार नाही, एवढं नक्की! जर तुम्हाला दुसऱ्यांपेक्षा वरची पायरी गाठायची असेल, त्यांच्यापेक्षा जास्त यशस्वी व्हायचं असेल. दुसरे गाठू शकणार नाही अशी उंची गाठायची असेल तर तुम्हाला, त्यांच्यापेक्षा वेगळं जास्त, अधिक चांगल्या पद्धतीनं काम केलं पाहिजे. दुसरे लोक जे करू शकणार नाहीत आणि दुसऱ्यांची इच्छाही नाही, ते काम तुम्ही केलं पाहिजे.

महान गोल्फपटू गॅरी प्लेयर यांनी म्हटलं आहे की, 'मी जितकी जास्त मेहनत केली, तितका जास्त नशीबवान बनत गेलो.' गॅरी यांचं हेच म्हणणं मी 'तत्त्व' म्हणून स्वीकारलं. कोणतीही गोष्ट सहजसाध्य व्हावी, सोपी व्हावी; अशी आपल्याला आशा, अपेक्षा असते. परंतु इथंच आपलं खूप मोठं नुकसान होत असतं. रिअल इस्टेटचा व्यवसाय काही साधा, सरळ, सोपा नाही, हे मला ठाऊक होतं. म्हणून मी स्वत:ला 'तय्यार' केलं. तुमचं आवडीचं क्षेत्र कोणतंही असो. तुम्हीही तेच करा.

माझ्या वर्गात काही विद्यार्थी अभ्यासात खूप हुशार होते. परंतु व्यवहारी जगात त्यांचा फारसा टिकाव लागला नाही. अभ्यासातली टक्केवारी कशी वाढेल, याचीच चिंता त्यांना असे. त्यासाठी त्यांनी बाहेरच्या जगाशी जणू संपर्कच तोडला. शिक्षण संपल्यानंतर ज्या वेळी ते बाहेर पडले, त्या वेळी मात्र त्यांच्यावर जणू संकटच ओढवले. याउलट माझ्या बाबतीत घडलं. बाहेर वावरताना कोणते प्रश्न सामोरे येऊ शकतात. त्यांना कसे तोंड द्यायचे, हे ज्ञान मला चांगले होते. रिअल इस्टेट व्यवसायात राष्ट्रीय, आंतरराष्ट्रीय पातळीवर नेमकं काय

> स्वतःच्या आर्थिक सुरक्षेसाठी
> स्वतःशिवाय इतरांवर
> अवलंबून राहू नका!
>
> *- डोनाल्ड जे. ट्रम्प*

घडतंय, याची खडान्‌खडा माहिती मी आधीच घेऊन ठेवली होती. त्यामुळे महाविद्यालयीन जीवनातून बाहेरच्या दुनियेत पाऊल टाकणं मला अवघड गेलं नाही.

यालाच 'लाभ' घेणं म्हणतात. हे खेळात महत्त्वाचं असतं, जीवनातही महत्त्वाचं असतं. तुम्हाला उत्कृष्ट बनायचं असेल तर बऱ्याचदा 'एकाकी' व्हावं लागतं. परंतु 'एकाकी' असतानाच आपण जागरूक, अगदी दक्ष असणंही खूप गरजेचं आहे. लोकं इतकं अति शिकतात की त्यामुळे जगात त्यांचा काहीच उपयोग नसतो. पढिक पंडित की व्यवहारचतुर हा वाद चालूच राहातो. हे दोन्ही असणं शक्य आहे, नव्हे तसंच असलं पाहिजे.

मी लहानपणापासून वडिलांचा कारभार पाहात आलो आहे. रिअल इस्टेटच्या व्यवसायात त्यांना खूप तोटा झाला होता. त्यामुळे या व्यवसायाची काळी बाजू कशी असते, हे मला लहानपणीच समजले. जग किती वाईट असतं, याचाही अनुभव त्या वेळी मी घेतला आहे. वडील ज्या वेळी भाडं वसूल करायला जायचे, त्या वेळी मी दरवाजाच्या मागे लपून उभं राहात असे. कोणी गोळी झाडली तर स्वतःचा बचाव करण्याचा धडाच जणू त्या वेळी गिरवला. माझे वडील व्यवहारचतुर होते, धंद्यातील हुशारीही त्यांच्याजवळ होती आणि मी व्हार्टनमध्येही गेलो, त्यामुळे या दोन्ही जगांकडून मला उत्तम शिक्षण मिळालं.

कदाचित आपण सगळेच जण खूप-खूप नशिबवान नसू पण तेही ठीक आहे. त्यामुळं आपल्याजवळ जे आहे त्याच्या मदतीने आणि जिथं आपण आहोत तिथूनच आपण स्वतःची प्रगती साधायची आहे, एवढं नक्की. त्यामुळं कोणतीही तक्रार न करता जे आहे, त्याचा अधिकाधिक लाभ कसा उठवता येईल; याचा विचार आपण प्राधान्याने केला पाहिजे. काम करण्यास आपण किती इच्छुक आहोत त्यावरच आपण कुठं पोहोचणार आहोत, हे निश्चित होईल. महाविद्यालयीन जीवनात मी अखंड, अथक मेहनत घेतली. या जास्तीच्या अभ्यासासाठी कोणी माझ्यामागे लागलं नव्हतं. या अतिरिक्त अभ्यासासाठी कोणी माझी पाठ थोपटावी, काही बक्षीस द्यावं, अशी माझी अजिबात अपेक्षा नव्हती. तर सगळं काही मनानेच करत आलो. माझ्या यशाचं श्रेय या स्वयंप्रेरणेला नक्कीच जाईल.

तुमचा प्रतिसाद

तुम्ही शाळेकडून काय शिकलात? यशस्वी बनण्यासाठी शाळेकडून नेमकी कशी मदत झाली?

एखाद्या विशिष्ट शिक्षकाचा सकारात्मक प्रभाव तुमच्यावर पडला का?

____

____

____

शाळेतील कोणता धडा तुम्ही तुमच्या जीवनात उतरवला?

____

____

____

त्याचा परिणाम काय झाला?

____

____

____

प्रकरण सतरा

सैनिकी शाळेने जीवन कसे घडवले?

रॉबर्ट यांचा प्रतिसाद

सैनिकी शाळेत मी तीन कारणांमुळे गेलो.

दहा वर्षांचा असताना आमच्या पाचव्या यत्तेच्या बाईंनी आम्हाला कोलंबस, कोर्टेज, मॅगलेन आणि द गामा यांच्यासारख्या महान शोधक व्यक्तींचा इतिहास वाचायला लावला. ती पुस्तके, चरित्रे वाचता-वाचता सागर सफरी कराव्या आणि जगाचा शोध घ्यावा, असं मला वाटायला लागलं.

तेरा वर्षांचा असताना माझ्या वयाची इतर मुलं कलिंगड कोरून आपल्या आईसाठी परडी वगैरे बनवत होती. त्या वेळी मला नाव कोरावी, असं वाटत होतं. त्यामुळं लाकूडकामाचा प्रकल्प बनवण्याची वेळ आली, त्या वेळी मी आपल्या शॉप टीचरकडून नाव बनवण्याची परवानगी घेतली. आधी एक आकृती तयार करून घेतली. नंतरचे काही महिने मी अगदी मजेत, आनंदात काम करून साधारण आठ फुटाची 'एल टोरो क्लास सेलबोट' बनवली. मला मिळालेल्या मोजक्या 'ए' ग्रेडमध्ये त्या वर्गातली 'ए' ग्रेड होती.

आयुष्यातील सर्वात सुखाचे दिवस म्हणता येतील, म्हणजे आमच्या हायले खाडीत या बोटीतून तरंगतानाचे दिवस. माझ्या गावाच्या नावावरून या खाडीला नाव मिळालं होतं. आपल्या नावेत बसताना माझं मन कल्पनाविश्वात रमून जात असे आणि दूरच्या बंदरांविषयी आणि मादक मुलींची स्वप्नं मी पाहात असे.

हायस्कूलच्या सल्लागारांनी मला विचारलं, 'मोठा झाल्यावर तुला काय करावंसं वाटतं?' यावर माझं उत्तर होतं. 'सागर सफरीवर जाणं. ताहितीसारख्या सुंदर बेटांवर बियर पिणं आणि पोरींच्या मागे लागणं.'

माझ्या या उत्तरावर त्रस्त होण्याऐवजी बाई म्हणाल्या, 'तुझ्यासाठी माझ्याकडे एक शाळा आहे.' असं सांगून त्यांनी आपल्या जवळचे यू.एस. मर्चंट ॲकॅडमीचे माहितीपत्रक काढलं, अन् त्या म्हणाल्या, 'हे वाच. थोडं कठीण आहे. परंतु तू खरोखरीच समुद्रावर जाऊ इच्छित असशील, तर तुला तिथं प्रवेश मिळण्यासाठी मी मदत करू शकते.'

अमेरिकेचे सेनेटर डॅनियल के. इनोए यांनी सन १९६५ मध्ये मला आवश्यक ती मदत

केली आणि मी हायलो हे छोटंसं झोपाळू गाव सोडून न्यूयॉर्कमध्ये पोहोचलो. इथूनच माझे मर्चन्ट मरीन ऑफिसर म्हणून शिक्षण सुरू झाले. प्रशिक्षणाच्या काळात सन १९६८ मध्ये मी पपेटे, ताहितीपर्यंत गेलो. बियर प्याली. एका सुंदर मुलीबरोबर फिरलो. तोपर्यंत मी या मुलीइतकी सुंदर स्त्री पाहिली नव्हती. ही सौंदर्यवती 'मिस ताहिती'साठी स्पर्धक होती आणि दूरचित्रवाणीवर हवामानाच्या बातम्या देत असे. या वेळी माझी स्वप्नं पूर्ण झाली.

ॲकॅडमीमध्ये प्रवेश घेण्यामागं आणखी एक कारण होतं. मला कॉलेजमध्ये पाठवण्याइतके पैसे माझ्या वडिलांजवळ नव्हते. 'हायस्कूल शिक्षण झालं. आता यापुढं जे काही शिकायचं असेल, ते तू स्वतःच्या हिमतीवर कर' असं वडिलांनी स्पष्ट सांगून टाकलं होतं. त्यामुळं स्वतःच्या पायावर उभं राहून पुढचं शिकण्यासाठी ॲकॅडमीचा पर्याय मी निवडला. शिक्षणासाठी पूर्ण विद्यावेतन, राहाण्यासाठी खोली, भोजन, कपड्यासाठी आणि प्रवासाचा भत्ता मिळत होता. याशिवाय थोडासा (खरंच थोडासा) पगारही मिळत असे.

तिसरं आणि सगळ्यात महत्त्वपूर्ण कारण होतं शिस्त! हायस्कूलमध्ये असताना मी वर्गात कमी वेळ असे आणि सर्फिंगमध्ये माझे जास्त लक्ष असे. शिक्षण प्रमुख असणाऱ्या माझ्या वडिलांनी मला पकडूनही वर्गात बसणं मला अशक्य होत असे.

मला शिस्त लागण्याची नितांत गरज आहे, हे मला ठाऊक होतं. मी हवाई विद्यापीठात गेलो असतो तर तो अभ्यास माझ्याकडून कदाचित पूर्ण झाला नसता.

ॲकॅडमीमध्ये मी खूप प्रयासाने शिस्त शिकलो. इथं शिक्षा नेहमीच मिळायची; ती भयंकर असे. कडक सैनिकी शिस्तीमुळेच मी पदवीधर बनलो. अन्यथा माझं शिक्षण अर्धवटच राहिलं असतं.

इथं मी आता आज्ञा द्यायला आणि आज्ञांचे पालन करायला शिकलो. दुसऱ्या शब्दात सांगायचं झालं तर माझे नेतृत्वगुण इथंच विकसित झाले. कॅशफ्लो क्वाड्रँट पाहिला तर बी क्वाड्रंटमध्ये यशस्वी व्हायचे असेल तर तुमच्यामध्ये नेतृत्वगुण असणे अनिवार्य आहे. कडक शिस्तीत नेतृत्वगुण निर्माण करणारे प्रशिक्षण तीन वर्षे घेतल्यानंतर 'सिनिअर इयर'मध्ये माझी 'बटालियन ऑफिसर' म्हणून बढती झाली. आता माझी नोकरी पदवी वर्गामध्ये येणाऱ्या नव्या विद्यार्थ्यांना नेतृत्वगुण शिकवण्याची होती. हे नवे विद्यार्थी खूप खोडकर, कुरापती काढणारे होते. प्रारंभीच्या काळात मी जसा दंगेखोर होतो, तसेच हे नवे विद्यार्थी होते. आपण 'सिस्टम'ला हरवू शकतो, असं त्यांना वाटत असे.

सगळ्यात मोठा धडा

ॲकॅडमीमध्ये चार वर्षे काढल्यानंतर मी मरीन कॉर्प्समध्ये स्व-खुशीने नाव दाखल केले, कारण त्या वेळी व्हिएतनाम युद्ध सुरू होतं. नेव्ही फ्लाइट स्कूलमध्ये मी महत्त्वाचे दोन धडे गिरवले, त्यांचा पुढच्या जीवनात चांगलाच फायदा झाला.

१. एक विमानातून दुसऱ्या विमानावर हल्ला केला जातो. या हवाई हल्ल्याला 'डॉगफाइट' असं म्हणतात. हवाई प्रशिक्षणामध्ये सर्वात रोमहर्षक भाग कोणता असेल तर 'डॉगफाइट'! त्या वेळी आम्ही एका इंजिनाचं 'टी-२८ ट्रोजन' नावाचे विमान उडवत होतो. दुसऱ्या महायुद्धाच्या काळात हे विमान वापरलं जात असे. हे ट्रोजन खूप मोठं, वेगवान आणि निष्ठुर होतं. अनेक विद्यार्थी मेले कारण या विमानाची रचना चपळपणासाठी आणि कसरती करण्यासाठीच केलेली होती. तुम्ही चांगले वैमानिक नसाल, तर हे विमान तुमचा प्राण घेणार.

एके दिवशी मी एकटा हे विमान उडवत होतो आणि माझ्या प्रशिक्षकांचा शोध घेत होतो. ते माझ्यावर हल्ला करणार होते. अचानक माझ्या हेल्मेटच्या इयरफोनमध्ये प्रचंड आवाज ऐकू आला. 'धाड् धाड् धाड्!' लढाई सुरू झाल्याची वर्दी प्रशिक्षकांनी मला दिली होती. अशा वेळी काय करायचं याचे जे प्रशिक्षण दिलं होतं, तेच करायला मी तत्काळ सुरुवात केली. इंजिनाच्या रक्षणासाठी इंधन घातलं आणि विमान वर नेलं. फिरवून हल्ल्यातून सुटका करून घेण्याचा प्रयत्न केला.

सुटका तर झाली नाहीच, पण मला ऐकू आलं, 'धाड्, धाड्, धाड्! बदमाशाला पकडलंच!' म्हणजेच त्यांना पकडण्याऐवजी प्रशिक्षकाच्या तावडीत मी सापडलो होतो अन् सुटू शकलो नव्हतो. मी विमान वर नेलं. खाली आणलं, पुन्हा उलटं वळवलं, कोलांटी मारली अन् थांबण्याचा प्रयत्न केला. परंतु माझे प्रयत्न व्यर्थ गेले. प्रशिक्षकाचा पिच्छा सोडवणं मला शक्य झालं नव्हतं. आता आपल्यावर अतिकठीण प्रसंग ओढवणार हे मला स्पष्ट दिसायला लागलं. मला धड काही दिसतंही नव्हतं. कारण माझ्या हेल्मेटच्या काचेवर घामानं धुकं जमलं होतं. पुढे मी अन् माझ्यामागे प्रशिक्षक असा प्रकार दहा मिनिटे सुरू होता.

जमिनीवर उतरल्यावर आमचं 'डी-ब्रीफिंग' सुरू झालं. तसे प्रशिक्षक हाताच्या हालचाली करून माझं उड्डाण दाखवू लागल्यावर मला मळमळू लागलं, आपण किती भयानक कसरती केल्या या भावनेने नव्हे तर आपण किती वाईट वैमानिक आहोत आणि आपल्याला अजून किती शिकायचं आहे या भावनेने!

त्याक्षणी मला प्रशिक्षकांनी जी गोष्ट सांगितली, ती माझ्या मन:पटलावर कायमची कोरली गेली. ते म्हणाले, 'या कामातील सर्वात महत्त्वाची आणि अडचणीची गोष्ट म्हणजे, इथं कोणाला क्रमांक दोनचे स्थान मिळत नाही. एक म्हणजे पहिल्या नंबरवरच आपण असलं पाहिजे. कारण या लढाईतून फक्त एकच वैमानिक जिवंत राहू शकतो.' हा माझ्या जीवनातील निर्णायक क्षण होता. त्यादिवसानंतर मी खूप प्रॅक्टिस, प्रॅक्टिस आणि प्रॅक्टिस... हे आणि एवढचं काम मी केलं.

यानंतर व्हिएतनाममध्ये तैनात असताना वैमानिक प्रशिक्षकाचे 'ते' शब्द सारखे कानात घुमत असत. फक्त या वेळी लढाई खरीखुरी सुरू असे. खऱ्या गोळ्यांचा पाऊस पडत असे 'इयरफोन'वरून माझ्या कानात नुसता 'धाड, धाड, धाड' आवाज येत नव्हता.

आज मी व्यवसायामध्ये जिंकतो, याचे कारण म्हणजे मी 'स्मार्ट' आहे, असं अजिबात नाही. तर या दुनियेत दुसरा क्रमांक नाहीच अन् केवळ पहिलाच आहे. तो आपणच मिळवायचा आहे. असं माझ्या मनावर पक्कं ठसलं गेलं आहे. मला वाटतं डोनाल्ड यांचा व्यक्तिगत नियमही हाच असावा.

२. माझ्या जीवनातला दुसरा निर्णायक क्षण जोखीम घेण्यासंदर्भातला आहे.

'गुंतवणूक करणे खूप जोखमीचे काम आहे.' असं कोणी म्हटलेलं ऐकलं की माझ्या लक्षात येतं, ही व्यक्ती 'तय्यार' नाही आणि काम करायला पात्रही नाही.

हवाई प्रशिक्षकाबरोबर जे दिवस मी घालवले, त्यानंतर माझ्या लक्षात आलं की, लढाई म्हणजे इच्छाशक्ती आणि प्रशिक्षणाची अंतिम परीक्षा आहे. तिथं दुसऱ्या क्रमांकाचे स्थान कदापि नसते आणि जे कोणी सर्वात जास्त तयारी करेल तीच व्यक्ती जिंकेल. आता मात्र माझे विचार बदलले की, 'लढाई जोखमीची नसते तर त्यासाठी आपण 'तय्यार नसणं' हे जोखमीचं असतं.'

व्यवसाय आणि गुंतवणूक यांचा सराव करणे, त्यासाठी सगळ्या बाजूंनी तयारी करणे याबाबतीत मी अतिरेकी आहे. जोखीम कमी व्हावी म्हणून मी सराव करतो. जोखीम कमी व्हावी म्हणून कौशल्य वाढवणे, जोखीम कमी व्हावी म्हणून अभ्यास करणे. मी जिंकण्यासाठी खेळतो आणि जो कुणी हा खेळ कमीत कमी जोखमीने आणि पूर्ण आत्मविश्वासाने खेळेल त्याला बक्षीस मिळतं.

ज्या वेळी मला जोखीम पत्करायची असते त्या वेळी ती थोडी लहान असावी, असा मी विचार करतो. ज्या वेळी मी सर्वप्रथम रिअल इस्टेटचा सौदा करायचा ठरवलं, त्या वेळी आधी गुंतवणूकदारांच्या कार्यशाळेत गेलो होतो. त्या कार्यशाळेनंतर जवळपास शंभराहून जास्त व्यवहारांची माहिती जमा केली. हवाईमध्ये मी जिथे जिथे गेलो, तिथले रिअल इस्टेट एजंट मला म्हणत असत, 'तुम्ही ज्या प्रकारचा व्यवहार शोधत आहात, तसा अस्तित्वातच नाही.' अनेक महिने शोध घेतल्यानंतर अखेर माऊ बेटावर एक छोटासा सौदा मला मिळाला. समुद्रकिनारी एका बेडरूमचा हा फ्लॅट होता. या फ्लॅटची किंमत केवळ १८ हजार डॉलर्स होती. मी सर्वप्रथम केलेली ही गुंतवणूक! यानंतर मी लाखो स्थावर मालमत्ता पाहिल्या मात्र त्यापैकी काहीच खरेदी केल्या.

नायलॉन सर्फर वॉलेटचा व्यवसाय बुडाल्यानंतर मात्र मी पुन्हा एकदा अभ्यास आणि सराव यांची शिस्त काटेकोरपणे अवलंबण्यास प्रारंभ केला. अन् याच वेळेस माझ्या लक्षात आलं, उद्योग करणं जोखमीचं नसतं तर त्यासाठी पुरेशी तयारी न करणं जोखमीचं असतं.

ज्या वेळी माझ्या लक्षात आलं की, या जगात दुसरा क्रमांक नावाची जागाच नाही आणि व्यवसायासाठी, गुंतवणुकीसाठी तयारी न करणं हेच जोखमीचं आहे. त्या वेळी पैसा मिळवण्याच्या माझ्या शोधात प्रचंड फरक पडला.

बहुतांश लोक पैशाची गुंतवणूक करतात परंतु वेळेची गुंतवणूक अजिबात करत नाहीत. डोनाल्ड आणि मी गुंतवणूक करण्याआधीच वेळेची गुंतवणूक करतो. आम्ही गुंतवणूक करण्याची 'तयारी' करतो. मला समजलं आहे की, उद्योग-व्यवसाय करणं जोखमीचं नाही. परंतु त्यासाठी पुरेसं तयार न होणं धाडसाचं आहे.

डोनाल्ड यांचा प्रतिसाद

लहानपणी मी थोडा आक्रमक होतो. त्यामुळं मला सैनिकी शाळेत पाठवण्यात आलं. स्वयंशिस्त आणि आपल्यातील ऊर्जेचा जास्तीत जास्त उपयोग कसा करायचा, याहीपेक्षा अनेकपटींनी जास्त मी वाटाघाटींची कला शिकलो. हे नकळत व्यवसायातले धडे होते.

माझ्यासमोर एक माजी मरीन ड्रिल सार्जन्ट उभे ठाकायचे. त्यांना पाहून माझ्या लक्षात आलं की शारीरिक पातळीवर मी त्यांची बरोबरी करूच शकत नाही. मला बुद्धिकौशल्य वापरणं भाग होतं.

काही झालं तरी त्या व्यक्तीला जिंकायचं होतं. अन् माघार घ्यायची माझी तयारी नव्हती. मग त्याला आपल्या बाजूला कसं करायचं? याचा मी विचार करू लागलो. मला पहिली संधी दिसली : आपण चांगले, अगदी उत्कृष्ट बेसबॉल खेळाडू आहोत आणि आपल्या टीमचे कप्तान आहोत. आणि ती व्यक्ती प्रशिक्षक आहे. मी जर चांगलं, सर्वात चांगलं खेळलो तर माझा प्रभाव त्यांच्यावर नक्कीच पडेल. आमची टीमही खूप चांगली होती. मी या टीमचं उत्कृष्ट नेतृत्व कसं करता येईल हे मनापासून शिकलो. त्याला जिंकण्यासाठी हे माझं पहिलं पाऊल होतं.

दुसरी पायरी म्हणजे त्यांच्याबद्दल मला आदर वाटतो हे त्यांना दाखवणं (यात काही कठीण नव्हतं कारण मला खरंच त्यांचा आदर वाटत होता). पण मी त्यांना मला घाबरवू देणार नव्हतो. मला वाटतं त्यांनीही या गोष्टीचा मान ठेवला आणि माझ्या मागे लागण्यात अर्थ नाही हे त्यांच्या लक्षात आले. त्यामुळे आम्ही एकमेकांसमोर आलो, ते शक्तीस्थानांवरून; मर्मस्थानांवरून नव्हे, आणि परस्पर आदरभाव निर्माण झाला. इथेच व्यवसायातला, विशेषत: वाटाघाटींमधला आणखी एक महत्त्वाचा धडा होता, आम्ही दोघेही जिंकलो होतो.

माजी मरीन ड्रिल सार्जंट थिओडर डोबियस यांच्याशी माझी आजतागायात मैत्री आहे आणि न्यूयॉर्क ॲकॅडमीमध्ये यांची गाठ पडणं ही माझ्यासाठी सुदैवी घटना होती. तशीच मी सैनिकी शाळेत जाणं हीसुद्धा होती. पण सुरुवातीला मला त्याचं काहीच विशेष वाटत नव्हतं. माझ्या नंतर लक्षात आलं की, शिस्त आणि आव्हानांमध्ये मला मजा येत होती. तिथे मी वेळाचा जो मान राखायला शिकलो तो पुढे कधीच कमी झाला नाही. जे मला ओळखतात, त्यांना माहीत आहे. की उशीर करण्याचा मला तिटकारा आहे आणि दुसऱ्या कुणी उशीरा आलेलंही मला आवडत नाही.

माझ्या वडिलांनी मला सदैव जे शिकवलं - दुसऱ्यांना आदर देणं - ते सैनिकी शाळेत फिकंच पडलं. श्री. डोबियस यांना मी आदर दिला आणि ते माझ्या चांगलं कामी पडलं आणि मी वेळाचा मान राखायला शिकलो, तेही माझ्या चांगलं कामी आलं. माझे वडील एक व्यावसायिक म्हणून काम करायला आणि करवून घ्यायला वाघ होते. आणि या प्रशिक्षणानंतर माझी त्यांच्याबरोबर काम करण्याचीही तयारी झाली.

सैनिकी शाळेतला आणखी एक महत्त्वाचा धडा म्हणजे सबबी चालत नाहीत. तुम्ही कुरकूर करायला नव्हे तर समतोल आणि चिकाटी ठेवायला शिकता. पुढच्या आयुष्यात जेव्हा मला अडचणी आणि तणावाचा सामना करावा लागला तेव्हा मी हातपाय गाळायला नकार दिला. मला माहीत होतं की समस्यांशी दोन हात करण्याचा उत्तम मार्ग म्हणजे फक्त पुढे जात राहाणे, चिवटपणे प्रयत्न करणे आणि उत्तरं शोधत राहाणे. हा एक चांगला धडा होता.

मी सैनिकी शाळेत असताना, दर आठवड्याला एक स्फूर्तिदायक वचन मला पाठवण्याची सवय माझ्या वडिलांनी लावून घेतली होती. मला अजूनही त्यातली बरीच आठवतात आणि आजही ती मला स्फूर्ती देतात. त्यातील काही म्हणजे :

> 'जो कधीच आज्ञा पाळायला शिकला नाही, तो चांगला नेता होऊ शकत नाही.'
>
> - *ॲरिस्टॉटल*

> 'काम कसं करायचं ते कधीही लोकांना सांगू नका. काय करायचं आहे तेवढं फक्त सांगा आणि त्यांच्या कल्पकतेने तुम्ही थक्क व्हाल.'
>
> - *जॉर्ज एस. पॅटन*

> 'जे तुम्ही अमलात आणू शकत नाही, ती आज्ञा करू नका.'
>
> - *सोफोक्लीस*

> 'जे आपण पुन:पुन्हा करतो ते आपण बनतो. मग उत्कृष्टता ही एक कृती नव्हे तर सवय असते.'
>
> - *ॲरिस्टॉटल*

> तुम्ही जेवढं जास्त शिकता तेवढं जास्त तुम्हाला कळतं की तुम्हाला किती कमी माहिती आहे.
>
> *- डोनाल्ड जे. ट्रम्प*

अनेक शतकांमधील शहाणपणाचे कण निवडून माझे वडील माझ्यात नेतृत्वगुण भिनवण्याचा प्रयत्न करत होते, हे मला जाणवतं. हे धडे माझ्या अबोध मनात जाऊन बसले. जेव्हा जेव्हा मी एखाद्या विशिष्ट परिस्थितीत असेन तेव्हा त्याला अनुरूप अशी वचनं, धडे आपोआप वरती येतात. म्हणून मी सुवचनांचा मोठा चाहता आहे. नकारात्मक किंवा गोंधळलेल्या विचारांचा ते अचूक भेद करतात. त्यामुळे जेव्हा लोक मला इतिहासातील अनेक विचारवंतांची वचने ऐकवताना किंवा त्यांचा संदर्भ देताना ऐकतात. तेव्हा आता त्यांना समजेल की याची सुरुवात अगदी लहान वयात झाली आणि अजूनही ती चालू आहे. याची सुरुवात मी सैनिकी शाळेत असताना झाली.

सैनिकी शाळेतला आणखी एक निर्णायक क्षण इतिहासाशी संबंधित होता. माझ्या बरोबरचा एक विद्यार्थी नेहमी दुसऱ्या महायुद्धाचा अभ्यास स्वत:चा स्वत: करायचा. तो इतिहासाचा 'किडा' होता आणि अगदी गंभीर विद्यार्थी होता. एक दिवस मी त्याला म्हटलं, ''तू दुसऱ्या महायुद्धाचा अभ्यास करण्यात इतका वेळ दिला आहेस की आता तू त्याचा तज्ज्ञ झाला असशील.'' त्यावरचं त्याचं उत्तर मी कधीही विसरणार नाही. ''नाही, मला किती माहीत नाही एवढंच मला जाणवतंय.'' मग त्याने समजावून सांगितलं की दुसरं महायुद्ध समजून घेण्यासाठी त्याला पहिल्या महायुद्धाच्या अगोदर जागतिक स्थिती काय होती त्याचा अभ्यास करावा लागला. आणि एकूणात ही प्रक्रिया लांबलचक असल्याचं त्याला दिसू लागलं होतं. मग तो म्हणाला, ''इतिहासाच्या अभ्यासानं मला अगदी लीन केलं आहे. कारण मला सगळं कधीच माहीत होणार नाही हे मला कळलंय.'' त्याच्यासारख्या जाणकार वाचकाकडून हे ऐकल्यावर माझ्या मनावर त्याचा मोठा ठसा उमटला.

परिणामी, फावल्या वेळात मी इतिहासाचा अभ्यास करू लागलो आणि जमेल तितकं वाचू लागलो. तेव्हा लावून घेतलेली एक सवय मी आजही कायम ठेवली आहे. ती म्हणजे स्वत:ला विचारलं, 'मला काही माहीत नाही, असं नवं आज मी काय शिकू शकेन?' माझ्या मनाला उत्सुक आणि तल्लख ठेवण्याचा हा मार्ग आहे. ॲरिस्टॉटलने योग्यच म्हटलं आहे : उत्कृष्टता ही सवय होऊ शकते.

काही वर्षांनी मी व्हार्टनला गेल्यावर माझ्या लक्षात आलं की सैनिकी शाळेतल्या सवयींनी मला बरीच मदत केली. मी आधी म्हटलं तसं माझ्या फावल्या वेळात मी फोरक्लोजर्स, रिअल इस्टेट आणि जे हाती लागेल त्याचा अभ्यास करीत असे - हे सगळं नेमलेल्या अभ्यासक्रमाशिवायचं. फक्त आवश्यक तेवढंच काम करून पुढे जाणं मला पटत नव्हतं. मला अधिक काहीतरी करायचं होतं आणि मी महाविद्यालय संपून जेव्हा खऱ्या जगात प्रवेश केला तेव्हा मी तयार होतो. तिथे 'केवळ पुरेसे' हे कधीच पुरेसं नसतं.

माझ्या वडिलांनी माझी एका ग्रीक तत्त्ववेत्त्याशी ओळख करून दिली. त्याचा हा धडा म्हणजे सैनिकी शाळेतल्या माझ्या शिक्षणाचं सारच आहे.

'सर्वांत पहिला आणि उत्तम विचार म्हणजे स्वत:वरचा विजय.'

- प्लेटो

संपूर्णाचा एक भाग व्हायला मी शिकलो. माझी ओळख न हरवता एका मोठ्या चित्राचा भाग कसं बनावं हे शिकण्याची संधी मला सैनिकी शाळेने दिली. धंद्यात याचा फार उपयोग होता. गरज असेल त्याप्रमाणे मी लहान होऊ शकतो. कधीकधी तुम्ही चित्रात नसलात की चित्र जास्त स्पष्ट दिसू लागतं. मोठाच धडा. वाटाघाटी चालू असताना मी जरासा सरड्यासारखा असतो. कधी त्यात अगदी विरघळून जातो तर कधी वेगळा दिसतो, असं कुणीसं एकदा म्हटलं होतं. ही क्षमता माझ्यात सैनिकी शाळेतील अनुभवांमुळे आली.

अनेक लोकांना मी मनाने कणखर वाटतो आणि ते खरंही आहे. सैनिकी शाळेतल्या माझ्या दिवसांचा आणखी एक फायदा. मला तक्रार करायला आवडत नाही, मी तग धरू शकतो आणि कधीकधी मी जराही बधत नाही. मी जर माझा गृहपाठ नीट केला असेल, कठोर मेहनत घेतली असेल आणि मी जर सावध असेन, तर मला माहीत असतं की माझ्या पुष्टीसाठी किंवा माझ्या बचावासाठी आवश्यक ते सर्व माझ्याजवळ आहे. मी कठीण शत्रू ठरू शकतो.

माझी सुवचनांची आवड लक्षात घेऊन, शेवटी मी श्रेष्ठ व्यावसायिक फुटबॉल हॉल ऑफ फेम कोच विन्से लोम्बार्डी यांचं एक वचन उद्धृत करतो :

'एखाद्या मनुष्याचा जीवनाचा दर्जा, हा त्याने निवडलेल्या कुठल्याही क्षेत्राच्या निरपेक्ष, उत्कृष्टतेशी असलेल्या त्याच्या बांधिलकीच्या थेट प्रमाणात असतो.'

तुम्ही श्रीमंत व्हावं असं आम्हाला का वाटतं?

तुमचा प्रतिसाद

तुमचं आयुष्य घडवणारं असं तुम्ही सैनिकी शाळेत काय शिकलात?

तुम्ही सैनिकी शाळेत गेला नसाल. पण बॉय स्काऊट, गर्ल स्काऊट किंवा शिस्त आणि नेतृत्वगुणांचं महत्त्व शिकवणाऱ्या कुठल्यातरी दुसऱ्या संघटनेत होतात का? या अनुभवांचा तुम्हाला किती फायदा झाला? किंवा तुमच्या जीवनात स्वयंशिस्त आणि नेतृत्वकौशल्य वापरली असती तरी तुमचा कसा फायदा झाला असता?

____

____

____

अधिक शिस्तीमुळे तुमच्या आयुष्यात कुठे कुठे लाभ होऊ शकतो? (म्हणजे वेळाचं व्यवस्थापन किंवा पैशाचं व्यवस्थापन?) आणि/किंवा नेतृत्वकौशल्यं?

____

____

____

प्रकरण अठरा

खेळातून तुम्ही शिकलेला निर्णायक धडा कोणता?

रॉबर्ट यांचा प्रतिसाद

लहानपणी मी लिटल लीग बेसबॉल आणि पॉप वॉर्नरकडून फुटबॉल खेळायचो. बाराव्या वर्षी मी गोल्फ खेळायला सुरुवात केली. पंधराव्या वर्षी मी गोल्फ सोडून सर्फिंग खेळू लागलो. आणि हायस्कूलमध्ये गेल्यावर फुटबॉल खेळू लागलो.

अॅकॅडमीत असताना मी नौकानयनाच्या संघाचे नेतृत्व केले व फुटबॉलही खेळलो.

हवाई प्रशिक्षणाच्या काळात माझी रग्बी या क्रीडाप्रकाराशी ओळख झाली. रग्बी हा माझा खेळ आहे. या एकाच खेळाने मी पछाडून गेलो. हा खेळ खेळण्यासाठी मी सगळं जग फिरलो. आणि एक दिवस हा खेळ खेळण्यासाठी मी म्हातारा झालो. भव्य टेस्ट मॅचेस पाहाण्यासाठी आता मी जगभर फिरलो. दक्षिण आफ्रिका, ऑस्ट्रेलिया, न्यूझीलंड, स्कॉटलंड, आयर्लंड आणि इंग्लंडमध्ये मी टेस्ट मॅचेस पाहिल्या आहेत.

प्रत्येक खेळाकडून मी काहीतरी वेगळं शिकलो, असं काही तरी महत्त्वाचं ज्याचा माझ्या जीवनावर प्रभाव पडला.

१. लिटल लीगमध्ये, हरत असतानाही जीव तोडून कसं खेळायचं हे मी शिकलो. आमचा संघ म्हणजे 'बॅड न्यूज बेअर्स'ची सुरुवातीची आवृत्ती होती. मोसमात साधारणपणे आम्ही कधीच जिंकलो नाही... पण आम्ही जीव तोडून खेळायचो आणि प्रत्येक सामन्यात आमच्यात सुधारणा करायचो. शेवटी मोसमाच्या अखेरीस, लीगच्या एका उत्तम संघाला आम्ही हरवलं आणि जिंकलो. याचं कारण त्यांना 'ग'ची बाधा झाली आणि आम्ही सुधारलो.

२. गोल्फ खेळताना मी माझ्या भावनांवर, माझ्या विचारांवर आणि माझ्या शरीरावर नियंत्रण ठेवायला शिकलो. गोल्फचा खेळ साधा वाटतो पण खेळायला अत्यंत अवघड खेळांपैकी तो एक आहे. अनेक वेळा व्यवसायातसुद्धा गोल्फप्रमाणेच मी स्वतःवर नियंत्रण ठेवतो.

३. मला सर्फिंग करणं – लाटांवर स्वार होणं फार प्रिय होतं. लाटांच्या चक्राच्या

वेळेचा अंदाज घ्यायला मी शिकलो. आज एक गुंतवणूकदार म्हणून, बाजारात केव्हा उतरायचं आणि त्याहून महत्त्वाचं म्हणजे केव्हा त्यातून बाहेर पडायचं यासाठी मी सर्फर असताना मिळवलेली अंत:स्फूर्ती मी खूपदा वापरतो.

४. ॲकॅडमीत असताना मी नौकानयन करायचो कारण सर्वांत कष्टप्रद असा तोच खेळ मला सापडला. विद्यालयीन जीवन इतकं आव्हानात्मक होतं की, मी तोंड देत असलेले सैनिकी आणि शैक्षणिक ताण-तणाव यांपासून माझं मन दूर देण्यासाठी मला पुरेसे कष्ट घडवणारा क्रीडाप्रकार आवश्यक होता. नौकानयनाच्या खेळाकडून मी सांघिक कामातल्या अचूकतेचं महत्त्व शिकलो. नौकानयन हा अचूक एकतानतेचा खेळ आहे. नौकानयनातलं आव्हान म्हणजे स्पर्धेमध्ये आपली साठवलेली ऊर्जा पहिल्या मिनिटांत संपते. नौकेला जिंकवायचं असेल, तर प्रत्येक व्यक्तीनं शारीरिकदृष्ट्या अत्यंत दमलेल्या अवस्थेतही, आपलं सर्वस्व अचूकतेने देणं हे महत्त्वाचं होतं. अगदी एखाद्यानं तरी सोडून देण्याचा नुसता विचार जरी मनात आणला तरी त्याची नौका दुसऱ्या नौकेवर आपटून स्पर्धा हरण्याची शक्यता असते.

५. फुटबॉलमध्ये प्रत्येक संघसदस्याला आपलं काम केवळ माहीत असणंच नव्हे तर त्याने ते पार पाडणं याचं वाढतं महत्त्व मी शिकलो. आपल्याला न आवडणाऱ्या लोकांबरोबर जमवून घेणं आणि त्यांच्या व्यक्तिमत्त्वांपेक्षा त्यांच्या क्षमतांचा आदर करणं याचेही महत्त्व मी शिकलो.

६. रग्बी म्हणजे अंगझटीचा बास्केटबॉलच जणू. हा अतिशय चापल्याचा खेळ आहे. रग्बी हा अमेरिकन फुटबॉलचा पूर्वज असला तरी रग्बीमध्ये आकाराला फारसं महत्त्व नाही. अजस्त्र माणसं लहानखुऱ्या माणसांशी खेळतात. अमेरिकन फुटबॉलमध्ये प्रत्येक सामन्यात खेळाडू पूर्ण १० मिनिटं खेळतात असा एक अंदाज आहे. बाकी वेळ चकवणे किंवा प्रत्यक्ष 'खेळ' नसलेल्या गोष्टीत घालवला जातो. रग्बी हा खेळ क्वचितच थांबत असा असल्याने खेळाडू सर्व वेळ धावत असतात. तुम्ही किती का दमलेले असाना, खेळाला आणि तुमच्या संघाला पाठिंबा देण्यासाठी तुम्हाला धावत राहावंच लागतं.

७. मला तायक्वोंदोचा ब्लॅकबेल्टही मिळाला आहे. तायक्वांदोमध्ये मी आपल्या शरीरात वाहात असलेल्या आंतरिक शक्तीचं - 'ची'चं महत्त्व शिकलो.

खेळ खेळता खेळता मी अनेक महत्त्वाचे धडे शिकलो असलो तरी सर्वांत लक्षात राहाण्याजोगा धडा म्हणजे मी माध्यमिक विद्यालयात फुटबॉल खेळताना शिकलो तो. मी नवखा खेळाडू असताना आमच्या विद्यालयाचा फुटबॉलचा संघ फारच थोर होता. आमच्याकडे खूप चांगले असे अनेक खेळाडू होते. अर्थातच सामन्यांच्या वेळी मी बराचसा वेळ बाकड्यावर बसून राही.

तुम्ही श्रीमंत व्हावं असं आम्हाला का वाटतं?

खेळ संपल्यावर छानशा स्वच्छ गणवेशात मैदानातून बाहेर येणं इतकं लाजिरवाणं वाटायचं. बाकडं उबवणारे माझ्यासारखे काहीजण आणि मी मुद्दाम अपघातात पडून गुडघ्यांना मातीबिती लावून घ्यायचो ते आमचे स्वच्छ सुंदर गणवेश चिखलाने मळवण्यासाठी. मोसमाच्या मध्यापर्यंत आम्ही पडणं-झडणं थांबवून अंगभर नुसतीच चिखल, माती चोपडून घ्यायला सुरुवात केली.

मोसम पुढे सरकत होता. मी अजून बाकड्यावरच होतो. मला वाटायला लागलं की प्रशिक्षकांनी मुद्दामच मला असं केलंय. त्यांना मी आवडत नाही म्हणूनच त्यांनी मला बाकड्यावर बसवलंय, मोसमाच्या अर्ध्यावर मी खेळ सोडायचा विचार करत होतो. माझ्या भावना दुखावल्या होत्या.

एका संध्याकाळी, एका विशेष कठीण सरावानंतर, साहाय्यक प्रशिक्षक चालत माझ्याजवळ आले. माझ्या खांद्यावर हात ठेवून म्हणाले, 'मला तुझ्याशी बोलायचं आहे.'

या प्रशिक्षकांचं नाव होतं हर्मन क्लार्क. एनएफएलचा हा माजी खेळाडू खरोखरच भला होता. त्याचं खेळावर आत्यंतिक प्रेम होतं म्हणून ते आपला वेळ विनामोबदला खेळासाठी देत होते. त्यांच्या शांत आणि मृदू शैलीत त्यांनी विचारलं, 'प्रशिक्षक तुला का खेळवत नाहीत हे तुला माहीत आहे का?'

'नाही.' मी म्हटलं. 'मी सगळं नीट करतो. सरावाला येतो, जास्त फेऱ्या मारतो. मी जेसीइतकाच चांगला आहे.' जेसी म्हणजे माझ्या पोझिशनचा स्टार्टर.

'होय, खरं आहे.' क्लार्क म्हणाले. 'शिवाय तुझ्याकडे जेसीपेक्षा जास्त कौशल्य आणि वेग आहे.'

'मग तो का खेळतो?' मी विचारलं, 'मला का खेळवत नाही?'

'कारण जेसीकडे जिगर आहे. जेसीला त्या पोझिशनची ओढ तुझ्यापेक्षा जास्त आहे. जीवनात फक्त कौशल्य पुरेसं नसतं. तुला जर स्टार्टिंग पोझिशन हवी असेल तर तुला स्वत:ला वेगळ्याच स्तरावर न्यावं लागेल. तुझ्याकडे शरीर आहे. पण आत्मा हरवलाय.'

मला अजूनही सोडून जावंसं वाटत होतं. पण तरीही मी श्री. क्लार्क यांचे शब्द मनावर घेतले. पुढच्या दोन आठवड्यात मी पूर्वी केला नव्हता असा सराव केला. मी पेटलो होतो, एकाग्र होतो. मी जास्त चकवाचकवी केली आणि सरावादरम्यान पासच्यामध्ये चक्क दोनदा चेंडू हस्तगत केला. बाकड्यावर बसणाऱ्यासाठी मोठीच अवघड गोष्ट होती ती. मला स्वत:बद्दल अधिक चांगलं वाटू लागलं.

एक दिवस आम्ही दुसऱ्या एका माध्यमिक विद्यालयाशी खेळण्यासाठी त्यांच्या मैदानावर गेलो होतो. तेव्हा जेसीचा हात मोडला. प्रशिक्षक बाकड्याकडे वळले त्यांनी उमेदवारांकडे पाहिलं आणि शेवटी माझ्याकडे वळून ते म्हणाले, 'चल खेळायला.'

तो एक लहानसा निर्णायक क्षण होता. मात्र मला जाणवतं की जीवनात मला काय हवं

ते माझ्यावरच अवलंबून असतं. माझ्या वाटेत कुणीही येऊ शकत नाही. मला जर काही हवं असेल तर फक्त इच्छा पुरेशी नसते हे मला माहीत आहे. विजेता होण्यासाठी जे काही आवश्यक आहे ते मी केलंच पाहिजे. मी नेहमी स्वत:ला सांगतो, 'ज्याची अपेक्षा असते, ते मिळालं तर जीवन म्हणजे नुसतं रिप-ऑफ असतं.' संघातला खेळाडू बनण्याची अपेक्षा करणं आणि संघातला खेळाडू बनणं यात महदंतर आहे. या पुस्तकाच्या सुरुवातीला मी पुढील प्रक्रियेबद्दल लिहिलं आहे.

विचार > कृती > परिणाम

श्री. क्लार्क यांच्याकडून मी शिकलेला धडा म्हणजे माझ्यासाठी परिणाम बदलायचा तर मी कोण आहे हे नव्याने ठरवणं आणि खेळण्यासाठीची माझी बांधिलकी उंचावणं. एकदा विचार आणि वृत्ती बदलल्यावर कृती बदलली आणि परिणामही.

आज जेव्हा मला उदास वाटतं, जग अन्यायी आहे, माझ्या बुद्धीची जगाला कदर नाही, लोक माझ्याविरुद्ध आहेत असं वाटतं तेव्हा मी सरळ श्री. क्लार्कबरोबरचं संभाषण आठवतो. मग मी माझे विचार, माझ्या कृती आणि माझे परिणाम उंचावण्यासाठी कामाला लागतो.

विजयी तत्त्वे

जो मॉन्टाना, इतिहासातील महान फुटबॉल खेळाडूंपैकी एक. याने त्याच्या *'द विनिंग स्पिरीट : १६ टाइमलेस प्रिन्सिपल्स दॅट ड्राइव्ह परफॉर्मन्स एक्सलन्स'* या पुस्तकाची प्रत स्वाक्षरी करून मला पाठवली. जिंकण्यासाठी कटिबद्ध असलेल्या कुणाहीसाठी हे उत्तम पुस्तक आहे.

जो मॉन्टाना कोण हे माहीत नसलेल्यांसाठी, तो सॅनफ्रान्सिस्को ४९ सीआरएस या व्यावसायिक फुटबॉल संघाचा क्वार्टरबॅक खेळाडू होता. चार सुपर बोल विजयांच्या सामन्यांत त्याने संघाचे नेतृत्व केले होते. प्रो फुटबॉल हॉल ऑफ फेममध्ये त्याची निवड झाली होती आणि *स्पोर्टस इलस्ट्रेटेडने* गेल्या ५० वर्षांतील सर्वात महान खेळाडू म्हणून त्याचं नाव घेतलं होतं. त्याच्या पुस्तकातील हे काही थोडे वेचे :

'गेल्या काही वर्षांमध्ये मी जेव्हा माझ्या मुलांना युवा स्पर्धांमध्ये खेळताना पाहातो, तेव्हा हल्ली मला अधिकाधिक असं वाटतं की डोक्यावर थोपटून 'छान, छान, आज प्रत्येक जण जिंकला' असं म्हणावं आणि जे जे कुणी बिछान्यातून बाहेर पडून खेळायला पोचले,

त्या प्रत्येकाला सहभागासाठी एक एक 'फीत' द्यावी. मला अशा पद्धतीनं वाढवलं गेलं नव्हतं, आणि पालक म्हणून माझ्या भूमिकेतून मी असा संदेश देतही नाही. मला असं वाटतं की सुधारणा करू इच्छिणाऱ्या आणि आपला खेळ अधिक उंचीवर नेण्याची इच्छा बाळगणाऱ्या तरुण माणसाचं, काहीही टीका न करता नुसतं निरीक्षण करणं हे पालक म्हणून अन्यायाचं आहे. एक पालक म्हणून तुम्ही फक्त आरोळ्या ऐकणारे नव्हे तर प्रशिक्षक असणं गरजेचं असते आणि केवळ इथे उपस्थित राहिल्याबद्दल तुमचं अभिनंदन केलं जाईल असं पुढच्या पिढीला सांगणं हे चुकीचं आहे असं मला निश्चित वाटतं.

> 'स्पर्धात्मक खेळ हे पुढील जीवनाच्या तयारीसाठी अगदी उत्तम आहेत. कारण त्यांच्यात आपल्याभोवतीच्या स्पर्धात्मक जगाचं प्रतिबिंब पडलेलं असतं. ज्याला कुणाला खेळात किंवा व्यवसायात, स्पर्धेच्या वर उठण्याचा आणि जिंकण्याचा ध्यास नाही, असा कुणीही मला माझ्या संघात कधीही नको होता.'
>
> 'जिंकणं जर महत्त्वाचं नसतं, तर कुणी स्कोअर ठेवला नसता.'
>
> 'तुम्हाला आवडो किंवा न आवडो, स्कोअर ठेवणाऱ्या जगातच आपण राहातो.'

सुपर बोल्स स्पर्धा जिंकण्याबद्दल तो म्हणतो :

> 'अलीकडेच, माझे भाषण संपल्यावर श्रोत्यांमधल्या कुणीसं मला विचारलं की मी पहिली सुपर बोल्स जिंकली तेव्हा मी काय वयाचा होतो.'
>
> 'बारा वर्षांचा आणि तेव्हापासून...' मी म्हटलं, 'मी हजारो सुपर बोल्स जिंकल्या आहेत. त्यातल्या चार सोडून बाकी सगळ्या, पिट्सबर्गपासून काही मैलांवर मोनोनगहेला, पेनसिल्व्हानियामधल्या आमच्या गावात, आमच्या परसात झाल्या.''

वेगळ्या शब्दांत, सुपर बोल जिंकण्याची तालीम त्याने आपल्या परसात हजारो वेळा केली होती.

वैयक्तिक तयारीबद्दल तो म्हणतो,

> 'व्यक्ती निरनिराळ्या पद्धतींनी तयारी करतात. एका व्यक्तीसाठी जे लागू पडतं, ते दुसऱ्यासाठी पडत नाही. काहीजण शेवटच्या क्षणापर्यंत वाट पाहातात. काहींना थोडीशी भीती प्रेरणा देते. आणखी कुणाला सगळे व्यत्यय नाहीसे करायचे असतात, त्यांना पूर्ण शांतता हवी असते. ते दार बंद करून जगापासून वेगळे होतात. काहीजण संगीताच्या साथीनं किंवा इतरांच्या सहवासात तयारी करतात. काहींना आत्मविश्वास वाटेपर्यंत पुन्हा पुन्हा तालीम करायची असते. पद्धत कुठलीही असली, तरी चांगल्या तयारीचं ध्येय एकच असतं, सर्वोत्तम कामगिरीसाठी स्वत:ला तयार करणं, खेळासाठी किंवा कामासाठी.'

आणि शेवटी तयारीतली 'कळ' तो दाखवतो :

> 'आपला असा ठाम विश्वास असतो आणि आपण हेच शिकवतो की 'घोटून घेणे' हाच तयारीच्या जगातला राजा आहे. खेळात तीच तीच चाल पुन्हा पुन्हा रचणं असेल किंवा धंद्यात विक्रीच्या भाषणाचा सराव किंवा सादरीकरणातली सफाई, तयारीमुळे आपल्याला एक प्रभुत्व असल्याची भावना किंवा आत्मविशवास येतो, ज्याने आपण ख़ऱ्या सामन्यासाठी सज्ज होतो.'

जो मोन्टाना जे सांगतो, ते मी खेळांकडून शिकलेल्या अमूल्या धड्यांपैकी एक आहे. मला असं म्हणणारी लोकं भेटतात, 'मी तुमचा *कॅशफ्लो* खेळ एकदा खेळलाय. आता पुढे काय करावं असं तुम्ही सुचवाल?'

आहे की नाही? ते एकदाच खेळले आणि आता हा खेळ आपल्याला येतो, असं त्यांना वाटलं. अजून निदान दहा वेळा खेळा आणि आणखी दहा लोकांना शिकवा, असं मी त्यांना सांगतो. तेव्हा ते विचित्रपणे माझ्याकडे बघतात. जेव्हा जेव्हा ती नजर मी बघतो, तेव्हा तेव्हा जिंकण्यासाठी काय लागतं ते या माणसाला कळत नाही हे मला कळलेलं असतं. जो मोन्टाना म्हणतो तसं, 'पुनरुक्ती हाच राजा.'

आणि म्हणूनच मी माझ्या गुंतवणुकी किंवा व्यवसाय 'डायव्हर्सिफाय, डायव्हर्सिफाय, डायव्हर्सिफाय' 'करत नाही, करत नाही, करत नाही.' त्याऐवजी मी 'केंद्रित' करतो, 'फोकस' करतो. यशस्वी होईपर्यंत एकच रस्ता धरा आणि सराव करा, सराव करा, सराव करा.

जो मॉन्टानाचा अखेरचा शब्द :

> 'आपापल्या निवडलेल्या क्षेत्रात यशस्वी होणाऱ्या प्रत्येकाने तयारी आणि सराव यांचं महत्त्व जाणलेलं असतं. एखाद्या विशिष्ट क्षेत्रात उठून दिसण्यासाठी एकाग्रतेने आणि केंद्रित होऊन सराव करणं आपल्याला शिकून घेतलंच पाहिजे. सराव ही आपल्या मर्मस्थानांवर काम करण्याची आणि सुधारण्याची संधी आहे. आपण कशात तरी सर्वश्रेष्ठ बनायला जातो, तेव्हा जे अपेक्षित आहे, ते करणं पुरेसं नसतं. आपल्या अपेक्षांच्या पलीकडे जाण्याची धडपड कायम चालायला हवी. सरावाचा क्रम सुरू करणं आणि थांबणं हे होता कामा नये. जेव्हा आपण सराव करतो, तेव्हा त्यात सातत्य ठेवायला हवं.'

आणि म्हणूनच माझ्या श्रीमंत वडिलांनी मला पुन्हा पुन्हा 'व्यापार' खेळायला लावला आणि मग मला माझ्या भविष्याची झलक दिसली. आज मी खऱ्यात 'व्यापार' खेळतो, इतकंच. मी कितीही श्रीमंत झालो तरी आपण अधिक चांगलं करू शकतो, हे मला कायम माहीत असतं. आणि माझ्यासाठी खेळात सुधारणा करत राहाणं हे पैसा मिळवण्यापेक्षा फार फार महत्त्वाचं आहे.

तुम्ही श्रीमंत व्हावं असं आम्हाला का वाटतं?

गोल्फ खेळाचं महत्त्व

मी अगदी श्रेष्ठ गोल्फपटू नसलो, तरी उद्योग आणि मानवी स्वभाव यांबद्दल पुष्कळ काही मी शिकलो ते गोल्फच्या मैदानावर.

मी आठ वर्षांचा असताना माझ्या गोल्फ कारकीर्दीला सुरुवात झली. माझे आई-वडील त्यांच्या जुन्या मित्रांना भेटण्यासाठी आम्हाला गाडीत घालून हवाईच्या बिग आयलंड या दूरच्या निमशहरी भागात घेऊन जायचे. कुठल्याही मुलाप्रमाणे मलाही त्या प्रौढ माणसांच्या घोळक्यात दिवाणखान्यात बसणं महाबोअर व्हायचं, त्यामुळे मी बाहेर पडून काहीतरी उद्योग शोधायचो. त्या मित्रांच्या घराच्या ओसरीवर गोल्फ क्लबचा एक संच पडलेला होता. त्या बॅगमधून लाकडी ड्रायव्हर काढून मी त्यांच्या ड्राइव्ह वे वरचे दगड-गोटे उडवू लागलो. लाकडी ड्रायव्हरची वाट लागल्यावर मी एक आयर्न घेतला आणि ड्राइव्ह वे वरचे दगड-गोटे उडवण्याचं काम पुन्हा सुरू केलं.

माझी आई आणि बाबांचे मित्र यांना माझी गोल्फशी झालेली ही ओळख तितकीशी पसंत पडली नाही, हे सांगायला नको.

बारा वर्षांचा असताना मी या खेळाला पुन्हा सुरुवात केली. श्रीमंतांच्या मुलांनी भरलेल्या प्राथमिक शाळेत मी जात होतो. त्यामुळे बहुतेकांचे वडील कंट्रीक्लबचे सभासद होते. माझे वडील आणि रिच डॅड दोघेही त्या क्लबमध्ये नव्हते. कारण त्या वेळी त्यांच्यापैकी कुणीच श्रीमंत नव्हते. रिच डॅडचा मुलगा माईक आणि मी यांना गोल्फ कोर्सवर जाण्याचा एकच मार्ग होता, तो म्हणजे ज्यांचे वडील सभासद आहेत अशा आमच्या श्रीमंत मित्रांना लटकणे.

माईक आणि मी तिथे, पाहुण्यांपेक्षा जरा जास्तच काळ रेंगाळत आहोत हे आमच्या लक्षात आणून द्यायला तिथल्या 'हेड प्रोफेशनल'ला वेळ लागला नाही. त्याने बजावलं की जर आमचे वडील सभासद नसतील तर आम्हाला खेळता येणार नाही. आमच्या आयुष्यातल्या पहिल्या मोठ्या वाटाघाटींना माईकने आणि मी सुरुवात केली. वाटाघाटीअंती आम्ही 'हेड प्रोफेशनल'ला आम्हाला सभासद व्हायची परवानगी द्यायला लावली. सभासदत्वाच्या बदल्यात दर महिन्याला आम्हाला ठराविक गोल्फ राऊंडसला 'कॅडी'गिरी करावी लागणार होती. आम्ही बाराव्या वर्षी कंट्री क्लबचे सभासद झालो, असा कंट्री क्लब जो आमच्या वडिलांना परवडू शकत नव्हता. हे आम्ही वडिलांना सांगितल्यावर ते जरा चकितच झाले होते.

वय वर्षे १२ ते १५ पर्यंत संधी मिळेल तेव्हा माईकने आणि मी गोल्फ खेळून घेतलं आणि 'कॅडी'गिरीही केली. कित्येक दिवस शाळा सुटल्यानंतर माईक आणि मी कंट्री क्लबपर्यंत पायीपायी जात असू. आमचा करार पाळण्यासाठी आम्ही कॅडीचं काम करत होतो आणि संधी मिळेल तेवढं गोल्फ खेळत होतो.

हळूहळू 'कॅडी'गिरी हा कमाईचा मोठाच मार्ग बनला. प्रत्येक नऊ होलसाठी, प्रत्येक

बॅगपाठी आम्हाला एक डॉलर मिळे. लवकरच आम्ही अठरा होल्ससाठी प्रत्येकी दोन बॅगा धरून दिवसाला ४ डॉलर कमवू लागलो. त्या वेळी हे खूपच पैसे हाते. पंधराव्या वर्षी माईककडे आणि माझ्याकडे सर्फबोर्ड्स घेण्याइतके पैसे साठले, आणि मग आमचा गोल्फचा खेळ आम्ही जरा बाजूला ठेवला.

गोल्फ खेळण्याची दोन कारणं

आज मी कधीकधी गोल्फ खेळतो. मी खेळतो कारण माझ्या किमला या खेळाचं अतिशय वेड आहे. खरं तर, ती पुरुषांच्या 'टी'ज् मधून खेळते आणि मला हरवते, माझ्या पुरुषी अहंकारासाठी ते काही फारसं सुखावह नाही. मी एक 'साधारण'पेक्षा बरा गोल्फर आहे. मी बरा असतो तेव्हा माझा स्कोअर ८५ ते ९५ मध्ये असतो आणि मी बरा नसतो तेव्हा तो त्याहूनही वाईट असतो. म्हणावा तसा सराव मी करत नाही हे मला कळतंय.

मी जरी या खेळाचा दिवाणा नसलो तरी ज्यांना श्रीमंत व्हायचं आहे त्यांनी हा खेळ खेळण्याची दोन कारणं आहेत, ती अशी :

१. **खेळ हा वर्तणुकीचा आरसा असतो :** अनेक गोल्फपटू माझ्याशी सहमत होतील की गोल्फ हा खेळ म्हणजे त्या व्यक्तीच्या खऱ्या आंतरिक वर्तणुकीच्या पद्धतीचा आरसा – प्रतिबिंब आहे. पुष्कळदा मी नक्की कुणाशी व्यापार करत आहे हे समजून घेण्यासाठी मी त्या माणसाबरोबर गोल्फ खेळतो. खेळताना माझं लक्ष स्कोअरपेक्षाही ते हा खेळ कसा खेळतात याकडे असतं.

   लक्ष देण्यासारखी एक गोष्ट म्हणजे ते चेंडू कसा मारतात. चेंडू लांबवर जावा म्हणून मोठा झोका घेऊन जोरात फटका मारतात की नियंत्रण राहावं इतपत झोका देतात? ते लबाडी करतात का? ते खोटा स्कोअर सांगतात का, किंवा चेंडूची जागा किंचित बदलून स्ट्रोकच घेत नाहीत?

   काही काळापूर्वी, माझ्या मित्राचा एक मित्र, मी त्याच्या कंपनीत गुंतवणूक करावी असे मला सुचवत होता. त्याचे आर्थिक आकडे पाहिल्यानंतर मी गोल्फ खेळायचा प्रस्ताव मांडला. त्याने तो अधीरतेने स्वीकारला आणि लवकरच आम्ही कंट्री क्लबमध्ये पोचलो. त्या शनिवारी, मला स्कोअरची फिकीरच नव्हती, तो कसं खेळतो हे बघायला मी तिथे गेलो होतो. तो छानच खेळत होता. चेंडू सरळ आणि लांबवर मारत होता. हिरवळीच्या बाजूला खडबडीत जागेवर चेंडू लगावला. गवत उंच असल्यामुळं खडबडीत जागेवरून पुन्हा हिरवळीवर येण्यासाठी त्याला दोन स्ट्रोक्स लागले. मी त्याला स्कोअर विचारल्यावर त्याने फक्त 'वन ओव्हर पार' एवढाच सांगितला. त्या जागेवरचा दुसरा स्ट्रोक धरलास का, असं विचारल्यावर सरळ उत्तर देण्याऐवजी तो दुसरा स्ट्रोक घेतल्याचंच त्यानं नाकारलं. त्या

क्षणी त्याच्या आर्थिक पत्रकातील आकड्यांबद्दल माझ्या मनात शंका उत्पन्न झाली.

> एकदा विचार आणि वृत्ती बदलल्यावर कृती बदलली आणि परिणामही.
>
> *- रॉबर्ट टी. कियोसाकी*

मी डोनाल्ड ट्रम्पलाही गोल्फ खेळताना पाहिलंय. ते जसा व्यापार करतात, तसाच गोल्फ खेळतात. ते चेंडू सरळ आणि लांबवर मारतात, त्यांचे फटकेही अचूक आणि नेमके असतात.

मी कसेही फटके मारतो. म्हणूनच मला वाटतं की मी गोल्फरपेक्षा संघसदस्य म्हणून जास्त बरा आहे. मला नौकानयन, फुटबॉल आणि रग्बी प्रिय आहेत. कारण मी संघात अधिक चांगला असतो. हेच व्यवसायातही आहे, त्यामुळेच माझ्या संघात कोण कोण आहे याबद्दल मी दक्ष असतो.

२. **गोल्फ कोर्सवर जास्त धंदा केला जातो :** माझे दोन्ही वडील गोल्फ खेळायचे. दोघेही चांगले खेळायचे. माझे गरीब डॅड त्यांच्या मित्रांबरोबर, त्यांच्या सहशिक्षकांबरोबर खेळायचे, ते मजेसाठी. रिच डॅड खेळायचे ते श्रीमंत होण्यासाठी. ते म्हणायचे, 'बोर्डरूममध्ये होतो त्यापेक्षा जास्त बिझिनेस गोल्फकोर्सवर होतो.' ते पुढे स्पष्ट करायचे, 'वाटाघाटी जेवढ्या कठीण, तेवढं बाजूचं वातावरण आरामशीर, निवांत असायला हवं.'

त्यांच्या शब्दातलं शहाणपण कळण्याइतकी प्रगल्भता येण्याइतका मी मोठा होण्यासाठी काही वर्षं जावी लागली. आज वाटाघाटी जर गुंतागुंतीच्या असतील तर मी सहसा त्या माणसाला गोल्फ खेळायला बोलावतो म्हणजे त्या व्यवहाराची चर्चा करता येईल. गोल्फकोर्सवरच्या निवांत वातावरणात, वाटाघाटींना आकार यायला वेळ मिळतो आणि भोवतीचं वातावरण निवांत असलं की, विचारांमध्येसुद्धा आपोआपच लवचिकता येते. मला वाटतं गोल्फ कोर्सच्या मोकळ्या मैदानामुळे विचारही मोकळेपणाने करता येतो.

सारांश

मी जरी समर्पित गोल्फपटू नसलो तरी मी व्यवसायाचा खेळ जिंकण्यासाठी समर्पित आहे. गोल्फ हा व्यवसायाचा खेळ आहे. अनेक खेळांइतका गोल्फचा खेळ मी गंभीरपणे घेत नाही, पण व्यवसायाचा खेळ गंभीरपणे घेतो. म्हणूनच मी कंट्री क्लबचा सभासद आहे. व्यवसाय करण्यासाठी, तसंच आपण कुणाशी व्यवहार करत आहोत हे समजण्यासाठी कंट्री क्लब ही अनेकदा उत्तम जागा ठरते.

ता.क. कुठल्याही महान उद्योजकाप्रमाणे, जेव्हा डोनाल्ड आणि मी या पुस्तकाबद्दल गंभीरपणे विचार करू लागतो, तेव्हा डोनाल्डनी मला त्यांच्या एका गोल्फकोर्सवर खेळायला बोलावले. लॉस एंजेलिसमधील ट्रम्प नॅशनल गोल्फ क्लब.

डोनाल्ड यांचा प्रतिसाद

मी इतक्या वर्षांत जास्त खेळलेले खेळ म्हणजे बेसबॉल, टेनिस आणि गोल्फ. हे असे खेळ आहेत, ज्यात सफाई, वेळाचं उत्तम भान आणि एकाग्रता लागते. आजही मला बेसबॉल आणि टेनिस पाहायला फार आवडतं. पण मी गोल्फचा दिवाणा आहे. मी जे सुंदर सुंदर गोल्फ कोर्स विकसित केले, ते या प्रेमापोटीच.

या खेळांमधून मी शिकलेला धडा म्हणजे आंतरिक ऊर्मीचं महत्त्व. दम आणि तंत्र हे दोन्ही तर आवश्यकच आहेत, पण खरोखर महान असणं याचा अर्थ तुमच्याकडे ती ऊर्मी असणं आणि ते उलगडून सांगता येत नाही. वायने ग्रेटस्कीचं त्याच्या हॉकीतील यशाबद्दलचं प्रसिद्ध स्पष्टीकरण आठवा - जिकडे पक (आईस हॉकीची चकती) जात होती, त्याच दिशेने तो स्केटिंग करायचा. ऊर्मी म्हणजे काय असावी एवढं चित्र डोळ्यासमोर आणणं पुरेसं आहे.

ऐकायला साधंसोपं वाटतं, नाही? आता विचार करा, पक कुठे जाणार आहे हे त्याला कसं कळत होतं? आणि बाकी कुणालाच कसं कळत नव्हतं? कारण त्याच्याकडे काहीतरी खास होतं - उर्मी.

मी लोकांना कठोर मेहनत घेताना पाहिलंय. पण तरीही ते खेळाडू म्हणून मागेच राहिले. ते गुणवान होते. समर्पित होते, सक्षम होते. पण ते 'जास्तीचं काहीतरी' नव्हतंच त्यांच्याकडे. मी बेसबॉलचा उत्तम खेळाडू होतो आणि माझ्या लक्षात आलं की मला वेळाचा स्वाभाविक अचूक अंदाज आहे. मी बेब रूथ कधीच होऊ शकणार नाही. पण त्या खेळात महान बनण्यासाठी जे काही लागतं ते माझ्याकडे होतं.

टेनिस हा एकाने दुसऱ्या एकाशी खेळण्याचा खेळ असल्याने प्रतिस्पर्ध्याला नामोहरम करणं ही कल्पना त्यात असल्याची मला जाणीव झाली. विजेता एकच असतो, दोन नाही. हा आक्रमक खेळ आहे. स्विस टेनिसपटू रॉजर फेडररला खेळताना पाहिलंय का तुम्ही? मी म्हणतो ती उर्मी त्याच्याकडे आहे. आंद्रे अगासी एकदा त्याच्याबद्दल म्हणाला होता,

'मी ज्यांच्याविरुद्ध खेळलो, त्यातला तो सर्वोत्तम आहे. कुठे जायला वावच नसतो. तुम्ही फक्त फेअरवेज मारायचे, ग्रीन्स मारायचे आणि पुट करायचं. प्रत्येक फटक्यात एक तातडी असायची. तुम्ही काहीही करायचं ठरवलं तरी त्याच्याकडे त्याचं उत्तर आधीपासूनच तयार असायचं आणि मग एवढंच उरायचं की केव्हा हवी ती कळ दाबून तो तुम्हाला तुमचा निर्णय बदलायला लावतो.'

> असामान्य ठरण्यासाठी अचूकता, गती आणि ऊर्मी एवढंच आवश्यक असतं.
>
> *- डोनाल्ड जे. ट्रम्प*

रॉजर फेडररच्या खेळाचं वर्णन करताना आंद्रे अगासी गोल्फमधले शब्द वापरतो. हे पाहाणं फार रंजक आहे. याचं कारण म्हणजे गोल्फ हा डोक्याचा खेळ आहे. गोल्फमध्ये तंत्र आवश्यकच असतं. पण त्याहीपेक्षा महत्त्वाचं म्हणजे त्यात बुद्धीचा वापर केला जातो. खेळावर रॉजर फेडररचं नियंत्रण असतं आणि प्रतिस्पर्ध्याला कसं हाताळायचं याची सहज ऊर्मी त्याच्याकडे आहे. तो जेवढा आक्रमक आहे तेवढाच डौलदार आहे. त्यामुळे कोर्टवरच्या बाकीच्यांचं देव भलं करो. टेनिसमध्ये तुम्ही स्वत:ला जितकं ओळखता. तितकंच प्रतिस्पर्ध्यालाही ओळखलं पाहिजे. ही फेडररची आणखी एक शक्ती आहे.

गोल्फ खेळणं ही माझ्यासाठी मजा आहे. मजा म्हणजे व्यवहार करताना मला मजा येते तशी मजा. गोल्फ चॅम्पियन फिल मायकेलसनच्या मते त्याला गोल्फबद्दल मिळालेला उत्कृष्ट सल्ला होता त्याच्या वडिलांचा आणि तो होता 'गोल्फची मजा घे.' तो सराव करत असतानाही मजा घेत असतो, आनंद लुटत असतो. मला ते समजू शकतं आणि तुम्ही जे काही करता त्यासंबंधीचा भक्कम सल्ला हाच आहे.

लोकांशी गोल्फ खेळताखेळता त्यांच्या सचोटीबद्दल मला बरंच शिकायला मिळालेलं आहे. म्हणून तर व्यवसायातले कितीतरी व्यवहार गोल्फच्या खेळाच्या दरम्यान आणि नंतर घडून येतात. गोल्फमध्ये एक विशिष्ट वर्तणूक लागते आणि जे लोक ती ठेवतात, ते चांगले व्यावसायिक भागीदार होऊ शकतात. काही लोक त्याला 'एटिकेट्स' म्हणतात. मी त्याला प्रामाणिकपणा म्हणतो. गोल्फच्या खेळातून गुणवैशिष्ट्ये व्यवस्थित दिसून येतात.

गोल्फमध्ये लवचिकताही लागते. तुमचं संतुलन राखण्याने उत्तम खेळ आणि बेकार खेळ इतका फरक पडू शकतो. व्यापारातही तेच लागू आहे. लवचिक राहा, ठराविक नमुन्याला चिकटून राहू नका. प्रत्येक खेळ, प्रत्येक सौदा वेगवेगळा असतो. तंदुरुस्त राहा, तयार राहा, सराव करा आणि आपल्याला अनेक 'चल' गोष्टी हाताळायच्या आहेत याचं भान ठेवा.

सर्वकालीन महान गोल्फपटू निक फाल्डो यांनी हे अगदी योग्य शब्दात मांडलं आहे : 'तुम्ही चेंडू हळू मारा, हलकेच मारा किंवा जोरात मारा. प्रत्येकाला एक भर, एक गती आवश्यक असते. गतीने गोल्फ स्विंगचे सारे घटक एकमेकांना जोडून ठेवले जातात.' व्यापारात, जीवनात आणि गोल्फमध्ये माझ्याकडे उत्तम गती आहे आणि गतीच्या महत्त्वाबद्दलच्या त्याच्या सल्ल्याची प्रत्येकाने नोंद घ्यावी. मग तुमचा व्यवसाय किंवा आवडता खेळ कोणताही असो.

हे तीनही खेळ खेळून आणि पाहून मला व्यवसायातील आणि जीवनातील बरंच ज्ञान मिळालं. मी शिकलेला अव्वल क्रमांकाचा धडा म्हणजे, असामान्य ठरण्यासाठी अचूकता, गती आणि ऊर्मी एवढंच आवश्यक असतं.

डोनाल्डची गोल्फची आवड

डोनाल्ड बेसबॉलचा आनंद लुटताना

रॉबर्ट सर्फिंग करताना

रॉबर्ट रग्बीसाठी तयार

तुमचा प्रतिसाद

खेळ खेळून किंवा पाहून तुम्ही शिकलेले निर्णायक धडे कोणते?

____

____

____

तुम्ही श्रीमंत व्हावं असं आम्हाला का वाटतं?

प्रकरण एकोणीस

व्यापारातून तुम्ही काय शिकलात?

रॉबर्ट यांचा प्रतिसाद

पुस्तक वाचून सायकल चालवणं शिकता येत नाही. व्यापाराबाबतही हे खरे आहे. नव्या कल्पनांसाठी पुस्तकं, क्लासेस चांगले आहेत, पण सायकल चालवायला शिकण्यासारखी, व्यापार करायला शिकणं ही प्रात्यक्षिकातून शिकण्याची प्रक्रिया आहे.

'जो जितका मोठा, तो तितका जोरात आपटतो' ही म्हण तुम्ही ऐकली असेल. डोनाल्ड आणि मी दोघेही आपटलो. त्यांचं पडणं हे फारच मोठं आणि अधिक जाहीर होतं. डोनाल्डएवढं नसलं तरी माझंही पडणं मोठंच होतं. आणि जाहीर नव्हतं – तरी दुखापत होतेच.

झेरॉक्समधे विक्री प्रशिक्षण घेतल्यानंतर, माझ्या दोन मित्रांनी आणि मी नायलॉन आणि वेलक्रो सर्फर वॉलेटचा धंदा सुरू केला. दुर्दैवाने त्यात प्रचंड यश मिळालं. मी दुर्दैवाने म्हणतो कारण ते यश थेट आमच्या डोक्यात गेलं. विशीतले आम्ही तिघं सडेफटिंग तरुण होतो आणि एवढे यशस्वी होतो. आमच्या उत्पादनांवर *रनर्स वर्ल्ड मॅगझिन, जीक्यू* आणि *प्लेबॉय*मध्ये लेख छापून आले.

एक दिवस आमचा एक भागीदार नवी कोरी मर्सिडीज ४५० एसएल चालवत आला. ही कार का घेतलीस असं विचारल्यावर तो म्हणाला, 'कारण आपण श्रीमंत आहोत. तुम्हीसुद्धा तुमच्या स्वप्नातल्या ग़ाड्या का नाही घेत?' आम्ही घेतल्या. कॅरीने जॉनसारखी ४५० एसएल घेतली आणि मी काळी पट्टी असलेली चंदेरी पोर्श टार्गा घेतली.

पुढची गोष्ट तुम्हाला बहुधा माहीत असेल. वेगवान गाड्या चालवत होतो आणि त्याहून वेगवान पोरींशी डेटिंग करत होतो. वर गेलेला धंदा अधिक वेगाने खाली आला. तीन वर्षांत आम्ही गरीब ते श्रीमंत ते अधिक दरिद्री एवढा प्रवास केला. आम्ही यशस्वी होतो, पण झालेल्या नुकसानीमुळे कर्जात खोल बुडालो होतो. (उद्योजकतेबद्दल मी शिकलेल्या बऱ्याच धड्यांबद्दल अधिक माहिती करून घ्यायची असेल, तर तुम्ही *'रिच डॅड्स बिफोर यू क्विट युवर जॉब'* हे पुस्तक वाचू शकता. उद्योजकांसाठी यात बरीच माहिती आहे. ते माहितीपर आहे, तसंच बरंच रंजकही आहे.) मी म्हणतो तसं, आमचं उत्पन्न वाढल्यावर आमची आर्थिक बुद्धिमत्ताही वाढली असं आम्हाला वाटू लागलं. अडचण एवढीच होती की, वाढत्या

उत्पन्नाबरोबर एकच गोष्ट वाढली होती, ती म्हणजे आमचा मूर्खपणा.

व्यापारातलं ते अपयश हे धंद्यातल्या अनेक निर्णायक क्षणांपैकी एक होतं. जवळजवळ दहा लाख डॉलर्सच्या त्या नुकसानीने आणि अपयशाने मी खडबडून जागा झालो.

त्या घटकेपर्यंत मी शिक्षणाचा खंदा पुरस्कर्ता नव्हतो. शिक्षण महत्त्वाचं आहे असं मला वाटत नव्हतं. मी शाळेत नुसता जायचो. 'क' विद्यार्थी असण्यात मी सुखी होतो. माझे पुअर डॅड माझ्याबद्दल म्हणायचे तसं, 'तू फक्त बूट चमकवणं आणि हसणं एवढंच करतोस.'

तिशीच्या सुरुवातीला आलेल्या व्यावसायिक अपयशानं मला जाणवून दिलं की शैक्षणिक आलेखात मी फार मागे आहे. माझ्या वयाची मुलं जीवनात पुढे जाताना मी पाहात होतो, कारण फक्त त्यांनी त्यांचं शिक्षण आणि व्यावसायिक कारकीर्द गंभीरपणे घेतली होती. तोपर्यंत कधीही लागली नव्हती एवढी विद्यार्थी बनण्याची तळमळ या व्यावसायिक अपयशामुळे मला लागली.

नंतरची काही वर्षं मी अपयशापासून पळून जाण्याऐवजी व्यवसाय उभा करण्याचं काम मी करत होतो. मला काय माहीत नव्हतं ते शोधून काढण्यासाठी मला उद्योग पुन्हा उभा करायचा होता. कोणत्या गोष्टी माझ्या नजरेतून सुटल्या? मला काय दिसलं नव्हतं? असं म्हणतात की 'मागची दृष्टी २०/२० असते. माझ्या बाबतीत ती २०/२०च नाही, तर वेदनादायी होती. मी स्वत:ला आणि इतरांना मारलेल्या थापा आता माझ्या तोंडासमोर येऊन उभ्या होत्या. काही वर्षांच्या अपमानानंतर नायलॉन वॉलेट व्यवसाय पुन्हा आपल्या पायांवर उभा राहिला. तो यशस्वी झाला आणि फायद्यात चालला. ते व्यवसायातलं उत्कृष्ट शिक्षण होतं आणि अपमानाचा आत्तापर्यंतचा सर्वांत मोठा डोस होता.

तिशीच्या सुरुवातीला आलेल्या व्यावसायिक अपयशानं मला जाणवून दिलं की शैक्षणिक आलेखात मी फार मागे आहे. माझ्या वयाची मुलं जीवनात पुढे जाताना मी पाहात होतो, कारण फक्त त्यांनी त्यांचं शिक्षण आणि व्यावसायिक कारकीर्द गंभीरपणे घेतली होती. तोपर्यंत कधीही लागली नव्हती एवढी विद्यार्थी बनण्याची तळमळ या व्यावसायिक अपयशामुळे मला लागली.

- रॉबर्ट टी. कियोसाकी

त्या प्रक्रियेतून जात असतानाच १९८० साली मी एक चर्चासत्राला गेलो होतो. त्यात डॉ. बकमिन्स्टर फुल्लर यांचे भाषण होते. पुन्हा एकदा माझं जीवन बदललं. १९८४ साली माझा धंदा यशस्वी आणि नफ्यात असतानादेखील मी तो सोडून किमसोबत हवाईतून बाहेर पडलो. मी शिक्षक बनलो. असा पेशा ज्याचा मी आदर केला नव्हता आणि कधीही मी हा पेशा स्वीकारणार नाही अशी शपथ घेतली होती. १९८४ ते १९९४ पर्यंत उद्योजकता आणि गुंतवणूक शिकवत किम

आणि मी जगभर फिरलो. १९९४ साली आम्ही जे जे शिकवत होतो ते सर्व आचरणात आणून आर्थिकदृष्ट्या स्वतंत्र होऊन आम्ही निवृत्त झालो. तेव्हा किम होती ३७ वर्षांची आणि मी ४७ वर्षांचा.

दोन वर्षं मी दक्षिण अरिझोनाच्या पर्वतराजीत, बिस्बी नावाच्या लहानशा गावात लपलो. तिथे मी ***कॅशफ्लो*** हा खेळ विकसित करण्यात आणि *'रिच डॅड पुअर डॅड'* हे पुस्तक लिहिण्यात वेळ घालवला. १९९६ मध्ये पहिला व्यावसायिक ***'कॅशफ्लो'*** खेळला गेला आणि ८ एप्रिल १९९७ या दिवशी माझ्या पन्नासाव्या वाढदिवशी, शेरॉन आणि मायकेल लेक्टर यांच्या घरी एका लहानशा पार्टीत *'रिच डॅड पुअर डॅड'*चे प्रकाशन झाले. २००० सालच्या मध्यावर ओप्रा विनफ्रे शोच्या एका निर्मात्याने दूरध्वनी केला. ओप्राला अभिवादन करत मी स्टेजवर प्रवेश केला आणि पुढचा इतिहासच आहे.

तर नायलॉन आणि वेलक्रोच्या सर्फर-वॉलेट धंद्यात हार पत्करावी लागणं हा माझ्या आयुष्यातला निर्णायक क्षण होता. ते नुकसान झालं नसतं, तर मी कधीही विद्यार्थी किंवा शिक्षक बनू शकलो नसतो.

डोनाल्ड यांचा प्रतिसाद

द्रष्टे असणं

मला तुम्हाला माझं एक व्यावसायिक यश सांगायचं आहे, पण ते असं यश की ते घडून यायला ३० वर्षं लागली,

आपण जसं आपले आर्थिक भविष्य पाहात असतो, आपला पाया मजबूत ठेवायचा प्रयत्न करत असतो, तसं*न्यूयॉर्क मॅगेझिनने* त्यांचा जून २००६ चा अंक '२०१६ टुमारोलँड' या नावाने काढला. त्यात १० वर्षांनी न्यूयॉर्क शहर कसं असेल याचा वेध होता. काही वर्षांपूर्वी हडसन नदीच्या काठाने, मॅनहॅटनच्या अपर वेस्टसाइडला 'ट्रम्प प्लेस' बांधण्याची इच्छा करून मी केवढा गदारोळ उडवून दिला होता ते मला चांगलं आठवतंय. बागेसहित १६ निवासी इमारतींचं ते एक सुंदर संकुल आहे आणि ते लवकरच पूर्ण होईल. तर आत्ताचा त्यांचा अंदाज असा आहे की जाविट्स सेंटरच्या खालच्या बाजूला वेस्ट साईड ही २०१६ मध्ये मिनिआपोलिस शहरापेक्षा मोठी होईल. मग मला वाटतं शहराच्या या भागात निवासाची सोय करण्यात माझं फार काही चुकलं नव्हतं. द्रष्टा असण्याला आत्ता आणि तेव्हाही महत्त्व होतं, विशेषत: विरोध पत्करून; आणि ती वेळ त्यातली एक होती.

रॉबर्ट आणि मी काही गोष्टी दाखवतो, कारण त्या येताना आम्हाला दिसतात. मी आधी म्हटलं तसं आम्ही आर्थिक बागुलबुवा दाखवण्याचा प्रयत्न करत नाही. तुमच्यापैकी काही जणांना तरी योग्य दिशेला वळवण्याची आम्हाला आशा आहे. वेळ उलटून जाण्यापूर्वी

> भविष्यदृष्टी ही भविष्यदृष्टीच राहाते, जोवर तुम्ही लक्ष एकवटून, काम करून, ती या पृथ्वीवर आणून काम करून दाखवत नाही.
>
> *- डोनाल्ड जे. ट्रम्प*

आणि 'आम्हाला का दिसलं नाही हे?' असे तुम्ही म्हणण्यापूर्वी. सुदैवाने आमच्या वैयक्तिक यशाच्या कामगिरीमुळे आम्ही आज अशा स्थानावर आहोत की आम्ही तुम्हाला भविष्यात घडू शकणाऱ्या गोष्टींची चाहूल तरी देऊ शकू.

मी आत्ताच सांगितलेल्या वेस्ट साईडच्या विकसनाबद्दल मला अत्यंत आग्रही व्हावं लागलं होतं. खरं तर हे घडून येण्यासाठी मी ३० वर्षं वाट पाहिली होती. न्यूयॉर्क शहराच्या भविष्यासाठी हे महत्त्वाचं आहे, हे मला माहीत होतं. मला हे शहर माहीत आहे. माझं बरोबर होतं.

मार्क बर्नेटकडे पाहा. त्याला टेलिव्हिजनमधली नवी दिशा दिसली होती आणि त्यानेसुद्धा कितीतरी वर्षं नकार पचवला होता. त्याला काय करायचं होतं हे लोकांना समजतच नव्हतं. पण तो ते करतच राहिला. कारण आपलं बरोबर आहे हे त्याला माहीत होतं. तो कशाच्या मागे आहे हे एकदाचं टेलिव्हिजन अधिकाऱ्यांना कळल्यावर टेलिव्हिजन इतिहासात एक नवं पर्व कुणी सुरू केलं? मार्क बर्नेटनं.

भविष्यदृष्टीची व्याख्या करणं कधीकधी अवघड असतं. सहसा ते एखाद्या गोष्टीच्या इतिहासाचा अभ्यास करणं आणि आणखी १० किंवा २० वर्षांनी ती कुठे जाईल याचा वेध घेणं असतं. हां, यात जोखीम असते, पण पुढचा विचार करणारे लोक सहसा अचूक असतात. आणखी एक ठळक उदाहरण म्हणजे लिओनार्दो दा विंची. त्याचे शोध आणि कल्पना शेकडो वर्षं पुढच्या होत्या. त्याचा द्रष्टेपणाचा पडताळा यायला शेकडो वर्षं लागली. पण पडताळा हा आलाच. थोरो म्हणाला होता, 'तुम्ही हवेत इमले बांधत असलात, तरी तुमचं काम नष्ट होण्याचं कारण नाही. ते तिथंच असलं पाहिजे. आता फक्त त्याच्या खाली पाया रचा.' भविष्यदृष्टी ही भविष्यदृष्टीच राहाते, जोवर तुम्ही लक्ष एकवटून, काम करून, ती या पृथ्वीवर आणून काम करून दाखवत नाही.

कितीतरी गोष्टी रॉबर्टला स्वच्छ दिसत होत्या आणि इतरांना दिसत नव्हत्या. याबद्दलचं त्याचं नैराश्य मी समजू शकतो. तो म्हणाला की सर्वांत वाईट म्हणजे लोकांना त्याबद्दल ऐकायचंसुद्धा नव्हतं! माहिती असण्यापेक्षा अज्ञानात किंवा अजाणतेपणातच त्यांना सुख होतं. त्याला वाटलं - हे हाताळणं लोकांना इतकं जड जातंय का?

आम्हाला असं वाटत नाही. नाहीतर आम्ही त्याबद्दल विचार करायला आणि लिहिण्यात वेळ खर्च केला नसता. तुम्ही २०१६ चा विचार केलाय? आम्ही केलाय. 'स्टे ट्यूनड' हेन्री किसिंजर जाणीवपूर्वक म्हणाले होते, 'इतिहासाला विश्रांतीस्थळं आणि पठारं ठाऊक नसतात.'

तुम्ही श्रीमंत व्हावं असं आम्हाला का वाटतं?

रॉबर्ट यांना 'ट्रम्प नॅशनल गोल्फ क्लब, लॉस एंजेलिस' दाखवताना डोनाल्ड

तुमचा प्रतिसाद

तुमच्या स्वतःच्या किंवा आणखी कुणाच्या व्यावसायिक चुकांमधून तुम्ही काय शिकलात?

तुमच्या स्वतःच्या किंवा आणखी कुणाच्या व्यावसायिक चुकांमधून तुम्ही काय शिकलात?

____

____

तुमच्या मालकीचा व्यवसाय आहे का? नसेल तर तसा असावा असं तुम्हाला वाटतं का? व्यवसाय यशस्वी होण्यासाठी कोणते घटक अत्यावश्यक आहेत असं तुम्हाला वाटतं?

____

____

तुमच्या माहितीच्या यशस्वी उद्योजकांच्या कोणकोणत्या गोष्टींचं तुम्हाला कौतुक वाटतं?

____

____

Rich Dad
Poor Dad

प्रकरण वीस

देव, धर्म आणि पैसा याबद्दलचं तुमचं तत्त्वज्ञान काय?

रॉबर्ट यांचा प्रतिसाद

मी मोठा होत असताना देव, चर्च आणि धर्माबद्दलचे दोन मुद्दे मला गोंधळात टाकायचे. पहिला म्हणजे काही लोक स्वर्गात जातात आणि काही लोक त्यांचा त्याच देवावर विश्वास असूनही तिथे जात नाहीत. मला आठवतं मी आमच्या संडे स्कूलच्या शिक्षकांना विचारलं होतं, 'आपलं चर्च आणि कॅथॉलिक चर्च यात फरक काय?' मी आठ वर्षांचा होतो. माझे आई-वडील जायचे त्या प्रॉटेस्टंट चर्चमध्ये जात होते आणि मला त्या फरकांबद्दल जिज्ञासा होती. माझ्या शिक्षकांनी तेव्हा सांगितलं, 'आम्ही दोघेही जीझस ख्राईस्टवर विश्वास ठेवतो, पण कॅथॉलिक स्वर्गात जात नाहीत.' तेव्हा मला धक्काच बसला होता.

त्या उत्तराने मी भुईसपाट झालो. असं असण्याचं कारण विचारल्यावर त्या शिक्षिका सरळ म्हणाल्या, 'कारण ते खरोखर चर्चमध्ये जात नाहीत.'

गोंधळून आणि अधिकच जिज्ञासेत पडून मी माझ्या कॅथॉलिक वर्गमित्राला विचारलं की मी तुझ्याबरोबर तुमच्या चर्चमध्ये येऊ का? पुढचे काही महिने मी कॅथॉलिक चर्चला गेलो आणि मला दिसलं की माझं कुटुंब ज्या देवावर विश्वास ठेवतं, त्याच देवावर विश्वास ठेवणाऱ्या चांगल्या मंडळींनी ती धर्मसभा भरली होती. माझ्या पालकांच्या चर्चच्या संडे स्कूलला जाणं मी बंद केलं आणि त्याऐवजी माझ्या वर्गमित्रांच्या वेगवेगळ्या धर्मांबद्दल माहिती करून घेऊ का असं माझ्या आई-वडिलांना विचारलं. त्यांनी मान्यता दिली.

पुढची काही वर्षं मी माझ्या वर्गमित्रांना ते कोणत्या धर्माचे किंवा चर्चचे आहेत ते विचारत असे आणि पुढं, त्यांच्याबरोबर त्यांच्या प्रवचनांना जाऊ शकतो का हेही विचारत असे. मी लुथरन, मेथॉडिस्ट, इव्हांगेलिकल, बौद्ध आणि शिंटो चर्चेस किंवा मंदिरांमध्ये गेलो. मी वाढलो त्या छोट्याशा गावात माझा कुणीच वर्गमित्र ज्यू किंवा मुस्लिम नव्हता. त्यानंतर मी सिनेगॉग आणि मशिदींमधल्या प्रार्थनांनाही उपस्थित राहिलो होतो.

कित्येक लोक असे आहेत की त्यांना वाटतं की ते 'बरोबर' धर्माचे आणि इतर 'चूक' धर्माचे आहेत. ही गोष्ट मला अस्वस्थ करते. धार्मिक निवडीच्या स्वातंत्र्यावर माझा पक्का विश्वास आहे. त्यामुळे लोकांना 'फक्त तेच स्वर्गात जाणार आहेत' किंवा 'फक्त तेच खऱ्या

देवाचे उपासक आहेत' असं बोलताना ऐकून मी अस्वस्थ होतो. त्यामुळेच आपल्याकडे देवावरून किंवा धर्मावरून इतकी युद्धं झाली. धर्मयुद्ध ही कल्पनाच मुळात असंबद्ध आहे.

देवावरचा विश्वास

व्हिएतनाममधे माझा श्रेष्ठतर शक्तीवर पूर्ण विश्वास निर्माण झाला. कितीतरी वेळा अशा आल्या की मी मेलोच असतो किंवा माझा मित्र मेलाच असता. पण चमत्कारिक रीतीने आम्हाला काहीसुद्धा इजा झाली नाही.

व्यवसायात, माझा पूर्ण विश्वास आहे की मी जर चांगुलपणाने काम केलं, कार्य, एक सत्कृत्य तडीस नेलं तर माझ्यात त्या श्रेष्ठ तत्त्वाच्या शक्ती येतील. जर मी लबाडी केली, खोटेपणा केला किंवा सरळपणाने वागलो नाही. तर मूळ अमेरिकन ज्याला ग्रेट स्पिरीट म्हणतात, त्याच्या शक्ती मी कमी करेन. मी असंही मानतो की मी उच्चतम कायदेशीर, नैतिक आणि नेकीच्या मानकांवर काम करण्याचा जेवढा प्रयत्न करेन, तेवढी ग्रेट स्पिरीटची शक्ती माझ्या व्यवसायात प्रकट होईल.

सुवर्णनियम

'दुसऱ्यांचं भलं करा. तुमचं भलं आपोआपच होईल' या सुवर्णनियमाबद्दल मला अत्यंत आदर आहे. जेव्हा जेव्हा मी रागावतो, चिडतो, दुसऱ्या कुणाला दोष देतो, तेव्हा माझ्या रागीट स्वभावाला अनुसरून ताडकन प्रत्युत्तर न देता मी स्वतःला विचारतो, 'आता या माणसाने मला कसं वागवावं असं मला वाटतं?' मी जसं वागायला पाहिजे, तसाच मी नेहमी वागतो असं नाही, पण मी निदान त्याचा विचार तरी करतो. उदाहरणार्थ माझा एक माजी मित्र आहे. आमचं कशावरूनतरी बिनसलं आहे. मला असं वाटतं की त्याने प्रथम फोन करून माफी मागावी. म्हणजेच मी प्रथम फोन करून माफी मागितली पाहिजे. पण मी हट्टीच राहातो आणि भांडण मिटवण्यासाठी मी अजून फोन केलेला नाही.

आपला मार्ग शोधणे

वैयक्तिकरीत्या मला हिंदू ज्याला 'धर्म' म्हणतात, ते आवडतं. धर्म म्हणजे परमात्म्यानं आपल्यासाठी योजून ठेवलेल्या मार्गाची आपण स्वतः निवड करणं. मी जेव्हा शिकवण्याचं ठरवलं आणि माझं मन जो पेशा पत्करू इच्छित होतं, ते करायचं ठरवल्यानंतर माझं जीवन नाट्यमयरीत्या बदललं. उद्योजकतेवरच्या माझ्या *'बिफोर यू क्विट युअर जॉब'* या पुस्तकात मी माझ्या शिक्षक बनण्याच्या निर्णयाबद्दल आणि त्या निर्णयापाठोपाठ आलेला अनेक शुभसंकेतांबद्दल लिहिलं आहे. हा निर्णय घेतल्याबरोबरची एक स्वर्गीय भेट म्हणजे माझी पत्नी किम माझ्या जीवनात आली.

माझा देवावर, त्या परम शक्तीवर प्रचंड विश्वास आहे. वेगवेगळ्या धर्माच्या

देवाबद्दलच्या आणि स्वर्गाच्या दाराची किल्ली कुणाकडे आहे याबद्दलच्या ज्या काही कल्पना आहे, त्यांच्याबद्दल मला प्रश्न आहेत. माझ्या मते, आपलं महत्त्वाचं काम म्हणजे या पृथ्वीतलावरचं आपलं जीवन किंचितसं स्वर्गासारखं करणं.

संभ्रमाचा दुसरा मुद्दा

संभ्रमाचा दुसरा मुद्दा होता तो देव आणि पैसा याबद्दलचा. मला अजून आठवतं माझ्या एका मित्राची आई खूप श्रीमंत होती, ती सारखं 'पैसा वाईट' म्हणायची. मला वाटायचं तिला पैसा जर एवढा वाईट वाटतो, तर मी तिच्याकडचा सारा पैसा ती ज्या चर्चमध्ये जाते त्या चर्चला देऊन का टाकत नाही?

श्रीमंत होण्याची इच्छा करणं हे देवाच्या विरुद्ध होतं का हे मला माहीत नाही. गरीब लोक स्वर्गात जातात आणि श्रीमंत लोक जात नाहीत असं असतं का हेही मला माहीत नाही. या देव आणि पैसा याबद्दलच्या संभ्रमाने मला पछाडलं होतं.

चर्चच्या एका उन्हाळी शिबिरात मला उत्तर सापडलं. चर्चने खास शिबिरासाठी म्हणून एक तरुण यूथ मिनिस्टर आणला होता. तो शिबिरात आला तो दिवस मला अजून आठवतो. पाठीवर गिटार लटकवलेलं, निळ्या जीन्स, टी-शर्ट आणि काऊबॉय बूट अशा वेषात जेव्हा तो आला, तेव्हा चर्चची जुनी म्हातारी नेतेमंडळी अवाक् झाली. लक्षात घ्या, हा हवाईतला १९६७ च्या सुरुवातीचा काळ होता आणि असा पोषाख केलेली पात्रं आम्हाला बाल बंडखोर म्हणून चित्रपटातच पाहायला मिळायची. अर्थातच सगळी बच्चेमंडळी त्याच्यावर ताबडतोब खूष झाली.

भाषण देणं, हे करा, ते करू नका असं सांगण्याऐवजी तो आम्हाला गाणी आणि नाच शिकवू लागला. वाईट किंवा अपराधी वाटायला शिकवलं जाण्याऐवजी आम्ही स्वत:बद्दल छान वाटून घ्यायला शिकलो.

चर्चचे मुख्य मिनिस्टर एखाद्या वाळलेल्या, सुरकुतलेल्या शेंगेसारखे दिसायचे आणि तसाच पोषाख करायचे. ते नेहमी आम्हाला देहाच्या अध्याहृत पापांबद्दल कंटाळवाणेपणाने तंबी द्यायचे. त्यामुळे जेव्हा हा तरुण, आनंदी मिनिस्टर आला तेव्हा या दोन पुरुषांमधला तणाव चक्क दिसू लागला. एका संध्याकाळी शेकोटीच्या वेळी मी माझा नेहमीचा पैशाबद्दलचा प्रश्न विचारला. म्हाताऱ्या मिनिस्टरनी सुरू केलं की *पैशाची आसक्ती हेच साऱ्या पापाचं मूळ आहे आणि एक वेळ उंट सुईच्या नेढ्यातून जाऊ शकेल पण श्रीमंत माणूस स्वर्गात जाऊ शकणार नाही.* माझं मन खचलं, श्रीमंत होण्याची इच्छा धरल्याबद्दल मला अपराधी वाटू लागलं.

देव आणि पैसा याबद्दल यूथ मिनिस्टरचं मत वेगळं होतं. पैशाच्या आसक्तीबद्दल कटकट करण्याऐवजी त्याने बुक ऑफ मॅथ्यूज मधली पॅरेबल ऑफ टॅलन्ट म्हणून प्रसिद्ध असलेली श्रीमंत माणूस आणि त्याच्या तीन नोकरांची गोष्ट सांगितली. गोष्ट अशी आहे की

प्रवासाला निघणाऱ्या श्रीमंताने आपल्या तीन्ही नोकरांना काही पैसे (बुद्धी/कौशल्यं) दिली. एकाला पाच, दुसऱ्याला दोन आणि तिसऱ्याला एक कौशल्य दिलं.

ज्याला पाच कौशल्यं मिळाली, त्याने ताबडतोब व्यापार करून त्या पाच कौशल्यांची दहा कौशल्यं केली. ज्याला दोन कौशल्यं मिळाली होती त्याने आणखी दोन मिळवली. ज्या नोकराला एकच कौशल्य मिळालं होतं त्यानं जमिनीत एक भोक करून ते कौशल्य त्यात गाडून टाकलं.

मालक जेव्हा परत आला तेव्हा ज्यांनी आपली कौशल्यं दुप्पट केली होती त्यांना तो म्हणाला, 'छान केलं, चांगला आणि निष्ठावान सेवक. तुम्ही थोडीशी निष्ठा दाखवली, मी तुम्हाला मोठं बक्षीस देतो. तुमच्या स्वामीच्या आनंदात प्रवेश करा.'

गोष्टीत या ठिकाणी यूथ मिनिस्टर म्हणाला, 'शब्द लक्षात घ्या, 'तुमच्या स्वामीच्या आनंदात प्रवेश करा' याचा अर्थ काय वाटतो तुम्हाला?'

प्रश्नाचं उत्तर देण्यासाठी आमच्यातले काही जण चाचपडले. शेवटी एक छोटी मुलगी म्हणाली, 'आपल्या स्वामीला आपण श्रीमंत झालेलं हवं आहे. आपण श्रीमंत झालो, त्याच्या मुबलकतेत आपण सहभागी झालो की आपला स्वामी आनंदित होतो.'

यूथ मिनिस्टर किंचित हसला. पण त्याने उत्तर दिले नाही. त्याऐवजी तो म्हणाला, 'आता ज्याने त्याचे कौशल्य जमिनीत गाडले होते, तो सेवक काय म्हणाला ते मी तुम्हाला वाचून दाखवतो.' असं म्हणून त्याने गिटार खाली ठेवले, बायबल उघडले आणि तो त्या सेवकाचे उत्तर वाचू लागला,

'स्वामी, तुम्ही एक कठोर व्यक्ती आहात, हे मला माहीत आहे. जिथं पेरलं नाही तिथून तुम्ही सुगी घेता आणि जिथे बी भिरकावलं नाही, तिथून तुम्ही गोळा करता म्हणून मी भ्यालो आणि तुमचं कौशल्य मी जमिनीत लपवून ठेवलं. हे घ्या, जे तुमचं होतं.'

आम्ही अजून लक्षःपूर्वक ऐकतो आहोत हे पाहाण्यासाठी यूथ मिनिस्टरने मान वर केली आणि म्हणाला, 'त्यानं मालकाला कठोर व्यक्ती म्हटलं आणि म्हणून त्यानं काहीच केलं नाही.'

'म्हणजे त्यानं मालकावरच ठपका ठेवला?' त्याच छोट्या मुलीनं विचारलं.

यूथ मिनिस्टरने पुन्हा स्मित केलं आणि मालकाने नोकराला दिलेलं उत्तर वाचलं.

'अरे, लबाड आणि दुष्ट नोकरा.'

'मालकाने त्याला लबाड आणि दुष्ट म्हटलं?' शेकोटीभोवती बसलेला आणखी एकजण म्हणाला, 'कारण त्याने त्याचे पैसे वाढवले नाहीत म्हणून? तुम्ही असं म्हणताय का, की त्याने पैसे वाढवले नाहीत म्हणून तो त्याला वाईट आणि आळशी म्हणाला?'

यूथ मिनिस्टर फक्त हसला आणि पुढे वाचू लागला, 'तुला माहीत होतं की मी पेरलं नसेल तिथून सुगी घेतो आणि बी जिथं भिरकावलं नाही तिथून गोळा करतो? मग तू माझे पैसे

बँकेत गुंतवायला हवे होतेस आणि मी आल्यावर जे माझं होतं ते मला व्याजासकट मिळायला हवं होतं. तर ते कौशल्य त्याच्याकडून घ्या आणि ज्याच्याकडे १० कौशल्यं आहेत त्याला द्या.'

'म्हणजे ज्या नोकराने सर्वात जास्त पैसे मिळवले त्याला मालकाने बक्षीस दिलं का?' मी विचारलं.

यूथ मिनिस्टर म्हणाला, 'याचा अर्थ तुला असा वाटतो का?'

'मला असं वाटलं. म्हणजे मी जेवढं जास्त मिळवेन, तेवढं जास्त मला दिलं जाईल?' मी म्हटलं.

यूथ मिनिस्टर फक्त हसला आणि त्याने हलकेच गिटार छेडले.

'या गोष्टीतला मालक म्हणजे देव का?' एका मुलीने विचारलं. 'आपण त्याचे सेवक आहोत?'

'देव गरीब लोकांपेक्षा श्रीमंतांना जास्त बक्षीस देतो का?' आणखी कुणीतरी विचारलं.

'देव जर मालक असेल, तर तो श्रीमंतांना बक्षीस देतो आणि गरिबांना शिक्षा देतो का?' माझ्या शेजारच्याने विचारले.

एव्हाना, हे संभाषण आता कुठे जाणार, असं वाटून म्हाताऱ्या मिनिस्टरनी मान हलवली. यूथ मिनिस्टर फक्त त्याच्या गिटारच्या तारा छेडत होता, आमची विचारचक्रं डोक्यात फिरू देत होता. या गोष्टीतून काय बोध घ्यावा ते आम्हीच ठरवायला देत होता. शेवटी शेकोटी तडतडत असताना आणि धूर आकाशात जात असताना त्यानं विचारलं, 'पैसे असणाऱ्या आणि पैसे नसणाऱ्या लोकांबद्दल ही गोष्ट काय सांगते?'

'की पैसे नसणारे लोक आळशी असतात?' माझ्या थेट समोर असलेला मुलगा म्हणाला. 'की पैसे असणारे लोक वाईट असतात?'

'नाही, त्याचा तसा अर्थ नाही.' आणखी कुणीतरी म्हणालं, 'असा विचार करणंसुद्धा क्रूरपणाचं आहे. हे जग गरीब लोकांनी भरलेलं आहे.'

'पण मग 'माझ्या आनंदात प्रवेश करा' या शब्दांचं काय? श्रीमंत असण्याने तुम्ही सुखी होता असा याचा अर्थ नाही का?'

'नाही, त्याचा अर्थ तसा नाही.' एक लहान शिबिरार्थी ओरडला, 'माझे आईबाबा म्हणतात की श्रीमंत लोक सुखी नसतात. ते म्हणतात की फक्त गरीब आणि चांगले लोक स्वर्गात जाऊ शकतात. ते म्हणतात की पैशाची आसक्ती हेच साऱ्या पापाचं मूळ आहे.'

'ओके... ओके...' उकळणाऱ्या वादाला शांत करीत यूथ मिनिस्टर म्हणाला, 'मला पूर्ण वाचू दे.'

गिटार खाली ठेवून त्याने वाचन पूर्ण केलं, 'ज्या प्रत्येकाकडे असेल, त्याला आणखी दिलं जाईल आणि त्याच्याजवळ पुष्कळ असेल; पण ज्याच्याकडे नसेल त्याच्याकडे जे काही असेल तेदेखील काढून घेतलं जाईल.'

> माझ्या मते, आपलं महत्त्वाचं काम म्हणजे या पृथ्वीतलावरचं आपलं जीवन किंचितसं स्वर्गासारखं करणं.
>
> *- रॉबर्ट टी. कियोसाकी*

शांततेत शेकोटी तेवढी तडतडत होती. कुणीच बोलत नव्हतं. म्हातारे मिनिस्टर आणि यूथ मिनिस्टर दोघेही शांत होते.

'म्हणजे श्रीमंत अधिक श्रीमंत होतील आणि गरीब आणखी गरीब, असा अर्थ होतो का?' एका मुलीनं विचारलं.

यूथ मिनिस्टर आणि म्हातारे मिनिस्टर काही न बोलता बसले होते.

'हे काही न्यायाचं नाही.' एक मुलगी म्हणाली, 'ज्याच्याकडे काही नाही त्यांना देवाने द्यायला पाहिजे. गरिबांबाबत देव उदार असला पाहिजे.'

'हे काही न्यायाचं नाही.' आणखी एकजण म्हणाला. " 'ज्या प्रत्येकाकडे असेल, त्याला आणखी दिलं जाईल आणि ज्याच्याजवळ पुष्कळ असेल पण ज्याच्याकडे नसेल त्याच्याकडे जे काही असेल तेदेखील काढून घेतलं जाईल.' हे म्हणणं किती भयंकर आहे."

'म्हणजे जे लोक आळशी असतात, ते वाईट असतात का?' एकाने शांत आवाजात विचारले. अंधारात मला त्याचा चेहरा दिसत नव्हता. 'आणि म्हणूनच त्यांच्याकडे जे थोडंसं आहे तेही काढून घेतलं जातं?'

शेकोटी विझून जाईपर्यंत संभाषण चालूच होतं. निखाऱ्यांवर पाणी टाकत यूथ मिनिस्टर म्हणाला, 'चला, झोपायची वेळ झाली. या गोष्टीतून तुम्ही सर्व जण तुमची उत्तरं शोधू शकता. तुमच्यापैकी काहींना वाटत राहील की पैसा महत्त्वाचा नाही. काहींना वाटेल की श्रीमंत माणसं वाईट असतात किंवा गरिबांना स्वर्गात जाण्याची जास्त संधी असते. जी उत्तरं तुम्हाला मिळतील, ती तुमचं उरलेलं जीवन निश्चित करतील.'

मला त्या गोष्टीचा संपूर्ण अर्थ समजला नाही, तरी एवढं समजलं की ज्या माणसाने पैसा वाढवला, त्याला मालकानं पैसा दिला. मी हेही ठरवलं की जिथे काही नाही तिथे स्वामी निर्माण करू शकतो. दुसऱ्या शब्दात तो सर्जनशील आहे आणि सर्जनशीलता अमर्याद आहे, म्हणून पैसा अमर्याद आहे - मुबलक. आणि सर्जनशील असणं आणि मुबलक असणं हा स्वामीचा आनंद होता. जे पैसा वाढवीत नाहीत त्यांचं काय होतं किंवा त्यांच्याकडे असलेलं थोडंसं का काढून घेतलं जातं, याच्या संपूर्ण अर्थाची मला अजूनदेखील खात्री नाही. मला माझ्या शंका आहेत. तरीपण त्या यूथ मिनिस्टरचे त्या संध्याकाळचे शब्द माझ्यासाठी खरे ठरले. त्या रात्री जे उत्तर मला मिळालं त्यानं माझ्या उरलेल्या जीवनावर खरंच परिणाम केला.

गॉड आणि गोल्ड यातील फरक

माझ्या रिच डॅडनी मला गॉड आणि गोल्ड मधला फरक समजावून सांगितला होता. ते म्हणाले, 'तुला जर देवासारखं व्हायचं असेल आणि कशाचंही गोल्डमध्ये रुपांतर करायचं असेल तर तुला गॉड आणि गोल्डमधला फरक समजला पाहिजे.' पुढे त्यांनी समजावलं, 'गॉड आणि गोल्डमध्ये एका अक्षराचा फरक आहे. 'एल' अक्षर म्हणजे लूजर, लूटर, लाऊझी लीडर आणि लायर. म्हणजे हरणारा, लुटारू, ढिसाळ नेता आणि खोटारडा. हे वर्णन जोपर्यंत तुझ्ञ व्यक्तिमत्त्वातून तू काढून टाकत नाहीस, तोपर्यंत हात लावशील त्याचं सोनं करण्याचा मिडास स्पर्श तुझ्यात विकसित करू शकत नाहीस.'

डोनाल्ड यांचा प्रतिसाद

मी असं पाहिलं आहे की ज्यांची कशाहीवर खोल श्रद्धा असते, ती माणसं अधिक ठाशीव आणि अधिक उत्पादक असतात. त्यांना हेतूचं एक भान असतं. ते नष्ट करता येत नाही आणि ते सहजी नामोहरम होत नाहीत. ते ज्यू असोत, ख्रिश्चन, बौद्ध, मुस्लिम किंवा इतर कोणत्याही धर्माचे असतो, ती त्यांना अशी दिशा आणि समर्पण देते की त्याच्यापुढे सारं व्यावसायिक विश्लेषण फिकं पडावं.

माझे काही कर्मचारी असे आहेत की ज्यांना शुक्रवारची सूर्यास्ताची प्रार्थना करायची असते, आणि त्यासाठी त्यांना कार्यालय लवकर सोडायचं असतं. ती मेहनती माणसं आहेत आणि मी त्यांच्या भक्तीचा अणि श्रद्धायुक्त आचरणाचा आदर करतो. ते माझ्याबरोबर प्रवास करत असतात तेव्हा अगदी मी माझ्या जेटच्या आगमनाच्या वेळासुद्धा अशा योजतो की शुक्रवारी लवकर पोचून त्यांना त्यांचं धार्मिक कार्य करता येईल. त्यांना त्यांची प्राधान्यं आहेत आणि या कारणासाठी मी काही कार्यालयीन तासांचा नक्की त्याग करू शकतो. मला माहीत आहे की ते खरंच श्रद्धाळू आहेत आणि उगाच लवकर सटकायला किंवा जास्त सुट्टी मागायला तसं करत नाहीत.

मी एका ख्रिश्चन कुटुंबात वाढलो आणि आम्हाला इतरांच्या श्रद्धांचा आदर करायला शिकवलं गेलं. आम्हा सर्वांना निरनिराळ्या श्रद्धांचे मित्र होते आणि आहेत. मला वाटतं त्यामुळे आमच्या जगाची आणि त्यातल्या लोकांची समजूत वाढली. समजूत ही तिरस्काराची जागा घेऊ शकते आणि या पृथ्वीवर घडलेल्या काही युद्धांचं हेच उत्तर आहे.

लोक मला अनेकदा बायबल पाठवतात, कारण कधीकधी त्यांना वाटतं मी शिक्षक आहे आणि कधीकधी त्यांना वाटतं की मला त्याची गरज आहे. मला माहीत आहे की मी काही शिकवणुकींच्या विरुद्ध गेलेलो आहे. उदाहरणार्थ मी म्हटलं आहे की एखाद्यानं तुमचं वाकडं केलं तर तुम्हीही उलट त्याचं वाकडं करा. हे आपण सर्वांनी ऐकलेल्या 'दुसरा गाल पुढे

> 'समृद्धी वाईट असते किंवा तिच्यापासून तोंड फिरवावं असं मला कधीच वाटलेलं नाही.'
>
> *- डोनाल्ड जे. ट्रम्प*

करण्याच्या' धड्याशी सुसंगत नाही. पण मी ज्या धंद्यात आहे, त्याचं स्वरूपच तसं आहे.

अनेकदा, मला आवडलेल्या शहाणपणाच्या वचनांना मी अनुसरतो, जसं 'सापासारखे शहाणे व्हा आणि पाखरासारखे कोमल व्हा.' याने माझा पारा नियंत्रणात राहातो आणि माझ्या बुद्धीत भर पडते.

मी काही या विषयातला तज्ज्ञ नाही. पण लोकं कशी काही दशकं बायबलचा अभ्यास करतात ते मी पाहिलं आहे. कितीतरी शहाणपण, धडे आणि केवढा तरी इतिहास शिकण्यासारखा आहे. माझे वडील डॉ. नॉर्मन व्हिन्सेंट पील यांचे मित्र होते आणि त्यांचं प्रसिद्ध पुस्तक '*द पॉवर ऑफ पॉझिटिव्ह थिंकिंग*' माझ्या ओळखीचं आहे. मी आजही त्याची शिफारस करतो. (ते आज आपल्यात नाहीत पण त्यांच्या पत्नी रूथ या सप्टेंबर २००६ मध्ये वयाची शंभरी पूर्ण करतील).

श्रद्धा ठेवणं म्हणजे तुमच्यापेक्षा श्रेष्ठ शक्तीवर विश्वास ठेवणं. आपल्यापेक्षा श्रेष्ठ शक्ती आहे यावर माझा पूर्ण विश्वास आहे. प्रत्येक प्रसंगातून निभावून जाण्याची शक्ती मला या विचारामुळे मिळते. हा नेत्यांकडे असतो कारण त्यांच्याकडे तो असावा लागतो. त्यांना माहीत असतं की ते सर्वज्ञ किंवा सर्वव्यापी नाहीत. पण ते त्यांच्या आजूबाजूच्या लोकांसाठी त्यांच्याकडून उत्तम प्रयत्न करतात आणि निर्णय घेताना. शक्यतो 'मोठे चित्र' डोळ्यासमोर ठेवण्याचा प्रयत्न करतात.

माझ्याकडे आकाशगंगेचं एक चित्र आहे. ते मी नेहमी बघतो कारण त्यामुळे या विश्वाच्या पसाऱ्यात माझे प्रश्न किती क्षुद्र आहेत याची मला जाणीव होते. याने मला दृष्टिकोन मिळतो आणि एकदम माझ्यावरचा ताण हलका होतो. माझं कुटुंब, माझे कर्मचारी आणि माझा व्यवसाय यांना मी जबाबदार आहे. पण मला हे कळतं की मी प्रसिद्ध आणि यशस्वी असलो, तरी माझ्यापेक्षा फार महान अशी एक शक्ती आहे. श्रद्धा एकाच वेळी तुम्हाला आत्मविश्वास देते आणि विनम्र बनवते.

तुमचा प्रतिसाद

देव आणि धर्म यांबद्दलचं तुमचं तत्त्वज्ञान कोणतं?

तुमच्या धार्मिक श्रद्धांचा तुमच्या पैशाबद्दलच्या भावनांवर कसा परिणाम होतो?

आपण मुबलकतेत किंवा टंचाईत राहातो असं तुम्हाला वाटतं का?

भाग चौथा

तुम्ही माझ्या जागी असता तर काय केलं असतं?

एखादी व्यक्ती सर्वात धोकादायक प्रश्न विचारू शकते, तो म्हणजे, 'माझ्याकडे १०,००० डॉलर्स आहेत. मी त्याचं काय करू?' आपल्या पैशाचं काय करावं हे तुम्हाला कळत नसल्याचं जाहीर करण्यातली समस्या म्हणजे त्यामुळे, तुमच्या पैशाचं काय करावं हे ज्यांना कळतं असे लक्षावधी लोक आकर्षित होतात - नक्की.

अनेक लोकांना एक जादूचं सूत्र हवं असतं. आपल्या पैशाचं काय करावं हे ज्यांना कळत नाही, ते आर्थिक सल्लागाराचा ठराविक सल्ला घेतात की बचत करा, कर्ज फेडा, दीर्घ मुदतीसाठी गुंतवणूक करा आणि गुंतवणुकीत वैविध्य ठेवा. तुमच्या पैशाचं काय करावं हे कुणीतरी तुम्हाला सांगून हवं असेल, तर जास्त करून लोक तुम्हाला सांगतील की चतुराईची गोष्ट म्हणजे अंथरूण पाहून पाय पसरावे. ते जर तुम्हाला पटत असेल तर तसं करा.

जे लोक जादूचं उत्तर शोधत असतात, ते सहसा नुकसान न होण्यासाठी गुंतवणूक करणारे असतात. त्यांना चुका करण्याची भयंकर भीती वाटते. तुम्हाला जर चुका करण्याची भयंकर भीती वाटत असेल तर तुमच्यासाठी जादूचं उत्तर असलेला एखादा माणूस शोधा आणि आपले पैसे त्याच्या हवाली करा.

डोनाल्ड आणि रॉबर्टचा आर्थिक शिक्षणावर आणि तयारीवर विश्वास आहे. सब-घोडे-बारा-टक्के, अशा उत्तरांवर नाही. ते सतत स्वतःचे उत्पन्नाचे स्रोत वाढवत राहातील, असलेल्या उत्पन्नात भागवणार नाहीत.

पुस्तकांच्या या भागामध्ये, विशिष्ट गटाच्या लोकांनी आर्थिक शिक्षण व तयारीच्या जोरावर पुढे कसं जावं यासंबंधी डोनाल्ड आणि रॉबर्ट सर्वसाधारण सल्ला देत आहेत.

प्रकरण एकवीस

मी अजून शिकतोय, मी काय करावं?

रॉबर्ट यांचा प्रतिसाद

तुम्ही जर माध्यमिक विद्यालयात किंवा त्याहूनही लहान असाल, तर मी सुचवेन की तुम्ही मजा करा. तुम्ही जर कधी कोंबडीच्या किंवा कुत्र्याच्या पिल्लांना खेळताना पाहिलं तर तुमच्या लक्षात येईल की प्रौढ जीवनात अत्यावश्यक असलेली अनेक कौशल्यं ती खेळताखेळता शिकत आहेत. मजा करा, खेळा आणि शिका.

ज्या मुलांचे पालक ती बालवाडीत असल्यापासून त्यांची हार्वर्डची तयारी करून घेतात. त्या मुलांसाठी माझं मन द्रवतं. हवाईमध्ये सुखवस्तू पालक त्यांच्या सहा महिन्यांच्या मुलाच्या कॉलेज-प्रेप डे केअरसाठी महिना एक हजार डॉलर्स मोजतात. हा त्यांचा प्रश्न आहे. पण अशांचं मूल व्हायला मला आवडणार नाही.

माझ्यासाठी कठीण म्हणजे, मी शाळेत जायला लागेपर्यंत, मी गरीब आहे हे मला माहीतच नव्हतं. अधिक वाईट म्हणजे मला श्रीमंत व्हायचं आहे हे माझ्या पालकांना, इतर मोठ्या माणसांना किंवा शिक्षकांना सांगणं हे 'ओके' नव्हतं. माझ्या कुटुंबात श्रीमंत होण्याची इच्छा करणं, खरोखरी पैशाची इच्छा धरणं हा कुळबुडवेपणा होता. पुष्कळ घरांमध्ये आणि गटांमध्ये आजही तसंच आहे हे मला माहीत आहे.

तुम्ही जर अशा कुटुंबात किंवा अशा लोकांच्या वर्तुळात असाल, जिथे अजूनही श्रीमंतीची इच्छा ही वाईट, अगदी पापच मानली जाते तर गप्प राहा. मोठ्या माणसांशी वाद घालू नका. त्याचा काही उपयोग नसतो. शाळेत किंवा ऑनलाइन, तुमच्याशी समविचारी मित्र शोधा. तुमच्या कुटुंबाच्या मूल्यांना तडा जाऊ न देता स्वत:शी प्रामाणिक राहा. तुमचे कुटुंब महत्त्वाचे आहे.

तुमच्या श्रीमंत होण्याच्या इच्छेत तुमच्या कुटुंबाचा पाठिंबा असेल तर त्यांना या प्रवासात तुमच्याबरोबर घ्या. डोनाल्ड आणि मी एकत्र घेतो तशा अनेक चर्चासत्रांना मुलं आपल्या पालकांना खेचून घेऊन येतात. कितीतरी वेळा आया किंवा वडील मला येऊन भेटतात आणि आपल्या मुलाकडे किंवा मुलीकडे बोट दाखवून सांगतात, 'यांनी तुमचं पुस्तक वाचलं आणिमी त्यांना या कार्यक्रमाला घेऊन यावं म्हणून हट्ट धरला. ते नसते तर मी काही इथे आलो नसतो.'

लक्षात ठेवा : पैसा हा स्वतंत्रपणे चांगला किंवा वाईट नसतो. तरी आपल्या सगळ्यांना माहीत आहे की पैशासाठी लोक वाईट गोष्टी करतात. अनेक लोकांना भीती वाटते. तुमचं पैशावरचं प्रेम तुम्हाला अधाशी व्यक्ती बनवेल. काहींच्याबाबतीत तसं होतंही. कायम लक्षात ठेवा की तुम्ही जर श्रीमंत व्हायचं ठरवलं तर तुम्ही श्रीमंत आणि उदार असलेला एक चांगला माणूस होण्याचीही निवड करू शकता, पैसेवाला मूर्ख बनण्याची नाही.

माझ्या जीवनातलं एक भाग्य म्हणजे माझे श्रीमंत मित्र नकचढे नव्हते. ते सगळ्यांशी प्रेमाने वागत. आम्ही जेव्हा फुटबॉल किंवा बेसबॉल खेळायचो तेव्हा आम्ही सर्व जण मिळून एक संघ होतो – गरीब, श्रीमंत सगळे. आज गोष्टी बदलल्या आहेत हे मी जाणतो. अनेक मुलं आज गटांमध्ये वेळ घालवतात. कमी 'सुदैवी' किंवा कमी 'कूल' मुलांबद्दल भेदभाव करतात. तुम्ही श्रीमंत मूल व्हायचं ठरवत असाल तर मी सांगेन की तुम्ही जाणीवपूर्वक सर्व मुलांशी सौजन्याने आणि आदराने वागा. शिष्टपणा करू नका.

शाळेबद्दलची दोन आव्हाने

मी शाळेबद्दलची दोन आव्हाने अनुभवली. पहिलं म्हणजे मला नोकरी मिळण्यासाठी ते माझं 'प्रोग्रॅमिंग' करत राहिले. मी 'ई' चौकटीतला एक कर्मचारी होणार असं शिक्षकांनी गृहीत धरलं होतं. मला उद्योजक व्हायचं होतं. नशीब, आजच्या शाळांमध्ये बिझिनेस क्लब्ज असतात आणि उद्योजक होऊ इच्छिणाऱ्या मुलांसाठी अभ्यासक्रम असतात. माझ्या काळात असे क्लब्ज होते, पण तिथे असे लोक शिकवत, ज्यांना उद्योगाचा गंधही नसे.

दुसरं आव्हान म्हणजे चुका करण्याबद्दल शाळा शिक्षा करतात. हा वेडेपणाच नाही का? आपण शिकतो तेच मुळी चुका करून. मी सायकल, स्केटबोर्ड आणि सर्फबोर्ड चालवायला शिकलो, ते अनेक वेळा पडून पडून. मला जर पडण्याबद्दल शिक्षा झाली असती, तर मी ती चालवायला शिकू शकलो नसतो. जर तुम्ही चूक केली तर अनेक मोठी माणसं करतात त्याप्रमाणे त्यासंदर्भात खोटं बोलू नका. किंवा तुम्ही ते केलंच नाही असं सोंग करू नका. त्याऐवजी, तुमच्या चुकांमधून शिकण्याला वेळ द्या, म्हणजे जे चुका करणं टाळतात किंवा ते चुका करत नाहीत असं भासवतात, त्यांच्यापेक्षा तुम्ही भराभर शिकाल.

> बरेच लोक पैशांबद्दल झगडतात कारण शाळेत ते पैशासाठी काम करायला शिकलेले असतात. पैशाला त्यांच्यासाठी कसं कामाला लावावं हे ते क्वचितच शिकतात.
>
> *– रॉबर्ट टी. कियोसाकी*

तुम्ही श्रीमंत व्हावं असं आम्हाला का वाटतं?

दोन महान उपक्रम

उपक्रम १ : तुम्ही पुरेसे मोठे असलात आणि तुमचे पालक संमती देत असतील, तर खऱ्या जगाचा एक उत्तम अनुभव म्हणजे अंदाजपत्रक आखणे आणि त्यानुसार साऱ्या कुटुंबाचा एक आठवड्याचा अन्नखर्च करणे. समजा तुमच्या कुटुंबाचा आठवड्याच्या अन्नखर्चाचा अंदाज १०० डॉलर्स असेल. जेवणाच्या बेताचं नियोजन करा, बाजारहाट करा, तुमच्या अंदाजपत्रकात ते बसलं पाहिजे आणि प्रत्येक जण जेवणाबद्दल समाधानी असला पाहिजे. तुम्ही तुमचं अंदाजपत्रक चांगल्यारीतीनं हाताळेपर्यंत आणि तुमचं कुटुंब तुमच्या पदार्थांच्या निवडीबद्दल समाधानी होईपर्यंत हे अनेक वेळा करा. पैशांच्या अंदाजपत्रकाबद्दलचा हा खऱ्या जगातील एक चांगला उपक्रम आहे.

मी हे केलं तेव्हा मी १५ वर्षांचा होतो आणि मी फक्त तक्रारी ऐकत होतो. मी पैशात बरोबर बसवत होतो, पण माझे कुटुंबीय हॉट डॉग्ज आणि पावटे खाऊन कंटाळून गेले आणि आजारी पडले. या उपक्रमानंतर मला आईबद्दल बरीच जास्त सहानुभूती वाटू लागली.

उपक्रम क्र. २ : बरेच लोक पैशांबद्दल झगडतात कारण शाळेत ते पैशासाठी काम करायला शिकलेले असतात. पैशाला त्यांच्यासाठी कसं कामाला लावावं हे ते क्वचितच शिकतात.

एकदा तुम्ही अन्नखर्चाच्या अंदाजपत्रकावर प्रभुत्व मिळवलं की पैशाने पैसा कसा मिळवावा हे तुम्ही शिकू शकता. तुम्ही कल्पक असाल तर हा उपक्रम सोपा आहे. कल्पक नसाल तर अवघड आहे. तुम्ही फक्त एवढंच करायचं की १० डॉलर्स घ्यायचे आणि त्याचे दुप्पट, २० डॉलर्स करायला तुम्हाला किती वेळ लागतो ते पाहायचं. तुम्ही ते मित्राला उसने देऊ शकता आणि दरमहा १ डॉलर त्याला आकारू शकता, म्हणजे तुमचे पैसे दुप्पट व्हायला १० महिने लागतील. किंवा तुम्ही काहीतरी खरेदी करून इंटरनेटवर विकू शकता. तुम्ही जर हुशार असलात, तरी एका दिवसातदेखील पैसे दुप्पट करू शकता. आव्हान हे आहे की किती प्रकारांनी तुम्ही पैसे मिळवू शकता आणि किती नफा मिळवू शकता.

अनेक मोठी माणसंही आर्थिकदृष्ट्या झगडतात. कारण हे कसं करायचं याची त्यांना अजिबात कल्पना नसते. त्यांना फक्त एवढंच माहिती असतं की कामावर जायचं, पगार घ्यायचा आणि मिळवलेलं खर्च करायचं. तुम्ही जर श्रीमंत होणार असलात, तर पैशाने पैसा मिळवण्याचे अनेक निरनिराळे मार्ग तुम्हाला माहीत असावे लागतील.

प्रशिक्षणार्थी आणि गुरु/पालक

डोनाल्ड आणि मी दोघांनाही रिच डॅड पालक मेंटॉर म्हणून लाभले. याच कारणाने डोनाल्डचा लोकप्रिय टीव्ही शो *'द अॅप्रेंटिस'* (प्रशिक्षणार्थी) असेल. कित्येक वर्षांपूर्वी, सरकारी नियंत्रणाखालच्या शाळा येण्याअगोदर, तरुण लोक गुरु-पालकांकडे प्रशिक्षणार्थी होऊन शिकत. ही पालक-प्रशिक्षणार्थी पद्धत आमची शिकण्याची प्रमुख पद्धत होती. अगदी पूर्वी गुहा मानवांची मुलंसुद्धा मोठ्या माणसांची प्रशिक्षणार्थी बनूनच कौशल्यं शिकत असत.

आज गुरु-पालकांऐवजी आपल्याकडे शिक्षक आहेत. पालक आणि शिक्षक यांच्यात साम्य आहे, तसेच फरक आहेत. एक फरक म्हणजे शिक्षक तुम्हाला विषय शिकवतात तर पालक हे असे कुणीतरी असतात ज्यांच्यासारखं तुम्हाला व्हायचं असतं – आदर्श.

माझी लहानपणाची एक अडचण म्हणजे माझे वडील एक शिक्षक होते आणि मला जरी ते प्रिय होते, तरी मला मोठं होऊन त्यांच्यासारखं व्हायचं नव्हतं. त्यांनी मला अमूल्य अशा अनेक गोष्टी शिकवल्या – स्वाभिमानाचं महत्त्व, अभ्यासाची आवड, प्रामाणिकपणा आणि भ्रष्ट सरकारी व्यवस्थेविरुद्ध उभं ठाकण्याचं धैर्य, अगदी त्यामुळं नोकरी जात असली तरीही. आज माझ्या जीवनात त्यातले अनेक गुण अनुसरण्याचा मी प्रयत्न केला आहे. पण मला त्यांच्यासारखं सरकारी शिक्षक व्हायचं नव्हतं. मला नोकरीची गरज असावी किंवा निवृत्त झाल्यावर मी सरकारकडून निवृत्तीवेतनाची अपेक्षा करावी हे मला नको होतं. स्थावर मालमत्तेत गुंतवणूक करणारा एक श्रीमंत उद्योगपती मला व्हायचं होतं. म्हणूनच मी गुरु-पालक शोधले, माझे रिच डॅड.

आज मी एक शिक्षक आहे. फरक हा की शिक्षण व्यवसायाचा मालक असलेला मी एक उद्योजक आहे. माझ्या रिच डॅडकडे मी उमेदवारी केली नसती, तर मी स्थावर मालमत्तेत, सोन्यात, चांदीत आणि तेलात गुंतवणूक करणारा एक शैक्षणिक उद्योजक झालो असतो का याबद्दल शंका वाटते. दुसऱ्या शब्दात, गुरु-पालक शोधून मी दोन्ही पालकांमधलं उत्तम ते घेणं मला शक्य झालं.

शिक्षक आणि गुरु-पालक यातला फरक लक्षात ठेवा. तुम्ही नशीबवान असाल आणि तुमच्या आवडीच्या गुरु-पालकाने तुम्हाला प्रशिक्षणार्थी म्हणून स्वीकारले तर त्यांच्या वेळाबद्दल आणि ते देऊ करत असलेल्या शहाणपणाबद्दल त्यांचा सन्मान, आदर ठेवा.

जीवनात तुमची अनेक लोकांशी ओळख होईल. काही जण तुम्हाला आवडतील तर काहींचं तोंड पुन्हा बघावंसं वाटणार नाही. त्या सर्वांकडून तुम्हाला काहीबाही शिकता येईल.

शाळेबद्दल एक गोष्ट

मला जरी शाळा आवडत नव्हती, शाळेत मी चमकत नव्हतो किंवा मी जे शाळेत शिकलो ते फारसं वापरलं नाही. तरी मी सर्व विद्यार्थ्यांना त्यांचं शिक्षण पूर्ण करण्याची, निदान महाविद्यालयाची चार वर्षं तरी पूर्ण करण्याची जोरदार शिफारस करतो.

तुम्ही श्रीमंत व्हावं असं आम्हाला का वाटतं?

मी ही शिफारस का करतो? पुढील कारणांसाठी :

१. माध्यमिक विद्यालय आणि महाविद्यालय हा मोठं होण्याचा काळ असतो. मी माध्यमिक विद्यालयात आणि महाविद्यालयात असताना, आपल्याला सर्व प्रश्नांची उत्तरे ठाऊक आहेत असं मला वाटायचं. मला किती माहीत नव्हतं, ते मला शाळेतून बाहेर पडल्यावर कळलं.

२. महाविद्यालयीन पदवी हे एक तिकीट असतं. तुम्ही काहीतरी साध्य केलं असा त्याचा अर्थ असतो. माझ्याकडे जर महाविद्यालयीन पदवी नसती तर मला नौदलाच्या हवाई स्कूलमध्ये कधीच प्रवेश मिळाला नसता. हेलिकॉप्टरचा वैमानिक म्हणून मी पुष्कळदा माझ्या क्रू चीफ्सना हेलिकॉप्टर उडवू देत असे. त्यातले अनेक जण माझ्यापेक्षा चांगले वैमानिक होते. पण त्यांच्याकडे महाविद्यालयीन पदवी, तिकीट नव्हते ज्यामुळे मिलिटरी त्यांना कधीच उड्डाण करू देणार नव्हती.

३. महाविद्यालयात तुम्हाला अनेक वेगवेगळे विषय आणि छंद अजमावून बघण्याची संधी मिळते. ॲकेडमीमध्ये, मला अर्थशास्त्र इतकं आवडतं हे बघून मलाच आश्चर्य वाटलं होतं. मी महाविद्यालयात गेलो नसतो तर मला जागतिक अर्थविषयक बदलांची आणि अर्थशास्त्रज्ञ वापरतात त्या संज्ञांची विशेष माहिती झाली नसती. नुसतं 'निव्वळ राष्ट्रीय उत्पन्न' विरुद्ध 'ढोबळ राष्ट्रीय उत्पन्न' आणि वित्तपुरवठ्याची एम१, एम२, एम३ ही परिणामे थोडी फार ठाऊक असल्याने माझ्या अर्थव्यवस्थेवर बराच परिणाम झाला आहे.

मी कसला अभ्यास करावा?

महाविद्यालयीन विद्यार्थी जेव्हा मला विचारतात की 'मी कसला अभ्यास करावा?' तेव्हा मी दोन गोष्टींची शिफारस करतो.

त्या म्हणजे :

१. अकाउंटिंग

२. व्यापारविषयक कायदे

प्रत्येकाने अकाउंटंट किंवा वकील व्हावं म्हणून मी हे दोन विषय सुचवत नाही. हे विषय विद्यार्थ्याला उद्योगाच्या किंवा गुंतवणुकीच्या आत पाहाण्याची क्षमता देतात. म्हणून मी त्यांची शिफारस करतो. हे दोन विषय समजून घेणं म्हणजे जणू क्ष किरणांचा चष्मा घालून, इतरांना जे दिसत नाही ते पाहाण्याची क्षमता प्राप्त करणं होय.

आर्थिक सल्लागार तुमचा पैसा त्यांच्याकडे सुपूर्द करण्याबद्दल तुमचं मन वळवू शकतात कारण त्यांना माहीत असतं की तुम्हाला जे दिसत नाही ते ते बघू शकतात. यावर तुमचा

विश्वास असतो. त्यांना आतल्या गोटातली माहिती आहे असं तुम्हाला वाटावं असं त्यांना वाटतं. हा, काहींना वाटतं, काहींना वाटत नाही. बरेचसे आर्थिक सल्लागार हे विक्रेते असतात (म्हणूनच त्यांना ब्रोकर म्हटलं जातं). मी म्हटलं तसं, ते जे सुचवतात, त्यात ते गुंतवणूक करत नाहीत.

शाळेत जाणं आणि विविध विषय शिकणं यांचा एक फायदा असा, की तुम्ही वेगवेगळ्या ज्ञानशाखा आणि त्या त्या विशिष्ट तत्त्वज्ञानाची 'परिभाषा' यांच्याशी परिचित होता. उदाहरणार्थ मी फ्लाइट स्कूलमध्ये गेलो. त्यामुळे वैमानिकांची शिस्त आणि बोली शिकलो. ॲकेडमीत असताना मी जहाजावर राहाण्यासाठी आवश्यक असलेली शिस्त शिकलो आणि अधिकारी झालो. मी शिकलो की जहाज उद्योगात उजवीकडे किंवा डावीकडे असे शब्द न वापरता आम्ही स्टारबोर्ड किंवा पोर्ट असं म्हणतो.

तुम्ही जेव्हा अकाउंटिंग शिकाल, तेव्हा तुम्ही त्या क्षेत्राशी विशिष्ट असे आकडे आणि शब्द वाचायला शिकाल. तुमच्यापैकी ज्यांनी *रिच डॅड पुअर डॅड* वाचलंय, त्यांना माहीत असेल की माझ्या रिच डॅडची '*मालमत्ते*' ची व्याख्या माझ्या पुअर डॅडच्या व्याख्येपेक्षा वेगळी होती. म्हणूनच माझे पुअर डॅड घराला *मालमत्ता* म्हणत तर रिच डॅड *देणं* म्हणत. रिच डॅडना ती व्याख्या समजत होती. पुअर डॅडना समजत नव्हती. या एकाच फरकामुळे या दोन माणसांच्या आयुष्यात प्रचंड फरक निर्माण झाला. मालमत्ता आणि देणी यांच्या व्याख्येवरून वाद घालणारे आर्थिक पत्रकार आणि विक्रेते मला अजूनसुद्धा भेटतात.

त्याखेरीज, अनेकदा घर ही देणी असतात, याचं कारण अकाउंटिंग मध्ये तीन प्रकारचे अहवाल असतात : १) उत्पन्न पत्रक, ज्याचं चित्र खाली दिलं आहे :

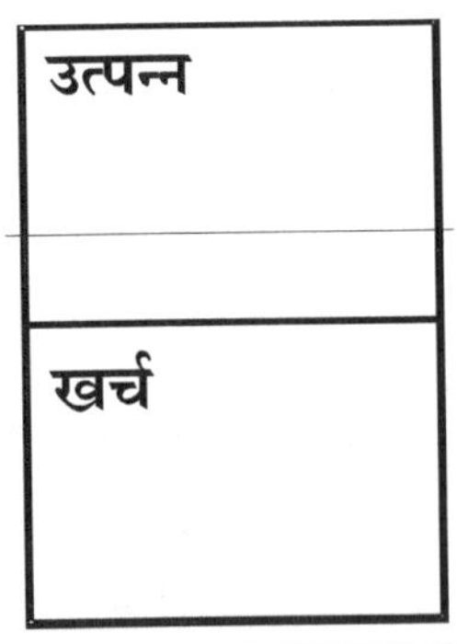

२) ताळेबंद पत्रक, ज्याचं चित्र खालीलप्रमाणे :

संपत्ती	देणी

आणि ३) रोखीच्या ओघाचं पत्रक – कॅशफ्लो स्टेटमेंट. हे जे रोखीच्या ओघाचं पत्रक असतं, त्याच्याकडे पुष्कळ जण, कधीकधी अकाउंटंटही फारसं लक्ष देत नाहीत. तुम्ही जर गुंतवणुकदार असाल, जे बहुतेक अकाउंटंट नसतात, तर तुम्हाला या रोखीच्या ओघांकडे बारकाईने लक्ष देण्याची गरज आहे. प्रत्येक उद्योजकाला आणि गुंतवणुकदाराला माहीत असतं की रोकड हाच राजा.

कॅशफ्लो खेळात, रोखीच्या ओघाचं पत्रक असं असतं.

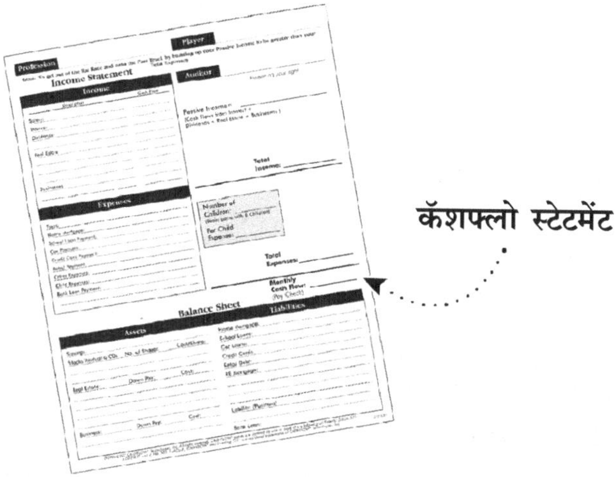
Profession
Player
Income Statement
Income
Auditor
Expenses
Balance Sheet
Assets
Liabilities

अलीकडेच मी २०/२० या टेलिव्हिजन शोवर होतो. त्यांनी माझं किंवा माझ्या पुस्तकांचं फारसं चांगलं चित्र रंगवलं नव्हतं. कार्यक्रमात त्यांच्या आवडीचे अनेक अर्थविषयक लेखक बसलेले होते. एक आर्थिक तज्ज्ञ जे २००० सालापूर्वी तंत्रज्ञान क्षेत्रातील म्युच्युअल फंडांची तरफदारी करत होते, ते २००६ मध्ये अचानक स्थावर मालमत्तेचे तज्ज्ञ बनले. २०/२० कार्यक्रमात ते लोकांना 'स्वप्नातले घर' विकत घ्यायची शिफारस करत होते. हे माजी

म्युच्युअल फंड तज्ज्ञ, आता अचानक झालेले स्थावर मालमत्ता तज्ज्ञ, रोकडीचा ठणठणाट असलेल्या दांपत्याला स्वप्नातलं घर विकत घ्यायला मदत करत होते. घर ही मालमत्ता आहे असं त्यांनी सांगितलं – स्थावर मालमत्ता बुडबुड्याच्या टोकावर, वाढत्या व्याजदरात आणि वाढत्या फोरक्लोजरमध्ये. कल्पना करू शकता तुम्ही? त्यांच्या मते, घर ही मालमत्ता होती कारण भाड्यापोटी ते देत असलेले पैसे वाया जात होते. एक व्यावसायिक गुंतवणूकदार म्हणून मी त्यांना, बाजार जरा थंड येईपर्यंत भाड्याचे घर चालू ठेवण्याची शिफारस केली असती.

२०/२० वरचे दुसरे एक तज्ज्ञ म्हणाले की बहुतेक कोट्याधीश टोयोटा गाड्या वापरतात. मी या पुस्तकाच्या सुरुवातीला म्हटलं तसं आज कधी नव्हते एवढे कोट्याधीश आहेत. कारण डॉलर घसरला आहे आणि घरांच्या किंमती वाढल्या आहेत. ते खरोखरच कोट्याधीश आहेत – कागदावर.

आता टोयोटा वापरण्यात काही चूक नाही. पण दुसरे लेखक जसं करायला सुचवत होते. तसं मी अंथरूण पाहून पाय पसरत नाही. मला श्रीमंत व्हायचं होतं कारण मला छान आयुष्य जगायचं होतं... अंथरूण पाहून पाय पसरायचे असतील, तर तसं करा. तुम्ही ठरवायचं.

अकाउंटिंग आणि व्यापारविषयक कायद्यांचा अभ्यास करा आणि तुम्हाला बाजाराचा कल, प्रवाह शिकायला मिळेल. म्हणजे स्वतःला तज्ज्ञ म्हणून घेणाऱ्यांकडून (किंवा माध्यमांनी तसा घोष केलेल्यांकडून), पण जे खरे गुंतवणूकदार नसतात त्यांच्याकडून उल्लू बनवले जाणार नाही.

कार्यक्रमाचा सूत्रसंचालक, जाणता पत्रकार तक्रार करत होता की मी माझ्या पुस्तकांमधून लोकांना स्पष्ट, विशिष्ट उत्तरं देत नाही. मी लोकांना 'तुमचे पैसे माझ्याकडे सोपवा आणि डायव्हर्सिफाय, डायव्हर्सिफाय, डायव्हर्सिफाय, म्हणजे मला जास्त दलाली मिळेल.' किंवा 'घर विकत घ्या कारण तुम्ही भाड्याचे पैसे वाया घालवत आहात.' असली उत्तरं देतच नाही. कारण मी लोकांना स्वतः विचार करायला शिकवतो. असं पाहा, काही वेळा अशा असतात जेव्हा विकत घेण्यापेक्षा भाड्याने घेणं जास्त चांगलं असतं – आणि आपल्या हिताचं काय हे तुम्हाला ठरवता येणं गरजेचं असतं. स्वतःचं घर विकत घेणं महत्त्वाचं आहे हे मलाही पटतं. पण कधी, कुठे आणि कोणत्या व्याज दराने घ्यायचं हे कळणंही महत्त्वाचं असतं. पट्टीचा शॉपर जसा 'सेल'ची बरोबर बातमी ठेवून असतो. तसं पट्टीच्या गुंतवणुकदारालासुद्धा 'सेल' लागेपर्यंत खरेदी करायला आवडत नाही. एखाद्या जोडप्याला स्थावर मालमत्तेच्या किंमती भडकलेल्या असताना घर घ्यायला सांगणं आणि याचे पैसे देण्यासाठी त्यांना कॉफी पिण्यात बचत करा असं सांगणं मला तरी घराचा मालक होण्याचा वेडगळ आणि दरिद्री मार्ग वाटतो.

आर्थिकदृष्ट्या साक्षर झाल्याने माणसं स्वतःच विचार करू शकतात.... कुणीतरी

नाकाला धरून आंधळेपणानं ओढत नेण्याऐवजी क्ष किरणांचं भिंग लावून पाहू शकतात. अकाउंटंट किंवा वकील होण्याचा तुमचा कधीही विचार नसला, तरी अकाउंटिंग आणि व्यापारविषयक कायद्यांचे अभ्यासक्रम करा.

रोखीच्या ओघाविषयी

रोखीचा ओघ – कॅशफ्लो – महत्त्वाचा आहे कारण उद्योजकाला किंवा गुंतवणुकदाराला ज्याच्यावर नियंत्रण हवंसं वाटतं, असं हे प्राथमिक नियंत्रण आहे. आधी म्हटलं आहे त्याप्रमाणे, मला स्थावर मालमत्ता आणि उद्योग तयार करणं किंवा विकत घेणं आवडतं. कारण माझं नियंत्रण असतं. बहुतांश गुंतवणुकदारांना गुंतवणूक जोखमीची वाटते कारण ते अशा ठिकाणी गुंतवतात जिथे त्यांचं नियंत्रण नसतं – बचत, स्टॉक्स, बॉण्ड्स आणि म्युच्युअल फंड्स.

आर्थिक पत्रकाची आकृती पाहिल्यावर तुमच्या लक्षात येईल की व्यावसायिक गुंतवणुकदारांना आणि व्यापाराच्या मालकांना रोखीच्या ओघावरचं नियंत्रण एवढं महत्त्वाचं का वाटतं.

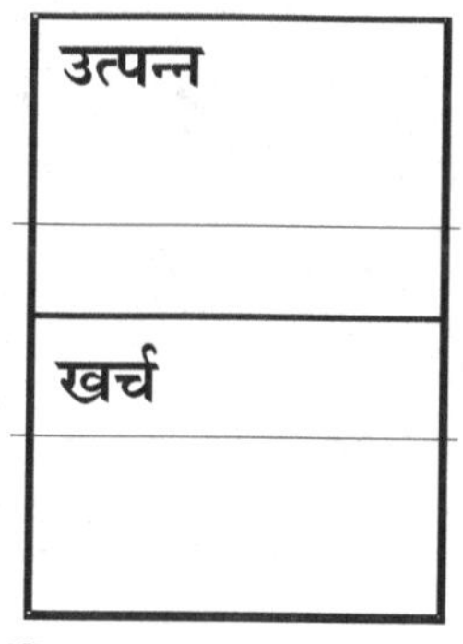

उच्च आर्थिक बुद्ध्यांकाचं लक्षण हे की उत्पन्नाच्या रकान्यात रोखीचा ओघ येत असणं. निम्न आर्थिक बुद्ध्यांकाचं लक्षण म्हणजे खर्चाच्या रकान्यातून अतिरिक्त रोकड बाहेर जात असणं.

अमेरिका एक देश म्हणून आणि अनेक अमेरिकन लोक आर्थिक संकटात आहेत कारण त्यांना त्यांच्या उत्पन्नाच्या रकान्यात येणारा रोखीचा ओघ वाढवता येत नाहीये आणि खर्चाच्या रकानातून बाहेर जाणाऱ्या रोखीवर त्यांचं नियंत्रण नाहीये. शिवाय, मालमत्ता निर्माण करण्याऐवजी ते सातत्याने देणी निर्माण करत आहेत. त्यामुळे खर्चाच्या रकान्यातून अधिक वेगाने रोकड बाहेर जाते. ज्याच्याकडे मोठं क्रेडिट कार्ड कर्ज असतं, तो होम इक्विटी कर्ज काढून क्रेडिट कार्डाचं कर्ज फेडतो आणि मग जाऊन क्रेडिट कार्डवर आणखी कर्ज घेतो, हे नियंत्रण सुटल्याचं उदाहरण आहे.

काही वर्षं मी लोकांची दारं वाजवून विक्री करणं शिकावं अशी माझ्या रिच डॅडची शिफारस होती. कारण माझ्या आर्थिक पत्रकातील उत्पन्नाच्या रकान्यातून येणाऱ्या रोकडीवर नियंत्रण मिळवायला मी शिकावं असं त्यांना वाटत होतं. अनेक लोक आर्थिकदृष्ट्या झगडत राहातात कारण फक्त त्यांचं विपणन किंवा विक्री कौशल्य चांगलं नसतं. डोनाल्ड ट्रम्प हे आजघडीला जगातील उत्कृष्ट विपणक आहेत, असं तुमच्या लक्षात आलं असेल. त्यांचा ब्रँड म्हणजे पैसा आणि तो पैशाला आकर्षित करतो.

गंमत म्हणजे खर्चाचा रकाना हा सर्वांत महत्त्वाचा रकाना आहे, असं रिच डॅड म्हणायचे. ते म्हणाले, 'बहुतांश लोक खर्च करतात आणि स्वत:ला गरीब करतात. तुम्हाला श्रीमंत व्हायचं असेल तर तुम्हाला हे कळायला हवं की स्वत:ला श्रीमंत करण्यासाठी कसा खर्च करायचा.' ते असं का म्हणायचे हे पुढील आकृतीवरून कळून येईल.

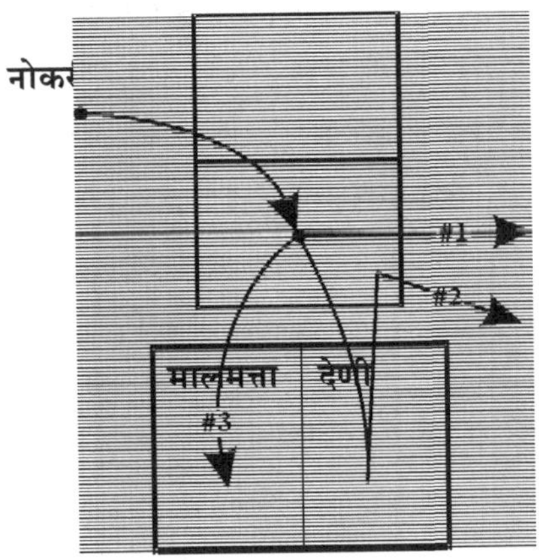

खर्चाच्या रकान्यात प्रामुख्याने तीन नियंत्रणं आहेत. आपला देश झगडतोय आणि लक्षावधी लोक झगडताहेत याचं एक कारण म्हणजे त्यांच्याकडे फक्त रोखीचा ओघ क्र. १ आणि २ च आहेत. तुम्हाला जर श्रीमंत व्हायचं असेल तर, तुम्ही किती मिळवता त्याच्या निरपेक्ष, तुम्हाला रोखीचा ओघ क्र. ३ ची गरज आहे.

मी आधी म्हटल्याप्रमाणे *'युएसए टुडे'*च्या पाहाणीनुसार अमेरिकेतील सर्वात मोठी भीती ही दहशतवादाची नसून निवृत्तीच्या काळात पैसे संपून जाण्याची आहे. जास्तीत जास्त आर्थिक सल्लागारांची आणि लोकांची मानसिकता बचतीची असल्यामुळे असं झालं असेल का? रोखीचा ओघ क्र. ३ ही बचत करणाऱ्यांच्या मानसिकतेची आहे. खूप श्रीमंत होण्यासाठी आणि उत्पन्नात भागवावं न लागण्यासाठी, माणसाला रोखीचा ओघ क्र. ४ च्या बाणाची आवश्यकता असते. हा आहे डोनाल्ड आणि माझा बाण.

तुम्ही श्रीमंत व्हावं असं आम्हाला का वाटतं?

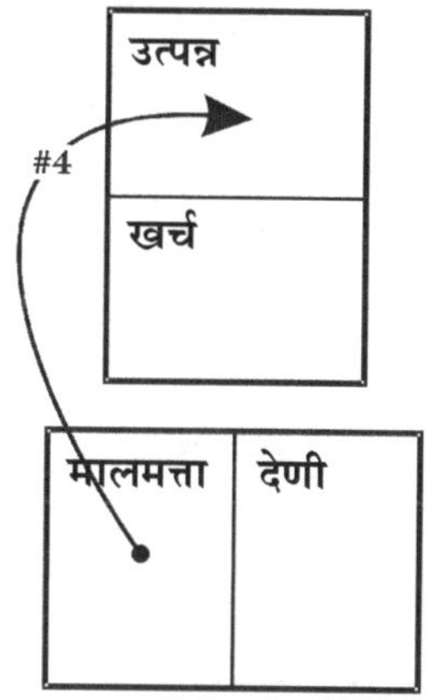

आपण काम करो किंवा न करो, आपल्या मालमत्तेतून रोखीचा ओघ येतच राहातो. या मालमत्तेच्या रकान्यात भर घालण्यासाठी आपण जितके कष्ट घेऊ, तितका जास्त पैसा येत राहील. डोनाल्ड आणि मी दोघांच्याही रोखीचा ओघ क्र. ४ मधून पुरेसा पैसा येत आहे. आम्हाला काम करायची गरज नाही. पण काम करणं आम्ही निवडलंय. जेणेकरून मालमत्तेत भर पडून त्या आम्हाला अधिक श्रीमंत बनवतील.

माझ्या पत्नीच्या उपक्रमाचं उदाहरण देतो. १९८९ मध्ये किमची पहिली गुंतवणूक होती पोर्टलँड येथे ४१००० डॉलर्सचं,, दोन शयनगृह, एक न्हाणीघर असलेलं एक घर. तिचं आर्थिक पत्रक असं दिसत होतं.

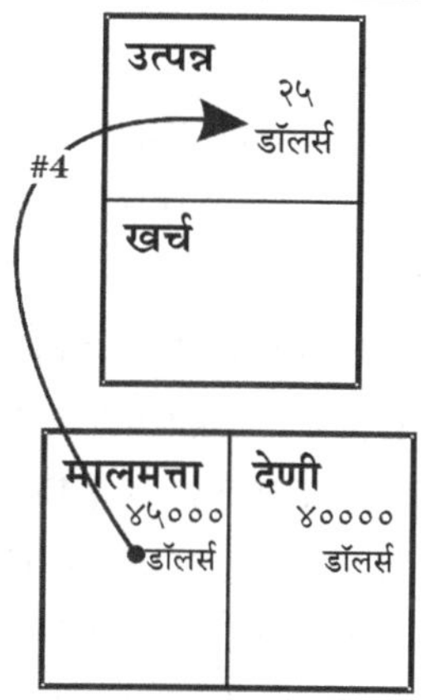

हजारो व्यवहार बघितल्यानंतर आणि त्यातले कदाचित २५ प्रत्यक्ष खरेदी केल्यानंतर तिने २००४ मध्ये पुढील गुंतवणूक केली : तिने एक व्यापारी जागा ८० लाख डॉलर्सला विकत घेतली व १० लाख डॉलर्स लगेच दिले, जे तिने कर्जाऊ घेतले होते. त्यामुळे ही १००% कर्ज काढून केलेली गुंतवणूक होती. तिचा निव्वळ रोखीचा ओघ असा दिसत होता.

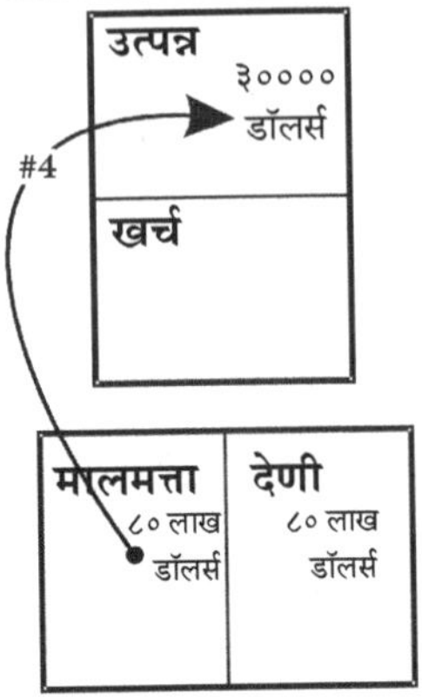

निराळ्या शब्दात ती दरमहा ३०,००० डॉलर्स निव्वळ उत्पन्न मिळवते. हे उत्पन्न दुय्यम उत्पन्न (पॅसिव्ह इन्कम) असल्याने त्याला ३०,००० डॉलर्स वेतन मिळवणाऱ्यापेक्षा कमी दराने आयकर लागू होतो. ही एक अप्रतिम गुंतवणूक आहे. अशा गुंतवणुकी असतात, पण क्वचित असतात. पण आर्थिकदृष्ट्या साक्षर असण्याचं, क्ष-किरण दृष्टी असल्याचं बक्षीस मिळतंच. आकडेमोड केली तर या गुंतवणुकीतला परतावा अमर्याद आहे. आर्थिक प्लॅनर्स टेंभा मिरवतात त्या १० टक्क्यांपेक्षा तर नक्कीच सरस आहे.

स्थावर मालमत्तेचे गुंतवणूकदार आणि उद्योजक त्यांच्या पैशावर जास्त परतावा मिळवतात कारण स्थावर मालमत्तेत आणि व्यापारात कल्पकतेला वाव असतो. सर्जनशीलता आणि नियंत्रणाला मात्र बचत, स्टॉक्स, बॉण्ड्स आणि म्युच्युअल फंड यात मज्जाव असतो.

२००५ मध्ये किमला आणखी एक गुंतवणूक सापडली. या वेळी तिला स्वतःचे दहा लाख डॉलर्स घालावे लागले. पण २००५ मधली ही गुंतवणूकसुद्धा तिला दरमहा ३०००० डॉलर्स देते. मात्र तिचं दुय्यम उत्पन्न, स्वतः काम न करावं लागता मिळणारं उत्पन्न हे वार्षिक दहा लाख डॉलर्सपेक्षा जास्त आहे.

याच कारणाने मी सुचवतो की तुम्ही महाविद्यालयात अकाउंटिंग आणि व्यापारविषयक कायद्यांचे अभ्यासक्रम घ्यावे. एकदा तुम्ही महाविद्यालयातून पदवी घेऊन बाहेर पडला, काम सुरू केलं की तुम्हाला तुमचं शिक्षण अनुभवात रुपांतरित करण्याची गरज असेल. तुम्ही जेवढा अधिक सराव कराल, तेवढं अधिक शिकाल आणि तुम्हाला तेवढा जास्त अनुभव मिळेल. तुम्ही पाहाल की तुमची जोखीम कमी होते आणि तुमचा परतावा वाढतो.

किमने *'रिच वूमन'* नावाचं पुस्तक लिहिलं आहे. हे पुस्तक लिहिण्याचा अधिकार तिने मिळवलेला आहे. व्यवस्थित चालायला किमला दहा वर्षं लागली आणि आता मी म्हणेन की तिची गणना तज्ज्ञांत होऊ लागली आहे. या पुस्तकाच्या उपशीर्षकात सारं काही येतं : 'कारण काय करायचं ते सांगितलेलं मला अगदी आवडत नाही.' मी या विधानाची ग्वाही देतो. ती श्रीमंत झाली कारण तिला तिच्या मताप्रमाणे जीवन जगण्याचं स्वातंत्र्य हवं होतं.

तुम्ही श्रीमंत व्हावं असं आम्हाला का वाटतं?

माझी बँक मला व्याज देते

तुमच्यापैकी काहींचं म्हणणं मला ऐकू येतंय, 'माझ्या बचतीवर परतावा म्हणून व्याज मिळतं ना मला.' पुन्हा बचतीची समस्या हीच आहे की तिच्यावर जेवढं व्याज मिळतं त्यापेक्षा जास्त दराने डॉलरचं मूल्य घसरतं. बचत करून तुम्हाला तुमच्या उत्पन्नावर किंवा तुमच्या पैशावरच्या परताव्यावर फारच कमी नियंत्रण राखता येतं.

जी लोकं आत्ता किंवा भविष्यात ठराविक उत्पन्न घेऊन निवृत्त होतील, त्यांना बहुधा चलनवाढ वर वर जाताना बघावी लागेल, म्हणजेच त्यांच्या डॉलरचं किंवा बचतीचं मूल्य धुवून निघेल.

माझं उत्पन्न, परतावा बँकेकडे सोपवण्याऐवजी त्यांच्यावर माझं नियंत्रण असणं मी पसंत करीन. मी बचत खात्यात एक रिझर्व म्हणून थोडे पैसे ठेवतो. पण माझ्या उपजीविकेसाठी मी त्या डॉलरवर अवलंबून नसतो.

बचत करण्याच्या मानसिकतेऐवजी गुंतवणूकदाराची मानसिकता विकसित करायला मी लोकांना उत्तेजन देतो. तुम्ही तसं केलं तर तुम्हाला म्हातारपणी शांत झोप लागेल.

सारांश

तुम्ही जर महाविद्यालयात असाल, तर अकाउंटिंग आणि व्यापारविषयक कायद्यांचं प्राथमिक शिक्षण घ्या. एकदा शिक्षण सोडल्यानंतर, ते शिक्षण अनुभवात रुपांतरित करण्यासाठी थोडा वेळ द्या, तत्त्वतः, उत्पन्नातून येणारा रोखीचा ओघ, खर्च, मालमत्ता, देणी यांवर नियंत्रण ठेवणं सोपं वाटतं, पण प्रत्यक्षात तसं नसतं. पुस्तकी ज्ञानाचं प्रत्यक्ष व्यवहारात रुपांतर करणं फार महत्त्वाचं असतं.

व्यापारविषयक कायदे म्हणजे खेळाचे नियम आहेत. कुठलाही खेळ पाहिला, तर त्यात नियम असतात आणि व्यावसायिक दर्जाच्या खेळांमध्ये पंच असतात. अनेकदा मी अडकलो होतो, ते मी लबाडी केली म्हणून नव्हे, तर मला त्या नियमांची माहिती नव्हती किंवा माझ्या सल्लागाराला त्या नियमांची माहिती नव्हती. तर नियम महत्त्वाचे असतात आणि जितक्या लवकर तुम्ही हे प्राथमिक नियम समजून घ्याल, तितकी तुम्ही खेळ जिंकण्याची शक्यता वाढते.

तुम्हाला जर अंदाजपत्रक बनवणं, तुमच्या मालमत्तेच्या खात्यात जाणाऱ्या रोखीच्या ओघावर नियंत्रण ठेवणं हे चांगलं जमलं, तर तुम्ही श्रीमंत व्हायची शक्यता बरीच जास्त. तुम्हाला जर अंदाजपत्रक आणि नियंत्रण आणि लीव्हरेज या गोष्टी चांगल्या जमल्या, तर तुम्हाला भरपूर श्रीमंत व्हायला लठ्ठ पगाराच्या नोकरीची गरज नाही. कितीतरी लोक असे आहेत की त्यांना पगार खूप आहे पण ते गरीब आहेत कारण फक्त अंदाजपत्रक किंवा लीव्हरेज कसं करावं हे त्यांना माहिती नाही आणि त्यांचं नियंत्रण नाही.

त्यामुळे अकाउंटिंग आणि व्यापारविषयक कायद्याचे एक किंवा जास्त अभ्यासक्रम करा. अकाउंटिंग आणि व्यापारविषयक कायद्यांचं थोडंसं ज्ञान मिळवल्याने तुम्ही अधिक चांगला अकाउंटंट आणि वकील निवडू शकाल. (जाता जाता, मोठी माणसं हेच शिक्षण संध्याकाळच्या वर्गामधून किंवा त्यांच्या लोकल कम्युनिटी कॉलेजमधून घेऊ शकतात. तुमचं वय काहीही असलं तरी तुम्ही कॅशफ्लो क्लब स्थापन करू शकता. किंवा त्यात सहभागी होऊ शकता आणि तुमच्या आर्थिक शिक्षणावर नफा मिळवू शकता.)

रिच डॅड कंपनीच्या आमच्या www.RichKidSmartKid.com या संकेतस्थळावरून आम्ही शाळांना आर्थिक शिक्षण विनाशुल्क उपलब्ध करून देऊ शकतो. सर्व मुलांना एका समान पातळीवर आणण्याचा हा आमचा मार्ग आहे.

डोनाल्ड यांचा प्रतिसाद

याच आठवड्यात, मला जॉर्जटाऊन विद्यापीठातील एका प्राध्यापकाचं पत्र आलं, ते माझ्या मुलाला, एरिकला, तिथे असताना शिकवत होते आणि ओळखत होते. गेल्या महिन्यात एरिक बिझिनेस स्कूलमधून पदवीधर झाला आणि तो अभ्यास चांगला करतो, गंभीर आहे हे मला माहीत होतं, पण तो किती काटेकोर आहे हे मला माहीत नव्हतं.

या प्राध्यापकांनी म्हटलं की त्यांच्या शिकवण्याच्या सबंध कारकीर्दीत एरिक हा एकच विद्यार्थी असा होता जो त्याचे पेपर्स नेमक्या तारखेच्या आधीच्या आठवड्यात आणून देत असे. एरिकच्या कामातील नैतिकतेबद्दलही इतर सर्व प्राध्यपकांनी चांगला अभिप्राय दिला. त्याला (इतर बक्षिसांसोबत) निगोसिएशन आणि आर्बिट्रेशनमधील उत्कृष्टतेचे पारितोषिक मिळाले. शिक्षक म्हणाले की तो गर्दीतून नक्कीच वेगळा उठून दिसतो आणि ते त्याच्या ६'५" उंचीमुळे नव्हे. ही त्याची उत्तम कामगिरी बघून मला अत्यंत अभिमान वाटला.

मी यापूर्वीही म्हटलं आहे की तुम्हाला जर सर्वोत्कृष्ट बनण्याची अपेक्षा असेल तर अपेक्षित असलेल्यापेक्षा जास्त काम करणं महत्त्वाचं आहे. माझ्या मोकळ्या वेळेत मी अभ्यास करत असे आणि आज मी पुन्हा महाविद्यालयात गेलो तरी मी अगदी तेच करीन. तुम्ही कशाचा अभ्यास करता हे महत्त्वाचं नाही. ते जे काही असेल, त्यातलं अधिक शोधून काढा. जितकं शक्य असेल तितकं वाचा, जितकं शक्य होईल तितकं शिकून घ्या, दररोज.

साहित्य मुख्य विषय घेतलेला एक जण मला माहीत होता आणि तो आवश्यक पुस्तके आणि अवांतर वाचन करून थांबत नसे. तो जाऊन क्लिफनोट्स मिळवायचा आणि त्याचा अभ्यास करायचा. अगोदरच सगळं वाचून झालेलं असल्यावर (आणि मला तो माहीत होता, त्याचं वाचन म्हणजे सखोल वाचन होतं.) हे तू का करतोस असं त्याला विचारल्यावर तो म्हणाला, 'अशा रीतीने, ते काय म्हणतात आणि मी काय विचार करतो यांची मी तुलना

करतो. या दोन्ही स्रोतांमध्ये मनातल्या मनात माझा परिसंवाद होतो. हे संपेपर्यंत मला त्या साहित्यकृतीची पूर्ण ओळख झालेली असते.' तो पुढे वकील झाला - अत्यंत हुशार आणि निष्णात वकील. यात काहीच आश्चर्य नाही. सखोल तयारी करून आणि जेवढं अपेक्षित होतं त्यापेक्षा जास्त काम करून त्याने स्वत:ची तयारी केली होती.

स्वत:साठी अपेक्षेचा स्तर उंचावा. 'पुरेसं' करण्यावर कधीच थांबू नका. आजचे जग स्पर्धात्मक आहे आणि इतकं गतिमान आहे, की तुम्हाला स्पर्धेत टिकून राहाण्यासाठी आणि मुळात स्पर्धेत भाग घेता येण्यासाठी तुमचा दम वाढवावाच लागेल.

याशिवाय, आजचा काळ हा अखंड बदलणाऱ्या आणि प्राथमिक तंत्रज्ञानाचा आहे, आणि त्याच्याबरोबर राहाणं आवश्यक आहे. काय चालू आहे हे तुम्हाला माहीत असलंच पाहिजे आणि इतकं काही घडत असतं की तुम्हाला भरपूर गृहपाठ असतो.

दुसरा मोठा गृहपाठ म्हणजे जगभराच्या चालू घडामोडींविषयी अद्ययावत माहिती ठेवणं. याबाबतीत दुर्लक्ष करू नका. आपण सर्वांनी जागतिक बाजारपेठेबद्दल ऐकलं आहे, ती इथंच आहे आणि तिच्यात सामील व्हा. आंतरराष्ट्रीय घडामोडींबद्दल जाणून घ्या आणि अद्ययावत राहा.

'ॲप्रेंटिस' च्या मागच्या सत्रात, आमच्याकडे मूळचा रशियातला असलेला लेवी नावाचा एक मुलगा होता. एक कृती-अभ्यास म्हणून ॲप्रेंटिसला एक जिंगल लिहायची होती. आता लेवीने कधी जिंगल ऐकलीच नव्हती. ते काय असते हेच त्याल माहीत नव्हतं. काहींचा त्याच्यावर विश्वास बसला नाही आणि तो वेडेपणाचं सोंग करतो आहे असं त्यांना वाटत होतं. तो वेडेपणाचं सोंग करत नव्हता. कारण त्याने गुणगुणून सुरुवात केली आणि आणखी थोड्या 'बेल्स' वाढवण्याबद्दल विचारलं. 'जिंगल बेल्स' या नाताळच्या गाण्यावरून तो 'जिंगल' म्हणजे काय असेल हे कळून घेण्याचा प्रयत्न करत होता. त्याच्या प्रयत्नांना मी दाद दिली. पण यावरून दिसतं की एखादी गोष्ट करायला सुरुवात करण्यापूर्वी ती काय आहे हे माहीत करून घेण्यानं मदत होते.

हे मान्य करा की जगात माहिती करून घेण्यासारखं पुष्कळ आहे, आज तुम्ही महाविद्यालयात असाल आणि जगाच्या मंडलावर तुम्हाला एक महत्त्वाचा खेळाडू म्हणून यायचं असेल तर लक्ष द्या आणि चार पावलं जास्त पुढे जा - प्रत्येक ठिकाणी संधी तुमच्याकडे येईल म्हणून वाट पाहू नका.

लुई पाश्चर म्हणाला होता, 'जे तयारीत असतात, त्यांनाच योग येतात.'

तिसरं म्हणजे, तुमच्या जीवनकौशल्यांकडे दुर्लक्ष करू नका. यात आर्थिक शिक्षणाची आरोग्यदायी मात्रा आली. तुमच्या आर्थिक बुद्धिमत्तेचा तुमच्या जीवनाच्या दर्जावर प्रचंड परिणाम होतो. मग तुम्हाला कोणत्याही विषयात रस असू दे. काही अंधाऱ्या ठिपक्यांना तुमच्या जीवनाचा आराखडा डागाळू देऊ नका. एखाद्या बिल्डरसारखा विचार करून पाहा. हे जाणा की, इमारतीचा प्रत्येक इंच, तुमच्या जीवनाच्या प्रत्येक पैलूचा हिशोब लागला पाहिजे. बांधकाम करताना आम्हाला अनमानधपक्याने काही करता येत नाही किंवा गोष्टी सुरळित होवोत,

होऊ शकतील असं म्हणता येत नाही. हे म्हणजे प्रलयाला आमंत्रण दिल्यासारखं होईल. आपल्याला माहिती असलंच पाहिजे.

मी एक मोठा बिल्डर म्हणून ओळखला जातो, कारण मी सखोल जातो. सखोलता ही निवड नाही, ती पूर्वअट आहे. तुम्हाला जर नंतर मोठ्या समस्या नको असतील तर आर्थिक शिक्षणाकडे पर्याय म्हणून पाहू नका. सुरुवातीला आठवड्यातून एकदा तुमच्या आर्थिक परिस्थितीचा आढावा घ्या. कपडे धुण्याइतकंच हे काम आवश्यक समजा.

> तुमच्या जीवनकौशल्यांकडे
> दुर्लक्ष करू नका.
> यात आर्थिक शिक्षणाची
> आरोग्यदायी मात्रा आली.
>
> *- डोनाल्ड जे. ट्रम्प*

शेवटी, थोडा वेळ तुमच्या 'लक्ष्यावर' घालवा. तुमच्या महत्त्वाकांक्षा आणि ध्यास शोधून काढण्याचा तुम्ही प्रयत्न करायला हवा, जर तुम्ही अजून तो केला नसेल तर स्वत:ला विचारण्यासारखा एक चांगला प्रश्न म्हणजे :

तुम्हाला पैशाची गरज नसती तर तुम्ही काय केलं असतं?

महाविद्यालयात जाण्यापूर्वी मला चित्रपट उद्योगात जाणं आणि स्थावर मालमत्तेच्या उद्योगात जाणं यात निवड करावी लागली होती. मला दोन्ही उद्योगात रस होता आणि व्हार्टन निवडण्यापूर्वी मी यूएससी (युनिव्हर्सिटी ऑफ सदर्न कॅलिफोर्निया) मध्ये जाण्याचा गंभीरपणे विचार करत होतो. स्थावर उद्योगावर माझे प्रेम होतं आणि एकदा निर्णय घेतल्यानंतर माझ्या मनात दुसरा विचारही आला नाही. पण मनोरंजन व्यवसायातला माझा रस मी कायम ठेवला आणि त्यामुळे जेव्हा जीवनात नंतर, अनपेक्षितपणे मी त्यात पडलो तेव्हा मी तयार होतो. तुम्हाला ज्यात रस वाटतो त्याच्याकडे लक्ष द्या, तुमच्या छंदाचं पारितोषिक तुम्हाला पुढे मिळू शकेल.

तुमचे लक्ष केंद्रित करण्यासाठी मदत करणारा आणखी एक प्रश्न : तुम्हाला अपयश येणार नाही हे माहीत असेल तर तुम्ही काय कराल? तुमचं उत्तर भन्नाट असू शकतं, शहाणपणाचं असू शकतं, किंवा ते तुम्हालासुद्धा चकित करू शकतं. तुम्हाला कदाचित ते स्वत:पाशीच ठेवावंसं वाटेल. शंभर वर्षांपूर्वी जर कुणी म्हटलं असतं की 'मला चंद्रावर चालावंसं वाटतं' तर त्याला वेड्यात काढलं असतं. मात्र आपल्याला माहीत आहे की ते बरंच शक्य होतं. तुमच्या लक्ष्यावर काम करताना तुमच्या लक्षात येईल की तुम्ही थोडे द्रष्टे आहात.

या कल्पना प्रत्यक्षात उतरवण्यासाठी संसाधनांची आवश्यकता असते. त्यामुळे आपण परत तुमच्या आर्थिक बुद्धिमत्तेकडे जातो, ज्याला तुमची जीवनकौशल्यं असंही म्हटलं जातं. पैशाबद्दल आणि तो तुमच्यासाठी कसं काम करू शकतो त्याबद्दल शिका. मग तुमची स्वप्नं प्रत्यक्षात उतरवण्याच्या कामाला लागा.

प्रकरण बावीस

फारसे पैसे नसलेला मी एक प्रौढ आहे, मी काय करावं?

रॉबर्ट यांचा प्रतिसाद

माझ्या पालकांच्या पिढीचे, दुसऱ्या महायुद्धाच्या पिढीचे, यशाचे नियम फार सोपे होते : 'शाळेत जा, नोकरी धरा, खूप काम करा, आणि मग तुम्ही कामातून बाहेर पडल्यानंतर कंपनी आणि सरकार तुमची काळजी घेईल.' त्यांना नियमित पगारवाढ आणि बढत्या मिळत होत्या कारण अमेरिकेची अर्थव्यवस्था वाढत होती, तेल स्वस्त होतं आणि मुक्त जगाचे आपण पुढारी होतो. आपला डॉलर सशक्त होता आणि दुसऱ्या महायुद्धानंतर, बरेच देश आपल्याला देणं लागत होते. आज जवळजवळ प्रत्येक गोष्ट उलटी झाली आहे.

पैशाचे नियम बदलले आहेत. आधी म्हटल्याप्रमाणे १९७१ मध्ये आपल्या डॉलरचं रुपांतर पैशातून चलनात झालं, म्हणजेच तुमच्या बचतीच्या वेगापेक्षा जास्त वेगाने सरकार आता डॉलर छापू शकते. दुसरा बदल १९७४ मध्ये झाला. तेव्हा कंपन्यांनी कर्मचाऱ्यांना कळवले की त्या त्यांची तहहयात काळजी घेणार नाहीत.

१९९६ मध्ये टेलिकॉम रिफॉर्म ॲक्ट नावाचा आणखी एक कायदेबदल झाला. या बदलाचा आज पैशाच्या आणि रोजगाराच्या नियमांवर परिणाम होत आहे कारण या टेलिकॉम रिफॉर्म ॲक्टमुळे कंपन्यांना चीन, भारत, आयर्लंड आणि बाकीच्या जगभरात कर्मचारी भरती करणं सोपं आणि स्वस्त झालं.

मी लहान होतो, तेव्हा परदेशी स्पर्धेचा धोका फक्त कामगारांना ब्लू कॉलर वर्कर्सना होता. तुम्हाला माहीत असेल, कारखान्यांमधले कितीतरी काम परदेशी गेलं. १९९६ च्या टेलिकॉम रिफॉर्म ॲक्टनंतर पांढरपेशा, उच्चशिक्षित नोकऱ्याही परदेशी जाऊ लागल्या.

कितीतरी कॉल सेंटर्स आज युनायटेड स्टेटस्‌मध्ये नसून भारतासारख्या देशात आहेत. याचं कारण टेलिकॉम रिफॉर्म ॲक्टने ग्लोबल क्रॉसिंगसारख्या कंपन्यांना ज्या आज अस्तित्वातही नाही, जगभर मैलोगणती फायबर ऑप्टिक केबल्स टाकायची परवानगी दिली. आता आशिया किंवा पूर्व युरोपातल्या कुणाला दूरध्वनी करणं हे यूएसमधल्या एखाद्या शहरात दूरध्वनी करण्यापेक्षाही पुष्कळ स्वस्त झाले आहे.

मुख्यत्वे 'बी' आणि 'आय' चौकटीत असलेल्या लोकांना याचा लाभ झाला तर 'इ'

अणि 'एस' चौकटीतल्या पुष्कळांना यांचा त्रास झाला. आमच्या नोकऱ्या परदेशात चालल्या म्हणून लोकांनी गळे काढले. नोकऱ्या परदेशात जातच होत्या. १९९६ च्या कायद्यामुळे त्याला गती आली. आज अगदी डॉक्टर्स, वकील आणि अकाउटंटचेही उत्पन्न या बदलामुळे धोक्यात आले आहे.

२००१ साली आणखी काहीतरी घडलं. चीनला जागतिक व्यापार परिषदेत (डब्ल्यूटीओ) प्रवेश देण्यात आला. पुन्हा हे 'बी' आणि 'आाय' चौकटीतल्यांसाठी छान आहे, पण 'इ' आणि 'एस' चौकटींसाठी धोकादायक आहे.

पगारवाढ मागणी

टेलिकॉम रिफॉर्म ॲक्ट आणि चीनचा जागतिक व्यापार परिषदेतला प्रवेश याचं महत्त्व असं की, आता पगारवाढ मागण्याने नोकरीच धोक्यात येऊ शकते. तुम्ही कामगार असा की पांढरपेशा कर्मचारी, तुमच्या नोकरीचा स्पर्धक आज हजारो मैल दूर बसलाय – तेही अशा काळात की भाव वाढताहेत, पेट्रोलच्या किंमती वाढताहेत आणि घरांच्या किंमती तर गगनाला भिडल्या आहेत.

तुमच्यापैकी कुणी म्हणतील, 'माझी नोकरी सुरक्षित आहे. मी शाळेत शिक्षक आहे आणि शिकवण्यासाठी कुणीतरी प्रत्यक्ष वर्गात असावं लागतं.' होय. अशा बऱ्याच नोकऱ्या आहेत पोलिस अधिकारी, स्वागतिका, अग्निशमन दल, हॉटेलमधले सेवक, सफाई कर्मचारी, महापालिका कर्मचारी आणि इतर काही नोकऱ्या परदेशी माणसांपासून सुरक्षित ठेवलेल्या असतात. पण हे लक्षात ठेवा : जर कामगार आणि पांढरपेशा कर्मचारी त्यांच्या नोकऱ्या गमावत असतील, तर ते तुमच्या नोकरीचे स्थानिक स्पर्धक असतील.

सोपेपणा की अवघडपणा

फारसे पैसे जवळ नसलेले तुम्ही एक प्रौढ असाल, तर तुमच्यासमोर दोन मूलभूत पर्याय असतात :

१. तुमच्या उत्पन्नात भागवणं
२. तुमचं उत्पन्न वाढवणं

वेगळ्या शब्दांत :

१. सोपं
२. अवघड

माझ्या अनेक मित्रांनी सोपं केलं आहे, त्यांनी आपला आकारच लहान केला आणि जीवनमान खाली आणलं. दक्षिण ॲरिझोनामधल्या एका दांपत्यानं त्यांचं स्वतंत्र स्वयंपूर्ण घर बांधले, त्यामुळे त्यांच्यावर कर्ज नाही. ते आता चौकटीबाहेर आहेत. म्हणजे, ते स्वत:ची

सौरऊर्जा वापरतात. त्यांची स्वत:ची विहीर आहे. त्यांनी गुरं पाळली आहेत आणि त्यांच्याकडे भरपूर शस्त्रं आहेत. नवऱ्याला सैन्यातली पेन्शन मिळते आणि गरजेच्या वस्तू आणायला ते महिन्यातून एकदा गावात जातात. ते साधं आयुष्य जगतात आणि अतिशय सुखात आहेत.

अशाच कमी पैशातल्या साध्या जीवनाकरता अनेक जण मेक्सिको किंवा कोस्टा रिकाला स्थलांतर करत आहेत.

डोनाल्डनी आणि मी अधिक अवघड, गुंतागुंतीचं जीवन निवडलं आहे. आम्ही २४/७ उद्योग करतो कारण आमचे उद्योग जगभर विखुरले आहेत. आमची अनेक घरं आहेत. आमच्या मुख्यालयाशी आमचा सतत संपर्क असतो आणि आम्ही सतत फिरत असतो.

किमला आणि मला आमचं जीवन अत्यंत प्रिय आहे. आमचे मित्र जगभर आहेत आणि आमच्या जीवनशैलीला दूरचे नातेसंबंध – वैयक्तिक आणि व्यावसायिक – परवडतात.

बरेचसे लोक या दोन टोकांच्या दोन उदाहरणांच्यामध्ये कुठेतरी असतात. आज एखादा माणूस सहज १०० एकर जमीन विकत घेऊ शकतो. चौकटीच्या बाहेर जाऊ शकतो आणि तरीही जगाच्या संपर्कात राहू शकतो. त्यांची इच्छा असेल तर २४/७ जीवनशैली आचरू शकतो.

सोपेपणा, अवघडपणा किंवा दोन्ही यांची निवड करणे महत्त्वाचे आहे असं मी म्हणतो कारण प्रत्येक निवडीला वेळ, पैसा आणि नियोजन लागते. मला अशी कित्येक माणसं माहीत आहेत की जी खुशीने चौकटीबाहेर जातील आणि रोजच्या धकाधकीतून बाहेर पडतील, पण त्यांना वेळाच्या दृष्टीने ते परवडू शकत नाही आणि १०० एकर जमीनही त्यांना परवडत नाही.

एक प्रौढ व्यक्ती म्हणून कशा प्रकारची जीवनशैली आपल्याला हवी आहे, हे तुम्हाला कळलं पाहिजे. बरोबर किंवा चूक असं काही नसतं. माझ्या मुद्दा हा की : त्याच्या नियोजनाला आत्ता सुरुवात करा. जास्त उशीर होण्यापूर्वी, विशेषत: तुम्हाला जर १०० एकरांवर किंवा एखाद्या बेटावर राहाण्याची इच्छा असेल तर, तुमचा स्वर्ग आत्ताच शोधायला सुरुवात करा असं मी सुचवेन. स्वर्गसुखाचं स्वप्न न बघण्याइतकं आयुष्य फार छोटं आहे, तुमचा स्वर्ग कोणताही असो. जगात पैशापेक्षा जास्त महत्त्वाच्या गोष्टी आहेत.

डोनाल्ड आणि मी आमच्या वेगवान जीवनाची शिफारस करत नाही. पण आम्हाला ते आवडतं. आम्ही ते निवडलं आहे, तुम्ही तुमची निवड करावी असं आम्हाला वाटतं.

तुम्हाला जर निवृत्त होऊन शेतावर किंवा समुद्रकाठी जायचं नसेल आणि अधिक गतिमान, आर्थिकदृष्ट्या श्रीमंत जीवन तुम्हाला आवडत असेल, तर तुम्हाला तुमचा अवघडपणा वाढवावा लागेल. तुमचा अवघडपणा वाढवणं म्हणजे तुमच्या भोवतीच्या जगाची तसंच तुमच्या समोरच्या जगाबद्दलची तुमची आर्थिक सजगता वाढवणं. उदाहरणार्थ, मी सकाळी उठतो तेव्हा आशिया आणि युरोपमधला बाजार कसा आहे हे मला कळायला हवं असतं.

> सोप्या शब्दांत, स्पर्धात्मक अवघडपणा म्हणजे पैसा, माणसं आणि उद्योगाच्या विश्वात २४/७/५२ विद्यार्थी असणं.
>
> *- रॉबर्ट टी. कियोसाकी*

येन आणि डॉलरचे संबंध कसे आहेत? तेल काय म्हणतंय? नैसर्गिक वायू, सोनं, चांदी आणि माझ्या चीन आणि दक्षिण अमेरिकेतल्या कंपन्या कशा आहेत?

याचा अर्थ फक्त जगाच्या नाडीवर बोट ठेवण्यासाठी उद्योगविषयक पुस्तकं आणि *फोर्ब्ज, फॉर्च्युन, टाईम* आणि *द इकॉनॉमिस्ट*सारखी मासिक वाचणं असाही असतो. किम आणि मी नेहमी गुंतवणूक आणि आर्थिक विषयांवरच्या कार्यशाळांना जातो. केवळ नवीन लोकांना भेटण्यासाठी नाही तर नवीन कल्पना, गुंतवणुकीचे नवीन पायंडे समजून घेण्यासाठी. अवघडपणा म्हणजे अनेक वेगवेगळ्या प्रकारच्या लोकांना भेटणं आणि त्यांच्याबरोबर व्यवसाय करणं. उद्योजकतेच्या जगात आणि अत्यंत उच्च दर्जाच्या गुंतवणुकीमध्ये तुम्हाला अनेक मजेदार व्यक्ती आणि वल्ली भेटतात.

आमचं जीवन म्हणजे वृत्तपत्रांशी सतत संबंधही असतो. वृत्तपत्रं ९० टक्के वेळेला आमच्याशी चांगलं वागतात. पण ९०/१० चा नियम खरा ठरवत, १० टक्के असे असतात की जे न्याय्य लेख करण्याचं वचन देऊन पाठीत खंजीर खुपसतात. खऱ्याऐवजी खोटं सांगतात, माहिती देण्याऐवजी दिशाभूल करतात. जसं माझे रिच डॅड अनेकदा म्हणायचे, 'भाषणस्वातंत्र्य म्हणजे खरं बोललं पाहिजे असं नाही.'

सोप्या शब्दांत, स्पर्धात्मक अवघडपणा म्हणजे पैसा, माणसं आणि उद्योगाच्या विश्वात २४/७/५२ विद्यार्थी असणं. रोजचे २४ तास, आठवड्याचे सातही दिवस, वर्षाचे बावन्न आठवडे. मला हा खेळ अतिशय आवडतो. माझ्यासाठी वर्षभर रोज हा सुपर बोल संडे असतो. मला यापेक्षा जास्त उत्तेजक, वैतागवाणा, कधीकधी निराशाजनक आणि बक्षीस मिळवून देणारा खेळ ठाऊक नाही. तुम्ही मूर्ख असाल तर हा खेळ तुमचं जिंकलेलं सारं परत घेतो. तुम्ही हुशार असलात तर हा खेळ सारी कवाडं उघडून तुमच्यावर पैशांची बरसात करतो.

दोन टोकं

तर ही तुमची दोन टोकं आहेत. हा मुक्त देश आहे आणि निवड तुमची. मी पाचवीतला लहान मुलगा असतानाच कोलंबस, मार्को पोलो आणि लीफ एरिकसनसारख्या फिरत्या शोधकांची चरित्रं वाचून माझी निवड केली होती. त्यांच्या पदचिन्हांवर साऱ्या जगभर फिरण्याचं माझं स्वप्न होतं आणि मी अगदी तेच केलं. फरक एवढाच की, मी जगभर फिरतो आणि माझी मालमत्ता बघतो, ते इलेक्ट्रॉनिकली आणि एवढ्या वेळात की कोलंबसाला बंदर

सोडायलाही त्यापेक्षा जास्त वेळ लागला असता. आजचं जग ही २४/७ बाजारपेठ आहे. अब्जावधी डॉलर्सचं रोज हस्तांतरण होत असतं. त्यामुळेच मी जेव्हा नोकरी शोधत असणाऱ्या किंवा पगारवाढ मागणाऱ्या किंवा आणखी थोडे डॉलर्स कसे मिळवावेत या विवंचनेत असणाऱ्या लोकांना पाहातो, तेव्हा मला मोठी गंमत वाटते. उघडच ते माझ्यापेक्षा वेगळयाच जगात राहातात. आज एखादी व्यक्ती जगाच्या अगदी दुर्गम कोपऱ्यात राहूनसुद्धा उरलेल्या जगाबरोबर व्यापार करू शकते.

जे मुक्त जगात राहातात, ते आपल्याला कोणत्या प्रकारच्या जगात राहायचं आहे याची निवड करू शकतात. जागतिकीकरणावर चिडण्यापेक्षा – जे बरेच लोक करतात – मी त्याबरोबर उत्तम रीतीने राहाण्याचा प्रयत्न करीन. नुकतंच आपण फ्रान्समधल्या दंगलींबद्दल ऐकलं. या दंगली नोकरीची हमी-सुरक्षितता मागण्याकरता होत्या. उद्योजकांना कामावरून माणसं काढून टाकणं अशक्य व्हावं, असे नियम सरकारने करावेत असे विद्यार्थ्यांचे म्हणणं होतं. मला त्यांच्या काळज्या आणि सुरक्षित नोकरीची इच्छा समजते. पण मला वाईट वाटतं की हे तरुण विद्यार्थी नव्या सत्य परिस्थितीत राहात नाहीयेत.

आम्ही काय करावं, असं लोक मला विचारतात तेव्हा मी सुचवतो की त्यांनी फ्रान्सला जावं. मग न्यूयॉर्क आणि लॉस एंजेलिसला जावे, तिथून हाँगकाँग, सिंगापूर, शांघाय, भारत मग दुबई, तिथून प्राग ते लंडन ते डब्लिन असं करून परत घरी यावं. या सगळ्याला फार फार तर २५००० डॉलर्स लागतील.

ॲरिझोनातला माझा एक मित्र सुट्टीसाठी नेहमी युरोपला जात असे. एकदा माझा सल्ला घेऊन तो जग प्रवासाला गेला. परत आल्यावर तो एवढेच म्हणाला, 'बाहेर, माझे डोळे उघडले. बाकीचं जग एवढ्या वेगाने बदलतंय यावर माझा विश्वासच बसत नाही. हाँगकाँग आणि शांघायने मला पार उडवून दिलं. अमेरिकन कामगारांनी जर पाहिलं की आशियाई कामगार किती वेगाने काम करतात आणि किती थोड्या पैशांत, तर त्यांना जाणीव होईल की ते किती काम करत नाहीयेत आणि युरोपमधले श्रीमंत चांगल्या स्थितीत आहेत कारण ते बहुतेक अमेरिकनांपेक्षा जास्त जागतिक पातळीवर काम करतात. पण अनेक युरोपियन कामगार अंधकार युगात आहेत. पुढे जाण्याऐवजी ते मागे जात आहेत.' तर प्रवास करा आणि जागतिकीकरण नावाचं पैशाचं वेगवान जग पाहा.

वित्त ऑलिंपिक्स जिंकणं

हाती काही नसताना सुरुवात करून तरीही श्रीमंत होण्याची इच्छा धरणाऱ्यांना मी नेहमी सुचवतो, की त्यांनी असं समजावं की आपल्याला ऑलिंपिकचं सुवर्णपदक जिंकायचं आहे. एकदा सुवर्णपदक जिंकायचं ध्येय ठरवल्यावर पुढचा प्रश्न – उन्हाळी की हिवाळी कोणते ऑलिंपिक्स? त्यानंतर पुढचा प्रश्न, कुठल्या खेळात? सुवर्णपदक मिळवायचं आहे ते १०० मीटर धावण्यात, वॉटरपोलो, नौकानयन, फिगर स्केटिंग, उतारावरचं स्कीइंग, स्नोबोर्डिंग,

हातोडाफेक की नेमबाजीत? एकदा खेळ ठरवला, की अभ्यास करा, सराव करा, प्रशिक्षक नेमा, लहान-लहान स्पर्धांमध्ये भाग घ्या आणि जिंकण्यासाठी तुमचं जीवन समार्पित करा.

जिंकण्यासाठी सारं आयुष्य देऊन टाकण्याची तुमची तयारी नसेल, तर तुम्हाला ऑलिंपिक्स जिंकण्याची किंवा श्रीमंत बनण्याची कितपत संधी आहे याबद्दल मला शंका आहे.

मी माझ्या आयुष्याकडे मागे वळून पाहातो, तेव्हा मी शाळेत नापास झालेले तीन विषय होते. ते म्हणजे इंग्लिश, टायपिंग आणि अकाउंटिंग, आज माझी जास्त प्रसिद्धी आहे ती लेखक म्हणून, जास्तीत जास्त वेळ मी टायपिंग करतो आणि मी अकाउंटिंगबद्दल लिहितो. जरी मी लेखन, टायपिंग किंवा अकाउंटिंगमध्ये थोर नसलो, तरी मी जिंकण्यासाठी समर्पित आहे.

सत्याचा आढावा घ्या

तुम्ही जर प्रौढ असलात तर स्वत:शी प्रामाणिक राहून हे विचारण्याची आता वेळ आहे, की 'मी जगाच्या पुढे आहे, की मागे पडत आहे?' तुम्ही जर मागे असाल आणि मागेच पडत राहात असाल, तर जीवन साधे सोपे करायला सुरुवात करा. अनेक आर्थिक नियोजनकार सुचवतात त्याप्रमाणे तुम्हाला तुमच्या उत्पन्नात भागवण्याची वेळ येऊ शकते.

जागतिकीकरणात सामील होण्याचं आणि अधिक अवघड बनण्याचे तुम्ही ठरवलं असेल, तर मी पुढील प्राथमिक पायऱ्यांची शिफारस करेन :

१. मित्र जोडा, नवे किंवा जुने, किंवा तुम्हाला वाटते तसा विचार करणारे लोक असलेला क्लब शोधा.

२. खूप प्रवास करा. शिकण्यासाठी आणि वाढण्यासाठी सफरी करा. जग पाहा.

३. हे वाचण्याची मी शिफारस करतो.

थॉमस फ्रीडमनचं द *वर्ल्ड इज फ्लॅट*
रिचर्ड डंकनचं द *डॉलर क्रायसिस*
डॅनियल पिंकचं द *होल न्यू माइंड*
स्टीफन लीबचं द *कमिंग इकॉनॉमिक कोलॅप्स*
डोनाल्ड ट्रम्पचं द *अमेरिका वुई डिझर्व*

तुम्ही जर वेगाच्या पाठी नसाल तर लवकरात लवकर ही पुस्तकं वाचल्यानं आणि अभ्यासल्यानं तुम्हाला जगाचे एक रंजक दृश्य दिसेल. आपल्या राजकारण्यांनी आणि आर्थिक नियोजनकारांनी रंगवलेल्या दृश्यापेक्षा अगदी वेगळं. ही पुस्तकं – शक्य तर गटात – अभ्यासल्याने तुम्हाला या जगातल्या प्रश्नांपलीकडे पाहण्याची दृष्टी मिळेल. कल्पनेपलीकडे

श्रीमंत होणाऱ्या भरपूर संधींनी भरलेलं एक पराक्रमी नवं जग उदयाला येत असलेलं तुम्हाला दिसेल.

अनेक लोक जगतात तसं शहामृगासारखं जगण्यापेक्षा तुम्हाला गरुडासारखी भरारी घेऊन असं जीवन जगायला आवडेल जे फक्त १० टक्के लोकसंख्येला माहीत आहे.

समविचारी लोकांना भेटा

लोकांनी एकत्र येऊन आपापले कॅशफ्लो क्लब्ज निर्माण केले आहेत, याचा रिच डॅड कंपनीत आम्हाला अतिशय आनंद आहे. कॅशफ्लो क्लब म्हणजे एकत्र जमून कॅशफ्लो खेळणाऱ्या आणि आर्थिक शिक्षणात वेळाची गुंतवणूक करणाऱ्या लोकांचा गट. हे क्लब्ज रिच डॅड कंपनीपेक्षा स्वतंत्र आहेत आणि ते आपापले स्थापन होतात.

हे क्लब दोन प्रकारचे असतात : व्यापारी क्लब आणि शैक्षणिक क्लब.

१. व्यापारी कॅशफ्लो क्लब स्थापन होतात कारण त्यांच्या संस्थापकाला या खेळाची सुरुवात गटाला करून द्यायची असते. पण त्याचबरोबर त्याच्या उत्पादनांची ओळखही करून द्यायची असते. उदाहरणार्थ एखादी स्थावर मालमत्तेची कंपनी हा खेळ एक शैक्षणिक साधन म्हणून वापरतेच. पण लोकांनाला स्थावर मालमत्ता कंपनीच्या कर्मचाऱ्यांची आणि उत्पादनांची माहिती करून देण्यासाठीही वापरते.

   हे क्लब रिच डॅड कंपनीशी संलग्न नाहीत याची आठवण करून देणं महत्त्वाचं आहे. ते संपूर्णपणे स्वतंत्र आहेत. आम्ही या व्यापारी क्लब्जना एवढेच सांगतो की लोकांनी खेळ खेळण्यापूर्वी त्यांनी त्यांचा व्यापारी उद्देश नवीन सभासदांना सुरुवातीलाच सांगून टाकावा.

   रिच डॅड कंपनीत आमच्या असं लक्षात येतं की आपल्यापैकी बहुतेकांकडे विकण्यासारखं काहीतरी असतं. आमचं म्हणणं एवढंच की हे सन्मानाने आणि व्यावसायिक रीतीने व्हावं.

२. शैक्षणिक कॅशफ्लो क्लब्ज हे प्रामुख्याने मित्रांना आणि कुटंबियांना व्यापाराची आणि गुंतवणुकीची तीच तत्त्वे शिकवण्यासाठी स्थापन होतात जी माझ्या रिच डॅडनी मला शिकवली होती.

   या पुस्तकात आधी सांगितलेल्या 'शिकण्याच्या शंकू'प्रमाणे तुम्हाला आठवतअसेल, की शिकण्याचा आणि शिकलेलं लक्षात ठेवण्याचा एक उत्तम मार्ग म्हणजे गट अभ्यास आणि प्रारूप खेळ खेळणे, कॅशफ्लो क्लब्ज हेच करतात. एकत्र शिकण्याचा हा एक सहकाराचा मार्ग आहे. नवीन मित्र जोडण्याचाही हा एक छान मार्ग आहे.

   तुमचा पैसा गुंतवण्याअगोदर तुम्ही तुमचा वेळ गुंतवावा अशी जोरदार शिफारस

आम्ही करतो. आपले पैसे मासे विकणाऱ्या लोकांकडे सोपवण्याआधी तुम्ही मासे पकडायला शिकावं असं आम्हाला वाटतं. म्हणूनच कॅशफ्लो क्लब्ज घरात, कार्यालयातील जेवण्याच्या सुट्टीत, शाळांमध्ये आणि चर्चमध्ये स्थापन होतात.

कॅशफ्लो क्लब्जचे हे दोन मुख्य प्रकार आहेत. तुमच्या जवळपास एखादा आहे का हे पाहाण्यासाठी फक्त आमच्या RichDad.com या संकेतस्थळावर जा. तिथे या सर्व क्लब्जची सूची आहे. तुम्हाला जर तुमचा क्लब सुरू करायचा असेल तर आमच्याशी संपर्क साधा. कॅशफ्लो क्लबला मार्गदर्शक आणि साहाय्यक ठरेल असं खास साहित्य असलेली नवी उत्पादनं आमच्याकडे आहेत.

सारांश

तुम्ही जर आपल्या वैश्विक समाजाच्या अधिक गुंतागुंतीच्या जगात राहायचं ठरवलं असेल, तर तुम्ही पुढील विषय शिकावे अशी मी जोरदार शिफारस करीन.

१. **मूलभूत गुंतवणूक :** ही अंकवाचनाची क्षमता आहे. जर तुम्ही व्यवसायात, स्थावर मालमत्तेत किंवा स्टॉकमध्ये गुंतवणूक करणार असलात, तर आकडे वाचता येणं महत्त्वाचं आहे. आर्थिक साक्षरतेचा हा एक महत्त्वाचा घटक आहे.

   कॅशफ्लो १०१ हा गुंतवणुकीची मूलभूत तत्त्वे शिकवण्यासाठी तयार केला आहे.

२. **तांत्रिक गुंतवणूक :** आजच्या चंचल जगात तांत्रिक गुंतवणूक अत्यावश्यक असते. तांत्रिक गुंतवणूक म्हणजे बाजार वर जात असताना आणि खाली येत असताना कशी गुंतवणूक करावी याची माहिती असणे. बाजार कुठल्याही दिशेने जात असला तरी पैसे कसे मिळवायचे हे तांत्रिक गुंतवणूकदाराला माहीत असतं.

   सर्वात महत्त्वाचं म्हणजे तांत्रिक गुंतवणूक ही गुंतवणूकदारांना विम्यासहित गुंतवणूक कशी करावी हे शिकवण्यासाठी अत्यावश्यक असते. मी अनेक वेळा म्हटल्याप्रमाणे, व्यावसायिक गुंतवणूकदार विम्यासह गुंतवणूक करतात. नवखे करत नाहीत. म्युच्युअल फंडाबद्दलची माझी एक काळजी म्हणजे ते खरेदी करण्यासाठी कर्ज काढता येऊ शकत नाही. हे अति जोखमीचं आहे.

   कॅशफ्लो २०२ हा तुम्हाला तांत्रिक गुंतवणुकीच्या खाचाखोचा शिकवण्यासाठी तयार केला आहे.

पुन्हा तुमच्याकडे हा खेळ विकत घेण्याएवढे पैसे नसले, तर सरळ RichDad.com वर जा आणि कॅशफ्लो क्लब शोधा. या बहुतांश क्लबकडे आमचा खेळ आणि त्याची इलेक्ट्रॉनिक व्हर्जन दोन्ही असतात. म्हणजे तुम्हाला जगभरातील समविचारी लोकांना भेटता येतं, त्यांच्याशी खेळता येतं. त्यांना आव्हान देता येतं.

तुम्ही श्रीमंत व्हावं असं आम्हाला का वाटतं?

सर्वात महत्त्वाचं म्हणजे तुमचा खरा पैसा पणास लावण्याऐवजी तुम्ही फक्त वेळ गुंतवत असता. आता आपल्याला मूलभूत आणि तांत्रिक गुंतवणुकीची चांगली माहिती झाली असं तुम्हाला वाटलं, की मग तुम्ही तुमचे खरे पैसे छोट्या छोट्या रकमांमध्ये गुंतवू शकता. लवकरच तुम्ही जर बारकाईने अभ्यास आणि सराव केला, तर तुम्ही प्रत्यक्ष आणि इलेक्ट्रॉनिकली – जगभर फिरून, जगातला सर्वात उत्तेजक खेळ खेळत असाल – पैशाचा खेळ.

डोनाल्ड यांचा प्रतिसाद

तुमची जीवनशैली आणि तुमचं व्यक्तिमत्त्व यांकडे तुम्ही एकदा खोलवर पाहावं असं मी सुचवेन. तुम्हाला सोपेपणा आवडतो? की गुंतागुंत आवडते?

माझ्या मते पैसा हा आरोग्यासारखा आहे. आरोग्य हे आपल्या क्षेमकुशलासाठी महत्त्वाचं आहे. तुमच्याकडे पैशाच्या राशी असतील, पण तुमचे आरोग्य चांगलं नसेल तर काहीच खास नाही. पैशाला त्याच्या मर्यादा आहेत. मी हे सांगतो आहे ते, जे तुमच्याकडे आधीपासून आहे त्याचा तुम्हाला उपयोग होईल असा विचार तुम्ही करण्यासाठी.

जर माझ्याकडे पैसा नसता पण आरोग्य असतं, तर मी सावध आणि संयमित राहून नव्याने सुरुवात केली असती हे मला माहीत आहे. सावध बारीक दृष्टी म्हणजे जगातील घडामोडींचे ज्ञान ठेवून आणि अर्थविषयक प्रकाशने वाचून तुमचा आर्थिक बुद्ध्यांक रोज वाढवणे, संयम म्हणजे गोष्टी घडायला वेळ, प्रयत्न आणि विचार लागतो हे समजणे.

पैसे मिळवण्याच्या माझ्या ज्या कल्पना असतील त्या सत्यावर आधारित आहेत याची मी खात्री करून घेईन. आपण जसे मोठे होत जातो, तसा दावा मोठा होत जातो आणि मोठ्या चुका करायला कमी वाव राहातो. पण आपल्या गाठीशी थोडा जास्त अनुभव जमा असतो अशीही आशा असते.

एक दिवस मी आमचा मुख्य वित्त अधिकारी, सीएफओ ॲलन वाइसेलबर्गशी बोलत होतो, तेव्हा त्याने उल्लेख केला की महाविद्यालयातून बाहेर पडल्यापडल्या तो जेव्हा तरुण शिक्षक होता, तेव्हा कसं त्याच्या विद्यार्थ्यांना माहीत नसलेले नवं काही शिकवण्याअगोदर, तो त्यांना माहीत असलेल्या गोष्टींपासून सुरुवात करायचा. मोठ्या वर्गातल्या मुलांना वित्तविषयक काही कौशल्यं नसतात याची त्याला काळजी होती आणि त्याच्या मते याचा अर्थ त्यांच्या जीवनकौशल्यात काहीतरी काळजी करण्यासारखं

> सावध बारीक दृष्टी म्हणजे जगातील घडामोडींचे ज्ञान ठेवून आणि अर्थविषयक प्रकाशने वाचून तुमचा आर्थिक बुद्ध्यांक रोज वाढवणे.
>
> *– डोनाल्ड जे. ट्रम्प*

होतं. हा मुद्दा पोचवण्यासाठी त्याला मार्ग सापडला, तो त्यांना शॉपिंग करायला आवडतं का या प्रश्नाचा. त्या सर्वांना आवडत होतं. मग त्याने विचारलं की जीन्सवर १५% सूट आहे म्हणजे किती. ते म्हणाले की कॅशियर करेल हिशोब.

मग त्याने विचारलं की कॅशियरने बरोबर सूट दिली नाही तर? बरोबर रक्कम त्यांना कळेल का आणि ते कॅशियरची चूक दुरुस्त करू शकतील का? कारण त्यांना जर हे कळलं नाही, तर आपण फसवले जातोय की नाही हे त्यांना कसं कळेल? हो, आता त्या मुलांना फसवले जाण्याची कल्पना तितकीशी आवडली नाही आणि एकदम ते हिशोब करू लागले. त्याने त्यांना सांगितलं की ही तयारी करण्याची, निदान आपल्याभोवती काय घडत आहे याबद्दल जागरूक राहाण्याची पहिली पायरी होती.

हेच मोठ्यांनाही लागू होतं. आपण वेळ काढून गोष्टी आपल्या आपण तपासल्या पाहिजेत. नाहीतर ज्यांच्या डोक्यात आपल्या उच्च हितापेक्षा अधिक महत्त्वाचे प्राधान्यविषय आहेत, अशा लोकांच्या सहेतुक किंवा अहेतुक दयेवर आपण अवलंबून राहू.

तुमच्या कौशल्यांचा, छंदांचा, जागेचा, मनाच्या कलाचा आढावा घ्या आणि तुमची स्थिती पालटण्याचा मनात निश्चय करा. सहसा तुम्ही विचार करणार नाही अशा कल्पनांसाठी मन खुलं ठेवा. संधी वेगवेगळ्या वेष्टणातून येते आणि सारं धुवून गेल्यावर एकदम महान गोष्टी येतात हे लक्षात घ्या. हे सोपं नाही, पण असं घडू शकतं.

तुम्ही जे काही करत असता, ते सोडून देऊ नका. तुमच्याकडे काय आहे त्याचा धांडोळा घ्या आणि त्याच्याबरोबर सुरुवात करा. आपल्या सर्वांकडे काही ना काही असतं. प्रत्येक व्यक्ती विशेष असते आणि मी आधी म्हटलं तसं, मी सबबी खपवून घेत नाही.

जेव्हा तुमच्या आणि तुमच्या प्रियजनांच्या जीवनाचा प्रश्न असतो, तेव्हा तुम्हीही खपवून घेऊ नका.

प्रकरण तेवीस

फारसे पैसे नसलेला मी एक बेबी बूमर आहे, मी काय करावं?

रॉबर्ट यांचा प्रतिसाद

बेबी बूम पिढी १९४६ ते १९६४ च्या दरम्यान जन्मलेला गट, अनेक अर्थांनी नशीबवान होता. अमेरिका जेव्हा सैनिकीदृष्ट्या *आणि* आर्थिकदृष्ट्या जागतिक महासत्ता बनत होती त्याच काळात त्यांचा जन्म झाला. पण आता ते अमेरिकेचा ऱ्हास बघत आहेत, सैनिकीदृष्ट्या नसला तरी आर्थिकदृष्ट्या।.

बेबी बूम पिढी ही औद्योगिक युगातली शेवटची आणि माहिती युगातली पहिली पिढी; ही बदलाची पिढी आहे आणि हा बदलच, पैसे असलेले बूमर्स आणि पैसे नसलेले बूमर्स यांच्यात मोठी दरी निर्माण करत आहे.

ज्या बूमर्सनी औद्योगिक युगाचे नियम आणि मूल्यं पाळली त्यांच्यासाठी म्हातारपण सोपं नाही. शाळा संपल्यावर या बूमर्सपैकी अनेक जण औद्योगिक युगातील वाहन, विमानकंपन्या अशा उद्योगांमध्ये काम करायला गेले. या उद्योगांमधले बूमर्स जेव्हा निवृत्तीची तयारी करत आहेत. तेव्हा त्यांच्यासमोर मोठी आर्थिक आव्हानं आहेत.

ज्या बूमर्सनी माहिती उद्योगात प्रवेश करून तिथले नियम आणि मूल्यं अंगिकारली, त्यांना सन्मानाचं म्हातारपण आणि समृद्धीची निवृत्ती मिळण्याची शक्यता जास्त आहे. वाहन आणि विमानकंपन्यांमधले बूमर्स कष्ट काढत आहेत, तर मायक्रोसॉफ्ट आणि ॲपलसारख्या कंपन्यांमध्ये काम केलेल्या बूमर्सचं खूप चांगलं झालं.

हा गट जसा आणखी म्हातारा होईल, तसा औद्योगिक युगातले बूमर्स आणि माहिती युगातले बूमर्स यांच्या संपत्तीतला फरक ठळक होत जाईल. येत्या काही वर्षांत त्यांचं कसं होईल, ते, ते पैशाचे कोणते नियम पाळतात – औद्योगिक युगाचे की माहिती युगाचे – त्यावर अवलंबून राहील.

बेबी बूमर्सची पहिली लाट महाविद्यालयातून बाहेर पडत होती तेव्हाच जग बदलायला सुरुवात झाली होती. पहिल्यांदा व्हिएतनाम युद्ध झालं – या महागड्या युद्धानं आपल्या देशाच्या जवळजवळ चिंध्या केल्या. मग १९७१ मध्ये युनायटेड स्टेट्स सुवर्ण प्रमाणापासून बाजूला झाली१९७९ मध्ये तेलाची पहिली आणीबाणी घडली आणि मग १९७४ मध्ये ERISA (एरिसा) कायदा झाला.

१९७१ मध्ये पहिले बेबी बूमर्स जेव्हा महाविद्यालयातून बाहेर पडत होते तेव्हा सोनं ३५ डॉलर्स औंसाला होतं. आज सोनं औंसाला ७०० डॉलर्सला भिडलंय. डॉलरने त्याची क्रयशक्ती किती गमावली आहे याचं हे एक उदाहरण.

१९७१ मध्ये बरेच बेबी बूमर्स लग्न करून घरं खरेदी करत होते. १९६८ मध्ये माझ्या वडिलांनी या घरासाठी ५०००० डॉलर्स मोजले. आज या घराची किंमत जवळपास २० लाख डॉलर्स आहे. किंमतीतली ही वाढ बेबी बूमर्ससाठी चांगली असली तरी त्यांच्या मुला-नातवंडांना आज स्वत:चं घर घेणं कठीण होत आहे. अनेक वेळी बूमर्सना आपल्या मुलांना आपल्या घराबाहेर काढणं कठीण होऊन बसलंय.

१९७४ मध्ये सुरू झालेल्या बदलांमुळे अनेक बेबी बूमर्सना निवृत्तीवेतन नाही. अनेक बेबी बूमर्सना, त्यांच्या पालकांना होता तो 'डिफाइन्ड बेनिफिट पेन्शन प्लॅन' नाही आणि असलाच तरी तो धोक्यात आहे. शाळेत कुठलंही आर्थिक शिक्षण न मिळाल्यामुळे त्यांना डिफाइन्ड कॉन्ट्रिब्यूशन प्लॅन, सेव्हिंग्ज प्लॅन आणि त्यांच्या पालकांचा पेन्शन प्लॅन यातला फरकच समजत नाही. लाखो लोकांनी त्यांचा पैसा 'आर्थिक तज्ज्ञांच्या' हवाली केला आणि त्यांच्या पैशाचं काय होत आहे याची त्यांना काहीही कल्पना नव्हती. २००० साली शेअरबाजार कोसळला आणि मग यातल्या बऱ्याच बूमर्सना जाग आली की त्यांची निवृत्ती वाटते तितकी सुरक्षित नाही. कित्येकांना शोध लागला की त्यांच्या 'तज्ज्ञांना' त्यांच्यापेक्षाही कमी कळत होतं.

२००६ मध्ये प्रचंड पेट्रोल पिणाऱ्या 'एसयूव्ही' घेतल्यानंतर बूमर्सना पुन्हा एकदा पेट्रोलच्या संकटाचा दणका नसला. या वेळी हा खरा होता, राजकीय प्रेरणेने घडलेला नव्हता. पूर्वी १९७३ मध्ये तेल बॅरलला ३ डॉलर्स होतं. आता ते १०० डॉलर्सवर जाईल असं वाटतंय, नजिकच्या भविष्यात कदाचित आणखीही वर जाईल.

तेलाच्या किंमतीतली ही वाढ म्हणजे ठराविक उत्पन्नावर अवलंबून असणाऱ्यांच्या हे लक्षात येईल की त्या उत्पन्नातून आता तेवढ्या गोष्टी खरेदी करता येत नाहीत. गॅसोलिनच्या किंमती गॅलनला १० डॉलर्स झाल्या तर त्यांच्या निवृत्तीसाठीच्या बचतीचे काय होईल?

आणि सोशल सिक्युरिटी आणि मेडिकेअरबद्दल आपल्याला माहीतच आहे. मी अशी आशा करतो की, हे पुस्तक वाचणाऱ्यांपैकी कुणी सरकार आपली काळजी घेईल अशी अपेक्षा करत नसेल.

असा अंदाज आहे की ८० टक्के बेबी बूमर्सना सुखवस्तू निवृत्ती परवडणार नाही. अनेक जण अडचणीत आहेत कारण त्यांनी त्यांच्या पालकांसारखंच आर्थिक नियोजन केलं.

मी फक्त काम करत राहीन

माझे काही बूमर्स मित्र म्हणतात की ते फक्त काम करत राहातील. काम करत राहाणं हा जिवंत आणि व्यक्त राहाण्याचा एक चांगला मार्ग आहे असं मला वाटतं, तरीही तुम्ही

कायम काम करत राहाल असा विचार करणं थोडं चुकीचं आहे. शारीरिकदृष्ट्या जेव्हा तुम्हाला काम झेपणार नाही तेव्हा काय होईल? नर्सिंग होमचा खर्च अफाट आहे आणि तुमच्या मुलांच्या घरात तुमच्यासाठी जास्तीची खोली नसली तर?

आरोग्य, संपदा आणि सुख

मी ॲकॅडमीत असताना मला जाणवलं की माझे वडील हे खरे यशस्वी होते. अखेर ते शैक्षणिक प्रमुख होते. त्यांच्या सेवेबद्दल त्यांचा सत्कार झाला आणि त्यांच्या सहकाऱ्यांचा आदर त्यांना मिळाला. पण त्यांच्याकडे आरोग्य, संपदा किंवा सुख नव्हते.

माझ्या वडिलांची तब्येत ढासळली कारण ते अनफिल्टर्ड सिगारेटची दोन ते तीन पाकिटं रोज ओढत असत. यथावकाश त्यांना फुफ्फुसाचा कर्करोग झाला.

त्यांच्याकडे धनसंपदा नव्हती. त्यांनी पुष्कळ पैसा कमावला, पण जेवढा कमावला, तेवढाच खर्च केला. त्यांनी बचतीचा प्रयत्न केला. गुंतवणूक केली नाही. मला वाटतं ते शिक्षकांचं निवृत्तीवेतन, सोशल सिक्युरिटी आणि मेडिकेअर त्यांची काळजी घेतील असं समजत असावेत.

ते सुखीही नव्हते. ते जितके यशस्वी झाले. तितका कामाचा ताण वाढत गेला. ते क्वचितच घरी असायचे. मी जीवनात पुष्कळ खेळात भाग घेतला, पण ते कधीही माझा खेळ बघायला आले नाहीत. ते सारखे काम करायचे. ते सारखे रस्त्यावर असायचे - राज्यभरच्या शाळांना भेटी देत प्रवास करायचे, पालक शिक्षक संघाच्या बैठकांना जायचे - पण त्यांच्या मुलांच्या पालक शिक्षक सभेला ते उपलब्ध नसायचे.

आरोग्य आणि संपदा हे वेळात मोजले जातात

आरोग्य आणि संपत्ती मोजता येणं शक्य असलं तरी सुख मोजणं जरा कठीण असतं. आपण डॉक्टरकडे गेलो, की डॉक्टर रक्ताचा नमुना घेतात, रक्तदाब मोजतात आणि आज तुमचा एमआरआय काढतात. त्यामुळे आरोग्याचं काहीतरी मोजमाप आहे. हेच संपत्तीसाठी खरं आहे. तुम्हाला पैसे कर्जाऊ द्यायचे की नाही हे जेव्हा बँकरला ठरवायचं असतं तेव्हा ते पहिल्या प्रथम तुमचा कर्जाचा अर्ज किंवा आर्थिक पत्रक मागतात.

आरोग्य आणि संपत्ती हे वेळातही मोजता येते. उदाहरणार्थ तुम्ही आजारी असता आणि डॉक्टर सांगतात, 'आता तुमचे फक्त सहा महिने उरले आहेत.' याचा अर्थ तुम्ही नक्की निरोगी नाही. जर सर्वसाधारण आयुमर्यादा ७५ वर्षे धरली आणि तुम्ही साठ वर्षांचे असाल, तर वेळ निघून चालली आहे.

फोर्ब्ज मासिकाने एकदा 'श्रीमंता'ची व्याख्या वर्षाला दहा लाख डॉलर्सपेक्षा जास्त उत्पन्न असलेला/ली अशी केली होती. म्हणजे श्रीमंती पैशात मोजता येते. संपत्ती काळात मोजता येते. समजा तुमच्या बचत खात्यात १०००० डॉलर्स आहेत आणि तुमचा

> आपल्यापैकी अनेक जण भीतीला जीवनावर राज्य करू देतात, प्रेमाला नव्हे. उदाहरणार्थ, अनेक लोक काम करतात ते त्यांना प्रिय असतं म्हणून नाही, तर काढून टाकलं जाण्याच्या किंवा पुरेसे पैसे न मिळण्याच्या भीतीनं. अनेक लोक याच भीतीतून गुंतवणूक करतात - पुरेसा पैसा नसल्याच्या आणि अनेक लोक दु:खी असतात कारण ते प्रेमात नसतात.
>
> *- रॉबर्ट टी. कियोसाकी*

मासिक खर्च १००० डॉलर्स आहे, तर तुमची संपत्ती १० महिने आहे.

गरीब माणसाची व्याख्या

मी एकदा लोकप्रिय टीव्ही चॅनेल *सीएनबीसी* पाहात असताना, निवेदकाने सांगितलं की त्याला एका प्रसिद्ध आर्थिक संस्थेतील अंतर्गत सूचना पाहायला मिळाली. त्याने त्या प्रसिद्ध स्टॉक ब्रोकर फर्मचं नाव सांगितले, पण मी सांगणार नाही कारण मी तो मेमो प्रत्यक्ष पाहिलेला नाही. असो, त्या निवेदकाने सांगितलं, 'कंपनीच्या सूचनेत गरीब म्हणजे ज्याच्याकडे गुंतवायला रोख १ लाख डॉलर्ससुद्धा नाहीत असा माणूस अशी केली होती.'

कल्पना करा, त्या कंपनीच्या मापदंडाप्रमाणे अमेरिकेतले बहुतेक सगळे लोक गरीब म्हणावे लागतील.

त्याच फर्ममध्ये पूर्वी काम करणाऱ्या माझ्या एका मित्राला याबद्दल विचारल्यावर त्याने याला दुजोरा दिला आणि भर घातली, 'तुम्हाला ग्राहक म्हणून स्वीकारण्यासाठी ते हा निकष लावतात एवढंच नाही, तर तुम्हाला कामावर ठेवण्यासाठी ही ते हाच १,००,००० डॉलर्सचा निकष लावतात.' त्याने सांगितलं की, तुमचं शिक्षण, कामाचा अनुभव याला कंपनी फार महत्त्व देत नव्हती. ज्यांच्याकडे गुंतवायला १,००,००० डॉलर्सपेक्षा जास्त आहेत, अशा किती जणांना तुम्ही वैयक्तिकरीत्या ओळखता, याची ते एक यादी करायला सांगत. तुमची यादी मोठी असेल, तर तुम्हाला नोकरी मिळाली, नाहीतर नाही.

पुन्हा आरोग्य, संपदा आणि सुखाकडे

आरोग्य, संपत्ती आणि वेळ यातल्या संबंधाचा मी उल्लेख केला असे अनेक लोक आहेत की ज्यांच्याकडे संपत्तीपेक्षा आरोग्य अधिक आहे... आणि त्यांना कदाचित याने सुख वाटत नसेल. तुमच्याकडे जर आरोग्य आणि धनसंपदा दोन्ही असेल तर उदंड आरोग्य आणि संपत्ती नसलेल्यांपेक्षा तुम्ही ते अधिक चांगल्या रीतीने जगू शकाल. संशोधनातल्या प्रगतीमुळे भविष्यातल्या औषधांचा तुमच्या आरोग्यावर काय परिणाम होईल हे काही सांगता येत नाही, जर तुमच्या संपत्तीत ते परवडू शकत असतील तर.

तुम्ही श्रीमंत व्हावं असं आम्हाला का वाटतं?

तुमचं उत्तर काय?

या तिन्हीत माझ्या मते आरोग्य सर्वांत महत्त्वाचं आहे. तुम्ही मेलात, तर संपत्तीचा आणि सुखाचा काही उपयोग नाही. अडचण अशी की, लोक एक मिळवण्यासाठी दुसऱ्याचा त्याग करतात. उदाहरणार्थ अनेक लोक संपत्तीसाठी आरोग्याचा त्याग करतात किंवा संपत्तीसाठी सुखाचा त्याग करतात. आपल्या सगळ्यांना खूप मेहनत करून श्रीमंत झालेली माणसं माहीत असतात, पण ते त्यांच्या आरोग्याची काळजी घेत नाहीत. किंवा माझ्या वडिलांसारखे पैसा आणि पदासाठी खूप कष्ट करतात, पण आरोग्य, संपत्ती आणि सुख गमावतात.

हे तीन्ही महत्त्वाचे आहेत, विशेषत: तुम्ही जवळ फारसा पैसा नसलेले बेबी बूमर असाल आणि वेळ निघून चालली असेल तर.

तर मी असं सुचवितो :

१. **तुम्हाला जे आवडतं ते तुम्ही करत नसाल तर त्याला सुरुवात करा, अर्ध वेळ का होईना.** उदाहरणार्थ माझा एक मित्र सरकारी अधिकारी आहे आणि त्याला त्याचा अगदी तिटकारा आहे. पण गोल्फचं त्याला वेड आहे. दर शनिवारी तो स्थानिक गोल्फ क्लबमध्ये जातो आणि आपला वेळ नि:शुल्क देतो. स्थानिक प्रो शॉपमध्ये तो काम करतो, शिकवतो, स्पर्धा भरवायला मदत करतो. त्याच्या निवृत्तीला काहीच वर्षं उरली आहेत, पण गोल्फ मैदानावर त्याने इतके मित्र जोडले आहेत की निवृत्त आल्यावर त्याला पूर्ण वेळ गोल्फ मैदानावर संधी आहेत.

२. **तुमचं प्रेम असलेल्या गोष्टींमध्ये गुंतवणूक करायला सुरुवात करा.** प्रेम शब्द ध्यानी घ्या. मला माहीत आहे तुमच्यापैकी पुष्कळांनी असं ऐकलं असेल की जे प्रिय असतं ते काम करा. गुंतवणुकीबद्दलसुद्धा हेच खरं आहे. कितीतरी लोक त्यांना काही माहीत नाही. ज्यांच्यात त्यांना रस नाही, ज्याच्यावर त्यांचं प्रेम नाही अशा गोष्टीत पैसा गुंतवतात.

   मला जे प्रिय आहे त्यातच मी पैसा गुंतवतो, माझे स्थावर मालमत्तेवर प्रेम आहे. माझी पत्नी, किम म्हणते, 'तुझं ज्यावर प्रेम नाही अशी इमारत किंवा बांधकामाचा कचरा आपण पाहिला नाही.' मला तेलही प्रिय आहे कारण ॲकॅडमीत असताना मी त्या उद्योगात काम केलं होतं, मला ते समजतं. मला सोनं आणि चांदीही आवडतात. तुम्ही *रिच डॅड* वाचलं असेल तर नवव्या वर्षीचा माझा, शिसापासून चांदीची नाणी बनवण्याचा उद्योग (उर्फ नकली माल) तुम्हाला आठवत असेल.

   तुम्ही ज्यात गुंतवणूक करता ते जर तुम्हाला प्रिय असेल, तर तुम्ही तो विषय अभ्यासण्याची, बऱ्या वाईट बाजू बघण्याची, तो अंतर्बाह्य समजून घेण्याची शक्यता

असते आणि तुमच्या गुंतवणुकींबद्दल तुम्हाला जेवढं जास्त माहीत असेल तितकं तुम्ही पैसे मिळवून देणाऱ्या गुंतवणुकी निवडाल.

३. **प्रशिक्षक नेमा.** २००५ साली, किमचं आणि माझं हवाईतलं छायाचित्र मी पाहिलं. मी किती जाड झालो होतो हे पाहून मला धक्का बसला. मी एखाद्या फुग्यासारखा दिसत होतो. मी वजनदार होतो हे मला माहीत होते पण मी काही इतर लोकांइतका वजनदार नाही, डाएट वगैरे करून मी सहज पुन्हा युद्धावर जाण्याइतका तंदुरुस्त होईन वगैरे मी मनाला फसवत होतो. या थापा मी गेली २५ वर्षं मारत होतो.

त्या छायाचित्रानं धक्का देऊन मला कामाला लावलं, मरण्याच्या भीतीनं मी कामाला लागलो नाही. किमबरोबर मला जास्त वेळ देता येणार नाही हे माझ्या डोक्यात ठसलं. ती भीती नव्हती. ते प्रेम होतं. मला जगण्यासाठी खूप काही होतं.

मी जे करायला हवं ते करण्याइतकी इच्छाशक्ती माझ्याकडे नव्हती हे ही मला समजलं होते. मी २५ वर्षं स्वत:ला खोटं सांगत होतो. मला एक प्रशिक्षक – एक गुरू हवा होता – जो मला जबाबदार धरेल आणि जे करण्याची शिस्त माझ्या स्वत:मध्ये नाही ते माझ्याकडून करवून घेईल.

एक वर्षभराने मी ५० पौंड हलका झालो आहे. पण वजनापेक्षाही माझ्या शरीरातल्या चरबीचे प्रमाण ३६ टक्क्यांवरून २० टक्क्यांवर आलं आहे. इथे पोचेपर्यंत माझा मला नव्याने शोध घ्यावा लागला.

बदल डोक्यात सुरू होतो. खाली दिलेली आकृती पुन्हा एकदा पाहा.

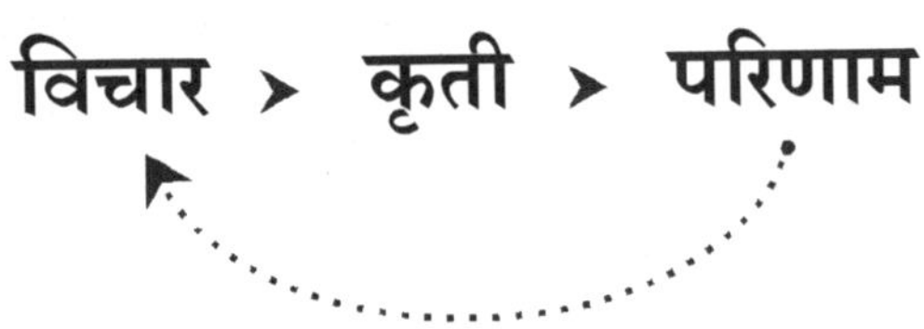

मला माहीत होतं की माझे विचार बदलणं आणि आरोग्याबद्दल मला पुन्हा एकदा शिक्षण देणं गरजेचं होतं.

आज मला लोक विचारतात की मी वजन कसं उतरवलं (मी काय खातो, काय व्यायाम करतो) मी त्यांना सांगायचा प्रयत्न करतो की मी '*काय केलं*' यापेक्षा मी माझे विचार कसे बदलले हे महत्त्वाचं आहे.

मी आता आधीपेक्षा जास्त खातो. मला इतकं खाताना बघून माझ्या मित्रांचा आ वासला की मला गुदगुल्या होतात.

तुम्ही जवळ फारसा पैसा नसलेले एक बेबी बूमर असाल आणि वेळ निघून चालली

असेल तर तुमच्या जीवनात बदल करण्याची वेळ आलेली आहे. शक्य असेल तर मदतीसाठी एक प्रशिक्षक नेमा, असा तज्ज्ञ जो तुमच्या जीवनातल्या ज्या भागाकडे लक्ष देण्याची गरज असेल, त्या बाबतीत स्वत:चा पुनर्शोध घ्यायला तुम्हाला मदत करेल.

आनंदीपणा हीच गुरुकिल्ली

प्रेम ही आरोग्य, संपत्ती आणि सुख यांनी भरलेल्या जीवनाची किल्ली आहे. तुम्ही आनंदी असाल तर निरोगी राहाणं सोपं असतं. तुम्ही आनंदी असलात तर संपन्न राहाणं सोपं असतं आणि तुम्ही जे करताय त्याच्या प्रेमात असाल तर ते अधिक सोपं असतं.

अनेक जण भीतीला आपल्या जीवनावर राज्य करू देतात, प्रेमाला नाही. स्वत:वर बंधन घालून घ्या की यापुढे तुम्ही जे करणार आहात तो प्रेमाने दिलेला हुकूम असू दे. तुमचे विचार आणि कृती प्रेमातून उगवून आल्या असतील तर आरोग्य, संपत्ती आणि सुखाचे परिणाम मिळणं अगदी सहज शक्य आहे.

प्रेमामुळे ते सोपं होत नाही

काही लोकांना वाटतं की जे प्यारं आहे ते काम करणं, जे प्रिय आहे त्यात गुंतवणूक करणं आणि प्रेमाखातर आरोग्य मिळवणं म्हणजे सोप्या गोष्टी असतील, प्रेम सोपं नसतं आणि कधीकधी तर कष्टप्रद असतं. कित्येक लोक प्रेम करणं सोडून देतात (काम असो किंवा व्यक्ती, जागा... काहीही असेल) कारण ते कष्टप्रद होते. आपल्यापैकी किती जणांनी हे ऐकलं असेल, 'मी पुन्हा कध्धी प्रेमात पडणार नाही.'

प्रेम जीवन सोपं करत नाही, पण जीवनाला अर्थ नक्की देतं.

कधीतरी कष्टप्रद असलं तरी प्रेम आध्यात्मिक असतं. कित्येक वेळेला मी जिममध्ये दु:खी कष्टी होतो आणि हे सगळे सोडून देण्याचा विचार करतो, तेव्हा मी फक्त माझ्या प्रियतमेचं, किमचं स्मरण करतो आणि मग ते पुढे चालू ठेवण्याची इच्छा परत येते. दोन तास कळ काढल्याने मला माझ्या सर्वात प्रिय व्यक्तीबरोबर दीर्घ आणि अधिक आनंदी सहजीवन मिळतं, त्यामुळे मी ते दु:ख सहन करतो. हेच काम आणि गुंतवणुकीबद्दलही खरे आहे. प्रेम नसतं, तर कामाबरोबर आणि गुंतवणुकीबरोबर येणारं दु:ख आणि निराशा यातून मी पार होऊ शकलो नसतो. प्रेम सोपं असते असं जो म्हणतो, त्याने उघडच कधी प्रेम केलेलं नसतं.

प्रशिक्षणाबद्दल

रिच डॅड कंपनीकडे उत्तम प्रशिक्षित व्यावसायिक प्रशिक्षकांचा संघ आहे. तुमची आर्थिक उद्दिष्टं स्पष्ट करण्यासाठी, तुम्हाला मदत करण्यासाठी आणि तुम्हाला जबाबदार धरण्यासाठी तुम्ही जर कुणाला शोधत असाल, तर richdad.com वर जा आणि आमच्या कोचिंग प्रोग्रॅमबद्दल जाणून घ्या.

बेबी बूमर्ससाठी शेवटचे चार शब्द

आपणापैकी बहुतेक बेबी बूमर्ससाठी, जगण्याचा हा खूप उत्तेजक काळ आहे आणि आणखी उत्तेजक काळ पुढे आहे. तुम्हाला आरोग्य, धनसंपदा आणि आनंदाची आणखी भरपूर वर्षं लाभोत.

डोनाल्ड यांचा प्रतिसाद

मी काळजी केली असती. या देशातल्या साठीच्या माणसांनी जर आणखी ३५ वर्षांकरता स्वत:ची काळजी घेण्याइतपत पैसा गाठीला लावला नसेल - भाववाढ, तेलाच्या आणि आरोग्यसेवेच्या वाढत्या किंमती गृहीत धरून - तर त्यांच्यासाठी गोष्टी काही फार चांगल्या नाहीत.

बेबी बूमर्स म्हणजे काही थातुरमातुर लोक नाहीत, ते चांगले यशस्वी लोक आहेत - पण रॉबर्ट म्हणाले तसं, त्यांनी जीवनाच्या मध्यावर माहिती युगात प्रवेश केला नसेल, तर ते अनेक अर्थांनी मागे पडले आहेत. भविष्याबद्दल विचार करताना मी बराच गंभीर झालो असतो. तुम्ही मनात म्हणत असाल, 'पण आम्ही केलंय ते', ते खरंही असेल. फक्त काही दशकांपूर्वी होतं, त्यापेक्षा आज भविष्य खूप बदललं आहे.

असं म्हटल्यानंतर आणि रॉबर्टच्या सूचना लक्षात ठेवून, मला असं म्हणायचं आहे की एक नवी सावधानता फार महत्त्वाची आहे. सुरुवात करणं नेहमीच सोपं नसते, पण तुम्ही याच्याकडे एक आव्हान म्हणून पाहिलं की ते पूर्ण करण्यासाठी तुम्ही नक्की सक्षम आहात, तर तुमचे अर्धं काम झालंच.

पुष्कळदा, आपण व्यक्ती आणि नागरिक म्हणून ज्या परिस्थितीला तोंड देतो आहोत, त्यापेक्षा खडतर परिस्थितीचे स्मरण करणं चांगलं ठरतं. तुमचा काळ कठीण असेल, पण सारं संपलं नाही, माझं 'आग वि. फुफाटा' तत्त्वज्ञान आठवा. दुसऱ्या शब्दात एका दृष्टिकोनातून पाहा म्हणजे तुमचा समतोल राहील.

त्याबद्दलची एक सकारात्मक गोष्ट म्हणजे तुम्ही ६० वर्षं अगोदरच पार पाडली आहेत. हेच मुळी एक यश आहे. अनुभवाबरोबर शहाणपण येते त्यामुळे तुम्हाला त्याचा फायदा आहे, आता तुमची व्यूहरचना म्हणजे तुम्ही २०-२५ वर्षांचे होता, तेव्हा पाहिलं होतं त्यापेक्षा वेगळ्या दृष्टिकोनातून भविष्याकडे पाहाणं.

इथे तुमची कल्पकता कामी येते. आपला सगळ्यांना माहीत आहे, की निराशेसोबत किंवा तथाकथित पीछेहाटीबरोबरच छुपी संधी असू शकते. तुम्ही जर तुमच्या परिस्थितीकडे या दृष्टीनं पाहिलं आणि या संधी शोधण्यावर लक्ष केंद्रित केलं, तर सुरुवातीला तुम्ही योजलं होतं त्यापेक्षा तुमचे प्रश्न भविष्य अधिक चांगलं करू शकतात. असं घडू शकतं. पण मला भर

द्यायचा आहे तो तुमच्या परिस्थितीतल्या सकारात्मकतेवर लक्ष केंद्रित करण्यावर, तो एका चांगल्या कारणासाठी, तुम्ही विजयी होऊन बाहेर येण्याचं तेच प्रथम क्रमांकाचं कारण आहे.

मला एक जोडपं माहीत आहे, ज्यांचा व्यवसाय, अनेक कारणांसाठी, त्यांच्या वयाच्या साठीच्या सुरुवातीला बुडला. ते त्यांचं आयुष्यभराचं काम आणि त्यांची निवृत्तीची पुंजी होती. त्यांच्या परिस्थितीबद्दल त्यांना चिंता वाटत होती हे सांगायला नको. त्यांनी परत स्की रिसॉर्टवर जायचं ठरवलं, जिथे त्यांनी मोसमात आणि बिगरमोसमात अनेक सुट्ट्या आनंदात घालवल्या होत्या. आपण कधीतरी निवृत्त होऊन इथेच येऊ असं त्यांना वाटत होतं, ते त्याच हॉटेलमध्ये राहिले जिथे ते आधी राहिले होते आणि आपल्या अडचणींच्या परिस्थितीबद्दल चर्चा करत होते. त्या हॉटेल मालकाला तेव्हाच एक अडचण उद्‌भवली. त्याच्या कुटुंबातल्या आणीबाणीमुळे त्यांना गाव सोडून बाहेर जावं लागत होतं आणि त्यांनी या जोडप्याला फुकट राहाण्याच्या बदल्यात हॉटेलकडे लक्ष देण्याबद्दल विचारले. त्या जोडप्याने मान्यता दिली आणि पुढची गोष्ट थोडक्यात सांगायची म्हणजे ते पूर्ण वेळ तिथेच राहिले आणि मग त्यांनी ते हॉटेल स्वतःच विकत घेतलं. त्यांनी नवा व्यवसाय सुरू केला, जो त्यांना प्रिय होता आणि जिथे राहाण्याची त्यांची इच्छा होती. तिथेच ते राहू लागले! त्यांनी ठरवल्यापेक्षा हे चांगलं झालं आणि आर्थिक फायदाही झाला.

निराशेत संधी दडलेली असल्याचं हे एक उदाहरण झालं. अशा लाखो कथा आहेत आणि तुमचीसुद्धा अशी एखादी कथा का बरं नसेल? पण लक्षात घ्या की ते जोडपं तिथे गेलं ज्या जागेला काहीतरी अर्थ होता आणि त्यांना ती आधीपासून आवडत होती. सकारात्मक ऊर्जा मिळण्यासाठी, जिथे आपल्या सुंदर आठवणी आहेत अशा जागी जाणं यात चातुर्य आहे. तुमची अशी एखादी जागा असेल, तर ती लक्षात आणा. तुम्ही तिचा प्रेमाने विचार करता याला काहीतरी कारण आहे आणि ते तुमच्या भविष्याशी संबंधित असू शकते.

आपल्याला एखादी जागा का आवडते हा प्रश्नही स्वतःला विचारणं चांगलं ठरेल. कधीकधी ते अगदी उघड असतं - ती सुंदर असते. ती सुट्ट्यांची आठवण देते, ती रोमांचक आहे किंवा असंच काहीतरी. पण जर तुम्ही पुन्हापुन्हा 'का' हा प्रश्न विचारत राहिला, तर लवकरच तुम्हाला असं काहीतरी भेटेल जे तुमच्यासाठी एखाद्या नवीन कल्पनेचं किंवा करिअरचं दार उघडेल.

> स्वतःला किंवा तुमच्या शक्यतांना कमी लेखू नका.
>
> - डोनाल्ड जे. ट्रम्प

मला असंही वाटतं की निवृत्ती ही काही नेहमीच चांगली नसते. माझे वडील म्हणायचे, 'निवृत्ती म्हणजे मृत्यू', कारण त्यांना त्यांच्या कामातून एवढी ऊर्जा मिळे. काम करत असणं, संपर्कात असणं हेच कित्येकांसाठी दीर्घायुष्याचं कारण ठरतं. कदाचित तुमची तथाकथित 'पीछेहाट' ही तुमच्या दीर्घ आणि आनंदी

जीवनाची लाट असेल. कदाचित तुम्ही काहीतरी मोठं करणार असाल, कदाचित ते करणं हे तुम्हाला निवृत्तीपेक्षा अधिक समाधान मिळवून देईल. कधी कधी आपले नियोजन कोलमडतं ते भल्यासाठी.

आपण गोष्टी ऐकल्या आहेत की कुणाचंतरी विमान चुकलं आणि आपला प्रवासाचा बेत फिसकटला म्हणून तो माणूस अगदी वैतागला, आणि नेमकं तेच विमान कोसळलं. लोकं अगदी 'बाल-बाल' वाचली अशा आपण अनेक गोष्टी ऐकतो. पर्याय शोधायला फार वेळ घेतला म्हणून दुसरी संधी किंवा यश ज्यांचं थोडक्यात हुकतं, अशा लोकांपैकी एक होऊ नका.

आपल्यावर लादलं गेलं असलं किंवा नसलं तरी उद्दिष्टांची पुनर्रचना करणं ही चांगली गोष्ट आहे. रॉबर्ट आणि मी दोघांचाही ठाम विश्वास आहे की यशस्वी होण्यासाठी तुम्ही जे करत आहात त्यावर तुमचं प्रेम असावंच लागतं. तुमचं ज्याच्यावर प्रेम आहे त्यात गुंतवणूक करायला तो सुचवतो - हॉटेलवाल्या जोडप्यानं अगदी तेच केलं. बळ देण्यासाठी, ते त्यांच्या प्रिय जागी गेले आणि त्यांना बळ मिळालं. हेच ते बोले तैसा चाले.

आज जवळ फारसा पैसा नसलेले बेबी बूमर तुम्ही असाल, तर तुमच्या आत्तापर्यंतच्या आयुष्याबद्दल कृतज्ञ राहा आणि जाणून घ्या की आणखी काही मोठी साहसे दाखवण्यासाठी जीवन वाट बघतंय. स्वत:ला किंवा तुमच्या शक्यतांना कमी लेखू नका. तुम्ही सहा वर्षांचे असा की ६०, अजून भरपूर संधी आहेत. तुम्ही सोडून देत नाही, तोवर छान आयुष्य शिल्लक असतं.

या सगळ्याचं सार असं स्टीव्ह फोर्ब्जचं एक वाक्य मी तुम्हाला सांगतो. स्टीव्हनं हे काही वर्षांपूर्वी त्याच्या *'अ न्यू बर्थ ऑफ फ्रीडम'* या पुस्तकात लिहिले आणि ते आजही ज्ञानाचं आणि सुसंगत आहे. 'या नव्या युगातील संपत्तीच आणि भांडवलाचा स्रोत हा भौतिक गोष्टींमध्ये नाही - तो आहे मानवी मन, मानवी स्फूर्ती, मानवी कल्पना आणि भविष्यावरचा आपला विश्वास; मुक्त समाजाची ही जादू आहे - प्रत्येकजणाची प्रगती आणि भरभराट होते कारण संपत्ती आतून येते.'

प्रकरण चोवीस

मी आधीच श्रीमंत असेन तर? माझ्यासाठी तुमचा सल्ला काय?

रॉबर्ट यांचा प्रतिसाद

तुम्ही श्रीमंत असाल, तर ईश्वराचे आभार माना. पण नेहमी लक्षात ठेवा की पैसा हा वरदान किंवा शाप दोन्ही असू शकतो.

जगातल्या अनेक लोकांपुढे पुरेसा पैसा मिळवणं हाच प्रश्न असतो. तुमच्याकडे जर भरपूर पैसा असेल, तर तो टिकवून ठेवणे ही समस्या असू शकते. लॉटरी विजेते, चित्रपटतारे, व्यावसायिक खेळाडू आणि श्रीमंत वारसदार पैसा गमावतात कारण पैसा टिकवून ठेवणं ही पैसा मिळवण्याइतकीच अवघड गोष्ट आहे. तुमचे पैसे हवे असणाऱ्या लोकांचं तुम्ही लक्ष्य बनता.

तुम्ही *कॅशफ्लो* या खेळाच्या बोर्डाकडे पाहिलं तर तुम्हाला गुंतवणूकदारांच्या तीन पातळ्या दिसतील. त्या आहेत :

१. **रॅट रेस.** बहुतेक जण रॅट रेसमध्ये असतात. पुन्हा या लोकांनी गुंतवणूक केलीच तर ते बचत खाते, स्टॉक्स, बॉण्ड्स आणि म्युच्युअल फंड अशा कागदी मालमत्तेत गुंतवणूक करतात.

२. **छोटे व्यवहार आणि मोठे व्यवहार.** या छोट्या आणि मोठ्या व्यवहारांमध्ये बहुतेकांचं आर्थिक शिक्षण होतं आणि ते रॅट रेसमधून बाहेर पडतात.

३. **फास्ट ट्रॅक.** १९३३ साली अध्यक्ष जॉन केनेडी यांच्या वडिलांनी, जोसेफ केनेडींनी फास्ट ट्रॅकची निर्मिती केली होती.

आर्थिक शिक्षण आणि अनुभव असलेल्या श्रीमंत गुंतवणूकदारांसाठी फास्ट ट्रॅकनिर्माण केला गेला. समस्या अशी की बऱ्याच श्रीमंत माणसांना आर्थिक शिक्षण नसतं आणि त्यांच्या पैशावर टपलेल्या खोटारड्या लबाड प्रमोटर्सकडे ते पैसे घालवतात.

तर श्रीमंत लोकांचे मुख्य दोन प्रकार असतात : १) असे लोक ज्यांनी स्वत: पैसे मिळवले आहेत आणि फास्ट ट्रॅकमध्ये गुंतवणूक करण्यासाठी आवश्यक ते आर्थिक शिक्षण व अनुभव त्यांच्याकडे आहे, आणि २) असे लोक ज्यांच्याकडे खूप पैसा आहे पण आर्थिक शिक्षण व अनुभव अल्प किंवा शून्य आहे.

कर्तृत्ववान माणसांना पैसे गमावण्याची भीती नसते कारण आपण पुन्हा तो मिळवू शकू हे त्यांना माहीत असते. ज्या लोकांना इतर मार्गांनी पैसा मिळालेला असतो, त्यांच्यासमोर दोन पर्याय असतात, तेच दोन पर्याय असतात जे बिनपैसेवाल्या माणसांसमोर असतात – शिक्षित व्हा किंवा आपला पैसा एखाद्या सक्षम आणि विश्वासू व्यावसायिकाकडे सोपवा.

आपला सर्व पैसा एखाद्या लबाड प्रमोटरकडे घालवलेल्या क्रीडापटूबद्दल किंवा चित्रपट ताऱ्याबद्दल दरवर्षी आपल्याला वाचायला मिळतं. एखाद्या श्रीमंत, वृद्ध व्यक्तीचा पैसा एखाद्या नातेवाईकाने किंवा विश्वासू परिचारकाने लांबवल्याचंही तुम्ही वाचाल. हे अगदी सर्रास घडतं. शिवाय लग्न करून सर्व पैसा गमावल्याच्या गोष्टीही आपण ऐकतो. अशा कुख्यात गोष्टींपैकी एक म्हणजे २६ वर्षांच्या ॲना निकोलने तिच्यापेक्षा ६३ वर्षांनी मोठ्या वयाच्या माणसाशी केलेलं लग्न. हे म्हणे प्रेम!

फास्ट ट्रॅकमध्ये गुंतवणूक

सर्वसामान्य गुंतवणूकदारासाठी, एसईसी (भारतात सेबी) गुंतवणूकींची आणि त्या गुंतवणुकींच्या प्रवर्तकांची छाननी करते. रॅट रेसच्या बाहेर गुंतवणूक करणाऱ्यांसाठी कमी संरक्षण असते.

लहान मोठ्या व्यवहारांसाठी आणि फास्ट ट्रॅकसाठी शिक्षण, अनुभव, विश्वास आणि सचोटी हे अत्यावश्यक असतात. जर तुम्ही किंवा तुमच्या सल्लागारांमध्ये शिक्षण, अनुभव, विश्वास किंवा सचोटी यांची कमतरता असेल तर एसइसी पर्यवेक्षित कागदी मालमत्तेत राहा.

> जे तुम्हाला प्रिय आहे
> ते करत नसाल तर
> ते सुरू करा, मग ते
> अर्ध वेळ का असेना.
> *– रॉबर्ट टी. कियोसाकी*

फास्ट ट्रॅक व्यवहारांची उदाहरणे

मी केलेल्या काही फास्ट ट्रॅक व्यवहारांची उदाहरणे पुढे देत आहे :

१. **उद्योग सुरू करताना, एक उद्योजक म्हणून आणि गुंतवणूकदारांकडून पैसा उभा करताना हा फास्ट ट्रॅक व्यवहार असतो. मी अतिशय काळजी घेतो. मी ज्यांच्याशी बोलतो ते सक्षम, नामांकित गुंतवणूकदार असतात.**

   सक्षम, नामांकित गुंतवणूकदाराची व्याख्या :

   ज्या माणसाचे वैयक्तिक (किंवा पती/पत्नीसह) एकूण एकत्रित निव्वळ मूल्य (नेट वर्थ) दहा लाख डॉलर्सपेक्षा जास्त असते. ज्या माणसाचं गेल्या दोन वर्षांतलं उत्पन्न वार्षिक दोन लाख डॉलर्सपेक्षा जास्त आहे व चालू वर्षातही त्याला अशाच उत्पन्नाची अपेक्षा आहे किंवा याच काळातील त्याचं पती/पत्नीसह उत्पन्न तीन लाख डॉलर्सपेक्षा जास्त आहे.

   माझी चीनमधली सोन्याच्या खाणीची कंपनी ही अशी गुंतवणूक आहे. त्या गुंतवणुकीने माझ्या कित्येक गुंतवणूकदारांना लक्षाधीश केलं आहे.

   तुम्हाला माहीत असेल की मी एक तेल कंपनीही सुरू केली होती, जिला कधीच तेल सापडलं नाही. माझ्या गुंतवणूकदारांचे बरेच पैसे बुडले. चांगली बातमी म्हणजे माझ्या कंपनीतल्यापैकीच काही जण चीनमधल्या सोन्याच्या खाणीच्या कंपनीत होते.

२. **स्थावर मालमत्तेच्या भागीदारी :** किम आणि मी बऱ्याच स्थावर मालमत्तेच्या प्रकल्पात भागीदार आहोत – तीनशे सदनिकांचा प्रकल्प, व्यापारी इमारती आणि कार्यालयीन इमारती असे प्रकल्प. किम आणि मी डोनाल्ड ट्रम्पसारखे स्थावर मालमत्तेचे विकसक नाही. आम्ही फक्त विकसकांचे आर्थिक भागीदार असतो. एकाही स्थावर मालमत्तेच्या भागीदारीत आम्ही पैसा गमावला नाही.

   प्रामाणिक आणि अनुभवी भागीदार असणं हे सर्वांत महत्त्वाचं आहे.

३. **तेल व वायू भागीदारी :** वैयक्तिकरीत्या मला तेल आणि वायू आवडतात. त्याची अनेक कारणं आहेत. ती अशी :

   रोखीचा ओघ : तुम्हाला जर तेल मिळालं तर स्थावर मालमत्तेसारखे तुम्हाला दर महिन्याला पैसे मिळत राहातात.

   कराचे फायदे : मी जर तेल आणि वायू भागीदारीत एक लाख डॉलर्स गुंतवले तर आयकरातून मला साधारण ७०,००० डॉलर्सची वजावट मिळते.

५०% आयकराच्या ब्रॅकेटमध्ये हे म्हणजे मला सरकारकडून ३५००० डॉलर्स रोखीचा ओघ आल्यासारखं किंवा गुंतवणूक करताना तेवढं मिळाल्यासारखं आहे.

कराचा दुसरा लाभ म्हणजे मला तेल व वायू कंपन्यांकडून जो प्रत्येक डॉलर मिळतो त्यावर सरकार मला १५ टक्क्यांची अतिरिक्त वजावट (डिप्लिशन अलाउन्स) देते. म्हणजे मला तेल व वायू कंपन्यांमधून झालेल्या उत्पन्नाच्या ८५% भागावरच मी कर भरतो.

४. **खाजगी इक्विटी फंड :** हे श्रीमंतांचे म्युच्युअल फंड असतात. सहसा हे खाजगी इक्विटी फंड हे उत्कृष्ट कामगिरी असलेल्या एखाद्या गुंतवणूक समूहाभोवती बांधलेले असतात. ते सर्व गोष्टींत गुंतवणूक करतात. उदा. व्यवसाय आणि मोठाल्या स्थावर मालमत्तेच्या खरेद्या.

   साधारणपणे म्युच्युअल फंडांपेक्षा इथली रोकडीची गरज मोठी असते. मी गुंतवणूक केलेल्या एकामध्ये दहा लाख डॉलर्सची हमी (कमिटमेंट) आवश्यक होती. आम्हाला तीन वर्षांत पैसे अधिक ४० टक्के परतावा मिळाला. तुमचे पैसे तुम्ही ठेवलेल्या गुंतवणूकसमूहाप्रमाणे डॉलर्सची गरज व परतावा बदलतो.

५. **हेज फंड्स :** हेज फंड्स हे म्युच्युअल फंडांपेक्षा वेगळे यासाठी असतात की ज्यात कर्जाऊ रकमेचा वापर होतो आणि ते म्युच्युअल फंडांप्रमाणे गुंतवणुकी व गुंतवणुकीच्या पद्धती यात मर्यादित नसतात. हेज फंडाच्या गुंतवणुकीच्या बाबतीत माझे नशीब संमिश्र राहिलेलं आहे. पुन्हा हेज फंडांचं यश हे त्याच्या व्यवस्थापनावर अवलंबून असतं.

६. **डेरिवेटिवज् :** डेरिवेटिवज्च्या जगाची माहिती फार थोड्यांना असते. तरीही ते आपल्या सर्वांशी संबंधित असतात. वॉरन बफे याचं वर्णन, 'वेपन्स ऑफ मास डिस्ट्रक्शन' – 'कत्ले आम ची हत्यारं' असं करतात.

   गुंतवणुकीच्या या वर्गाची मला फार माहिती नाही. पण डेरिवेटिव्ह म्हणजे काय हे मला माहीत आहे. डेरिवेटिव्ह म्हणजे दुसऱ्या कशापासून तरी बनलेलं – डिराइव्ह झालेलं – असतं. उदाहरणार्थ, संत्र्याचा रस हे संत्र्याचा डेरिवेटिव्ह आहे. मॉर्गेज हे स्थावर मालमत्तेचं डेरिवेटिव्ह आहे. त्यामुळे मला वाटतं वॉरन बफेंना डेरिवेटिव्हच्या जगाची काळजी वाटते कारण बहुतेकांना, अगदी त्यात काम करत असलेल्यांनाही ते संपूर्ण कळलेलं नसतं. हे कर्जरोख्यांचं औषधावर पोसलेलं जग आहे. एक उचकी आली तर पैशाचं आख्खं जग पत्त्यांच्या बंगल्यासारखं कोसळून पडेल.

एका मित्रानं हे मला असं समजावून सांगितलं. 'म्हणजे कसं आपण बेकार असताना कशाततरी गुंतवायला पैसे उसने घ्यायचे, मग ते उसने पैसे तारण वापरून आणखी पैसे उसने घ्यायचे.' म्हणजे घर गहाण टाकून क्रेडिट कार्डाचं कर्ज भागवायचं आणि क्रेडिट कार्ड वापरतच राहायचं अशी लोकं असतात, तसं वाटतं. जर डेरिवेटिव्हजचं जग असं सावल्यांचं असेल, तर जागतिक उच्च आर्थिक जग हे पत्त्यांचं घर – क्रेडिट कार्डाच्या पत्त्यांचं जग असेलही.

सारांश

तुम्ही श्रीमंत असाल तर तुमचं काम आहे की पैसा टिकवून ठेवणं आणि दैववशात तो वाढवणं. तुम्ही काहीही करत असलात तरी खालील गोष्टी असणं महत्त्वाचं आहे :

१.मृत्यूपत्र

२.इस्टेट प्लॅन

३.आपण अक्षम ठरल्यास (इनकॅपॅसिटेटेड) त्याचे नियोजन

४.लग्न करत असाल, तर विवाहपूर्व करार

डोनाल्ड यांचा प्रतिसाद

पहिलं म्हणजे मी म्हणेन की श्रीमंत असलात, तर कृतज्ञ राहा. मग मी म्हणेन की काळजी घ्या. मग मी म्हणेन, भरपूर मजा करा.

मी नेमकं तेच करतो आहे. आता मी माझ्या सुंदर पत्नीबरोबर, मेलानियाबरोबर लॉस एंजेलिसच्या बेव्हर्ली हिल्स हॉटेलमध्ये आमच्या बाळाबरोबर, बॅरनबरोबर आहे आणि आमचा वेळ मस्त चाललाय. इथली हवा, राहाण्याची जागा आणि खाणंपिणं अप्रतिम आहे आणि अल्बर्तो देल ओया आमची छान काळजी घेत आहे.

मी इथे *'द अ‍ॅप्रेंटिस'*ची सहावी मालिका चित्रित करण्यासाठी आलो आहे. मार्क बर्नेट आणि त्याची पत्नी रोमा लॉस एंजेलिसमध्ये राहातात आणि माझ्या मुलीचा, टिफनीचा पदवीदान समारंभ या आठवड्यात होईल. त्यामुळे मी जरी न्यूयॉर्कवासी असलो तरी हे ठिकाण आणि ही जीवनशैलीही छानच आहे.

माझा देखणा गोल्फ कोर्स ट्रम्प नॅशनल गोल्फ क्लब/लॉस एंजेलिस इथून जवळच प्रशांत महासागराच्या पालोस वेर्देस इथं आहे. मी नियमित तिथे जाऊन गोल्फ खेळणार आहे आणि गोल्फकोर्स आणि समुद्राला सन्मुख असणारी नवीन इस्टेट होम्स जवळजवळ तयार होत आली आहेत. ही अवर्णनीय सुंदर घरं आहेत.

> परोपकार हे उत्तम जीवन
> जगण्याचं एक
> उत्तम बक्षीस असतं.
>
> *- डोनाल्ड जे. ट्रम्प*

माझे अनेक प्रकल्प चालू आहेत आणि म्हणूनच मी श्रीमंत आहे. मी माझ्या संपत्तीचा पूर्ण उपयोग करतो. अशक्य असं काही नाही. मी जोवर सौदे करत नाही आणि नवं काही शिकत नाही तोवर मी खूषनसतो. मी इथे असेपर्यंत आम्ही ट्रम्प प्रॉडक्शन्सचं लॉस एंजेलिसमधले कार्यालयही उघडणार आहोत. तर एक क्षणही कंटाळवाणा नसतो. जीवन खूप उत्तेजक असू शकतं, असायला हवं.

याचा अर्थ मी काळजी घेत नाही, सावध नसतो असा नाही. गोष्टी चांगल्या चाललेल्या असताना निष्काळजी होणं सहज शक्य असतं. म्हणून मी लक्ष केंद्रित ठेवतो. माझी मुलं मोठी होत आहेत आणि उद्योगात येत आहेत आणि मला त्यांनी कुठल्याही संकटात पडावंसं वाटत नाही. तुमच्यापाशी जे आहे त्याच्याप्रती जबाबदार राहाणं महत्त्वाचं आहे.

ट्रम्प ऑर्गनायझेशनमधल्या प्रत्येकाशी मी रोज संपर्कात राहून तिथे काय चाललं आहे याची माहिती घेतो आणि ऱ्होना मला वेळापत्रक पाळायला मदत करते. माझी थोरली दोन मुलं डॉन ज्यु. आणि इव्हान्का इथे माझ्याबरोबर *ॲप्रेंटिस* फिनालेसाठी आणि काही भागांसाठी आहेत. त्यामुळे आनंदीआनंद आहे, उत्सव आहे.

तुम्ही श्रीमंत असाल तर तुमच्या जीवनाबद्दलही तुम्ही हेच म्हणू शकता. जीवन हे साजरं करण्यासाठी असतं. विशेषत: तुमच्याकडे ते करण्याची साधनं असतील तर.

तुमच्या सुदैवाला कधी कमी लेखू नका आणि लक्षात ठेवा, परोपकार हे उत्तम जीवन जगण्याचं एक उत्तम बक्षीस असतं. हाच माझा श्रीमंत मंडळींना उत्तम सल्ला.

डोनाल्ड, मेलानिया आणि बॅरन

डोनाल्ड आणि बॅरन

डॉन ज्यु. आणि इव्हान्का

प्रकरण पंचवीस

ज्यांना श्रीमंत व्हायचं असतं अशी काही लोकं... श्रीमंत होण्यात अपयशी का होतात?

रॉबर्ट यांचा प्रतिसाद

उघडच, श्रीमंत होण्याची इच्छा असूनही लोक श्रीमंत होण्यात अयशस्वी होतात त्याची अनेक कारणं आहेत. त्यातली काही अशी :

१. आळस
२. वाईट सवयी
३. शिक्षणाचा अभाव
४. अनुभवाचा अभाव
५. मार्गदर्शनाचा अभाव
६. वाईट वृत्ती
७. मित्र, कुटुंबीय यांचा चुकीचा प्रभाव
८. एकाग्रतेचा अभाव
९. निश्चयाचा अभाव
१०. धैर्याचा अभाव

पण मला अशा एका कारणाबद्दल लिहायचंय ज्याची फारशी चर्चा केली जात नाही आणि ते कारण म्हणजे त्याला किंवा तिला श्रीमंत बनवण्यास साहाय्यकारी ठरणारं वातावरण शोधण्यात त्या व्यक्तीला अपयश येते.

*'टीच टु बी रिच'*मध्ये मी आपण सर्व जण जन्मजात बुद्धिमान असण्याच्या शक्यतेची चर्चा केली आहे. दोन कृतिपुस्तिका आणि तीन डीव्हीडी असलेल्या त्या संचात मी म्हणतो की, आपली बुद्धिमत्ता बहरेल अशा वातावरणाचा शोध माणसाने घेतला पाहिजे. मी उदाहरण देतो की, टायगर वुड्सची बुद्धिमत्ता गोल्फ कोर्सवर बाहेर येते. तो जॉकी असता तर यशस्वी झाला नसता. तसंच मिक जॅगर, जो शाळेत जाऊन अकाउंटंट झाला, त्याला त्याची बुद्धी रोलिंग स्टोन म्हणून रंगमंचावर गवसली.

माझे पुअर डॅड शाळेत बुद्धिमान होते, माझे रिच डॅड नव्हते. माझ्या रिच डॅडची बुद्धिमत्ता रस्त्यावरच्या वातावरणात बाहेर आली. माझ्या बाबतीत मी शाळेत काही फार चमकलो नाही. माझ्यासाठी शाळा हे चुकीचं वातावरण होतं. माझ्या रिच डॅडसारखी माझी बुद्धिमत्ता बाहेर येते ती रस्त्यावरच्या वातावरणात. मी शैक्षणिक वातावरणात राहिलो असतो, तर तिथे चमकलो नसतो.

तुमच्या बुद्धिमत्तेच्या विकासासाठी योग्य वातावरण अत्यावश्यक असते. मी नेव्हीच्या पायलट स्कूलमध्ये होतो तेव्हा माझ्या काही सहवैमानिकांत त्यांची प्रतिभा विमाने उडवण्यात गवसली होती. त्यातला एक जनरल झाला आणि बाकीचे विमानकंपन्यांमध्ये ज्येष्ठ वैमानिक झाले. मी एक सर्वसाधारण वैमानिक होतो. फुटबॉलमध्ये माझ्या काही मित्रांना त्यांची प्रतिभा मैदानावर सापडली. मी फुटबॉलमध्ये सर्वसाधारण होतो. मी झेरॉक्स कॉर्पोरेशनमध्ये काम करत असताना, माझ्या एका मित्राला त्याची प्रतिभा कॉर्पोरेट जगतात गवसली आणि तो ती शिडी भराभर चढला.

प्रत्येक माळ्याला माहीत असतं की रोपांना चांगली माती, पाणी आणि योग्य तपमान लागतं. सगळे घटक असेल तर रोपं बहरतील. असंच माणसांचंही आहे. प्रत्येक माणसाला बहरायला काही विशिष्ट घटक लागतात. हे आवश्यक घटक नसतील, तर व्यक्ती वाढणार आणि फुलणार नाही.

गरीब वातावरणातली श्रीमंत माणसं

माझे रिच डॅड म्हणायचे, ‘अनेक श्रीमंत माणसं गरीब वातावरणात असतात.’ मी मोठा होत गेलो तसा त्यांच्या बोलण्याचा अर्थ मला अधिक उमजत गेला.

माझ्या घरचं वातावरण

पहिली गोष्ट माझ्या लक्षात आली की मी अशा कुटुंबात जन्माला आलो होतो जिथलं आर्थिक वातावरण गरीब होतं. आता याचा अर्थ आम्ही प्रेमळ कुटुंब नव्हतो असा नाही, ते आम्ही होतोच. अडचण ही की वातावरण श्रीमंत होण्यासाठी पोषक नव्हतं. माझ्या कुटुंबात, श्रीमंत होण्याची इच्छा करणं निषिद्ध होतं. एक कुटुंब म्हणून आम्ही शिक्षण, सरकारी नोकरी आणि कमी पगार यांना मान देत होतो. अगदी उघड बोललं जात नसले, तरी श्रीमंत हे दुष्ट असतात आणि गरिबांना लुटतात असा एक असलेला समज होता.

गुंतवणुकीबद्दल कधीही चर्चा होत नव्हती. माझ्या कुटुंबात गुंतवणूक म्हणजे जुगार. आहे त्यात भागवणं आणि पैसे वाचवणे हीच जगण्याची रूढ रीत होती.

आज माझ्या घरात पैसा हा शब्द कलंकित नाही. श्रीमंती ही मजा आहे आणि गुंतवणूक म्हणजे खेळ. आहे त्यात भागवण्याऐवजी आम्ही सतत आमची साधनं वाढवण्यावर, आमचं उत्पन्न वाढवण्यावर, मालमत्ता उभारण्यावर आणि शक्य तितक्या लोकांना मदत करण्यावर काम करत असतो. तसेच आम्ही आर्थिकदृष्ट्या नकारात्मक लोकांना आमच्या जीवनाच्या बाहेर ठेवतो आणि आम्हाला आव्हान देणाऱ्या तसंच पाठिंबा देणाऱ्या समविचारी लोकांच्या बरोबर असतो. आमचे मित्र हेही आमच्या वातावरणाचा भाग आहेत.

माझं कामाचं वातावरण

मला जेव्हा झेरॉक्स कॉर्पोरेशनमध्ये पहिली नोकरी मिळाली, तेव्हा लवकरच माझ्या लक्षात आलं की श्रीमंत होण्यासाठी हेही काही आदर्श वातावरण नाही. माझ्या बॉसेसना मी भरपूर मेहनत करून भरपूर पैसा मिळवावा असं वाटत होतं, पण त्यांचं प्राथमिक लक्ष्य होतं ते भागधारकांना खूष करणं – कर्मचाऱ्यांना नाही. जेव्हा कधीही मी स्वतःची कंपनी सुरू करण्याबद्दल बोलायचो, तेव्हा माझ्या वरचे व्यवस्थापक मला आठवण करून द्यायचे की स्वतःच्या व्यवसायाचं काम करणं हे कंपनीच्या धोरणाविरुद्ध होतं.

याचा अर्थ मला झेरॉक्स कॉर्पोरेशनमध्ये काम करणं आवडत नव्हतं असं नाही, आवडत होतं. फक्त माझ्या श्रीमंत होण्यासाठी त्या वातावरणाची रचना केलेली नव्हती. शिवाय मी जरी भरपूर पैसा मिळवत होतो, तरी उच्च उत्पन्न असणाऱ्या कर्मचाऱ्यांसाठी असलेल्या कराच्या तरतुदीमुळे संपत्ती निर्माण व्हायला अडचण येत होती.

रिच डॅड कंपनीमध्ये प्रत्येक साप्ताहिक बैठक ही आमचे कर्मचारी श्रीमंत होण्यावर केंद्रित असते. आर्थिक चर्चासत्रांना हजर राहायला, स्वतःचा व्यवसाय सुरू करायला आणि गुंतवणूक करायला – कंपनीच्या निवृत्तीयोजनेमधून नव्हे, तर त्यांच्या स्वतःच्या गुंतवणुकीच्या नियोजनातून आम्ही त्यांना उत्तेजन देतो. आर्थिकदृष्ट्या शिक्षित आणि हळूहळू आर्थिकदृष्ट्या स्वतंत्र होण्यासाठी त्यांच्यावर जो दबाव टाकतो, तो न आवडून कित्येक कर्मचारी सोडून गेले आहेत. त्यांनी नोकरी सोडण्याचा मला आनंद आहे कारण ते वेगळ्या वातावरणात सुखी होतील.

हरण्याची भीती वाटणाऱ्या लोकांसाठीचं वातावरण

पुष्कळ लोकांना श्रीमंत व्हायचं असतं पण श्रीमंत होण्यात त्यांना अपयश येतं कारण फक्त ते गरीब वातावरणातले श्रीमंत लोक असतात. उदाहरणार्थ, तुम्ही जर कर्मचारी असाल तर तुम्ही कदाचित अशा वातावरणात काम करत असाल ज्याची रचना अशा लोकांसाठी केलेली आहे जे न हरण्यासाठी काम करतात. ज्यांना नोकरीची सुरक्षितता आणि नियमित पगार हवा असतो. असं वातावरण निर्माण करणाऱ्या मालकांना चांगले कर्मचारी आकर्षित करणं आणि टिकवून ठेवणं यात फारशी अडचण येत नाही – असे कर्मचारी जे न हरण्यासाठी काम करण्यात आणि स्वतः आर्थिक तज्ज्ञ होण्याऐवजी आपला पैसा आर्थिक तज्ज्ञांकडे सोपवण्यात खूष असतात. उघडच, सरकारी नोकरीत असं वातावरण असतं.

जिंकणाऱ्यांचं वातावरण

काही संस्था विजेत्यांसाठी – ज्यांना श्रीमंत व्हायचं आहे त्यांच्यासाठी वातावरण निर्माण करतात. याची उदाहरणं आहेत व्यावसायिक खेळ, चित्रपट आणि संगीत उद्योग. यातलं

> तुम्ही जिथे बहराल, असं वातावरण शोधा.
> गोल्फची मैदाने नसती, तर बहुधा आपण टायगर वुड्सबद्दल ऐकलंही नसतं.
>
> *- रॉबर्ट टी. कियोसाकी*

आव्हान असे असते की तुम्ही अपवादात्मक – अतुलनीय प्रतिभावान, ध्यास घेतलेले आणि मेहनती असावे लागता. या उद्योगांमध्ये पैशाचा ९०/१० चा नियम लागू असतो. जिंकणाऱ्यांपेक्षा हरणारे निश्चितच जास्त असतात.

विजेते केंद्रित आणखी वातावरण म्हणजे शेअर बाजारातील गुंतवणुकीच्या फर्मस्, स्थावर मालमत्तेची विक्री, नेटवर्क मार्केटिंग.

मरणारं झाड

अलीकडेच, मी लावलेलं एक लहानसं झाड मृत्यूपंथाला लागलं. मला झाडं फार आवडतात, त्यामुळे मला फार वाईट वाटलं. मी वृक्षतज्ज्ञांना बोलावलं, त्यांनी खत वगैरे दिलं, पण ते झाड कोमेजतच गेलं. शेवटी मी पाण्याची नळी घेतली आणि सरळ त्या झाडाच्या मुळांना आठवड्यातून दोनदा पाण्यात भिजवून काढायला सुरुवात केली. असं मी महिनाभर केलं आणि अचानक त्या गळक्या फांद्यांमधून पानं आणि नवी फूट जोमदारपणे येऊ लागली त्याला फक्त जास्त पाणी हवं होतं (मी नंतर पाहिलं तेव्हा त्या झाडापाशी येणारी ठिबक यंत्रणा तुंबली होती). आज ते झाड निरोगी आणि जोमदार आहे. त्याला फक्त वाढीसाठी वातावरण हवं होतं. हेच माणसांसाठी असतं. अनेक लोक श्रीमंत होत नाहीत कारण ते गरीब वातावरणात असतात.

शक्तिदायी वातावरण

वातावरणाची कल्पना पुढे नेऊन, खालील कल्पनांचा विचार करा :

१. **तुम्हाला तुमची बुद्धिमत्ता वाढवायची असेल तर :** ग्रंथालयात, पुस्तकांच्या दुकानात किंवा विद्यालयात जा.

२. **तुम्हाला तुमचं आरोग्य वाढवायचं असेल तर :** व्यायामशाळेत जा, सायकल चालवा किंवा अधिक खेळा.

३. **तुम्हाला तुमचं आत्मिक ज्ञान वाढवायचं असेल तर :** चर्चमध्ये जा, शांत जागी जाऊन ध्यान करा किंवा अधिक प्रार्थना करा.

४. **तुम्हाला तुमची संपत्ती वाढवायची असेल तर :** अशा ठिकाणी जा जिथे लोक श्रीमंत होत आहेत (स्थावर मालमत्तेचं किंवा स्टॉकब्रोकरचं कार्यालय), गुंतवणूक मंडळात जा किंवा अभ्यास मंडळ सुरू करा, ज्यांना अधिक श्रीमंत होण्याची इच्छा आहे, असे नवे मित्र जोडा.

५. **तुम्हाला तुमचं जग विस्तारायचं असेल तर :** आधी कधीच गेला नव्हता अशा ठिकाणी जा. ज्या गोष्टी करायची तुम्हाला पूर्वी भीती वाटायची, त्या करा.

निराळ्या शब्दांत, स्वत:मध्ये बदल आणि सुधारणा घडवून आणण्याचा सर्वांत वेगवान मार्ग म्हणजे वातावरण बदलणं.

अखेरचे सवाल

आपणा सर्वांकडे जन्मत: एक खास प्रतिभा, एक अद्वितीय देणगी असते. यावर माझा विश्वास आहे. अडचण ही की प्रत्येकालाच आपली प्रतिभा सापडते असं नाही कारण त्याची किंवा तिची प्रतिभा सापडते असं नाही कारण त्याची किंवा तिची प्रतिभा उमलून येईल असं वातावरण त्याला/तिला सापडत नाही. एवढेच लक्षात ठेवा, गोल्फची मैदानं नसती, तर कदाचित आपल्याला टायगर वुड्सचं नावसुद्धा ऐकायला मिळालं नसतं.

तर माझे अखेरचे सवाल आहेत :

१. तुमच्या घरातलं आणि कुटुंबातलं वातावरण तुमची आर्थिक प्रतिभा वाढवणारं आहे का? हो की नाही?
२. तुमच्या नोकरीतलं वातावरण तुमच्या आर्थिक प्रतिभेचा विकास होण्यासाठी पोषक असं आहे का? हो की नाही?
३. तुमची प्रतिभा कशात असेल याची तुम्हाला काही कल्पना आहे का? हो की नाही?
४. तुम्ही अशा लोकांबरोबर काम करता का, की जे तुमची प्रतिभा विकसित करू इच्छितात? हो की नाही?
५. तुम्हाला जर तुमचं वातावरण मिळालं, तर तुमची प्रतिभा वाढवण्यासाठी भरपूर कष्ट घ्यायची तुमची तयारी आहे का? हो की नाही?

मी हा शेवटचा प्रश्न विचारला, कारण तुमच्याकडे निव्वळ प्रतिभा असून जीवन सोपं होत नाही. आपल्या सर्वांना बुद्धिमान लोक माहीत असतात. प्रश्न एवढाच की काही लोक त्यांच्या बुद्धीचा विकास करण्यासाठी मेहनत घेत नाहीत. कायम लक्षात ठेवा. टायगर वुड्सने (किंवा कुठल्याही महान व्यक्तीने) त्याची प्रतिभा विकसित करण्यासाठी भरपूर कष्ट घेतलेले असतात.

माझे रिच डॅड म्हणायचे जसे, 'आळशीपणा हा प्रतिभेचा मारेकरी असतो.'

हे पाच प्रश्न महत्त्वाचे प्रश्न आहेत. त्यामुळे पान उलटण्यापूर्वी तुम्हाला त्यांचा आणि त्यांच्या उत्तरांचा विचार करावासा वाटेल.

डोनाल्ड यांचा प्रतिसाद

वातावरण

ज्या कुटुंबातून मी आलो, माझे पालक इतके पाठिंबा देणारे आणि शिक्षणावर विश्वास ठेवणारे होते, त्या कुटुंबातून येणं यातल्या सुदैवाची मला जाणीव आहे. मी खूपदा त्याला 'लकी स्पर्म क्लब' म्हणतो. पण मला अशीही लोकं माहीत आहेत, जे यशाला पोषक अशा वातावरणांमधून आले नाहीत, पण तरीसुद्धा ते फार यशस्वी झाले.

थोरो म्हणाला तसं, 'जाणीवपूर्वक प्रयत्नांनी स्वतःच्या जीवनाचं उत्थान करण्याच्या माणसाच्या निर्विवाद क्षमतेपेक्षा जास्त उत्साहवर्धक सत्य मला माहीत नाही.'

तुम्हाला दीर्घ काळ आणि भरपूर कष्ट करावे लागू शकतात, पण आपलं ध्येय बाजूला पडू देण्यापेक्षा आणि सबबी सांगण्यापेक्षा ते चांगलं. माझ्या वडिलांकडे सुरुवातीला काही नव्हतं. महिन्याची दोन टोकं जुळवता जुळवता ते त्यांच्या कामातील नैतिकता आणि स्वाभाविक बुद्धिमत्तेने पुढे जात जात नंतर खूप यशस्वी झाले. मेहनतीच्या मार्गाने यश मिळवणाऱ्या लोकांबद्दल मला फार आदर वाटतो.

रॉबर्ट म्हणतो तसं, तुमच्या विशिष्ट बुद्धिमत्तेचं पोषण होण्यासाठी योग्य वातावरणाची गरज असते. आपल्या जबाबदारीचा एक भाग म्हणजे योग्य वातावरण शोधणं म्हणजे आपण बहरू, किंवा निदान पुढच्या पातळीवर जाण्यासाठी त्याचा पायरी म्हणून उपयोग करू. जीवनानुभव हा थोडा शाळेसारखा असतो. आपण पाचवीत गेलो, की आवश्यक त्या गोष्टी केल्या तर पुढे आपण सहावीत जाणार अशी अपेक्षा असते. मोठं झाल्यानंतर काही दशकं पाचवीतच राहाणं ही काही प्रगती नव्हे. ते सुखाचं असेल, पण ते दीर्घ काळासाठी स्वीकारार्ह असू नये.

अगदी आदर्शवत नसणाऱ्या वातावरणात रमून राहाण्याचा चांगला मार्ग म्हणजे आपलं लक्ष ढळू न देणं, प्रत्येक गोष्ट फारच क्वचित आदर्श असते, त्यामुळे घरचं किंवा नोकरीतले वातावरण तुमच्या यशासाठी तेवढंसं पोषक नसेल, तर तुम्ही अधिक प्रयत्नांनी तुमचं लक्ष एकाग्र ठेवायला हवं.

सर्वांत महत्त्वाचं, तुमच्या परिस्थितीतल्या उणिवांवर लक्ष केंद्रित करू नका. उपायांवर लक्ष केंद्रित करा!

अतिशय प्रतिकूलता आणि अपार अडचणी यांच्यापासून वर उठून अकल्पनीय यश मिळवणाऱ्या माणसांची अनेक उदाहरणं आहेत. याची शक्यता नेहमीच असते आणि तुम्ही ते उदाहरण असू शकता. तुम्ही फार महान वातावरणात नसलात, तरी तुमची सोबत काहीतरी मौल्यवान आहे हे लक्षात ठेवा. तुमच्या ध्येयावर लक्ष केंद्रित ठेवा, जास्तीचे एक किंवा अनेक

मैल जायची तयारी ठेवा आणि दुसऱ्या कुणाहीएवढा तुम्हालाही यशस्वी होण्याचा हक्क आहे हे जाणून घ्या.

> तुमचं लक्ष केंद्रित ठेवा
> आणि ते समस्येच्या
> उत्तरावर केंद्रित करा.
>
> *- डोनाल्ड जे. ट्रम्प*

मी हे म्हणतो कारण अशी लोकं आहेत ज्यांना यशाची इच्छा करणं म्हणजे फार काही तरी मागितल्यासारखं वाटतं. जणू काही हा प्रदेश दुसऱ्या कुणाचातरी आहे, त्यांचा नाही. यश म्हणजे तुम्ही हावरट किंवा स्वार्थी असणं अशी समजूत करून देत त्यांना वाढवलेलं असतं की काय कोण जाणे, पण या मनोभूमिकेवर काम करणं नक्कीच गरजेचं आहे.

गरीब असण्याचा काही एक फायदा नाही. खरं म्हणजे गरिबी हे दीर्घ काळात प्रत्येकासाठीच ओझं होतं.

कुठल्याही निरोगी माणसाला दुसऱ्यावर ओझं व्हावंसं वाटत नाही. दुसऱ्यांना मदत करणारं वातावरण निर्माण करायला पैसा लागतो. धर्मादाय करण्याच्या परिस्थितीत असणं हे लाभार्थी असण्यापेक्षा कधीही चांगलं. केवळ एवढंही, लक्ष देण्यासाठी आणि मेहनत करण्यासाठी स्फूर्तीदायक आहे.

अनुवांशिकता आणि वातावरण या दोन महत्त्वाच्या घटकांचा, आपण जे आहोत ते, किंवा आपण जे बनतो ते किंवा बनत नाही ते, यावर पुष्कळ प्रभाव असतो. पण केवळ तेवढेच घटक नाहीत. आणखी घटक म्हणजे तुमची जबाबदारी आणि तुमची निवड हाच एक शक्तिदायी विचार असावा.

तुमच्या उणिवांवर मात करण्याच्या परिस्थितीत तुम्ही असता. आपण सर्वांनी ऐकलेला 'वातावरणमित्र (एन्व्हायरॉनमेंट फ्रेंडली)' हा शब्द इथेही लागू पडतो. तुमच्या परिस्थितीशी मैत्री करा, त्यापासून शिका, पण प्रगती करत राहा. उदाहरणार्थ रॉबर्ट त्याच्या दोन्ही वातावरणांकडून शिकला आणि दीर्घ काळात दोन्ही कामास आले.

तुमचा दृष्टिकोन

तुमच्या वातावरणाचं आणखी विश्लेषण करण्यासाठी थोडा वेळ घ्या.

१. तुमच्या घरातलं आणि कुटुंबातलं वातावरण तुमची आर्थिक प्रतिभा वाढवणारं आहे का? *असेल तर कशा रीतीनं? नसेल तर तुम्ही त्या संदर्भात काय करू शकता?*

२. तुमच्या नोकरीतलं वातावरण तुमच्या आर्थिक प्रतिभेचा विकास होण्यासाठी पोषक आहे का? *असेल तर कशा रीतीनं? नसेल तर तुम्ही त्या संदर्भात काय करू शकता?*

३. तुमची प्रतिभा कशात असेल याची तुम्हाला काही कल्पना आहे का? हो की नाही? *असेल तर कशा रीतीनं? नसेल तर तुम्ही त्या संदर्भात काय करू शकता?*

४. तुम्ही अशा लोकांबरोबर काम करता का, की जे तुमची प्रतिभा विकसित करू इच्छितात? हो की नाही? *असेल तर कशा रीतीनं? नसेल तर तुम्ही त्या संदर्भात काय करू शकता?*

५. तुम्हाला जर तुमचं वातावरण मिळालं, तर तुमची प्रतिभा वाढवण्यासाठी भरपूर कष्ट घ्यायची तुमची तयारी आहे का? हो की नाही? *असेल तर कशा रीतीनं?*

नसेल तर तुम्ही त्या संदर्भात काय करू शकता?

पुढे, **कॅशफ्लो** चौफुला पाहा आणि पुढील अभ्यास करा :

तुमचं बहुतांश उत्पन्न कोणत्या चौकटीतून मिळावे असं तुम्हाला वाटतं?

____

तुम्ही ज्यांच्याबरोबर जास्तीत जास्त वेळ घालवता अशा सहा व्यक्तींची नावं लिहा.

______________ _____ ______________ _____

______________ _____ ______________ _____

______________ _____ ______________ _____

आता यातल्या प्रत्येक व्यक्तीचं उत्पन्न कोणत्या चौकटीतून येतं ते लिहा.

तुम्ही ज्या चौकटीत सक्रिय राहू इच्छिता, त्या चौकटीत ते सक्रिय आहेत का?

तसे नसतील, तर कदाचित तुम्हाला मित्र बदलावेसे वाटतील आणि तुमच्या इच्छित चौकटीतून उत्पन्न मिळवणारे नवीन मित्र जोडावेसे वाटतील.

तसे असतील तर तुमचं वातावरण ध्येयपूर्तीसाठी पोषक आहे.

रॉबर्ट आणि डोनाल्ड ट्रम्प इंटरनॅशनल गोल्फ क्लब,
लॉस एंजेलिसच्या प्रवेशद्वारापाशी

भाग पाच

आता सुरू करा!

प्रत्येक दिवस हा निर्णायक क्षणांनी भरलेला असतो. आपण सकाळी उठल्याक्षणापासून, आपण जेव्हा उठतो आणि व्यायाम करतो किंवा आणखी अर्धा तास झोपतो, तेव्हा आपण स्वत: निर्णय घेत असतो. आपण जेव्हा कामाला जाऊ शकत असतो तेव्हा आपण आजारी असल्याचा फोन करतो. तेव्हा आपण निर्णय घेत असतो. आपण जेव्हा व्यवसायावरचं किंवा गुंतवणुकीवरचं पुस्तक वाचण्याऐवजी टीव्ही पाहात असतो तेव्हा आपण निर्णय घेत असतो आणि आपण जेव्हा स्वत: गुंतवणूक करण्याऐवजी आपला पैसा गुंतवणूक करण्यासाठी विक्रेत्याच्या हातात देता, तेव्हा आपण निर्णय घेत असतो

चौथ्या भागात, रॉबर्ट आणि डोनाल्ड यांनी विशिष्ट परिस्थितीतल्या लोकांना सल्ले दिले. आता, पाचव्या भागात, ते स्थावर मालमत्ता, नेटवर्क मार्केटिंग आणि व्यवसायाची मालकी यांत गुंतवणूक करण्याच्या तपशीलवार शिफारसी करत आहेत. अर्थात महत्त्वाचं म्हणजे नेतृत्वगुण विकसित करण्याच्या गरजेवर ते शेवटी टिप्पणी करतात. तुम्ही जर स्वत:चं नेतृत्व करू शकत नसलात, तर तुम्ही इतरांचं नेतृत्व करू शकणार नाही.

रॉबर्ट आणि डोनाल्ड दोघांनाही अनेकदा विचारलं जातं, 'स्थावर मालमत्तेतली गुंतवणूक तुम्हाला चांगली वाटते का?' किंवा 'स्टॉकमधली गुंतवणूक तुम्हाला चांगली वाटते का?'

त्यांचं उत्तर आहे, 'ते अवलंबून आहे. तुम्ही किती चांगले आहात?' स्थावर मालमत्ता, स्टॉक्स, सोनं किंवा तुम्ही ज्या कशात गुंतवणूक करणार असाल ते, त्याला फार महत्त्व नाही. पण एखादी गुंतवणूक ही चांगली आहे का ते सर्वस्वी तुम्ही जे करता त्याच्याप्रती किती बांधील आहात, यावर अवलंबून आहे. स्थावर मालमत्तेतली गुंतवणूक चांगली आहे का हे विचारणं म्हणजे एखादा ज्या डाएटवर असेल ते डाएट चांगलं आहे का असे विचारण्यासारखं आहे किंवा लग्न करायला निघालेला माणूस सुखी होईल का असं विचारण्यासारखं आहे.

ते असंही म्हणतात, 'स्थावर मालमत्ता ही चांगली किंवा वाईट गुंतवणूक नसते. लोक चांगले किंवा वाईट गुंतवणूकदार असतात.' गुंतवणूक धोक्याची नसते, माणसं धोक्याची असतात.

रॉबर्टचे रिच डॅड म्हणायचे, 'वाईट गुंतवणूक अशी काही नसते, पण वाईट गुंतवणूकदार खूपच असतात.'

नव्वद टक्के लोकांना जादूचं सूत्र, त्यांना श्रीमंत करणारे सूत्र हवं असते. यात तीन

अडचणी आहेत. पहिलं म्हणजे संपत्ती मिळवण्याचे लाखो मार्ग आहेत. इंटरनेटच्या जन्मामुळे तर आणखी अब्जाधीश, कोट्याधीश आणि श्रीमंत लोक तयार झाले आहेत आणि होणार आहेत. त्यामुळे पहिली अडचण म्हणजे प्रत्येकाने त्याला किंवा तिला साजेसं जादूचं सूत्र शोधून काढलं पाहिजे. दुसरी अडचण अशी की जे लोक जादूचे सूत्र शोधत असतात, ते जादूचे सूत्र विकणाऱ्यांना बळी पडतात. ते सूत्र असतं, 'तुमचा पैसा दीर्घ मुदतीसाठी माझ्याकडे सोपवा, मी तुमच्यासाठी तो गुंतवतो.' तिसरी अडचण अशी की, बहुतांश लोक एकच सूत्र दीर्घ काळासाठी अनुसरू शकत नाहीत. याच कारणासाठी, सहसा याच लोकांना विविध प्रकारची डाएट्स विकली जातात.

दहा टक्के लोकांमध्ये आपण असायचंच नाही असं जर तुम्ही ठरवलेलंच असेल, तर कोणता सल्ला मानायचा हे तुम्हाला माहीत आहे : 'पैसा वाचवा, कर्ज फेडा, दीर्घ मुदतीची गुंतवणूक करा आणि डायव्हर्सिफाय करा.' पण रॉबर्ट आणि डोनाल्ड तुम्हाला लवकरात लवकर सुरुवात करण्यासाठी आणि जास्तीत जास्त पैसा वाचवण्याबद्दल सावध करतील कारण हे सूत्र वापरून श्रीमंत होण्यासाठी तुम्हाला भरपूर पैसा आणि भरपूर वेळ लागणार आहे.

जर तुम्ही अशा १० टक्क्यांमध्ये राहायचं ठरवलं असेल, जे ९० टक्के पैसे मिळवतात, तर त्यासाठी लक्ष आणि बांधिलकीची गरज आहे - तुमचं लक्ष आणि तुमची बांधिलकी!

तुमचं जादूचे सूत्र तुम्हीच शोधून काढायचं आहे.

प्रकरण सव्वीस

तुम्ही स्थावर मालमत्तेत गुंतवणूक का करता?

रॉबर्ट यांचा प्रतिसाद

मी स्थावर मालमत्तेत गुंतवणूक का करतो? याचं उत्तर एका शब्दात देता येईल आणि तो शब्द आहे नियंत्रण. पैसे मिळवणं आणि पैसे राखणं यासंदर्भातल्या अनेक बाबींवर इतकं नियंत्रण देणारी दुसरी गुंतवणूक मला माहीत नाही. परिणामी, ती मला माझ्या जीवनाचंही नियंत्रण देते.

या पुस्तकात अनेक वेळा म्हटल्याप्रमाणे, अनेकांना गुंतवणूक जोखमीची वाटते कारण ते ज्या मालमत्तेत गुंतवणूक करतात, त्यावर त्यांचं नियंत्रण नसतं. बचत, स्टॉक्स, बॉण्ड्स आणि म्युच्युअल फंडात फार कमी नियंत्रण असतं. पुढील गोष्ट नेहमी लक्षात ठेवा :

जोखीम = नियंत्रण

लोक नोकरीच्या सुरक्षिततेची काळजी करतात कारण नोकरीवर त्यांचे नियंत्रण नसतं. कंपनीची मालकी, ते किती पैसे मिळवतील, त्यांना कर किती लागेल किंवा त्यांच्या नोकरीचं भवितव्य यावर क्वचितच कर्मचाऱ्यांचं नियंत्रण असतं.

नियंत्रणाखेरीज स्थावर मालमत्ता अनेक फायदे देते, एखादी स्थावर मालमत्ता जर योग्य किंमतीला खरेदी केली, त्याची वित्तउभारणी व्यवस्थित झालेली असेल, चांगल्या जागी असेल आणि तिचं व्यवस्थापन नीट होत असेल तर स्थावर मालमत्तेचे काही फायदे पुढीलप्रमाणे :

१. **रोखीचा ओघ :** दर महिन्याला धनादेश मिळतात.

२. **लीव्हरेज :** मालमत्तेत गुंतवणूक करण्यासाठी पैसा पुरवायला बँका रांगा लावतील. म्युच्युअल फंड खरेदी करायला पैसे द्याल का असे तुमच्या बॅकरला विचारून पहा.

३. **अमोर्टायझेशन :** भाडेकरू कर्ज फेडतात.

४. **घसारा :** सरकार स्थावर मालमत्तेवर करसवलत देतं कारण त्याचं मूल्य कमी होतं. स्थावर मालमत्तेची किंमत कमी होते. पण त्याचा कल त्याच्याविरुद्ध असतो. खरं म्हणजे सरकार स्थावर मालमत्तेवर करसवलत देतं कारण ते गुंतवणूकदार घरं पुरवतात.

५. **कल्पकता :** मालमत्तेचं मूल्य कल्पकतेनं वाढतं. जर मी जमिनीचा एखादा तुकडा घेतला तर मी त्याचं झोनिंग बदलू शकतो. किंवा मी जुनं घर घेऊन ते दुरुस्त करू शकतो.

६. **विस्तारक्षमता :** एकेका कुटुंबासाठी घर कसं खरेदी करायचं हे शिकल्यानंतर मी अनेक सदनिकांच्या इमारतींपर्यंत माझा विस्तार केला. आज माझी पत्नी आणि मी जेव्हा मालमत्ता खरेदी करतो. तेव्हा त्यात निदान २५० गाळे असावे लागतात.

७. **अंदाजाची क्षमता :** सदनिकांचं एक संकुल घेऊन स्थिरावण्यासाठी खरेदीनंतर साधारण एक वर्ष लागतं. एक वर्षानंतर मग वाईट भाडेकरू काढून टाकणं, दर्शनी दुरुस्त्या करणं, चांगल्या भाडेकरूंना हव्या त्या दुरुस्त्या करणं हे व्यवस्थापनाला शक्य होतं आणि कधीकधी आम्ही हळूहळू भाडंही वाढवू शकतो.

एकदा ती इमारत स्थिरावली, की घड्याळ लावल्यासारखे दर महिन्याला धनादेश येतात. शेअर बाजारातल्या चढ-उतारांवर लक्ष ठेवणं... किंमती वर गेल्या की चांगलं वाटणं आणि किंमती खाली आल्या की वाईट वाटतं. यापेक्षा हे नक्कीच चांगलं आहे. माझ्या पत्रपेटीत धनादेश येऊन पडणे मला आवडतं.

चांगल्या स्थावर मालमत्तेची किल्ली उत्तम व्यवस्थापन ही आहे. आधी म्हटल्याप्रमाणे, स्टॉक्स, बाँड्स आणि म्युच्युअल फंडातील अनेक गुंतवणूकदार स्थावर मालमत्तेत चांगली कामगिरी करत नाहीत याचं कारण एकतर ते चांगले व्यवस्थापक नसतात किंवा व्यवस्थापक होण्याची त्यांची इच्छा नसते.

आमच्या गुंतवणुकीच्या नियोजनात, किमने आणि मी किमान १०० निवासी गाळे असलेल्या इमारतींमध्ये गुंतवणूक करायला सुरुवात केली कारण १०० पेक्षा जास्त गाळे असेल की अधिक चांगले व्यवस्थापक परवडू शकतात.

व्यवस्थापन हीच स्थावर मालमत्तेच्या यशाची किल्ली असल्याने, वाईट व्यवस्थापकांच्या मालकीच्या स्थावर मालमत्ता खरेदी करण्यात गुंतवणुकीच्या काही उत्तम संधी असतात.

८. **कर पुढे ढकलण्यातला पैसा :**स्थावर मालमत्तेतला एक मोठा फायदा म्हणजेकर पुढे ढकलून वाचलेला पैसा. स्थावर मालमत्ता गुंतवणूकदार कर भरणे कायदेशीररित्या कायमचे लांबवू शकेल. असे अनेक मार्ग आहेत. (टीप : अमेरिकन कायद्यांपेक्षा भारतीय कायद्यांच्या तरतुदी वेगळ्या आहेत. भारतातील गुंतवणूकदारांनी भारतीय कायदेशीर मार्गांची माहिती व उपयोग अवश्य करून घ्यावा.)

कर पुढे ढकलण्याची ही सोय स्टॉक्स, बाँड्स व म्युच्युअल फंडांत गुंतवणूक करणाऱ्यांना उपलब्ध नाही. कर भरावे लागले नाहीत तर किती वेगाने श्रीमंत होता येतं याने तुम्ही थक्क व्हाल.

९. **मूल्यवृद्धी :** डॉलरची किंमत खाली जात आहे. म्हणून स्थावर मालमत्तेचे मूल्य वाढत जाते. तसंच आपली लोकसंख्या वाढली, की मागणी वाढते आणि तीही किंमती वर नेते.

बरेच गुंतवणूकदार मूल्यवृद्धी (भांडवली नफा) साठी गुंतवणूक करतात. शेअर बाजारात बरेच जण चढ्या भावाने विकण्याच्या आशेने कमी भावात खरेदी करतात. हे भांडवली नफ्यासाठी गुंतवणूक करणं झाले. स्थावर मालमत्तेत या गुंतवणूकदारांना *'फुंके'* – *फ्लिपर्स* असे म्हणतात. फ्लिपर्ससुद्धा कमी भावात खरेदी करतात व जास्त भावात विकण्याची आशा करतात. भांडवली नफ्याच्या धोरणातली अडचण म्हणजे हे धोरण सहसा फक्त बाजार वर जातानाच कामी येतं. बाजार 'पडेल' असला (उर्फ बेअरिश मार्केट) की बरेच कागदी मालमत्ता गुंतवणूकदार व फ्लिपर्स पार भाजून निघतात.

स्थावर मालमत्तेच्याबाबतीत भांडवली नफ्यासाठी गुंतवणूक करण्यापेक्षा रोखीच्या ओघासाठी गुंतवणूक करणं अधिक चांगले, कारण करविषयक कायदे रोखीच्या ओघवत्या गुंतवणूकदारांना झुकतं माप देतात.

मूल्यवृद्धी शेवटी का?

जरी बहुतांश लोकांसाठी, मूल्यवृद्धी प्रथम असली, तरी मी मूल्यवृद्धी शेवटी ठेवली याला कारण आहे. अनेक लोक फुंकून टाकण्यासाठी, फ्लिप करण्यासाठी म्हणजे घर विकून पैसा करण्यासाठी ते घर खरेदी करतात. जे लोक मालमत्ता फ्लिप करतात, त्यांना अधिक मेहनत करावी लागते आणि बऱ्यापैकी जास्त कर द्यावा लागतो. मी कधीकधी मालमत्ता फ्लिप करत असलो, तरी स्थावर मालमत्तेत गुंतवणूक करताना माझं पहिल्या पाच कारणांना

प्राधान्य असतं. माझं आवडतं धोरण म्हणजे मालमत्ता विकत घेणं, मग आणखी एक घेणं, मग आणखी एक. दीर्घ कालावधीत मी कमी काम करतो, कितीतरी जास्त पैसा फिरवतो आणि कमी कर भरतो.

मी मूल्यवृद्धी शेवटी ठेवतो *कारण ते शेवटचे कारण आहे.* मी मूल्यवृद्धीवर फार विसंबत नाही. माझ्या मते जमिनीचा एखादा तुकडा किंवा स्टॉक खरेदी करणं आणि त्याची किंमत वाढेल याची आशा करत बसणं म्हणजे जुगार आहे, गुंतवणूक नाही. मला जरी मूल्यवृद्धी आवडत असली, तरी मी त्यावर विसंबत नाही. मूल्यवृद्धीसाठी स्थावर मालमत्ता विशेषत्वाने दु:खद ठरते, जेव्हा स्थावर मालमत्तेचा बाजार कोसळतो आणि जे नियमित घडतं.

गुप्त कारण

मला स्थावर मालमत्ता आवडण्याचं आणखी एक कारण आहे. ते कारण म्हणजे स्थावर मालमत्ता संथ असते, ती झटपट बदलत नाही. मी आधी म्हटल्याप्रमाणे बेबी बूमर्सची पिढी ही औद्योगिक युगाची शेवटची पिढी आणि माहिती युगाची पहिली पिढी आहे. माहिती युगाबद्दलची माझी समस्या म्हणजे मी कालबाह्य झालो आहे – मी 'ओल्ड गाय'आहे. माझा ई-मेल पत्ता नाही आणि मला तो नकोही आहे. वेब किंवा वेब बरोबर येणारी इतर गॅझेट्स कशी वापरायची हे मला येत नाही.

माझ्या कंपन्यांची संकेतस्थळं आहेत आणि मी वेबवरून लाखो डॉलर्स कमावतो. माझ्याकडे संगणक आहे. तो मी टाईपरायटरसारखा वापरतो. संगणक म्हणून नव्हे तर वर्ड प्रोसेसर म्हणून तो मला लक्षावधी डॉलर्स मिळवून देतो.

मी केवळ कालबाह्य आहे, एवढंच नाही तर येणाऱ्या प्रत्येक तांत्रिक बदलाबरोबर मी वेगाने अधिकाधिक कालबाह्य होत आहे. मी एकदा आयपॉड आणला, पण त्यात माहिती कशी भरायची किंवा त्यातून काहीही कसं काय मिळवायचं हे मला कळेना. खरं म्हणजे मी नेमका कधी कालबाह्य झालो हे मला माहीत आहे. १९८० साली माझा व्हिसीआर प्रोग्रॅम करायचा मी प्रयत्न केला, तेव्हाच हे झाले. आपण 'टेकी' नाही हे मला तेव्हाच समजलं.

हेच ते कारण ज्यामुळे मी तंत्रज्ञान अद्ययावत ठेवण्याऐवजी स्थावर मालमत्तेवर अधिक वेळ केंद्रित करतो. सर्वात चांगलं मी एवढं सांगू शकतो, की आपल्या सर्वांना अजून बराच काळ राहाण्यासाठी आणि काम करण्यासाठी जागा लागणार आहे. आपली लोकसंख्या वाढते आहे आणि डॉलरची किंमत कमी होते आहे. त्यामुळे जोवर मी उत्तम ठिकाणांवरच्या, योग्य मालमत्ता, योग्य किंमतीला, व्यवस्थित वित्तपुरवठा करून आणि चांगल्या व्यवस्थापनासह खरेदी करतो तोवर स्थावर मालमत्तेचं चांगलं चालायला हवं.

कालबाह्य होण्यातली खरी समस्या अजून पुढेच आहे. सन २००० नंतर जन्मलेले युवक २०१५ सालापर्यंत तंत्रज्ञानबदलाचा वेग प्रचंड वाढवणार आहेत. माझ्या पिढीतलीशाळकरी मुले जसं गाड्या बनवत होती, तसेच आजची मुलं हे तंत्रज्ञान कुठल्या कुठं नेणार आहेत.

तुम्ही श्रीमंत व्हावं असं आम्हाला का वाटतं?

> दृष्टी असलेली माणसं वेगवेगळ्या गोष्टी आणि गुंतवणूक यांच्या आरपार मूल्याकडे पाहण्याच्या क्षमतेवर प्रभुत्व मिळवतात. ते पारदर्शकतेला महत्त्व देतात.
>
> *- रॉबर्ट टी. कियोसाकी*

१९८९ वर्षांनंतर वेब प्रचलित झाले. २००० सालानंतर जन्मलेल्या मुलांचे अनुभव माझ्यापेक्षा सर्वस्वी वेगळे असतील. ते टीव्ही बघत नाहीत की वृत्तपत्रं वाचत नाहीत. जगातल्या सीमारेषा त्यांना ठाऊक नाहीत. त्यांना धंदा ऑनलाईन आणि जगभर करणं माहीत आहे.

आमच्या घरांमध्ये टीव्ही आला तेव्हा मी प्राथमिक शाळेत होतो. १९६० साला दरम्यान मुलं रस्त्यांवर दंगे करत होती. का? ते दंगे करत होते कारण टीव्हीने व्हिएतनाम युद्ध थेट आमच्या घरांमध्ये आणून ठेवलं. ते खरं युद्ध होते. जॉन वायने किंवा हॉलिवूडने रंगवलेलं युद्ध नव्हतं. माझ्या पिढीने खरं युद्ध, बायकामुलांचे चिंध्या झालेले देह पाहिले. म्हणून माझ्या पिढीनं - त्यातल्या काही जणांनी तरी दंगे केले.

नव्या पिढीनं तिचं अस्तित्व जाणवून द्यायला फार काळ लागणार नाही. ते अवघड प्रश्न विचारू शकतात. 'आपण पर्यायी ऊर्जास्रोत का शोधत नाही?' किंवा 'जागतिक तपमानवाढीकडे लक्ष का दिलं नाही?' किंवा 'गरिबी कशामुळे आहे?' किंवा 'वेगवेगळ्या लोकांसाठी वेगवेगळे कर कायदे का?' किंवा 'आपण शाळेत मुलांना पैशाबद्दल का शिकवत नाही?' आशा आहे की माझ्या पिढीनं जे विषय झाकून ठेवले, ती आव्हानं ते घेतील.

ज्या ब्लू चिप कंपन्यांवर अब्जावधी गुंतवणूकदार विसंबून आहेत, त्या फार काळ ब्लू चिप राहाणार नाहीत. निराळ्या बुद्धीच्या पोरासोरांनी चालवलेल्या कंपन्या ब्लू चिप कंपन्यांना खाली आणतील. मी लहान असताना जीएम हे एक बडं प्रस्थ होतं. आज ती एक म्हातारी कंपनी आहे. तसंच मायक्रोसॉफ्ट, डेल किंवा गूगल उद्याच्या जीएम ठरू शकतात.

मी जेव्हा स्थावर मालमत्तेत गुंतवणूक करतो, तेव्हा तिथला भाडेकरू जीएम आहे की गूगल की जुना बेबी बूमर की कोपऱ्यावरचा मुलगा, याची मी फिकीर करत नाही, बिले वेळेवर भरली की झाले.

आणि मला स्थावर मालमत्ता आवडण्याचं गुप्त कारण म्हणजे : स्थावर मालमत्ता कालबाह्य व्हायला थोडा वेळ लागेल.

तुमच्या स्थावर मालमत्तेचा मालक कोण?

जाता जाता, मला वाटलं की स्थावर मालमत्तेचा खरा मालक कोण हे जाणून घेण्यात तुम्हाला रस असेल.

इंग्रजीतली रिअल इस्टेट की संज्ञा स्पॅनिश शब्द *रेआल*', म्हणजे 'राजाचा' किंवा

'शाही' वरून आली आहे. रिअल इस्टेटचा शब्दश: अर्थ होतो शाही मालमत्ता, याचं कारण कृषियुगात दोनच वर्ग अस्तित्वात होते, राजे महाराजे आणि शेतकरी. आधी म्हटल्याप्रमाणे राजे जमिनीचे मालक होते आणि शेतकरी त्यावर राहात आणि शेती करीत. राजाच्या जमिनीवर राहाण्याचा मोबदला म्हणून, आलेल्या पिकाच्या काही टक्केवारी प्रमाणात शेतकरी राजाला कर किंवा सारा देत.

आजसुद्धा आपण आपल्या स्थावर मालमत्तेचे मालक नसतो. आपल्या जमिनीची मालकी सरकारची असते. आपण 'मालमत्ता कर (प्रॉपर्टी टॅक्स)' नावाचा कर सरकारला देतो. हा कर भरला नाही, तर आपल्या जागेचा मालक कोण, हे लगेचच आपल्याला कळेल.

म्हणतात तसं, फार काही बदललेलं नाही.

याहू! फायनान्स

सध्या मी याहू! फायनान्सचा लेखक आहे. पैशाच्या जगाबाबत माझ्या मनात काय चाललं आहे याची अद्ययावत माहिती हवी असेल, तर या छानशा संकेतस्थळावर जा. (http://finance.yahoo.com) याने मी झटपट – पुस्तक लिहिण्यापेक्षा फारच झटपट – संपर्क करू शकतो.

पुढे दिलेल्या लेखात, डोनाल्ड आणि मी स्थावर मालमत्तेत का गुंतवणूक करतो याची अन्य कारणं दिली आहेत. वॉरन बफे यांच्या आवडीची संज्ञा *'आंतरिक मूल्य' (इन्ट्रिन्झिक व्हॅल्यू)शी* याचा संबंध आहे.

तुम्ही किती मार्गांनी श्रीमंत होऊ शकता?

वॉरन बफे स्टॉकच्या आंतरिक मूल्यांबद्दल बोलण्यासाठी प्रसिद्ध आहेत. अनेक जण बफेंच्या आंतरिक मूल्य या शब्दाची पोपटपंची किंवा निव्वळ नक्कल करत असले, तरी फारच थोड्यांना त्यांच्या म्हणण्याचा खरा अर्थ कळतो. या लेखात मी आंतरिक मूल्याचा अर्थ जास्तीत जास्त सोपा करून सांगण्याचा जास्तीत जास्त प्रयत्न करणार आहे. तुम्हाला अधिक सफाईदार अर्थ पाहिजे असेल, तर तुम्ही त्यांच्याबद्दल आणि त्यांच्या गुंतवणुकीच्या पद्धतीबद्दल असलेली अनेक पुस्तके वाचू शकता.

एकदा तुम्हाला आंतरिक मूल्याचा अर्थ समजला, की काही गुंतवणूकदार बाकींच्यापेक्षा खूप जास्त पैसे का कमावतात हेही तुम्हाला अधिक चांगलं समजू शकेल. स्टॉक्सशिवाय आणखी गुंतवणुकींमध्येही आंतरिक मूल्य सापडू शकते हेही तुमच्या लक्षात येईल. मी स्थावर मालमत्तेच्या उदाहरणाने आंतरिक मूल्य समजावून सांगणार आहे. स्थावर मालमत्तेचे उदाहरण का? कारण स्थावर मालमत्ता ही स्टॉक्सपेक्षा अधिक 'प्रत्यक्ष' असते. त्यामुळे जास्त लोकांना आंतरिक मूल्य समजू शकेल.

तुम्ही श्रीमंत व्हावं असं आम्हाला का वाटतं?

सर्वसामान्य गुंतवणूकदार जेव्हा पैसे कमावण्याबद्दल विचार करतात, तेव्हा ते सहसा कमी किंमतीला खरेदी करून जास्त किंमतीला विकण्याबद्दल विचार करतात. उदाहरणार्थ एखादा गुंतवणूकदार १० डॉलर्सना स्टॉक खरेदी करतो आणि जेव्हा आणि जर तो २० डॉलर्सला पोचला, तेव्हा आणि तर तो विकतो. रोज उठून तो त्या स्टॉकचा भाव पाहातो.

अनेक गुंतवणूकदारांना बाजाराचे चढउतार पाहाण्याचं व्यसन असतं. भाव वर गेले की यांचा दिवस चांगला जातो आणि भाव खाली गेले की वाईट जातो. वॉरन बफे हे करत नाहीत आणि मीही हे करत नाही. मालमत्तेची किंमत महत्त्वाची असली, तरी अनेक गुंतवणूकदारांप्रमाणे आम्ही ती रोजच्या रोज बघत नाही. वॉरन बफे जेव्हा एखादा उद्योग विकत घेतात, तेव्हा ते त्याच्या किंमतीकडे बारकाईने लक्ष देतात. त्यानंतर शेअरचा भाव वर जातो की खाली याकडे ते फार लक्ष देत नाहीत. शेअर बाजार उघडला की बंद झाला याकडेही ते लक्ष देत नाहीत. इतर बरेच गुंतवणूकदार करतात तसे, ते शेअर बाजारात खेळत नाहीत.

सर्वप्रथम, वॉरन बफेंकडे फक्त स्टॉक्सची मालकी नाही, त्यांच्याकडे उद्योगांची मालकी आहे. दुसरं, साध्या शब्दात, एखाद्या उद्योगात वॉरन बफे बघतात ते म्हणजे प्रत्येक वेळी वाढत जाणारा चांगलं व्यवस्थापन असलेला उद्योग. ते नेहमी उद्योगमूल्यांच्या चक्रवाढीबद्दल म्हणजे वेगाने होणाऱ्या वृद्धीबद्दल बोलतात.

स्थावर मालमत्तेकडे वळताना

आपण स्थावर मालमत्तेचे उदाहरण घेऊ या कारण मला वाटतं की स्थावर मालमत्तेच्या दृष्टिकोनातून आंतरिक मूल्य समजावून सांगणे सोपे आहे.

मी जेव्हा जमिनीचा तुकडा खरेदी करतो, तेव्हा फक्त खरेदीच्या वेळी मी किंमतीची काळजी करतो (श्री. बफे यांच्याप्रमाणेच) कारण किंमतीवर परतावा अवलंबून असतो. मी जेव्हा स्थावर मालमत्ता खरेदी करतो तेव्हा उत्पन्नाचे (किंवा रोखीच्या ओघाचे) पुढील चार मार्ग बघतो.

१. **उत्पन्न (रोखीचा ओघ) :** माझा कर्जाचा हप्ता, कर वगैरे खर्च जाऊन उरणारा हा 'धन' रोखीचा ओघ – अशी आशा.

२. **घसारा (रोखीच्या ओघाची छाया) :** घसारा हा खर्च आहे असं वाटतं, प्रत्यक्षात तो कर सवलतींमुळे मिळालेलं उत्पन्न असतं. जे लोक नव्याने स्थावर मालमत्तेत गुंतवणूक करतात त्यांना हे थोडं गोंधळाचे वाटतं. हे 'तुम्हाला न दिसणारं उत्पन्न' किंवा 'रोखीचा ओघ' आहे.

३. **अमोर्टायझेशन (वळते करणे) :** हे तुमचं उत्पन्न आहे कारण तुमचा भाडेकरू तुमचं कर्ज फेडत असतो. जेव्हा तुम्ही तुमच्या राहात्या घराचं कर्ज फेडता, तेव्हा ते

उत्पन्न नसून तुमचा खर्च असतो. जेव्हा तुमचा भाडेकरू कर्ज फेडतो, तेव्हा तो रोखीचा ओघ असतो.

४. **मूल्यवृद्धी :** भाववाढीमुळे खरं तर मूल्यवृद्धी झाल्यासारखी दिसते. तुमचं भाड्याचं उत्पन्न वाढतं. तर एक गुंतवणूकदार म्हणून रि-फायनान्स करू शकता व मूल्यवृद्धीएवढे पैसे तुम्ही करमुक्त रक्कम कर्जाऊ घेऊ शकता व तुमचा भाडेकरू नवीन लोन घेऊन राहातो. दुसऱ्या शब्दात हा करमुक्त रोखीचा ओघ आहे.

चांगल्या वित्त पुरवठा असलेल्या, योग्य किंमतीला खरेदी केलेल्या व चांगले व्यवस्थापन असलेल्या स्थावर मालमत्तेच्या गुंतवणुकीच्या आंतरिक मूल्याचे हे उदाहरण आहे. स्थावर मालमत्तेचा गुंतवणूकदार म्हणून मी स्वत: गुंतवणूक करतो. वाढलेलं मूल्य आणि रोखीचे ओघ यासाठी मी गुंतवणूक करतो.

विकण्यासाठी खरेदी करणाऱ्या गुंतवणूकदारांना *'फुंके – फ्लिपर्स'* म्हणतात. पण मी त्यांना *सट्टेबाज* म्हणतो कारण ही खरी गुंतवणूक नाही. त्यांचं लक्ष भांडवली नफ्याकडे असतं पण हा पैसा त्यांनी पुनर्गुंतवणूक न करता खर्च केला तर तो जास्त दराने करपात्र होतो. अशा सट्टेबाजांच्या विरुद्ध मी रोखीचा ओघ आणि वाढलेलं मूल्य यासाठी गुंतवणूक करतो.

वॉरन बफेंनाही विक्री आवडत नाही कारण शेअर्स विकले की कर लागू होतो व कर त्यांची संपत्ती कमी करतो. तुमच्यापैकी ज्यांना श्री. बफेंचं सूत्र माहीत आहे त्यांच्यासाठी ते त्यांच्या परताव्याची चक्रवाढ करतात. त्यांचा परतावा सरकारबरोबर वाटून घेत नाहीत.

आमचे ***कॅशफ्लो १०१*** आणि ***कॅशफ्लो २०२*** हे खेळ खेळण्याची मी लोकांना शिफारस करतो. कारण त्याने, जे आपल्या डोळ्यांना दिसत नाही ते बघायला मेंदूला शिकवून ते अधिक चांगले गुंतवणूकदार होतील. दुसऱ्या शब्दात, एखाद्या गुंतवणुकीतील वास्तव मूल्य किंवा त्याचा अभाव बघणे. मग ती गुंतवणूक स्टॉक, बाँड, म्युच्युअल फंड, उद्योग किंवा स्थावर मालमत्ता अशी कोणतीही असो. मी असंही सुचवतो की तुम्ही हा निदान १० वेळा खेळा. कारण तुम्ही जितकं जास्त खेळाल तेवढं तुमचं मन 'बघू' शकेल – जे गुंतवणूकदारांच्या नजरेतून सुटतं.

डोळ्यांकडून जे सुटतं ते मेंदूला बघायला लावणं म्हणजे मला काय म्हणायचं आहे हे खालील साध्याशा आकृतीवरून तुमच्या लक्षात येईल. खाली आर्थिक फरकांची आकृती दिली आहे :

उत्पन्न
धन रोखीचा ओघ (निव्वळ उत्पन्न)
खर्च
घसारा (भ्रामक रोखीचा ओघ)

संपत्ती	**देणी**
मूल्यवृद्धी (भाववाढ)	कर्जफेड (भाडेकरू कर्ज फेडतात)

स्थावर मालमत्ता गुंतवणूकदार जे शोधत असतो. ते यात जरा जास्त सोपं करून दाखवलं आहे. बहुतेकदा नवख्या गुंतवणूकदारांकडून सुटणारं आंतरिक मूल्य ते शोधीत असतात.

वॉरन बफे जेव्हा कंपनीच्या आंतरिक मूल्यांचा उल्लेख करतात, तेव्हा ते याच गोष्टींचा निर्देश करत असतात. ते वापरत असलेले शब्द वेगळे असतील, पण मला वाटतं, स्थावर मालमत्तेच्या या उदाहरणावरून तुम्हाला आंतरिक मूल्याच्या अर्थाची अधिक चांगली कल्पना आली असेल.

सर्वसाधारण स्टॉक्स गुंतवणूकदार सहसा *पी/इ (नफा/भांडवल) गुणोत्तराचा* उल्लेख करतो. स्थावर मालमत्ता गुंतवणूकदार *'कॅप रेट्स'* बद्दल बोलतो. हे महत्त्वाचे निर्देशांक असले तरी ते आंतरिक मूल्याचं मोजमाप नाहीत – आणि व्यावसायिक गुंतवणूकदार किंमत नव्हे तर मूल्य बघत असतात.

तुम्हाला जर पैशाची काहीही जोखीम न घेता आमचा *'कॅशफ्लो'* खेळ खेळून पाहायचा असेल तर जगभर आमचे कॅशफ्लो क्लब्ज आहेत. त्यात तुम्ही सहभागी होऊन, जे डोळ्यांकडून निसटतं ते बघायला मनाला शिकवू शकता.

सारांश, सामान्य गुंतवणूकदाराला स्वस्तात खरेदी आणि चढ्या किंमतीला विक्री एवढाच पैसे कमावण्याचा मार्ग माहीत असतो. व्यावसायिक गुंतवणूकदार मात्र कमी किंमतीला खरेदी करतो, अन्य मार्गांनी लाभ कमावतो आणि मालमत्ता अखंड वाढू देतो.

दृष्टीची शक्ती

आर्थिक साक्षरता माणसाच्या मेंदूला ते बघायला शिकवते जे माणसाच्या डोळ्यांना दिसत नाही. यालाच मी *'दृष्टी'* म्हणतो. डोनाल्ड आणि मी स्थावर मालमत्तेत गुंतवणूक

करतो कारण आम्ही रोखीचा ओघ आणि मूल्य बघू शकतो. दृष्टी असलेली माणसं वेगवेगळ्या गोष्टी आणि गुंतवणूक यांच्या आरपार, मूल्याकडे पाहण्याच्या क्षमतेवर प्रभुत्व मिळवतात. ते पारदर्शकतेला महत्त्व देतात.

अ-पारदर्शकता

म्यच्युअल फंड पारदर्शक नसतात. म्युच्युअल फंड कंपनी आर्थिकदृष्ट्या पारदर्शक असणं आवश्यक नसतं. त्यांना खर्च अचूकपणे जाहीर करावे लागत नाहीत. जी संस्था खर्च जाहीर करत नाही, त्यात कुणीही गुंतवणूक का करतं हे माझ्या आकलनापलीकडचं आहे. यात नवखेपणापेक्षा अधिक काहीतरी आहे – आंधळेपण पसंत करणं आहे.

दीर्घमुदतीसाठी गुंतवणूक करा

म्युच्युअल फंड गुंतवणूकदारांना खरे आकडे कधीच दिसत नसल्यामुळे, म्यच्युअल फंड कंपनी त्यांच्याकडून किती पैसे घेते आहे हे त्यांना दिसू शकत नाही. जेव्हा एखादा आर्थिक व्यवहार तुम्हाला दीर्घ मुदतीची गुंतवणूक करण्याची शिफारस करतो, त्याचं कारण असतं हे :

४० वर्षांहून अधिक काळात...

म्युच्युअल फंड कंपनी	तुम्ही
परतावा ८०%	परताव्याच्या २०%
जोखमीच्या ०%	जोखमीच्या १००%
भांडवलाच्या ०%	भांडवलाच्या १००%

म्युच्युअल फंड कंपनीला परताव्याच्या ८०% मिळतात कारण म्युच्युअल फंड कंपनी ही नेहमीच फंड आणि गुंतवणूकदार यांच्या नात्याच्या जन्मभर 'शुल्क' गोळा करत असते. गुंतवणूकदार १००% जोखीम घेतो आणि १००% भांडवल घालतो. आता तुमच्या लक्षात आालं का, की बँका म्युच्युअल फंडांसाठी उसने पैसे का देत नाही आणि नुकसानीचा विमा का मिळत नाही?

सर्व गुंतवणुकी समान नसतात

नेत्याचं किंवा शिक्षकाचं काम असतं लोकांना 'बघायला' शिकवणं. आपल्याला शाळेत पैशाबद्दल फारसं शिकवलं जात नसल्यामुळे अगदी सुशिक्षित व्यक्तींच्यासुद्धा हे लक्षात येत नाही की कमी गुंतवणुकी बाकींच्यापेक्षा चांगल्या का असतात.

आता तुम्हाला स्थावर मालमत्ता आणि म्युच्युअल फंड यातले फरक कळलेले असल्याने, कोणती गुंतवणूक तुमच्यासाठी चांगली, ते तुम्हाला ठरवता यावं.

डोनाल्ड यांचा प्रतिसाद

मला स्थावर मालमत्तेत गुंतवणूक करायला का आवडतं असं मला विचारलं जातं. तेव्हा मला उत्तर द्यावंसं वाटतं, 'कारण मला श्वास घ्यायला आवडतं.' मला स्थावर मालमत्ता प्राणवायूसारखी वाटते. मी जागा असताना ती मला चालू ठेवते आणि मी झोपलेला असताना ती मला चालू ठेवते.

मी स्थावर मालमत्तेच्या अवतीभोवती वाढलो, याशिवाय मी स्थावर मालमत्ता विकसन आणि गुंतवणूक यांच्यापर्यंत पोचलोच असतो कारण मला त्यातल्या कितीतरी गोष्टी आवडतात. मी स्वभावत: बिल्डर आहे. लहानपणी मी ठोकळे रचून उंचच उंच रचना बांधल्याचं मला आठवतं. माझी इमारत आणखी उंच करण्यासाठी मी भावाचे ठोकळेही उसने घेत असे (ते मी चिकटवले नसते, तर मी त्याला ते परतही केले असते). मला वाटतं 'बांधणं', आणखी उंच आणि आणखी चांगलं बांधणं हे माझ्या रक्तातच असावं.

एक गुंतवणूक म्हणून स्थावर मालमत्ता तुमचे पैसे ठेवण्याचं एक सुरक्षित ठिकाण आहे; इतर अनेक उद्योग जातात तशी ती पूर्णपणे विरून कधीच जात नाही. स्थावर मालमत्तेत चढ-उतार असतील, पण रॉबर्ट म्हणतो तसं, ती कालबाह्य कधीच होत नाही. जशी शतकं उलटतात, तशी जमीन अधिक मौल्यवान होत चालली आहे. मॅनहॅटनची मूळ किंमत फक्त २४ डॉलर्स होती, अक्षरी डॉलर्स चोवीस फक्त - वरती एकही शून्य नाही.

रॉबर्ट म्हणतो त्याला गॅजेट्सची आवड नाही. मलासुद्धा नाही आणि मला ते मान्य आहे. मी तर कार्यालयातला इंटरकॉमसुद्धा वापरत नाही. मी त्यापेक्षा जोरात हाका मारतो - ते परिणामकारक असतं आणि ते वेळ वाचवतं आणि त्याने कामाचं एक उर्जाभरलं वातावरण तयार होतं. आणि जोवर लोकंही मला ऐकू येईल एवढ्या ठणठणीत आवाजात उत्तरं देतायत, तोवर सर्व आलबेल आहे. मी म्हटलं तसं, मी नेहमीच वन-वे रस्ता नसतो.

स्थावर मालमत्तेची कार्यालयं शांततेसाठी प्रसिद्ध नसतात. इथे भेट द्यायला आलेल्या माध्यम प्रतिनिधींनी त्यांना इतर नावांबरोबर 'युद्धभूमी' म्हटलं होतं. ते ठीकच आहे. धंदा कधीकधीयुद्धासारखा असतो. मी तो हाणामारीचा असण्याची अपेक्षा करतो म्हणजेच मी सत्य परिस्थितीसाठी तयार आहे.

> मला स्थावर मालमत्तेचा ध्यास आहे आणि तेच माझ्यासाठी काम करतं.
>
> *- डोनाल्ड जे. ट्रम्प*

त्यामुळे मला स्थावर मालमत्ता आवडण्याची आणखी कारणं सुचतात. ती म्हणजे : ती उत्तेजक आहे, ती गुंतागुंतीची आहे, तिला अनेक आयाम आहेत आणि ती प्रत्यक्ष आहे. तुम्ही कशात गुंतवणूक केली आहे हे तुम्ही जाऊन बघू शकता. काळाबरोबर

ती अधिक मोठी आणि चांगली होत जाते. मात्र आपण काय करतोय हे तुम्हाला माहीत पाहिजे.

खुणेची इमारत ठरण्याइतकी ट्रम्प टॉवर जुनी नाही. पण ती आत्ताच परिसरातील खूण बनली आहे. ती १९८३ साली बांधली गेली. या यशाचा मला फार अभिमान वाटतो आणि आणखी एक कारण म्हणजे स्थावर मालमत्ता लाभदायी असतात. एक गुंतवणूक म्हणून मी नेहमीच आर्थिकदृष्ट्या लाभदायी राहिली आहे.

मी जर कशात माझा वेळ आणि पैसा गुंतवत असेल, तर शेवटी मला त्याचा अभिमान वाटायला हवा. कितीतरी लोकं अशा गोष्टींत गुंतवणूक करतात ज्यातलं त्यांना काही कळत नाही, किंवा ज्याच्याबद्दल त्यांना काही वाटत नाही. प्रत्येकानं आपापलं ठरवावं, पण मला त्याचा आधी ध्यास असावा लागतो. मला स्थावर मालमत्तेचा ध्यास आहे आणि तेच माझ्यासाठी काम करतं.

तुम्हाला कसला ध्यास आहे?

तुमचा दृष्टिकोन

स्थावर मालमत्तेतील गुंतवणूक तुमच्यासाठी आहे का?

____

____

____

____

____

प्रकरण सत्तावीस

तुम्ही नेटवर्क मार्केटिंगची शिफारस का करता?

रॉबर्ट यांचा प्रतिसाद

मी नेटवर्क मार्केटिंगबद्दल प्रथम ऐकलं तेव्हा मी त्या विरुद्ध होतो. पण माझं मन खुलं केल्यानंतर, इतर उद्योग संधी देत नसलेले अनेक फायदे मला दिसू लागले.

आयुष्यात दीर्घ यश हे तुमचं शिक्षण, जीवनानुभव आणि वैयक्तिक चारित्र्य यांचं प्रतिबिंब असतं. अनेक नेटवर्क मार्केटिंग कंपन्या या कळीच्या क्षेत्रात वैयक्तिक विकास प्रशिक्षण देतात.

बहुतांश शाळा 'ई' आणि 'एस' चौकटीसाठी लोकं प्रशिक्षित करतात आणि या चौकटींमध्ये तुम्हाला तुमचं आयुष्य घालवायचं असेल तर ते उत्तमच आहे. बहुतांश एमबीए अभ्यासक्रम हे विद्यार्थ्यांना कार्पोरेट जगतात लठ्ठ पगाराच्या नोकरीसाठी प्रशिक्षण देतात. ते 'ई' साठी, 'बी'साठी नव्हे.

तुम्ही 'ई' आणि 'एस' चौकटीत आहात आणि तुम्हाला बदलायचं असेल तर? तुम्हाला 'बी' चौकटीत जायचं असेल तर? तुम्हाला त्या चौकटीसाठी प्रशिक्षित करणारं शिक्षण कुठे मिळेल? मी नेटवर्क मार्केटिंग व्यवसायाची शिफारस करतो. ज्यांना बदल हवा आहे आणि 'बी' चौकटीत यशस्वी होण्यासाठी आवश्यक कौशल्ये आणि वृत्ती यांचं प्रशिक्षण हवं आहे त्यांना मी या व्यवसायाची शिफारस करतो.

उद्योजक होणं आणि 'बी' चौकटीचा उद्योग उभा करणं सोपं नाही. खरं तर मला वाटतं 'बी' चौकटीतला उद्योग उभारणं हे आव्हान सर्वात कठीण आहे. 'ई' आणि 'एस' चौकटीत जास्त लोक असतात. याचं साधं कारण म्हणजे त्या 'बी' चौकटीपेक्षा कमी आव्हानात्मक असतात. एका म्हणीसारखं, 'सोपं असतं तर प्रत्येकानंच केलं असतं.'

व्यक्तिश: माझा आत्म-संभ्रम, लाजाळूपणा आणि नकाराची भीती यांच्यावर मात करणं मला शिकून घ्यावं लागलं आणि अपयशानंतर स्वत:ला उभं करणं आणि चालू ठेवणं हे शिकावं लागलं. नेटवर्क मार्केटिंग व्यवसाय असो की फ्रँचायझी, की स्वतंत्र उद्योग, 'बी' चौकटीत यशस्वी होण्यासाठी प्रत्येकाला हे काही वैयक्तिक स्वभाव विकसित करावेच लागतात.

> ‘बी’ चौकटीसाठी आवश्यक असं महत्त्वाचं कौशल्य म्हणजे नेतृत्व. काम पूर्ण करण्यासाठी, तुमच्या स्वत:च्या भीतीवर आणि इतरांनी त्यांच्या भीतीवर मात करणं तुम्हाला शक्य होतं का?
>
> *- रॉबर्ट टी. कियोसाकी*

‘बी’ चौकटीसाठी आवश्यक असं महत्त्वाचं कौशल्य म्हणजे नेतृत्व. काम पूर्ण करण्यासाठी, तुमच्या स्वत:च्या भीतीवर आणि इतरांनी त्यांच्या भीतीवर मात करणं तुम्हाला शक्य होतं का? हे कौशल्य मला मरीन कॉर्प्सने शिकवलं. मरीन कॉर्प्स अधिकारी म्हणून लढाईत आम्ही इतरांचं नेतृत्व करणं गरजेचं होतं, आम्हा सगळ्यांना मृत्यूची भीती असली तरीही.

मी ‘एस’ चौकटीतल्या अनेक लोकांना भेटतो, विशेषज्ञ किंवा छोट्या व्यवसायांचे मालक, ज्यांना विस्तार करायला आवडेल. पण त्यांच्याकडे नेतृत्वगुणांचा पूर्ण अभाव आहे. कुणालाही त्यांचं अनुकरण करावंसं वाटत नाही. कर्मचाऱ्यांचा त्यांच्या नेत्यावर विश्वास नसतो किंवा नेता त्यांना सुधारण्यासाठी स्फूर्ती देऊ शकत नाही.

आधी उल्लेख केल्याप्रमाणे *‘फोर्ब्स’* मोठ्या उद्योगांच्या मालकीची व्याख्या करताना, ‘५०० पेक्षा अधिक कर्मचाऱ्यांचं नियोजन करणारी व्यक्ती’ अशी करतात. याच कारणाने ‘बी’ चौकटीत नेतृत्वगुण अत्यंत महत्त्वाचे असतात.

तुमच्या शिक्षणासाठी, तुमच्या वैयक्तिक विकासासाठी आणि तुमचा व्यवसाय उभारण्यासाठी वेळ देईल. असा उद्योग तुम्हाला कुठे सापडेल? उत्तर आहे : बहुतांश नेटवर्क मार्केटिंग उद्योग.

‘बी’ चौकटीतला उद्योग उभारणं सोपं काम नाही. तुम्ही स्वत:ला विचारायला हवं, ‘यासाठी जे हवं, ते माझ्याकडे आहे का? माझ्या सुखाच्या कोषाच्या पलीकडे जायला माझी तयारी आहे का? माझ्या आतला अति-श्रीमंत माणूस बाहेर यायला तयार आहे का?’ उत्तर ‘होय’ असेल, तर उत्कृष्ट प्रशिक्षण कार्यक्रम असणारा नेटवर्क मार्केटिंग व्यवसाय शोधायला लागा. त्यांचं उत्पादन किंवा मोबदला याकडे मी कमी लक्ष देईल आणि कंपनी देत असलेलं शिक्षण आणि व्यक्तिमत्त्व विकसन कार्यक्रमाकडे अधिक लक्ष देईन.

नेटवर्क मार्केटिंग व्यवसाय हा ‘बी’ चौकटीतला व्यवसाय आहे. कारण माझे उद्योगाचे किंवा गुंतवणुकीचे अनेक निकष तो पूर्ण करतो. ते निकष असे आहेत :

१. **लीव्हरेज :** माझ्यासाठी काम करण्यासाठी मी अन्य लोकांना प्रशिक्षित करू शकतो का?

२. **नियंत्रण :** माझी स्वत:ची अशी संरक्षित व्यवस्था माझ्याकडे आहे का?

३. **सृजनशीलता :** या व्यवसायात मला कल्पकतेने माझी वैयक्तिक शैली आणि बुद्धी यांचा विकास करता येईल का?

४. **विस्तारक्षमता :** माझा व्यवसाय अनंतपटीने विस्तारू शकतो का?

५. **अंदाजक्षमता :** माझ्याकडून अपेक्षित काम मी केलं, तर माझ्या उत्पन्नाचा अंदाज बांधता येतो का? मी यशस्वी झालो आणि माझा व्यवसाय विस्तारत राहिलो तर माझ्या यशाबरोबर आणि मेहनतीबरोबर माझे उत्पन्न वाढेल का?

नेटवर्क मार्केटिंग ही पिरॅमिड योजना नाही का?

नेटवर्क मार्केटिंग ही पिरॅमिड योजना आहे का, असं मला नेहमी विचारलं जातं. माझं उत्तर आहे की, कॉर्पोरेशन्स या खऱ्या पिरॅमिड योजना असतात. कॉर्पोरेशनमध्ये फक्त एक व्यक्ती, सहसा सीईओ, ही सर्वात वर असते आणि बाकी सारे खाली असतात.

पुढील उदाहरण हे ठराविक पद्धतीच्या कॉर्पोरेट पिरॅमिडचे आहे :

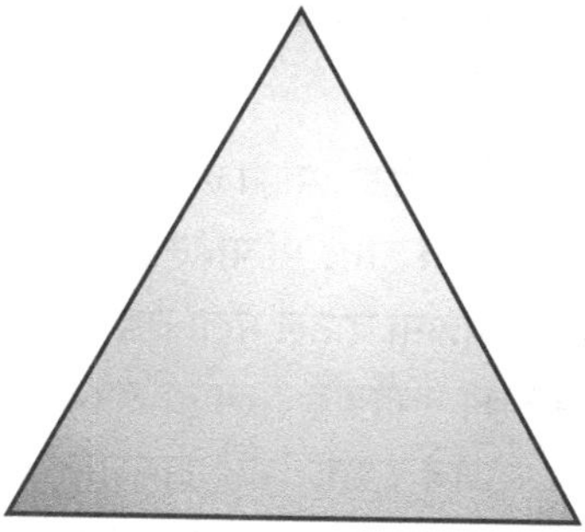

याची नेटवर्क मार्केटिंग व्यवसाय व पद्धतीशी तुलना करा :

खराखुरा नेटवर्क मार्केटिंग व्यवसाय हा परंपरागत व्यवसाय पद्धतीच्या बरोबर उलटा

असतो. नेटवर्क मार्केटिंग व्यवसायाची रचना ही तुम्हाला शिखरावर आणण्यासाठी केलेली असते, तुम्हाला तळाशी ठेवण्यासाठी नाही. नेटवर्क मार्केटिंग व्यवसायाने लोकांना शिखरावर आणले नाही तर तो यशस्वी होत नाही.

आणखी काही उल्लेखनीय मुद्दे

पुढील आणखी काही मुद्दे उल्लेख करण्यासारखे आहेत :

१. **कर सवलती वाढतात.** तुमची दिवसाची नोकरी चालू ठेवून, फावल्या वेळात नेटवर्क मार्केटिंग व्यवसाय सुरू करून तुम्ही श्रीमंतांना मिळणारे कर-लाभ मिळवायला सुरुवात करता. कर्मचाऱ्याला मिळतात त्यापेक्षा जास्त कर-वजावटी अर्ध वेळ धंदा करणाऱ्याला मिळतात. उदाहरणार्थ तुमच्या गाडीचा खर्च, पेट्रोल, काही जेवणं आणि करमणूक यावर तुम्ही वजावट मिळवू शकता. अर्थात याच्या नेमक्या तरतुदी तुमच्या सीएकडून माहीत करून घ्या. आणि तुमच्या सीएचा खर्च हा वजावट-पात्र असतो. बऱ्याच वेळा कर्मचारी सीएची फी खर्च म्हणून दाखवू शकत नाहीत. निराळ्या शब्दात कमी कर कसा भरायचा याच्या सल्ल्यावर सरकार तुम्हाला कर सवलत देईल.

२. **समविचारी लोकांना भेटा.** माझा एक फायदा असा होता की माझ्या मित्रांनासुद्धा 'बी' चौकटीत राहायचं होतं. मी पहिल्यांदा सुरुवात केली, तेव्हा माझ्या बहुतांश 'ई' चौकटीतल्या मित्रांना वाटलं मला वेड लागलंय. मला एक स्थिर नोकरी किंवा एक स्थिर उत्पन्न का नकोय हेच त्यांना समजत नव्हतं. त्यामुळे 'बी' असण्याचा महत्त्वाचा भाग म्हणजे स्वत: 'बी' असणारे आणि तुम्ही 'बी' होण्याची इच्छा असणारे लोक तुमच्या आजूबाजूला असू द्या.

३. **स्वत:चा वेळ द्या.** कुठल्याही चौकटीत यशस्वी होण्यासाठी वेळ लागतो.

तुम्ही श्रीमंत व्हावं असं आम्हाला का वाटतं?

जसं एक 'ई' कर्मचारी म्हणून कॉर्पोरेट सोपान चढायला वेळ लागतो किंवा 'एस' चौकटीतला यशस्वी डॉक्टर किंवा वकील बनायला वेळ लागतो, तसं 'बी' चौकटीत यशस्वी होण्यासाठी वेळ आणि समर्पण लागतं. 'बी' चौकटीतला एक यशस्वी उद्योग उभारायला मला काही वर्षं लागली होती.

तर स्वत:ला वेळ द्या. शिकण्यासाठी आणि 'बी' चौकट व्यक्ती म्हणून स्वत:ला विकसित करण्यासाठी मी पाच वर्षं धरीन.

४. **नेटवर्क मार्केटिंग कंपन्या धीर धरतात.** नेटवर्क मार्केटिंग व्यवसायाचं एक सौंदर्य म्हणजे तुम्ही जरी यशस्वी नसलात तरी ते तुमच्यात गुंतवणूक करतील.

कॉर्पोरेट जगात तुम्ही सहा महिने ते एक वर्षांत यशस्वी झाला नाहीत, तर सहसा तुम्हाला नारळ देतात. नेटवर्क मार्केटिंगच्या जगात, जोवर तुम्ही वेळ द्यायला तयार असाल, तोवर बहुतांश कंपन्या तुमच्या विकासात गुंतवणूक करत राहातात. शेवटी त्यांना तुम्हाला शिखरावर न्यायचं आहे.

५. **अगोदरच अस्तित्वात असलेल्या पद्धतींचा लाभ घ्या.** या पद्धती अगोदरच पारखून सिद्ध झालेल्या असतात, त्यामुळे एका नवीन कंपनीची पूर्ण नवीन घडी बसवण्याऐवजी या तुम्हाला जोरात धावायला मदत करतील.

सारांश

माझे बंद मन खुलं केल्यानंतर जीवनाकडून अधिक काही हवं असलेल्या लोकांसाठी नेटवर्क मार्केटिंग उद्योग देऊ करत असलेले विशेष फायदे अखेर मला दिसू लागले.

सामान्यपणे, आपला आपण व्यवसाय उभा करण्याऐवजी नेटवर्क मार्केटिंग कंपनीद्वारा सुरू करण्यास कमी किंमत मोजावी लागते.

डोनाल्ड यांचा प्रतिसाद

विपणन हे शक्तिशाली साधन आहे आणि नेटवर्क मार्केटिंग ही शक्ती वाढवू शकते, जर तुम्ही स्वयंप्रेरित असाल तर. एका साध्या दृश्यात, एक उत्पादन पाहा आणि मग त्यातली जाहिरात एजन्सी काढून टाका. विपणन आणि जाहिरात करणं तुमच्यावर आहे.

हे काम मोठंच आहे, पण स्वत:च्या पायावर उभं असणं आणि वरच्या पातळीवर जाताना वेग आणि प्रेरणा कायम राखणं याचा तुम्हाला पुरेसा ध्यास असेल, तर हे होऊ शकतं. यासाठी उद्योजकतेची मनोवृत्ती लागते, याचाच अर्थ केंद्रित लक्ष आणि चिकाटी लागते. जे लोक खूप जास्त स्वयं-प्रेरित नसतात त्यांना मी नेटवर्क मार्केटिंगची शिफारस करत नाही.

> तुमची शक्ती आणि भक्ती यांना हे उत्पादन पात्र आहे की नाही याची खात्री करून घ्या.
>
> *- डोनाल्ड जे. ट्रम्प*

नेटवर्क मार्केटिंगची आणखी एक बाजू म्हणजे ते निसर्गत: सामाजिक आहे, त्यामुळे तुम्ही जर समाजप्रिय, लोकांच्यात रमणारे नसाल, तर नेटवर्क मार्केटिंगमध्ये जाण्याआधी दोनदा विचार करावा. सामाजिकता आवश्यक आहे.

जाहिरातीसारखंच, जर उत्पादन मस्त नसेल तर जाहिरात मालिका मस्त असून काही उपयोग नसतो. हेही लक्षात असू द्या की तुम्ही वितरक व्हायचं ठरवता तेव्हा तुम्ही उत्पादन, कंपनी आणि उपलब्ध संधींबद्दल करत असलेल्या दाव्यांबद्दल तुम्ही कायद्याने जबाबदार असता, त्याहीपेक्षा तुमची शक्ती आणि भक्ती यांना हे उत्पादन पात्र आहे की नाही याची खात्री करून घ्या.

नेटवर्क मार्केटिंगबद्दल बोलताना रॉबर्ट सुखाच्या कोषाच्या पलीकडे जाण्याचा उल्लेख करतो. तो स्वत:ला पुरेसा वेळ देण्याचाही उल्लेख करतो. हे विचार करण्यासारखे चांगले मुद्दे आहेत. नेतृत्वगुण हे यशासाठी फार महत्त्वाचे आहेत, याच्याशीही मी सहमत आहे. तुमच्याकडे 'जमेल मला', पुढाकार घेण्याची वृत्ती असायलाच हवी.

इतर कुठल्याही उपक्रमाप्रमाणेच इथेही, सुरुवात करण्यापूर्वी, आपण काय करतोय याबद्दल शक्य तेवढं सर्व जाणून घ्या. नेटवर्क मार्केटिंग व उत्पन्नाचा एक शक्य आणि चांगला मार्ग सिद्ध झालेला आहे आणि त्यातली आव्हानं ही तुमच्यासाठी अगदी बरोबर असू शकतील. यशाची अगदी खास उदाहरणं इथे आलेली आहेत, आणि ही उदाहरणं सावधानता, उत्साह आणि योग्य वेळ आणि योग्य उत्पादन यांच्या संयोगाने घडलेली आहेत. आपण आधी पाहिलेल्या अनेक मुद्यांप्रमाणे यात प्रत्यक्ष आणि अप्रत्यक्ष गोष्टी असतात. पण यश हे संपूर्ण गूढ नसते आणि हेच नेटवर्क मार्केटिंगच्या बाबतीही लागू होते.

फोकस ग्रुपबद्दल अनेकांनी ऐकलं असेल. नवीन उत्पादनांची चाचणी घेण्यासाठी जाहिरात संस्था वापरत असलेलं ते संशोधनसाधन आहे. ते वेगवेगळ्या ठिकाणी जाऊन, सर्वसामान्य लोकांना त्या नवीन उत्पादनाबद्दल काय आवडतं आणि काय आवडत नाही एवढं विचारतात. तुम्ही उत्पादनाबद्दल निर्णय घेण्यापूर्वी ही फोकस ग्रुपची कल्पना हाताशी असलेली चांगली. ते तुम्हाला आवडलं म्हणजे प्रत्येकालाच आवडेल असं नाही. उत्पादनाच्या आवडत्या गुणाबद्दल लसावि काढणं महत्त्वाचं आहे.

थोडक्यात नेटवर्क मार्केटिंगबद्दल माझा सल्ला म्हणजे तुम्ही नीट संशोधन करा आणि मग तुमच्याजवळचं सारं काही त्या उत्पादनात ओता. खऱ्याखुऱ्या प्रवाहाला हरवणं कठीण असतं आणि विजय तुमचाच आहे.

तुमचा दृष्टिकोन

नेटवर्क मार्केटिंग तुमच्यासाठी आहे का?

प्रकरण अठ्ठावीस

स्वतःचा उद्योग सुरू करण्याची शिफारस तुम्ही का करता?

रॉबर्ट यांचा प्रतिसाद

पुन्हा एकदा खालील कॅशफ्लो चौफुल्याकडे पाहा.

या चौकटींमधला महत्त्वाचा फरक म्हणजे त्यांची वेगवेगळी मूल्यं. माझे पुअर डॅड 'एस', 'बी' किंवा 'आय' चौकटीत यशस्वी झाले नाहीत याचं साधं कारण म्हणजे शिक्षक म्हणून तयार होताना, त्यांना 'ई' चौकटीतल्या मूल्यांचं प्रशिक्षण मिळालं होतं. रस्त्यावर यशस्वी होण्यासाठी लागणारी जगण्याची कौशल्यं किंवा ऊर्मी त्यांच्याकडे नव्हती. त्यांना इतर तीन चौकटींचं प्रशिक्षण मिळालं नव्हतं. त्यामुळे जेव्हा राज्यपालांनी त्यांना सरकारी नोकरी करण्याची बंदी केली तेव्हा माझ्या वडिलांना कळलं त्यांच्या जीवनाचं नियंत्रण कुणाकडे आहे ते.

'बी' आणि 'आय' मध्ये नशीब काढलेले रिच डॅड माझ्याकडे असण्यातली चांगली गोष्ट म्हणजे त्यांनी मला मानसिकदृष्ट्या आणि भावनिकदृष्ट्या 'ई' आणि 'एस' चौकटींकडून 'बी' आणि 'आय' चौकटींकडे नेलं – अगदी जसं डोनाल्डच्या वडिलांनी त्यांना नेलं तसंच, अधेमधे बरीच अपयशं आली असली तरी माझ्या रिच डॅडच्या शहाणपणामुळे आणि मार्गदर्शनामुळे मी त्या वावटळींमधून बाहेर आलो.

उद्योजक असणं मला फार प्रिय आहे

सुरुवात जरी कठीण होती तरी आज माझं उद्योजक असणं मला फार प्रिय आहे. नवीन उद्योग सुरू करणं मला प्रिय आहे. सर्जनशीलता, मला भेटणारी माणसं, आव्हानं आणि बक्षिसं मला प्रिय आहेत. या शिक्षणाची आणि अनुभवाची किंमतही मोठी होती, पण मागे वळून पाहाताना हा प्रवास तेवढ्या मोलाचा वाटतो.

मी तेलाची जहाजं हाकारायला किंवा विमानं उडवायला परत गेलो नाही. कारण तो तो पेशा शिकण्यातला थरार माझ्यासाठी संपला होता. मी पहिल्यांदा तेलाच्या जहाजाचं चाक हातात धरलं किंवा पहिल्यांदा विमान उतरवलं तेव्हा ते फार रोमांचक होतं. एकदा या कामांवर मी प्रभुत्व मिळवल्यावर शिकणं सोपं झालं आणि यथाकाल संपलं. विमानाचा चालक किंवा जहाजाचा अधिकारी म्हणून आजचा दिवस अगदी उद्यासारखाच असला असता.

उद्योजक म्हणून रोज समोर येणारी नवी आव्हानं मला आवडतात. नव्याने सुरू केलेल्या उद्योगातली आणि तो वाढवण्यातली रोमांचकता मला आवडते. एकदा तो उद्योग सुरू होऊन चालू लागला की मग त्याच्या वाढीतली आणि विस्तारातली आव्हानं मला आवडतात. एकदा उद्योग वाढू लागला की तो स्थिर आणि वाढता ठेवण्यासाठी नवीन संघ जमा करण्यातली आव्हानं मला आवडतात. त्यामुळे तो उद्योग अपेक्षेप्रमाणे परतावा देणार व नफ्यात चालणारा बनतो.

उद्योजक म्हणून रोजचा दिवस रोमांचक, नवीन आणि शिकवणारा असतो. मी रोज काहीतरी नवीन शिकत असतो, अगदी वाईट दिवसांमध्येही. डोनाल्डही हेच म्हणतात. त्यामुळेच तर त्यांचे इतके औद्योगिक प्रकल्प चालू असतात. ते खरेखुरे उद्योजक आहेत. खरा उद्योजक बनण्यासाठी तुम्हाला हुशार आणि शिकण्यासाठी उत्सुक असावं लागतं. तुम्हाला शिकायला आवडत नसेल, तर तुमचा उद्योग न वाढण्याची शक्यता जास्त... कारण तुम्ही वाढत नसता. जेव्हा जेव्हा मला एखादा खालावणारा किंवा साचलेला उद्योग दिसतो, तो सहसा त्याचा मालक खालावणारा किंवा साचलेला असल्यामुळे असतो.

आरशात पाहाणे

तुमचा स्वत:चा व्यवसाय हा तुमचा सर्वोत्तम आरसा होय. तुमचा स्वत:चा व्यवसाय हा गोल्फच्या खेळासारखा आहे. दरवेळी क्लबला झोका दिला की दर वेळी तुम्हाला तत्काळ अभिप्राय मिळतो. तुम्ही चांगले असलात तर तुमचा व्यवसाय तुम्हाला टायगर वुड्सपेक्षा श्रीमंत करेल. यशस्वी माणसं ही जगातली सर्वात श्रीमंत माणसं आहेत हे तुम्ही जाणता. आणि तुम्ही जर वाईट असलात तर ते तुम्हाला कंट्री क्लबमध्येसुद्धा घेणार नाहीत. मला हे अगदी स्वानुभवावरून माहीत आहे. आज मला अनेक कंट्री क्लबचं सन्माननीय सभासदत्व देऊ केलं आहे. काही वर्षांपूर्वी हेच कंट्री क्लब्ज मला दारात उभंदेखील करत नव्हते.

तुम्ही श्रीमंत व्हावं असं आम्हाला का वाटतं?

नियंत्रण परत मिळवणे

आज इतक्या लोकांना असुरक्षित वाटतं कारण शाळेत कधी त्यांना त्यांच्या आमच्यावरच्या *'नियंत्रणा'*चं महत्त्व शिकवलेलंच नसतं. उदाहरणार्थ तुम्ही जेव्हा कर्मचारी असता, तेव्हा तुम्ही किती कमवायचं, जर बढती मिळाली तर किती, पगारवाढ झाली तर किती, सुट्टीवर कधी जायचं आणि कधीकधी अगदी केव्हा जेवायचं यावर तुमचं फार थोडं नियंत्रण असतं.

१९७४ मध्ये जेव्हा ERISA (एरिसा) संमत झाला आणि ४०१ (के) आल्या तेव्हा अनेक कर्मचाऱ्यांना सक्तीने 'आय' चौकटीतले गुंतवणूकदार बनावं लागलं. पण पुन्हा शिक्षणाच्या आणि अनुभवाच्या अभावाची समस्या होती. अनेक कर्मचारी चांगले सुशिक्षित असूनही, आर्थिक ज्ञान फार कमी असल्याने बचत खाते, स्टॉक्स, म्युच्युअल फंड आणि रोखे अशा कागदी मालमत्तांमध्ये पैसे गुंतवतात. पुन्हा समस्या तीच – गुंतवणूकदार म्हणून त्यांचं या मालमत्तांवर काहीही *'नियंत्रण'* नसतं.

आणखी एका गोष्टीवर कर्मचाऱ्यांचं नियंत्रण नसतं, ती म्हणजे कर. 'ई' आणि 'एस' चौकटीतील लोकं सहसा 'बी' आणि 'आय' चौकटीतल्या व्यावसायिकांपेक्षा खूप जास्त कर भरतात.

पुन्हा कारण आहे *'नियंत्रण'*. आयकर खातं आणि कराचे नियम हे 'बी' आणि 'आय' चौकटीतील लोकांकडे पुष्कळ नियंत्रण देतात कारण हेच लोक देशाच्या आर्थिक प्रगतीसाठी आणि सामर्थ्यासाठी महत्त्वाचे असतात. खरे 'बी'वाले रोजगार पुरवतात आणि खरे 'आय'वाले भांडवल पुरवतात, ते उद्योगधंदे, पायाभूत सुविधा, खाणी, ऊर्जा आणि स्थावर मालमत्तेला पैसा पुरवते.

अनेक लोकांना त्यांच्या भविष्याबद्दल अनिश्चितता वाटते कारण त्यांचं, त्यांच्या नोकऱ्यांवर, त्यांच्या गुंतवणुकींवर आणि त्यांच्या करांवर फार थोडं नियंत्रण असतं.

पुष्कळदा मी वेगवेगळ्या देशांतील लोकांना भेटतो आणि ते मला सांगतात की त्यांच्या देशातले कायदे वेगळे आहेत. माझा असा अनुभव नाही. मला हे माहीत आहे कारण मी चीन, जपान, कोरिया, कॅनडा, ऑस्ट्रेलिया, दक्षिण अमेरिका, इस्त्राएल, मध्यपूर्व आणि युरोपमध्ये व्यवसाय करतो. बहुतेकशा विकसित आणि विकसनशील देशांमध्ये मला 'बी' आणि 'आय' चौकटींमध्ये

> आज इतक्या लोकांना असुरक्षित वाटतं कारण शाळेत कधी त्यांना त्यांच्या आमच्यावरच्या *'नियंत्रणा'*चं महत्त्व शिकवलेलंच नसतं.
>
> *– रॉबर्ट टी. कियोसाकी*

सारख्याच स्वरूपाच्या कर सवलती आढळून आल्या आहेत. थोडेफार फरक असतात. पण 'ज्याच्या हाती सोनं त्याचे नियम' हा सुवर्णनियम जगात सर्वत्रच दिसून येतो.

नियंत्रण घ्यायला शिकणं

'बी' आणि 'आय' चौकटीतला प्रवेश आज कधी नव्हे एवढा सोपा झाला आहे. लीव्हरेज देणारं आणि आपलं कार्यक्षेत्र जगभर विस्तारणं सोपं करणारं तंत्रज्ञान आपल्या हाताशी आहे. उदाहरणार्थ, संगणक आणि महाजालामुळे राष्ट्रीय आणि आंतरराष्ट्रीय उद्योजक बनणं पुष्कळ सोपं आणि कमी खर्चाचं झालं आहे. हजार डॉलर्सपेक्षा कमी खर्चात मी संगणक आणि व्यवसाय मालक किंवा गुंतवणूकदार म्हणून जागतिक बाजारपेठेत प्रवेश मिळवू शकतो. प्रश्न असा, की राष्ट्रीय किंवा आंतरराष्ट्रीय उद्योजक होण्यासाठीचं शिक्षण, अनुभव, मनोभूमी आणि उच्च मूल्यं तुमच्याकडे आहेत का?

शिक्षण आणि अनुभव कसा मिळवावा?

आपल्या शाळांमध्ये उद्योजकता आणि गुंतवणूक याबद्दल काही शिकवत नसल्यामुळे एखाद्या माणसाने 'एस', 'बी' किंवा 'आय' चौकटीत यशस्वी होण्यासाठी शिक्षण आणि अनुभव कसा मिळवावा? असा प्रश्न आहे.

माझं उत्तर आणि डोनाल्डचं उत्तर सारखं आहे. आम्ही दोघंही शिफारस करतो की बिझिनेस स्कूलमध्ये जावं किंवा ज्याच्याकडे उमेदवारी करू शकाल असा मार्गदर्शक शोधावा. तुम्हाला माहीतच आहे की ते आणि मी दोघांनाही आमच्या रिच डॅडनी विकासाच्या प्रक्रियेत मार्गदर्शन केलं.

आधीच्या प्रकरणात डोनाल्ड आणि मी नेटवर्क मार्केटिंगच्या फायद्यांबद्दल लिहिलं आहे. माझ्या मते नेटवर्क मार्केटिंग व्यवसायाचा सर्वात मोठा लाभ म्हणजे प्रशिक्षण आणि कमी खर्चातला प्रवेश. तुम्ही उद्योजक बनण्याबाबत गंभीर असाल, तर मी पुन्हा एकदा तुम्हाला उत्तम प्रशिक्षण कार्यक्रम असलेली नेटवर्क मार्केटिंग कंपनी शोधायला आणि 'बी' चौकटीतली उच्च मूल्यं शिकण्यासाठी आयुष्याची पाच वर्षं द्यायला सुचवेन.

फ्रँचायझीची शक्ती

तुमच्याकडे जास्त पैसे असतील आणि तुम्ही मोठी बांधिलकी स्वीकारायला तयार असलात, तर तुम्ही फ्रँचायझी विकत घेण्याचा विचार करू शकता. पुन्हा, ती जर चांगली फ्रँचायझी असेल तर फ्रँचायझीचे मालक, हा व्यवसाय आणि त्याच्या कार्यपद्धती यांचं प्रशिक्षण तुम्हाला देण्यासाठी भरपूर वेळ आणि शक्ती लावण्यावर लक्ष देतील.

आपल्या सर्वांना मॅकडोनाल्ड्स माहीत आहे. ती जगात सर्वांना माहीत असलेली एक फ्रँचायझी व्यवस्था आहे. अनेक वेळा मलासुद्धा मॅकडोनाल्डची फ्रँचायझी घ्यावीशी वाटली

आहे. पैशासाठी नव्हे तर त्यांच्या प्रशिक्षण कार्यक्रमासाठी. तुम्ही हॅम्बर्गर युनिव्हर्सिटीबद्दल ऐकलं असेल. लोकांना वास्तव जगातील धंद्याचे प्रशिक्षण देणारं ते एक नामांकित बिझिनेस विद्यालय आहे. मॅकडोनाल्ड फ्रँचायझीबद्दलची एक अडचण म्हणजे प्रवेशाची खूप जास्त किंमत. सहसा एक मिलियन डॉलर्सपेक्षा जास्त.

गुरु-मार्गदर्शकांची शक्ती

व्यक्तिश: 'ई' आणि 'एस' या चौफुल्याच्या डाव्या बाजूकडून 'बी' आणि 'आय' या उजव्या बाजूकडे येण्यासाठी आव्हानं, वैफल्य, बक्षिसं आणि प्रवास मी समजू शकतो. म्हणूनच रिच डॅड कंपनीत 'बी' आणि 'आय' चौकटीत यशस्वी होऊ इच्छिणाऱ्यांसाठी आणखी प्रगत कार्यक्रम आहेत. पुढील कार्यक्रम आमच्याकडे आहेत :

१. **रिच डॅड्'स कोचिंग :** व्यावसायिक पद्धतीने प्रशिक्षित केलेल्या प्रशिक्षकांचा एक संघ आमच्याकडे आहे आणि त्यांचं एकमात्र उद्दिष्ट हे तुमचं वैयक्तिक अर्थकारण, गुंतवणूक, तुमचा नवीन उद्योग सुरू करणं किंवा वाढवणं यातली तुमची ध्येयं साध्य करण्यासाठी. तुमचं लक्ष केंद्रित ठेवणं आणि तुम्हाला योग्य वाटेवर ठेवणं, हा एकास-एक पद्धतीचा कार्यक्रम आहे आणि यात सहभागींच्या जीवनात प्रचंड बदल घडवले आहेत. मला वाटतं या कार्यक्रमाची जादू ही की ध्येयं ही तुमची ध्येयं असतात. तुमच्या सध्याच्या वास्तवाच्या पलीकडची तुमची स्वत:ची ध्येयं, तुमच्यातलं सर्वोत्कृष्ट बाहेर आणण्याची मागणी करणारी तुमची स्वत:ची ध्येयं, जी साध्य झाल्यावर तुमचं जीवन बदलून टाकणार असतात, अशी तुमची स्वत:ची ध्येयं. अधिकमाहितीसाठी www.richdadscoaching.com ला भेट द्या.

२. **रिच डॅड्'स एज्युकेशन :**अनेक गुंतवणूक सल्लागार डायव्हर्सिफाय,डायव्हर्सिफाय, डायव्हर्सिफाय अशी शिफारस करत असताना रिच डॅडमध्ये आम्ही मात्र फोकस, फोकस, फोकस असं सांगत असतो. महानत्व मिळवलेली सर्व लोकं ही लक्ष केंद्रित केलेली – फोकस्ड लोक आहेत.

   नजिकच्या भविष्यात, व्यवसायाच्या किंवा गुंतवणुकीच्या एखाद्या विशिष्ट क्षेत्रावर लक्ष केंद्रित करायला तयार असलेल्या लोकांसाठी महाविद्यालयीन स्तरावरील अभ्यासक्रम व चर्चासत्रं आयोजित केली जातील. उदा. ज्या अभ्यासक्रमाबद्दल मी अत्यंत उत्साही आहे, तो रिकामी जमीन विकसनाचा अभ्यासक्रम किंवा तुम्हाला स्टॉक ऑप्शन किंवा फोरक्लोजरमध्ये तज्ज्ञ होण्याची इच्छा असेल. तुम्हाला माहीतच आहे की, माणसाने श्रीमंत होण्याचे अनेक मार्ग असतात जर तो/ती फोकस्ड असेल तर.

३. **रिच डॅड्'स इनसायडर्स :** अनेक लोकांनी मला त्यांचं वैयक्तिक कोच होण्याबद्दल विचारलं आहे. हे विचारणाऱ्या लोकांची नुसती संख्या विचारात घेतली, तरी हे अशक्यप्राय आहे. एकेका व्यक्तीचं कोचिंग करण्याऐवजी रिच डॅड कंपनीने रिच डॅड्'स इनसायडर्स हा वेबद्वारे दिलेलं इलेक्ट्रॉनिक व्यासपीठ तयार केलं आहे.

मी जे पाहातो आणि माझ्या मनात जे चाललंय ते लहानशा मासिक शुल्काबदल्यात तुम्हाला सांगतो. त्या त्या विशिष्ट विषयात आपलं ज्ञान देणारे तज्ज्ञ असे माझे वैयक्तिक सल्लागारही आहेत. आमच्याकडे स्थावर मालमत्ता कायदा, सोनं, तेल, बँकिंग आणि अगदी आरोग्यविषयकसुद्धा तज्ज्ञ आहेत.

जग वेगानं बदलत आहे हे तुम्हाला माहीतच आहे. तुमच्या संपर्कात राहाण्याचा आणि माझ्या मते जगात काय महत्त्वाचं चाललं आहे याबद्दल तुम्हाला अद्ययावत ठेवण्याचा रिच डॅड्'स इनसायडर्स हा माझा मार्ग आहे.

सारांश

जगात दोन प्रकारचे लोक असतात, सुरक्षितता शोधणारे आणि स्वातंत्र्य शोधणारे. तुमच्यापैकी काहींना माहीत असेल की सुरक्षितता आणि स्वातंत्र्य हे अगदी परस्परविरुद्ध आहे. त्यामुळे जास्तीत जास्त सुरक्षितता असणाऱ्यांना कमीत कमी स्वातंत्र्य असतं. ही तुरुंगातील सर्वाधिक सुरक्षित मंडळी असतात. तुम्ही जर स्वातंत्र्य शोधत असाल, तर ते 'बी' आणि 'आय' चौकटीत आहे हे मी मनापासून सांगतो.

डोनाल्ड यांचा प्रतिसाद

विचित्र वाटेल, पण स्वतःचा व्यवसाय करावा असा सल्ला मी नेहमीच लोकांना देत नाही. काही लोक खरोखरच उद्योजक नसतात आणि एखाद्याची क्षमता नसतानादेखील तुम्ही धंद्यात चिक्कार यश मिळवाल असं सांगणं हा चुकीचा सल्ला आहे. मला प्रेरणा आणि यश यांवर व्याख्यान द्यायला बोलावणाऱ्यांना हे फारसं पसंत पडत नाही. पण मला प्रामाणिक राहिलं पाहिजे. शक्य झालं तर कधीही चुकीचा सल्ला द्यायला मला कधीच आवडणार नाही.

साधारण वर्षभरापूर्वीच्या एका व्याख्यानाच्या वेळी, साठीतले एक गृहस्थ माझ्याजवळ येऊन उद्योजक होण्यासंबंधी मला थेट प्रश्न विचारू लागले तेव्हा ही गोष्ट माझ्या लक्षात आली. मला त्यांना सांगावं लागलं की ही नेहमीच सर्वोत्कृष्ट गोष्ट नसते, त्यात जोखीम असते. जीवनाच्या त्या टप्प्यावर एखादा माणूस सर्वस्व गमावू शकतो, त्याला सल्ला देण्याच्या विचारानं, मला नेहमीच्या यशविषयक छापटाईप सल्ल्यांच्या पलीकडे विचारात पाडलं. प्रत्येक केस वेगळी असते. एखादा माणूस जर माझा सल्ला ऐकून अपयशी होणार असेल, तर मला

ती माझी वैयक्तिक जबाबदारी वाटते. माझी अशी भावना झाली की तो नैसर्गिक उद्योजक नव्हता आणि हे वाटणं केवळ त्याच्या वयाकडे बघून नव्हतं. मी एक सावध आशावादी आहे, पण सावधानता आधी येते.

मी अशी शिफारस केलेली आहे की माणसाने तेव्हा व्यवसाय सुरू करावा जेव्हा ती परिस्थितीची मागणी असते. मी त्यांची कामातली नैतिकता, त्यांचा जोश, त्यांचा ध्यास आणि चिवटपणा पहिला आहे. आणि जे जे आवश्यक ते त्यांच्याकडे आहे हे मला कळलेलं आहे. काही लोकांना असं वाटतं की ते आपल्याकडे आहे, पण तसं नसतं, मी ज्यांना ज्यांना स्वतंत्र उद्योग करण्याचा सल्ला दिला, ते सर्व जण यशस्वी झाले. पण मी हा सल्ला प्रत्येक माणसाला दिला नव्हता.

स्थावर मालमत्तेतील एका युवतीला मी स्वत:चा व्यवसाय सुरू करण्याबद्दल सुचवलं आणि तिने केला - दुसऱ्याच दिवशी! किम मोगुलचा न्यूयॉर्क शहरातील स्थावर मालमत्ता उद्योग चांगलाच यशस्वी झाला आहे आणि आपण व्यवसाय कसा सुरू केला याची गोष्ट ती अजूनही लोकांना सांगते. तो सुरू करायला तिला चोवीस तासही लागले नाहीत. माझ्या माहितीचा आणखी एक माणूस त्याच्यासाठी चुकीच्या असलेल्या व्यवसायात होता, तो होता वॉल स्ट्रीटवर. शेवटी मी त्याला सांगितलं की तू हरणाऱ्यांसारखा वाटायला लागलेला आहेस, कारण त्याला ते काही जमत नव्हतं. हे ऐकून त्याला फार वाईट वाटलं. त्याला काय करायला आवडतं, असं मी विचारल्यावर त्याचं उत्तर गोल्फशी संबंधित होतं. काही वर्षं मन वळवल्यानंतर शेवटी त्याने बदल केला आणि आता तो त्याच्या गोल्फ व्यवसायात अत्यंत यशस्वी झाला आहे - आणि त्याच वेळी अतिशय आनंदात आहे.

या उदाहरणांवरून दिसतं की, १) तुम्ही जे करता आहात ते तुम्हाला चांगलं जमावं लागतं आणि २) स्वत:हून उडी घेऊन ते करण्याची हिंमत तुमच्यात असावी लागते. आपल्या सगळ्यांची वेळापत्रकं वेगळी असतात. पण मुख्य इच्छा असावी लागते.

मी लोकांना सांगत असलेल्या पहिल्या गोष्टींपैकी एक म्हणजे उद्योजकता हे समूहाने करण्याचं काम नाही. काही काळ तरी - कधीकधी बराच मोठा काळ - एकट्यानं चालण्याची तुमची तयारी हवी. रॉबर्टला एका रात्रीत यश मिळालं नाही. पण तो ते करत राहिला आणि आज पाहा तो कुठे आहे. तुमचा जर विश्वास असेल, तर हे करण्याला खूप मूल्य आहे, यावर विश्वास ठेवा.

> 'पेराल ते उगवेल'
> तुम्ही ती सुगी
> घ्यालच.
>
> *- डोनाल्ड जे. ट्रम्प*

मालकीहक्कातल्या अभिमानाबद्दल काही उलगडून सांगायला नको. आपल्या पहिल्या सायकलपासून बहुधा त्याची सुरुवात होते. जेव्हा एखादी गोष्ट तुमची असते, तेव्हा ती व्यवस्थित चालवण्यातला एक इमानदारीचाही भाग असतो. माझ्या बाबतीत, अनेक

गोष्टींवर माझं नाव आहे आणि ती उत्पादनं उच्चतम गुणवत्ता दाखवतील ही माझी जबाबदारी आहे. या उद्दिष्टाच्या निष्ठेची बरोबरी करणं स्वत:च्या उद्योगाखेरीज कठीण आहे.

मी लोकांना अशा कर्मचाऱ्यांबद्दल बोलताना ऐकलं आहे की 'जणू काही स्वत:चाच व्यवसाय असल्यासारखा तो काम करतो.' ते अशा एकनिष्ठेने काम करतात की जणू ते त्या व्यवसायाचे मालकच आहेत. स्वत:चा व्यवसाय हवा असेल तर एक मात्र निष्ठा हवीच. एक तर तुमच्या कामाला काळवेळाच्या मर्यादा नसतात. ते २४/७ असू शकतं आणि शेवटी जबाबदारी ही तुमचीच असते.

मला ही जबाबदारी आवडते कारण त्यानं मला अधिकार मिळाल्यासारखं वाटतं. थकल्यासारखं वाटण्याऐवजी मला त्यातून ऊर्जा मिळते. काही लोकांना एवढ्या ताणाखाली एवढी मजा येत नाही, त्यांना मी कर्मचारीच राहायला सांगतो.

स्वत:चा व्यवसाय असण्यातली बक्षिसं तर सगळ्यांनाच दिसतात. ते काही समजावून सांगायला नको. एकदा तुम्ही स्वत:चा व्यवसाय केला की पुन्हा कुणाचीतरी चाकरी करणं कठीण असतं. कितीही कल्पना ताणली, तरी ते एकच नसतं. जहाजाचा कप्तान असणं हे अधिक काम करण्यासाठीचं चांगलं बक्षीस असतं. तुम्ही रोजच्या रोज म्हणू शकता, 'द बक स्टार्टस विथ मी - आत्ता, इथे, आज!' ही खूप छान भावना असते.

स्वत:चा व्यवसाय करणं हे झाड वाढवण्यासारखं आहे - ती एक सजीव चीज असते. ती निरनिराळे ऋतु, वादळं यातून जाते. सुंदर वसंत आणि गारठणारा शिशिर पार करते. पण ती वाढत राहाते आणि ती खरोखच तुमची स्वत:ची अभिव्यक्ती असते. याच कारणामुळे माझ्या प्रत्येक कृतीच्या गुणवत्तेबद्दल मी दक्ष असतो. एखादी गोष्ट जर तुमचं प्रतिनिधित्व करत असेल, तर तुमच्या माहितीतलं, पाहाण्यातलं ते सर्वोत्कृष्ट प्रतिनिधित्व असलेलं तुम्हाला हवं असेल. मग तुम्ही स्वत:साठीचे निकष उंचावाल आणि मग खात्री बाळगा, तुम्हाला कधीही कंटाळा येणार नाही.

तुमचा स्वत:चा व्यवसाय असण्यासाठी ही आणखी एक थोर गोष्ट आहे. तुम्हाला कंटाळा आला, तर तुम्ही तुमच्याशिवाय कोणालाच दोष देऊ शकत नाही, आणि ही स्थिती फार काळ टिकत नाही. काही कामं कंटाळवाणी असतात, तेव्हा ती सोडून देण्याव्यतिरिक्त फारसं काही करता येण्यासारखं नसतं. तुमच्या स्वत:च्या व्यवसायात तुमचं नियंत्रण असतं. म्हणजेच अधिक स्वातंत्र्य.

स्वातंत्र्य हा शब्द रंजक आहे कारण स्वातंत्र्याची एक किंमत द्यावी लागते. बहुतेक मालक मंडळी कर्मचाऱ्यांपेक्षा कितीतरी तास अधिक काम करतात. पण मी कधीही उद्योजकाला असं म्हणताना ऐकलं नाही की त्यापेक्षा ते दुसऱ्यासाठी काम करतील - कधीच नाही!

आपण सर्वांनी 'स्वत:च्या अभिव्यक्ती'बद्दल ऐकलेलं असतं. विशेषकरून कलांच्या प्रांतात. हे व्यवसायासाठीही लागू आहे. त्याला मी एक कलाच मानतो. दोहोंमध्ये अनेक

गोष्टी समान आहेत - शिस्त, तंत्र, चिकाटी वगैरे वगैरे. पण हे जे अभिव्यक्तीचं स्वातंत्र्य आहे ना, त्यामुळे व्यवसाय - मालक विशेष मोठा बनतो. मला काय घडवायचं आहे हे माझ्या डोळ्यासमोर असेल, तर ते मी घडवून आणतो. मला त्यासाठी कुणाची परवानगी विचारावी लागत नाही. हा माझा खेळ आहे. मला खेळाचे नियम, मैदान वगैरे पाळावे लागतात. कबूल, पण हे घडवून आणण्याची कल्पना आणि शक्ती ही माझ्यातच असते. ही भावना फार विलक्षण आहे.

लोकांना स्फूर्ती वाटण्याचं एक कारण आहे. स्फूर्ती प्रेरक असते. स्फूर्तीकडे जेव्हा लक्ष दिलं जात नाही तेव्हा नैराश्य येतं. तुमच्याकडे जर स्फूर्ती असेल आणि तुम्ही जर तिला सावधपणा आणि एकाग्रता यांची जोड देऊ शकत असाल, तर मी तुम्हाला स्वत:चा व्यवसाय करण्याचा सल्ला देईन. बक्षिसं मोठी असतात आणि ती जुनी म्हण आहेच. 'पेराल ते उगवेल' तुम्ही ती सुगी घ्यालच.

तुमचा दृष्टिकोन

तुम्हाला स्वत:चा व्यवसाय करायचा आहे का?

का किंवा का नाही?

____

____

____

तुमच्या मते 'स्वातंत्र्य' म्हणजे काय?

____

____

____

प्रकरण एकोणतीस

नेते शिक्षक असतात

रॉबर्ट यांचा दृष्टिकोन

पुढे अनेक आव्हानं आहेत. आपल्याला अनुयायांपेक्षा नेत्यांची जास्त गरज आहे.

लाभार्थी वृत्तीचीच माणसं जास्त - आपले प्रश्न सरकारने सोडवावे अशी लोकांची अपेक्षा असते. 'तुम्ही' नेता बनावं या अपेक्षेनं हे पुस्तक लिहिलं होतं.

नेता होणं म्हणजे काय? पुढील तीन व्याख्या विचार करण्यासारख्या आहेत :

१. **नेते हे आदर्श असतात.** मी जेव्हा अॅकॅडमीत आणि मरीन कॉर्प्समध्ये होतो, तेव्हा माझे नेतृत्वामधलं शिक्षण बरंचसं 'आदर्श व्यक्ती' बनण्यावर होतं. माझी पलटण माझा आदर्श ठेवील, जो उच्च प्रतीचं जीवन जगला, असं बनणं.

   डोनाल्ड ट्रम्प हे निकष निश्चित पूर्ण करतात. डोनाल्ड बरोबर हे पुस्तक लिहीत असताना, ज्या माणसाकडे मी अनेक वर्षं आदराने पाहात होतो. त्याला मला जाणून घेता आलं. त्यांच्या नुसत्या उपस्थितीनेसुद्धा मला जीवन कसं जगायचं आहे याचे धडे मिळतात - उच्च वैयक्तिक मानकाप्रमाणे जगणं.

   माझ्या पुअर डॅडने मला आहे त्यात भागवण्याचा सल्ला दिला. माझ्या रिच डॅडनी साधनं वाढवण्यासाठी सतत काम करायचा सल्ला दिला. डोनाल्डबरोबर असण्यानं, मला माझ्या जीवनात शक्य वाटलं होतं त्यापेक्षाही माझी साधनं विस्तारण्याची स्फूर्ती मिळाली. खरे नेते हेच करतात. जे तुमच्यासाठी तुम्हाला शक्य वाटलं होतं, त्यापलीकडे जाण्याची ते स्फूर्ती देतात.

   तुमच्यासाठी तुम्हाला शक्य वाटलेल्यापेक्षा पलीकडे जाण्याची, उच्च प्रतीचं जीवन जगण्याची स्फूर्ती या पुस्तकानं दिली असेल असा मला विश्वास आहे.

२. **तुमच्या शंका व भीतीपेक्षा मोठं व्हायला नेता तुम्हाला मदत करतो.** माझे रिच डॅड म्हणत 'भीती हा एक महान दुभाजक आहे. भित्रे आणि नेते, अपयश आणि यश यांच्यामधली ती रेखा आहे.'

   कॅंप पेंडलटन, कॅलिफोर्निया इथल्या मरीन कॉर्प्स तळावरच्या तयारीच्या शेवटच्या

> खरे नेते आपल्याला अधिक मोठ्या आणि आपल्याला ज्या करण्याची भीती वाटते त्या गोष्टी करायची स्फूर्ती देतात.
>
> *- रॉबर्ट टी. कियोसाकी*

दिवसांमध्ये, आम्हाला व्हिएतनाममध्ये पाठवण्याच्या थोडं आधी, मला बंदुका आणि रॉकेट्सनी मारा करायला शिकवणारे प्रशिक्षक म्हणाले, 'शाळेचे दिवस आता जवळजवळ संपले आहेत. लवकरच तुम्ही व्हिएतनाममध्ये जाल. नेत्याच्या समोर येणारं सर्वात अवघड काम लवकरच तुमच्या समोर ठाकणार आहे. लवकरच तुम्ही तुमच्या माणसांना प्राण द्यायला सांगणार आहात कारण दुसऱ्या कुणाचे तरी प्राण वाचवायचे आहेत. माझा प्रश्न असा, की हे करण्याची तुमची तयारी आहे का?' माझ्या सहवैमानिकांना आणि मला त्यांच्या विधानावर क्षणभर विचार करू देऊन, ते म्हणाले, 'तुम्ही जर तुमचं जीवन देऊन टाकायला तयार असलात तर तुम्हाला जीवन सापडेल. एका विचित्र तऱ्हेने, आयुष्यात अशा एका बिंदूला सामोरं जाण्याची संधी तुम्हाला मिळेल, ज्यापासून इतर माणसं आयुष्यभर दूर पळत असतात. जीवन आणि मृत्यूच्या पल्याड अशा जीवनाच्या एक वास्तविकतेमध्ये तुम्ही प्रवेश कराल.'

मी व्हिएतनाममध्ये असणाऱ्या वर्षभरात प्रशिक्षकांनी सांगितलेला क्षण अनेकदा माझ्या समोर आला. असा क्षण जेव्हा मी माझ्या सर्वात मोठ्या भीतींचा सामना केला आणि जीवन आणि मृत्यू या पलीकडे गेलो.

उघडच आहे की व्यवसाय आणि गुंतवणूक हे काही जीवन-मृत्यूचे प्रसंग नव्हेत. तरीही यशस्वी होण्यासाठी अनेकदा तुम्हाला 'जुने तुम्ही'चा मृत्यू आणि 'नवे तुम्ही'चा जन्म यात निवड करावी लागते. अनेक लोकांची वाढ थांबते कारण त्यांना मरणाची भीती वाटते. जुनी ओळख स्व-हत्या करायला नकार देते. त्यामुळे जग पुढे जातं. आपण तेच राहातो.

खरे नेते आपल्याला अधिक मोठ्या आणि आपल्याला ज्या करण्याची भीती वाटते त्या गोष्टी करायची स्फूर्ती देतात.

माझ्या आयुष्याकडे मागे बघताना, मला जाणवतं की जर 'नव्या मी'चा जन्म व्हायचा असेल, तर 'जुन्या मी'चा मृत्यू व्हावा लागतो.

उदाहरणार्थ :

> जेव्हा मी '*श्रीमंत*' माणूस व्हायचं ठरवलं, तेव्हा माझ्या आतल्या 'गरीब' माणसाचा अंत व्हावा लागला.

> जेव्हा मला *'उद्योजक'* व्हायचं होतं तेव्हा माझ्या आतल्या *'कर्मचाऱ्याचा'* मृत्यू व्हावा लागला.
>
> जेव्हा मला *'सडपातळ आणि निरोगी'* व्यक्ती व्हायचं होतं तेव्हा माझ्या आतला *'लठ्ठ आणि आळशी'* माणूस मरावा लागला.

माझा एक मित्र नेहमी म्हणतो, 'प्रत्येकाला स्वर्गात जायचं असतं पण मरायचं कुणालाच नसतं.' डोनाल्ड यांच्या आजूबाजूला घालवलेल्या दोन वर्षांची मला माझ्या 'जुन्या मी'च्या पलीकडे जाऊन, फार थोड्या लोकांनी अनुभवलेल्या जीवनाचा शोध घेण्याची स्फूर्ती दिली.

३. **नेत्यांना 'दृष्टी' असते आणि ते इतरांनाही 'पाहायला' शिकवतात.** मी एकदा वाचलं होतं की विन्स्टन चर्चिल भविष्यातील २०० वर्षं पुढचं पाहू शकत होते. मी असंही वाचलं आहे की डॉ. बकमिन्स्टर फुल्लर हजार वर्षं पुढचं पाहू शकत होते. हे खरं आहे की खोटं, उद्याच्या पलीकडचं न दिसणारी मंडळी आपणा सर्वांना माहीत आहेत. आपल्याला हेही माहीत आहे की इतरांना जिथे जुनाट, रंग गेलेल्या इमारती दिसतात, तिथे डोनाल्ड ट्रम्पना उंचच उंच झगमगत्या गगनचुंबी इमारती दिसतात. त्यामुळेच डोनाल्ड एक नेते आणि धनवान व्यक्ती बनतात. जे इतरांना दिसू शकत नाही ते त्यांना दिसू शकतं.

जे इतरांना दिसू शकत नाही ते पाहायला मला रिच डॅडनी शिकवलं. याच पुस्तकातील एका धड्याची पुनरुक्ती करतो. गुंतवणूकदाराला मिळणारी चार प्रकारची उत्पन्नं पाहायला मला माझ्या रिच डॅडनी शिकवलं.

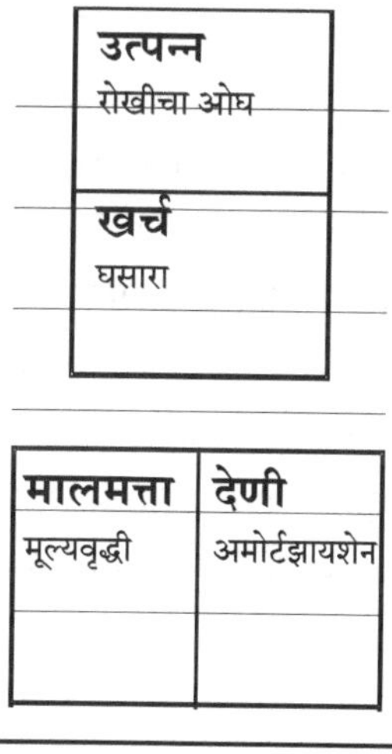

एक तरुण म्हणून मला एकदा मनात ही चारही उत्पन्नं दिसू लागल्यावर मी श्रीमंत माणूस

कसा होईन हेही मला दिसू लागले. इतरांना जे दिसत नाही ते पाहायला शिकवून माझ्या रिच डॅडनी मला दृष्टी दिली – माझ्या भविष्याची दृष्टी.

या दृष्टीची तुलना जेव्हा तुम्ही दीर्घ मुदतीसाठी म्युच्युअल फंड गुंतवणूक करणाऱ्यांच्या वास्तवाशी करता तेव्हा एक अगदी वेगळं भविष्य पाहाण्याची शक्ती तुमच्यात येते. याच पुस्तकातल्या आणखी एका धड्याची पुनरावृत्ती करतो :

वय वर्षे २५ ते ६५ म्युच्युअल फंडातील गुंतवणूक
गुंतवणूकदाराचा परतावा असा दिसतो

४० वर्षांमध्ये

म्युच्युअल फंड	कंपनी	गुंतवणूकदार
परतावा	८०%	२०%
जोखीम	०%	१००%
भांडवल	०%	१००%

आपले पैसे गुंतवणूकीसाठी आंधळेपणाने म्युच्युअल फंड कंपनीकडे सोपवणारा गुंतवणूकदार तुम्हाला व्हायचं आहे की उत्पन्नाच्या वेगवेगळ्या प्रकारांवर नियंत्रण ठेवून तुमच्या भविष्यावर नियंत्रण ठेवणारा गुंतवणूकदार व्हायचं आहे?

नेते हे शिक्षक असतात

कित्येक वर्षांपूर्वी माझ्या रिच डॅडनी मला पैसे दिले नाहीत त्याऐवजी दृष्टी दिली. आर्थिक साक्षरता म्हणजे हेच : जे डोळे बघू शकत नाहीत ते बघण्याची मनाची शक्ती.

या पुस्तकात आधी उल्लेख केल्याप्रमाणे पैशाच्या दुनियेत तुम्हाला *'पारदर्शकता'* हा शब्द अनेकदा ऐकू येईल. पारदर्शकता म्हणजे कशाच्या तरी आत पाहाता येणं. जेव्हा तुमची बँक तुमची आर्थिक पत्रके मागते तेव्हा त्यांना तुमच्या किंवा तुमच्या कंपनीच्या आत पाहायचं असतं. तुमची आर्थिक पत्रकं ही खऱ्या जगातली तुमची प्रगती पुस्तकं/निकाल पत्रकं असतात.

माझे रिच डॅड हे एक थोर नेते आणि शिक्षक असल्याने, त्यांनी मला भविष्याची दृष्टी दिली. पण माझं भविष्य घडवणं माझ्यावर सोडलं. थोर नेते आणि शिक्षक हेच करतात. थोर नेते बघू शकतात आणि इतरांना बघायला शिकवू शकतात.

डोनाल्ड ट्रम्प एक थोर नेते – एक द्रष्टा आणि शिक्षक. जो इतरांना बघायला शिकवू शकतो – त्यांच्याबरोबर काम करणं हा मझा सन्मान आहे.

– रॉबर्ट टी. कियोसाकी

डोनाल्ड यांचा दृष्टिकोन

सारांश

व्यक्ती म्हणून आणि देश म्हणून आपल्या समोरचे काही प्रश्न रॉबर्टने आणि मी मांडले आणि हाताळले. उत्तर शोधणे आणि उत्तराचा भाग बनणे यावर आम्हा दोघांचा विश्वास आहे. मला वाटतं तुम्हीही उत्तराचा भाग कसे बनू शकता. हे सांगताना आम्ही पुरेसे पारदर्शक राहिलो आहोत.

शिक्षक म्हणून आम्ही तुम्हाला काही ज्ञान आणि काही रूपरेषा देऊ शकतो. पण शेवटी तुमच्यासाठी तुम्हीच व्यवहार आहात हे आम्ही जाणतो. खरं तर, ते आमचं एक ध्येय आहे.

माझा एकाग्र असण्यावर खूप भर आहे. कारण प्रश्नांच्या परिणामकारक उकलीसाठी एकाग्रता एक महत्त्वाची गोष्ट आहे. ज्याप्रमाणे 'भान' ही प्रगतीची पहिली पायरी असते. एखादा प्रश्न तुम्हाला दिसलाच नाही, तर तो तुम्ही सोडवणार कसा? समस्या काय आहेत यावर आमचा भर राहिला आहे. म्हणजे उपाय काय असू शकतील हे तुम्हाला अधिक स्पष्टपणे दिसू शकेल - वैयक्तिकरीत्या आणि सामूहिकरीत्या.

हे पुस्तक लिहिताना, या उपक्रमाचं मूल्य कमी करणारे काही मथळे आम्ही पाहिले. प्रचंड धर्मादाय उपक्रम आणि देणग्या. एनरॉनचे प्रमुख यांना न्यायालयात खेचलेले आम्ही पाहिलं आणि सततचे वादळी तेल आणि वायू - वादळीच राहिलं. परिस्थिती बदलणार नाही हे कधी नव्हतं एवढं जाणवतं आहे - मग उत्तर आपण बदलण्यात आहे.

मी एकदा म्हटलं होतं, 'ध्यास नसेल तर तुमच्याकडे ऊर्जा नसते. ऊर्जा नसेल तर तुमच्याकडे काहीच नसतं.' मी हे खूप पूर्वी म्हटलं होतं, पण ते आजही खरं आहे, आणि हे पुस्तक करण्यामागेही हाच विचार होता. जगाच्या आखाड्यातून पळ काढण्याची ही वेळ नाही. जे चाललं आहे त्याचा सामना करण्यासाठी आपल्याला कशाहीपेक्षा ध्यासाची आणि ऊर्जेची अधिक गरज आहे. विन्स्टन चर्चिल यांनी मांडलेला हा विचार बघा :

'आपल्याला जे मिळतं त्यावर आपली जीविका चालते, पण आपण जे देतो, त्यावर आपलं जीवन बनतं.'

एक दिवस तुम्ही देणारे व्हावं अशी रॉबर्टची आणि माझी मनापासून आशा आहे, कारण त्याचा अर्थ तुम्ही उत्तराचा भाग बनलात असा होतो आणि मग आमचे प्रयत्न सार्थकी लागतील.

> परिस्थिती बदलणार नाही हे कधी नव्हतं एवढं जाणवतं आहे. मग उत्तर आपण बदलण्यात आहे.
>
> *- डोनाल्ड जे. ट्रम्प*

त्या दरम्यान, हे जाणा की भान असणं हे योग्य दिशेने टाकलेलं मोठं पाऊल आहे, आणि मग त्या स्थितीत राहाण्यासाठी काम करत राहा. आपल्या आर्थिक जबाबदारीच्या आणि वैश्विक जबाबदारीच्या बाबतीत आपल्या अंधाऱ्या जागा कमीत कमी ठेवू या.

एक महान शिक्षक म्हणून रॉबर्ट त्यांच्या उत्कृष्टतेच्या मार्गावर पुढेच जातील, हे मला माहीत आहे आणि ते काय म्हणतात ते तुम्ही सर्व लक्ष देऊन ऐकाल. ज्ञानातून सामर्थ्य मिळते.

तुम्हाला यशासाठी आम्ही सामर्थ्य दिलं आहे अशी आशा.

- डोनाल्ड जे. ट्रम्प

सारांश
स्व-परीक्षण

या सबंध पुस्तकात आम्ही तुम्हाला तुमचे विचार, तुमचे अनुभव, तुमची ध्येयं आणि तुमची स्वप्नं विचारली आहेत. आम्ही हे केलं याचं कारण 'शिकण्याच्या शंकू'त सापडेल. तुम्ही पाहात आहात त्याप्रमाणे वाचन हे शंकूच्या तळाला आहे आणि 'प्रत्यक्ष करून बघणे' हे शंकूच्या वरच्या टोकाला आहे. या बाबी तुमच्या स्वत:च्या आयुष्यात कशा लागू होता यावर विचार मांडून, सहभागी होऊन तुम्ही शंकूच्या मधल्या भागात म्हणजे 'चर्चेत सहभागी होणे' याच्या जवळ असता. या कृतीत सहभागी होऊ तुमच्या जीवनातील सकारात्मक बदलाच्या संधी तुम्ही ओळखाल व आत्मसात कराल, अशी आम्हाला आशा आहे.

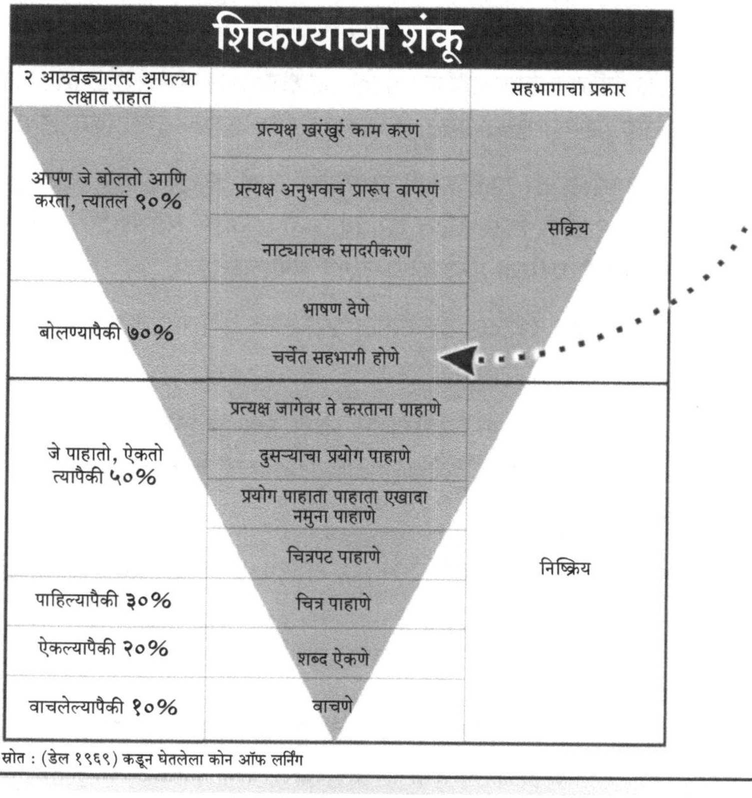

स्रोत : (डेल १९६९) कडून घेतलेला कोन ऑफ लर्निंग

आता वेळ आहे, उजळणीची आणि स्वयं परीक्षणाची.

तुम्ही या सर्व जागा मोकळ्या सोडल्या आहेत काय?

तसं असल्यास तुमच्या बांधिलकीची आणि एकाग्रतेची पातळी काय सांगते?

हे शिक्षण पूर्ण करताना, तुमच्या टिप्पणी पुन्हा पाहा. त्यांच्यात नकारात्मक सूर आहे का? (मला नाही जमणार, मला माहीत नाही वगैरे) की त्यांचा सूर सकारात्मक आहे (मला जमेल, मी करीन)?

नकारात्मक उत्तरं तुम्हाला गप्प खाली बसवून नैराश्य आणतात. सकारात्मक उत्तरं तुम्हाला प्रेरणा आणि आत्मविश्वास देतात. तुमची उत्तरं नकारात्मक असली तर तुम्हाला आणखी काही काम करणं आवश्यक आहे का? तुमची उत्तरं सकारात्मक असली, तर तुमचं आयुष्य बदलायला तुम्ही तयार आहात का?

सध्या तुम्ही गुंतवणुकीवर किती पैसा व वेळ खर्च करता?

अधिक वेळ व पैसा देण्याचं वचन तुम्ही दिलं आहे का? दिलं असेल तर तुम्हाला काही सुधारणा दिसणार नाही. दिलं असेल, तर तुमचा वेळ आणि पैसा तुमच्या आवडत्या क्षेत्रात शहाणपणाने घालवा.

लक्ष केंद्रित करण्यासाठी एखादं विशिष्ट क्षेत्र, उदा. स्थावर मालमत्ता, नेटवर्क मार्केटिंग, स्टॉक ऑप्शन किंवा स्वतःचा व्यवसाय सुरू करणे -तुम्ही निवडलं आहे का?

नसेल, तर तुमच्यासाठी तुमच्याकडे काही वेगळी आर्थिक योजना आहे का? ज्या कशाहीवर लक्ष केंद्रित करायचं तुम्ही ठरवाल, त्यासंबंधीचं स्वयंशिक्षण चालू ठेवा आणि यशस्वी होण्याची स्वतःशी बांधिलकी ठेवा.

तुम्हाला यशाकडे ढकलतील असे लोक व पोषक वातावरण तुमच्याभोवती आहे का?

की तुम्हाला मागे जखडणारे किंवा खेचणारे लोक व वातावरण तुमच्या भोवती आहे? तुमच्या भोवतीच्या वातावरणात काही बदल करायची गरज आहे का? मग ते करा.

फक्त तुम्हीच या प्रश्नांची उत्तरं देऊ शकता. फक्त तुम्हीच तुमचं जीवन बदलू शकता.

विचार-कृती-परिणाम

तुम्ही श्रीमंत झालेलं आम्हाला हवं आहे.

तुम्ही श्रीमंत व्हावं असं आम्हाला का वाटतं?

डोनाल्डची आभारपत्रिका

रॉबर्ट कियोसाकी आणि रिच डॅड संघाबरोबर काम करणं हा एक विलक्षण आणि आनंददायी अनुभव होता. रॉबर्टच्या भागीदार व सह-लेखक शेरॉन लेक्टर या एक समन्वयक म्हणून अतिशय मऊ पण वज्रकठीण आहेत. रॉबर्ट आणि माझ्यातील साम्य व भेद एकत्र गुंफण्यात मदत केल्याबद्दल त्यांना धन्यवाद. हे काम सोपं नव्हतं व ते त्यांनी उत्तम केलं. या पुस्तकाच्या प्रकाशनाच्या समन्वयाचं काम मोना गॅम्बेटा यांनी उत्तम केलं. रॉबर्ट, या सुंदर अनुभवाबद्दल धन्यवाद. तुझ्यासम तूच आणि तू एक अलौकिक शिक्षक आहेस.

माझी सहलेखिका मेरेडिथ मॅकायव्हरचे सजगतेबद्दल आणि चांगल्या विनोद बुद्धीबद्दल आभार मानायला मला आवडेल. माझ्यासारख्याच्या वेळापत्रकाबरोबर काम करताना तिच्याकडे हे असायलाच हवं. ऱ्होना ग्राफ मदतीसाठी सदैव उपलब्ध आहे आणि मला त्याचं कौतुक आहे, हे तिला कळवायचं आहे.

सुरुवातीपासून या प्रकल्पावर खूप मेहनत घेतल्याबद्दल मिशेल लोकींचे आभार. ॲलन वाइझेकबर्ग यांचे ज्ञान, या प्रकल्पातून मिळणाऱ्या शैक्षणिक परिणामाच्या साहाय्यासाठी त्यांचे आभार. ट्रम्प ऑर्गनायझेशनचे सीएफओ होण्याआधी तुमच्या कारकीर्दीला सुरुवातीला तुम्ही शालेय शिक्षक होता हे बऱ्याच जणांना ठाऊक नसेल. ते आता माहीत होईल. कीथ शिलरना धन्यवाद. त्यांची जागरूकता आणि प्रत्येक गोष्टीतला विचार यांचं प्रत्येकाला कौतुक आहे. केसी केनेडी, छायाचित्रांच्या समन्वयाबद्दल धन्यवाद.

पब्लिशर्स विकलीच्या विल्यम मॅकगोरी आणि सेविन ब्रायरमन यांना आणि त्यांच्या पूर्ण संघाला, रॉबर्ट आणि माझ्या एकत्र येण्याच्या सुरुवातीपासून तुमच्या उत्साहासाठी आणि पाठिंब्यासाठी तुम्हाला धन्यवाद, तुम्ही विलक्षण आहात.

आणि माझ्या वाचकांना, तुमच्याबरोबर घालवलेला वेळ फार छान होता. शिकत राहा, पुढे जात राहा आणि मोठा विचार करत राहा.

रॉबर्ट यांची आभारपत्रिका

डोनाल्ड ट्रम्प आणि त्यांच्या संघाबरोबर काम करणं हा एक सन्मान आणि स्वप्नपूर्ती होती. ते खरोखर आपल्या काळातील आदर्श आहेत. ते करत असलेल्या प्रत्येक गोष्टीत उत्कृष्टतेचा आग्रह धरतातच, त्यांच्यासाठी काम करणाऱ्यांप्रतीची त्यांची सहृदयता आणि आदर महान आहेत. मी त्यांच्याकडून इतकं शिकलो, आणि या प्रक्रियेत माझ्यासाठी काय शक्य आहे हे वास्तवही विस्तारलं. त्यांचा संघ हे त्यांच्या बहुआयामी वृत्ती आणि प्रचंड पाठिंब्यांचे प्रतिबिंबत आहे.

मेरेडिथ मॅकायव्हर यांच्याशी ओळख होणं आणि त्यांच्याबरोबर काम करणं खरोखर आनंदाचं होतं. त्यांच्या सुसंस्कृततेला जोड आहे ती केवळ त्यांची बुद्धिमत्ता व सृजनशीलतेची. मिशेल लोकी यांनी मायकेल लेक्टर यांच्याबरोबर वकील-वकील म्हणून काम करताना हा प्रकल्प पुढे नेण्यास खूप साहाय्य केले. मेरेडिथ आणि मिशेल या दोन सामर्थ्यशाली स्त्रियांना, या प्रकल्पात वैयक्तिक लक्ष घातल्याबद्दल आभार.

कीथ शिलर आणि ऱ्होना ग्राफ यांना गेल्या सबंध वर्षातील सततच्या उत्साहाबद्दल आणि दयाळूपणाबद्दल धन्यवाद. याशिवाय ट्रम्प ऑर्गनायझेनशचे सीएफओ ॲलन वायझेलबर्ग यांना भेटणं आणि तरुणांच्या आर्थिक साक्षरतेच्या गरजेबद्दलच्या समान ध्यासाबद्दल त्यांच्याकडून माहिती घेणे हे आनंददायी होतं.

माझे शब्द घडवून त्यातून वाचनीय लिखाण निर्माण केल्याबद्दल माझी भागीदार आणि सहलेखिका शेरॉन लेक्टर हिचे खास आभार. माझी शैली आणि डोनाल्डची शैली यांचा मेळ घालून, शैली व परिणाम या दृष्टीने तिनं हे पुस्तक अद्वितीय केलं आहे. तिचे प्रकाशनाचे ज्ञान उत्तम आहे व या प्रकल्पाबद्दलच्या तिच्या दूरदृष्टीमुळे आम्ही प्रकाशनाच्या विश्वात आम्ही नवी वाट पाहू शकलो.

मोना गॅम्बेटाची या पुस्तकाच्या निर्मितीसाठी आणि प्रसिद्धीसाठी प्रचंड मदत झाली. तिच्या उत्साहापेक्षा जास्त काय असेल तर उत्कृष्टतेचं तिचं अथक समर्पण आणि या सगळ्यांनी हा प्रकल्प जिवंत केला. मेलनी विल्के आणि केविन स्टॉक यांनी आमची दृष्टी घेऊन ही ग्राफिक रिॲलिटी तयार केली ती आमच्या अपेक्षेच्या पलीकडे होती.

पब्लिशर्स वीकलीच्या साऱ्या संघाला त्यांचं मार्गदर्शन, ज्ञान, अनुभव आणि सर्वात महत्त्वाचं म्हणजे त्यांच्या उत्साहासाठी धन्यवाद. विशेषत: विल्यम मॅकगोरी, सेलिन ब्रायरमन, हॅना वोल्कमन आणि रॅचेल डील यांचं साहाय्य. सेलिनच्या या संपूर्ण प्रकल्पाच्या मार्गदर्शनासाठी वैयक्तिक धन्यवाद.

आणि सर्वात महत्त्वाचं, तुमच्या स्वत:च्या आर्थिक शिक्षणामध्ये रस घेण्याबद्दल आणि हे पुस्तक वाचल्याबद्दल मी तुमचे आभार मानतो.

पडद्यामागे

डोनाल्ड, शेरॉन, किम आणि रॉबर्ट

शेरॉन, मोना आणि किम

रॉबर्ट, मेरिडिथ आणि शेरॉन

जस्टिन एबरनैथी, केली रिची, डोनाल्ड ट्रम्प, शेरॉन लेक्टर, रिचर्ड टेलर, किम कियोसाकी, रॉबर्ट कियोसाकी आणि जेसन एबरनैथी

ॲलन वायझेलबर्ग आणि मिशेल लोकी

ऱ्होना ग्राफ

केसी केनेडी आणि कीथ शिलर

शेरॉन आणि मेरिडिथ

केविन स्टॉक आणि मोना गॅम्बेटा

शेनॉन क्रिस्ट, केविन स्टॉक, मोना गॅम्बेटा, शेरॉन लेक्टर आणि मेरिडिथ मॅकायव्हर

डोनाल्ड जे. ट्रम्प

चेअरमन व प्रेसिडेंट, द ट्रम्प ऑर्गनायझेशन

उत्कृष्टतेची मानकं सातत्याने निर्माण करणारे व स्थावर संपत्ती, गेमिंग, क्रीडा व मनोरंजन क्षेत्रात आपले स्वारस्य विस्तारित करणारे डोनाल्ड जे. ट्रम्प हे अमेरिकन यशोगाथेची साक्षात व्याख्या आहेत. ते व्हार्टन स्कूल ऑफ फायनान्सचे पदवीधर आहेत आणि व्यावसायिक कारकीर्दीची सुरुवात त्यांनी वडिलांच्याच कार्यालयातील जागेतून केली.

न्यूयॉक शहरात ट्रम्प निशाणी म्हणजे अत्यंत प्रतिष्ठित पत्ता असतो. ज्यात जगप्रसिद्ध फिफ्थ ॲव्हेन्यू, स्काय स्क्रॅपर, ट्रम्प टॉवर, द ट्रम्प इंटरनॅशनल हॉटेल ॲन्ड टॉवर, ज्याची कोंडे नास्ट ट्रॅव्हलरने यूएसचे सर्वोत्कृष्ट हॉटेल म्हणून निवड केली. युनायटेड नेशन्स प्लाझामधील ट्रम्प वर्ल्ड टॉवर, ४० वॉल स्ट्रीट आणि ट्रम्प पार्क ॲव्हेन्यू आहेत. न्यूयॉर्कखेरीज अमेरिकेच्या वेगवेगळ्या शहरात त्यांचे प्रकल्प चालू आहेत - शिकागो, लास वेगास, मायामी, अटलांटिक सिटी, लॉस एंजेलिस आणि पाम बीच. ट्रम्प यांच्या खजिन्यात न्यू जर्सी, फ्लोरिडा आणि कॅलिफोर्निया इथली चार पारितोषिक प्राप्त गोल्फ मैदाने आणि पाम बीच, फ्लोरिडा इथला ऐतिहासिक मार-अ-लागो क्लब आहे. त्यांच्या दुबई इथल्या पहिल्या प्रकल्पाची घोषणा २००५ मध्ये झाली, त्याचे नाव होते 'द पाम ट्रम्प इंटरनॅशनल हॉटेल ॲन्ड टॉवर'.

स्थावर मालमत्ता मिळवण्यापासून थोडं दूर जाऊन श्री. ट्रम्प आणि एनबीसी टेलिव्हिजन हे जगातील तीन प्रमुख सौंदर्यस्पर्धा - मिस युनिव्हर्स, मिस युएसए व मिस टीन युएसए - च्या मालकीत व प्रक्षेपण हक्कांमध्ये भागीदार बनले आहेत. याशिवाय *'द ॲप्रेंटिस'* या देशाचे आणि जगाचे लक्ष वेधून घेणाऱ्या लोकप्रिय टेलिव्हिजन मालिकेचे ते स्टार व सहनिर्माता आहेत. २००४ च्या उन्हाळ्यात क्लीअर चॅनेलवर त्यांचा रेडिओ कार्यक्रम सुरू झाला व त्याने सर्व विक्रम मोडले.

श्री. ट्रम्प यांनी सात पुस्तकं लिहिली व ती सर्व बेस्ट सेलर ठरली. २००४ मध्ये ट्रम्प वर्ल्ड मॅगेझिनची, २००५ मध्ये ट्रम्प युनिव्हर्सिटी ऑनलाइनची सुरुवात झाली व सध्या डोनाल्ड जे. ट्रम्प लायसेन्सिंग प्रोग्राममध्ये पुरुषांचे सूट्स, ड्रेस, शर्ट्स, नेकवेअर, कफलिंग्स, घड्याळे, चष्मे-गॉगल्स व सुंगधांचा समावेश आहे. २००६ च्या जानेवारीमध्ये GoTrump.com या ऑनलाईन ट्रॅव्हल एजन्सीची सुरुवात झाली.

रॉबर्ट टी. कियोसाकी

रॉबर्ट कियोसाकी *'रिच डॅड पुअर डॅड'* चे लेखक - सतत दोन वर्षं यूएसए टुडेचे नं. १ मनी बुक आणि आंतरराष्ट्रीय बेस्टसेलर - हे गुंतवणूकदार, उद्योजक आणि शिक्षक आहेत. ज्यांचे पैसा व गुंतवणुकींबद्दलचे दृष्टिकोन पारंपारिक शहाणपणाला धक्का देतात. त्यांनी अक्षरश: एक हाती, लक्षावधी लोकांच्या पैशांबद्दलच्या विचार करण्याच्या पद्धतीला आव्हान दिलं व ती बदलून टाकली.

'जुना' सल्ला - चांगली नोकरी मिळवा, खूप काम करा, पैसे साठवा, कर्ज फेडा, दीर्घ मुदतीसाठी गुंतवणूक करा, डायव्हर्सिफाय हा 'वाईट' (कालबाह्य आणि चुकीचा) सल्ला का आहे हे सांगताना रॉबर्ट यांची स्पष्टवक्तेपणा, धाडस व क्रांती याबद्दल कीर्ती झाली आहे.

'पब्लिशर्स वीकली' ला रिपोर्ट देणाऱ्या चारही याद्यांमध्ये - *द न्यूयॉर्क टाइम्स, बिझिनेस वीक, द वॉल स्ट्रीट जर्नल* आणि *यूएसए टुडे* - *रिच डॅड पुअर डॅड* हे सर्वात दीर्घ काळ बेस्ट सेलर राहिले आहे आणि प्रसिद्ध अशा *'न्यूयॉर्क टाइम्स'* च्या यादीत त्याने पाच वर्षं सर्वोच्च स्थान पटकावले आहे.

४६ भाषांमध्ये अनुवादित झालेल्या आणि ९७ देशांमध्ये उपलब्ध असलेल्या रिच डॅड मालिकेच्या जगभरात २६ मिलियन प्रती विकल्या गेल्या आहेत आणि आशिया, ऑस्ट्रेलिया, दक्षिण अमेरिका, मेक्सिको आणि युरोपमधल्या सर्वाधिक खपाच्या पुस्तकांमध्ये तिचे वर्चस्व राहिले आहे. २००५ मध्ये रॉबर्ट ॲमेझॉन डॉट कॉम हॉल ऑफ फेममध्ये, त्या विक्रेत्यांच्या आघाडीच्या २५ लेखकांपैकी एक म्हणून दाखल झाले. रिच डॅड मालिकेमध्ये सध्या १३ पुस्तके आहेत.

रॉबर्ट *'याहू! फायनान्स'* साठी 'व्हाय द रिच आर गेटिंग रिचर' हे पाक्षिक सदर लिहितात आणि *आंत्रप्रेनर* मासिकासाठी 'रिच रिटर्न्स' हे मासिक सदर लिहितात.

'रिच डॅड पुअर डॅड' लिहिण्यापूर्वी, जे कौशल्यं शिकवण्यासाठी त्यांच्या रिच डॅडनी काही वर्षं खर्ची घातली. त्या आर्थिक आणि गुंतवणुकीच्या युक्त्या लोकांना शिकवण्यासाठी त्यांनी ***'कॅशफ्लो १०१'*** हा बोर्ड गेम विकसित केला. या त्याच युक्त्या आहेत, ज्यांच्या मदतीने रॉबर्ट ४७ व्या वर्षी निवृत्त होऊ शकले.

आज जगभरातील शहरांमध्ये १६०० हून अधिक कॅशफ्लो क्लब्ज आहेत. ते रिच डॅड कंपनीपेक्षा वेगळे स्वतंत्र गट आहेत.

हवाईमध्ये जन्मलेले व वाढलेले रॉबर्ट कियोसाकी हे चौथ्या पिढीचे जॅपनीज - अमेरिकन आहेत. न्यूयॉर्क येथील महाविद्यालयातून पदवी घेतल्यानंतर रॉबर्ट मरीन कॉर्प्समध्ये गेले व त्यांनी व्हिएतनाममध्ये अधिकारी म्हणून व हेलिकॉप्टर गनशिप वैमानिक म्हणून सेवा बजावली. युद्धानंतर रॉबर्ट झेरॉक्स कॉर्पोरेशनच्या विक्री विभागात कामाला गेले आणि १९७७ मध्ये नायलॉन व वेलक्रोचं 'सर्फर वॅलेट' प्रथम बाजारपेठेत आणणारी कंपनी स्थापन केली.

१९८५ मध्ये त्यांनी स्थापन केलेल्या शैक्षणिक कंपनीद्वारा जगभरातील हजारो विद्यार्थ्यांना व्यवसाय व गुंतवणुकीचे शिक्षण दिले जाते. १९९४ मध्ये रॉबर्ट यांनी आपला व्यवसाय विकून टाकला व आपल्या गुंतवणुकींमुळे ते ४७ व्या वर्षी निवृत्त होऊ शकले. त्यांच्या अल्पकालीन निवृत्तीमध्ये त्यांनी *'रिच डॅड पुअर डॅड'* लिहिलं. रॉबर्ट यांच्या शब्दात 'आपण शाळेत जाऊन पैशांसाठी खूप काम करावं हे शिकतो. मी अशी पुस्तकं लिहितो आणि उत्पादनं बनवतो जी लोकांना पैशाला त्यांच्यासाठी कामे करायला लावायचं ते शिकवतात.'

तुम्ही श्रीमंत व्हावं असं आम्हाला का वाटतं?